മധ്യവേനൽ നിഗൂഢതകൾ

മദ്ധ്യവേനൽ നിഗൂഢതകൾ

അഗത ക്രിസ്റ്റി

വിവർത്തനം: രഘുരാജ് പനങ്ങാട്ട്

MANJUL

മഞ്ജുൾ പബ്ലിഷിങ് ഹൗസ്

First published in India by

MANJUL

Manjul Publishing House
Corporate and Editorial Office
•2nd Floor, Usha Preet Complex, 42 Malviya Nagar, Bhopal 462 003 – India
Sales and Marketing Office
•C-16, Sector 3, Noida, Uttar Pradesh 201301 – India
Website: www.manjulindia.com
Distribution Centres
Ahmedabad, Bengaluru, Bhopal, Kolkata, Chennai,
Hyderabad, Mumbai, New Delhi, Pune

Malayalam edition first published in 2024

ISBN 978-93-5543-494-4

Translated by: Raghuraj Panangatt

Printed and bound in India by Gopsons Papers Pvt. Ltd.

ഉള്ളടക്കം

ആമുഖം

പിയറനീസിലെ വേനൽക്കാലം

അച്ഛനും മാഡ്ഗെയും കൂടി ഒരുപാട് നല്ല കുതിരസവാരികൾ ചെയ്തിരുന്നു. ഒരു ദിവസം, എന്റെ പല നാളത്തെ അഭ്യർത്ഥന മാനിച്ച്, പിറ്റേ ദിവസത്തെ കുതിരസവാരിക്ക് എന്നെയും കൂട്ടാമെന്ന് അവർ സമ്മതിച്ചു. എനിക്ക് ഭയങ്കര സന്തോഷമായി. എന്റെ അമ്മയ്ക്ക് ചില ആശങ്കകൾ ഉണ്ടായിരുന്നെങ്കിലും, അച്ഛന്റെ വാക്കുകൾക്കു മുന്നിൽ അതൊന്നും വിലപോയില്ല.

അദ്ദേഹം പറഞ്ഞു, "നമ്മുടെ കൂടെ ഒരു ഗൈഡും ഉണ്ടാകും. അയാൾ കുട്ടികളെ നോക്കുന്ന കാര്യത്തിൽ മിടുക്കനായതിനാൽത്തന്നെ, താഴെ വീഴാതെ അവരെ നോക്കുകയും ചെയ്യും."

അടുത്ത ദിവസം രാവിലെ, മൂന്ന് കുതിരകൾ വന്നു. ഞങ്ങൾ പുറപ്പെട്ടു. വളരെ വലുതെന്ന് തോന്നിപ്പിക്കുന്ന ആ കുതിരയുടെ പുറത്തിരുന്ന്, വളവും തിരിവും നിറഞ്ഞ പാതയിലൂടെയുള്ള ആ യാത്ര ഞാൻ അത്യധികം ആസ്വദിച്ചു. കുതിരയെ തെളിച്ചുകൊണ്ടിരുന്ന ഗൈഡ്, ഞാൻ ധരിച്ചിരുന്ന തൊപ്പിയുടെ പട്ടയിൽ ചൂടാനായി, ഇടയ്ക്കിടെ പൂച്ചെണ്ടുകൾ പറിച്ചു തന്നു. എല്ലാം നല്ല രീതിയിൽ പോകുകയായിരുന്നു. പക്ഷേ കുന്നിനു മുകളിൽ എത്തി ഉച്ചഭക്ഷണം കഴിക്കാനായി തയ്യാറെടുക്കുമ്പോഴാണ് ഗൈഡ് എന്നെ അതിശയിപ്പിച്ചത്. അയാൾ പിടിച്ച മനോഹരമായ ഒരു പൂമ്പാറ്റയെയും കൊണ്ട് അയാൾ ഞങ്ങൾക്കരികിലേക്ക് ഓടിക്കിതച്ചു വന്നു. '*Pour la petite mademoiselle* (ചെറിയ മാഡത്തിനു വേണ്ടി)' എന്ന് ഉറക്കെ വിളിച്ചുകൊണ്ടാണ് അയാൾ വന്നത്. അയാളുടെ വസ്ത്രത്തിൽ നിന്നും ഒരു മൊട്ടുസൂചിയെടുത്ത് ആ പൂമ്പാറ്റയുടെ ശരീരത്തിലൂടെ കുത്തിയിറക്കി എന്റെ തൊപ്പിയിൽ ചൂടിച്ചു! ഓഹ്, അത്രയും ഭയാനകമായൊരു നിമിഷം! ആ സൂചിമുനയിൽ നിന്നും രക്ഷപ്പെടാനായി ചിറകിട്ടടിക്കുന്ന പാവം ചിത്രശലഭത്തിന്റെ അവസ്ഥ. ആ ചിറകടിയിലൂടെ അതിന്റെ മരണവേദന ഞാൻ അനുഭവിച്ചു. എനിക്കൊന്നും പറയാൻ പോലും കഴിഞ്ഞില്ല. പരസ്പരം വൈരുദ്ധ്യങ്ങൾ നിറഞ്ഞ ചിന്തകളായിരുന്നു എന്റെ മനസ്സു മുഴുവൻ.

ഗൈഡിന്റെ ഭാഗത്തു നിന്നും നോക്കുമ്പോൾ, അത് അയാൾ എനിക്കായി കൊണ്ടുവന്ന സ്നേഹത്തിന്റെ അടയാളമാണ്; 'ഒരു വിശിഷ്ട സമ്മാനം'. ഞാനെങ്ങനെയാണ് അതിനോട് അനിഷ്ടം പ്രകടിപ്പിക്കുക അത് അയാളെ വേദനിപ്പിക്കും. ആ പൂമ്പാറ്റയെ എടുത്തുമാറ്റാൻ ഞാനെങ്ങനെ അയാളോട് ആവശ്യപ്പെടും! ആ സമയമത്രയും, ശലഭം പ്രാണവേദനയിൽ പിടയുകയാണ്. അതെന്റെ തൊപ്പിയിൽ മരണതാളമിടുകയായിരുന്നു. അത്തരം സന്ദർഭങ്ങളിൽ, ഒരു കുഞ്ഞിന് ചെയ്യാൻ കഴിഞ്ഞിരുന്ന ഒന്നേ ഉണ്ടായിരുന്നുള്ളൂ, ഞാൻ കരഞ്ഞു.

കൂടെയുള്ളവരുടെ ചോദ്യങ്ങൾക്ക് എനിക്ക് ഉത്തരം നൽകാനാവു ന്നുണ്ടായിരുന്നില്ല. "എന്താണ് കാര്യം നിനക്ക് വേദനിച്ചോയെന്ന് അച്ഛൻ ചോദിച്ചു.

"ചിലപ്പോൾ കുതിരപ്പുറത്തിരുന്നതു കൊണ്ട് പേടിച്ചിട്ടുണ്ടാകും." എന്റെ ചേച്ചി പറഞ്ഞു.

അതൊന്നുമല്ലെന്ന് ഞാൻ വീണ്ടും വീണ്ടും പറഞ്ഞു, "എനിക്ക് പേടിയുമില്ല, വേദനയുമില്ല."

"ക്ഷീണമാണോ?" അച്ഛൻ ചോദിച്ചു.

"അല്ല." ഞാൻ പറഞ്ഞു.

"ശരി. എങ്കിൽ കാര്യമെന്താണെന്ന് പറയൂ."

പക്ഷേ എനിക്ക് പറയാൻ കഴിഞ്ഞില്ല. തീർച്ചയായും കഴിയില്ലാ യിരുന്നു. ഒന്നും മനസ്സിലാകാതെ എന്റെ മുഖത്തേക്ക് ശ്രദ്ധിച്ച് നോക്കിക്കൊണ്ട് ഗൈഡ് അവിടെ നിൽപ്പുണ്ടായിരുന്നു. അച്ഛൻ ഇടയ്ക്കു കയറി പറഞ്ഞു.

"അവൾ തീരെ ചെറുതല്ലേ. ഇത്തരം സാഹസിക യാത്രയ്ക്ക് കൊണ്ടുവരാൻ പാടില്ലായിരുന്നു."

എന്റെ കരച്ചിൽ ഇരട്ടിച്ചു. ഞാൻ കാരണം എന്റെ അച്ഛന്റെയും ചേച്ചിയുടെയും നല്ലൊരു ദിവസമാണ് തകർന്നിരിക്കുന്നത്, അതെനിക്ക് മനസ്സിലാകുന്നുമുണ്ട്, പക്ഷേ എനിക്ക് നിയന്ത്രിക്കാൻ കഴിഞ്ഞില്ല. എന്റെ അച്ഛനോ, അല്ലെങ്കിൽ എന്റെ ചേച്ചിയെങ്കിലും, ശരിയായ കാരണമെ ന്താണെന്ന് ഊഹിക്കാനായി ആഗ്രഹിക്കുകയും, പ്രാർത്ഥിക്കുകയും മാത്രമാണ് ഞാൻ ചെയ്തത്. തീർച്ചയായും അവർ ആ ശലഭത്തെ നോക്കി യിരിക്കാം, അതുകൊണ്ട് പറഞ്ഞിരിക്കാം, "ചിലപ്പോൾ അവൾക്ക് തൊപ്പിയിൽ പൂമ്പാറ്റയെ വെച്ചത് ഇഷ്ടമായിക്കാണില്ല." അവരങ്ങനെ പറഞ്ഞിരുന്നെങ്കിൽ, സമാധാനമായേനെ. പക്ഷേ എനിക്കും പറയാൻ കഴിഞ്ഞില്ല. അന്നത്തെ ദിവസം മോശമായിരുന്നു. ഞാനൊന്നും കഴിക്കാൻ കൂട്ടാക്കിയില്ല. അവിടിരുന്ന് കരയുകയാണ് ചെയ്തത്; പൂമ്പാറ്റ പിടയുകയും. അവസാനം അതിന്റെ ചിറകടി നിലച്ചു. അതെന്നെ സമാധാനിപ്പിക്കേ ണ്ടതാണ്. പക്ഷേ, അത്രയും സമയംകൊണ്ട്, ഒന്നിനും എന്നെ സമാധാ നിപ്പിക്കാൻ കഴിയില്ല എന്ന അവസ്ഥയിലേക്ക് ഞാനെത്തിച്ചേർന്നിരുന്നു.

ഞങ്ങൾ കുന്നിറങ്ങാൻ ആരംഭിച്ചു. സ്വാഭാവികമായും അച്ഛൻ ദേഷ്യത്തിലായിരുന്നു, ചേച്ചിയും അലോസരപ്പെട്ടിട്ടുണ്ട്, ഗൈഡിന്റെ മുഖത്ത് ഇപ്പോഴും പ്രിയവും അനുകമ്പയും അമ്പരപ്പും നിറഞ്ഞിരുന്നു. ഭാഗ്യത്തിന്, എന്നെ സന്തോഷിപ്പിക്കാനായി ഒരു ശലഭത്തെക്കൂടി എനിക്കു പിടിച്ചുതരാനുള്ള ചിന്ത അയാളിലുണ്ടായില്ല. ശോകമൂകമായ ഒരു യാത്രയ്ക്കു ശേഷം ഞങ്ങൾ തിരിച്ചെത്തി, ഞാൻ ഹാളിൽ ഇരിക്കുന്ന അമ്മയുടെ അടുത്തേക്കു ചെന്നു.

"അയ്യോ, മോളേ," അമ്മ വിളിച്ചു, "എന്തു പറ്റി? അഗതയ്ക്കു വല്ല മുറിവും പറ്റിയോ?"

"എനിക്കൊന്നുമറിയില്ല," അച്ഛൻ ഇടയ്ക്കു കയറി പറഞ്ഞു. "ഈ കുട്ടിക്കു എന്താ പറ്റിയതെന്ന് മനസ്സിലാകുന്നില്ല. ചിലപ്പോൾ മുറിവോ വേദനയോ ആയിരിക്കും. ഉച്ച മുതൽ കരയാൻ തുടങ്ങിയതാണ്, ഒന്നും കഴിക്കാനും കൂട്ടാക്കുന്നില്ല."

"എന്തു പറ്റി, അഗതാ?" അമ്മ ചോദിച്ചു.

എനിക്ക് അമ്മയോട് ഒന്നും പറയാൻ കഴിഞ്ഞില്ല. ഒന്നും പറയാനാകാതെ കണ്ണീർവാർത്തു നിൽക്കാനെ എനിക്കു കഴിഞ്ഞുള്ളൂ. കുറച്ചു നേരം എന്റെ മുഖത്തേക്ക് നോക്കിനിന്ന ശേഷം അമ്മ പറഞ്ഞു, "ആരാണ് അവളുടെ തൊപ്പിയിൽ ആ പൂമ്പാറ്റയെ വെച്ചത്?"

ഗൈഡാണ് അത് ചെയ്തതെന്ന് ചേച്ചി അമ്മയ്ക്ക് വിശദീകരിച്ചു കൊടുത്തു.

"അതു ശരി," എന്നും പറഞ്ഞ് അമ്മ എന്നെ നോക്കി, "നിനക്കത് ഇഷ്ടമായില്ല, അല്ലേ? അതിന് ജീവനുണ്ടായിരുന്നതിനാൽതന്നെ അതിന് വേദനിക്കുമെന്ന് കരുതി, അല്ലേ?"

ഓഹ്, അപ്പോൾ കിട്ടിയ ഒരു ആശ്വാസം. നിങ്ങളുടെ മനസ്സിലുള്ളത് ഒരാൾ കണ്ടെത്തി നിങ്ങളോട് പറയുന്നതിലൂടെ, മൗനത്തിന്റെ തടങ്കലിൽ നിന്നും രക്ഷപെടുമ്പോഴുണ്ടാകുന്ന ആ അത്ഭുത വികാരം. ഞാനോടിച്ചെന്ന് അമ്മയെ ഇറുകെപ്പുണർന്നു, എന്നിട്ട് പറഞ്ഞു, "അതെ, അതെ, അതെ. അത് ചിറകിട്ടടിക്കുന്നുണ്ടായിരുന്നു. അത് *പിടയുന്നുണ്ടായിരുന്നു*. പക്ഷേ അയാൾ സ്നേഹത്തോടെയാണ് തന്നത്, സ്നേഹമായിരുന്നു അയാളുടെ മുഖത്ത്. എനിക്കൊന്നും പറയാൻ കഴിഞ്ഞില്ല."

അമ്മയ്ക്കെല്ലാം മനസ്സിലായി, അവരെന്നെ പതിയെ തലോടി. പെട്ടെന്ന് എന്നിലെ ഭാരം അലിഞ്ഞില്ലാതെയായി.

"നിന്റെ മാനസികാവസ്ഥ എനിക്ക് മനസ്സിലാകും," അമ്മ പറഞ്ഞു. "എനിക്കറിയാം. പക്ഷേ അതിവിടെ അവസാനിച്ചിരിക്കുന്നു, ഇനിയൊരിക്കലും നമ്മൾ അക്കാര്യത്തെക്കുറിച്ച് സംസാരിക്കില്ല."

അഗതാ ക്രിസ്റ്റി

രക്തക്കറ പുരണ്ട നടപ്പാത

"കൗതുകം തന്നെയാണ്," ജോയ്സ് ലെംപ്രിയെറെ പറഞ്ഞു, "പക്ഷേ എന്റെ കഥ നീയുമായി പങ്കുവെക്കാൻ ഞാൻ ആഗ്രഹിക്കുന്നില്ല. ഒരുപാട് വർഷങ്ങൾക്ക് മുമ്പ് നടന്നതാണ്; കൃത്യമായി പറഞ്ഞാൽ, അഞ്ച് വർഷങ്ങൾക്ക് മുമ്പ്. പക്ഷേ അന്നു മുതൽ, അതെന്നെ വിടാതെ പിന്തുടരുന്നുണ്ട്. പുഞ്ചിരിക്കുന്ന, തിളങ്ങുന്ന മുകൾ ഭാഗം—മറയ്ക്കപ്പെട്ട ഭീകരത താഴെയും. വൈചിത്ര്യം എന്തെന്നാൽ, ഞാൻ അന്നേരം വരച്ച രേഖാചിത്രം ആ ചുറ്റുപാടുമായി ചേർന്നുനിന്നു. ഒറ്റനോട്ടത്തിൽ, സൂര്യവെളിച്ചത്തിൽ തെളിഞ്ഞുകാണുന്ന ഒരു ചെറിയ ചെങ്കുത്തായ കോർണിഷ് തെരുവിന്റെ ചിത്രം മാത്രമായിരുന്നു അത്. പക്ഷേ കുറച്ച് നേരം അതിലേക്കുതന്നെ നോക്കിയിരുന്നാൽ, അശുഭമായ എന്തോ ഒന്ന് തെളിഞ്ഞുവരുന്നത് കാണാം. ഞാനാ ചിത്രം വിൽക്കാൻ കൂട്ടാക്കിയില്ല, പക്ഷേ പിന്നീടൊരിക്കലും അതിലേക്ക് നോക്കാനും ധൈര്യപ്പെട്ടില്ല. സ്റ്റുഡിയോയുടെ ഒരു മൂലയിൽ, ചുമരിന്നഭിമുഖമായി ഇപ്പോഴും അതിരിപ്പുണ്ട്.

"റാറ്റ്ഹോൾ എന്നായിരുന്നു സ്ഥലത്തിന്റെ പേര്. വിചിത്രമായ ഒരു ചെറിയ കോർണിഷ് മുക്കുവ ഗ്രാമം. വളരെ മനോഹരമായൊരു ഗ്രാമം, അതീവ മനോഹരമായത്. *യേ ഓൾഡെ കോർണിഷ് ടീ ഹൗസി*ന്റെ അന്തരീക്ഷമായിരുന്നു അതിനുണ്ടായിരുന്നത്. കുറുകിയ തലമുടിയുമായി, അയഞ്ഞ വസ്ത്രം ധരിച്ച പെൺകുട്ടികൾ ശീലത്തുണ്ടുകളിൽ വാക്യങ്ങൾ എഴുതിക്കൊടുക്കുന്ന കടകളും അവിടുണ്ട്. ഭംഗിയും കൗതുകമുണർത്തുന്നതുമായിരുന്നു അത്, അതേസമയം വളരെയധികം ആത്മബോധം പുലർത്തേണ്ടതുമാണത്."

"എനിക്കറിയാവുന്നതു തന്നെയാണ്," റേയ്മണ്ട് വെസ്റ്റ് ഒന്നു മുരണ്ടു. "ഷാരബാങ്കിന്റെ (ബസ് രൂപത്തിലുള്ള പഴയ കാല വാഹനം) ശാപമായിരിക്കും. എത്തിപ്പെടാനുള്ള വഴി എത്ര നേർത്തതാണെങ്കിലും കാര്യമില്ല, മനോഹരമായ ഒരു ഗ്രാമവും സുരക്ഷിതമല്ല."

ജോയ്സ് അത് ശരിവെച്ചു.

"റാറ്റ്ഹോളിലേക്കുള്ള മാർഗ്ഗം ഇടുങ്ങിയ വഴികൾ നിറഞ്ഞതായിരുന്നു. മാത്രമല്ല, ചുവരുകൾ പോലെ ചെങ്കുത്തനെ ആയിരുന്നു അവ. ശരി, ഇനി എന്റെ കഥയിലേക്ക് വരാം. ചിത്രംവരയുമായി ബന്ധപ്പെട്ട് ഒരു പതിനഞ്ച്

ദിവസത്തേക്ക് എനിക്ക് കോണ്വാളിലേക്ക് വരേണ്ടതുണ്ടായിരുന്നു. റാറ്റ്ഹോളിൽ പഴക്കം ചെന്ന ഒരു സത്രമുണ്ട്, ദി പോളാർവിത് ആംസ്. 1500-കളിലോ മറ്റോ ഉണ്ടായ സ്പെയിൻകാരുടെ ഷെല്ലാക്രമണത്തിന്റെ അവശേഷിപ്പുകൾക്കിടയിൽ നിലനിന്ന ഒരേയൊരു കെട്ടിടം ഇതു മാത്രമായിരുന്നു."

"ഷെല്ലാക്രമണമായിരുന്നില്ല," റേയ്മണ്ട് വെസ്റ്റ് നെറ്റി ചുളിച്ചു. "ജോയ്സേ, അറിയാത്ത ചരിത്ര സത്യങ്ങൾ വിളമ്പണ്ട."

"ശരി, തീരപ്രദേശങ്ങൾ നീളെ തോക്കുകളും മറ്റ് ആയുധങ്ങളും ഇറക്കി ആക്രമിച്ച്, വീടുകളെല്ലാം പൊളിച്ചു നിരപ്പാക്കി. പറഞ്ഞുവന്ന കാര്യം അതല്ല. നാല് തൂണുകളുടെ ഉറപ്പിൽ ഒരു പോർച്ച് ഉള്ള മനോഹരമായൊരു സ്ഥലമായിരുന്നു ആ സത്രം. ആ മനോഹാരിത ക്യാൻവാസിലേക്ക് പകർത്താൻ നല്ലൊരു ഇടം കണ്ടെത്തി വരയ്ക്കാൻ തുടങ്ങുമ്പോഴാണ്, കുന്നിന്മുകളിൽ നിന്നും ഒരു കാർ വളഞ്ഞുപുളഞ്ഞ വഴിയിലൂടെ ഇഴഞ്ഞുവരുന്നത്. അത് ഈ സത്രത്തിനു മുന്നിൽ തന്നെയായിരിക്കും നിർത്തുക, അതെനിക്ക് തീർച്ചയായും ശല്യമാവുകയും ചെയ്യും. അതിൽ നിന്നും ഒരു സ്ത്രീയും പുരുഷനും ഇറങ്ങി, ഞാൻ അവരെ ശ്രദ്ധിക്കാനൊന്നും കൂട്ടാക്കിയില്ല. അവൾ ഇളം നീല നിറത്തിലുള്ള ലിനെൻ വസ്ത്രവും, ഒരു ഇളം നീല തൊപ്പിയും ധരിച്ചിരുന്നു."

"ആ പുരുഷൻ സത്രത്തിൽ നിന്നും പുറത്തുവന്നു. എന്റെ ഭാഗ്യത്തിന്, അയാൾ കാർ അടുത്തുള്ള ബോട്ടുജെട്ടിയിലേക്ക് മാറ്റി നിർത്തി. എന്നിട്ട് എന്നെ കടന്ന് സത്രത്തിലേക്ക് തിരികെ പോയി. അതേസമയം മറ്റൊരു വലിയ കാർ വളഞ്ഞും തിരിഞ്ഞും കുന്നിറങ്ങി വന്നു. ഞാൻ കണ്ടതിൽവെച്ച് ഏറ്റവും തിളക്കമാർന്ന പുള്ളിയുടുപ്പാണ് അവർ ധരിച്ചിരുന്നത്, സ്കാർലെറ്റ് പോയ്ന്റ്സെറ്റിയാസ് ആണെന്ന് തോന്നുന്നു. കട്ടും ചുവപ്പ് നിറത്തിൽ തിളങ്ങുന്ന സ്ട്രോ ഹാറ്റും, ക്യൂബൻ സ്റ്റൈൽ ആയിരിക്കും.

"ആ സ്ത്രീ തന്റെ കാർ സത്രത്തിനു മുന്നിൽ നിർത്തിയില്ല, പകരം അടുത്ത തെരുവിലേക്ക് ഓടിച്ചുപോയി. അവൾ കാറിൽ നിന്നും പുറത്തിറങ്ങിയതും ഒരാൾ അവളെ കണ്ട് അത്ഭുതം കൊണ്ട് അയാൾ ഉറക്കെ വിളിച്ചു "കരോൾ... ആശ്ചര്യം തന്നെ. ഒരിക്കലും ഇവിടെ വെച്ചൊരു കണ്ടുമുട്ടൽ പ്രതീക്ഷിച്ചില്ല. ഒരുപാട് വർഷങ്ങളായി കണ്ടിട്ട്. കൂടെ മാർഗറി ഉണ്ട്, എന്റെ ഭാര്യ, അറിയാമല്ലോ അല്ലെ. നീ അവളെ പരിചയപ്പെടണം, വരൂ."

"അവരൊരുമിച്ച് ആ തെരുവ് കടന്ന് സത്രം ലക്ഷ്യമാക്കി നടന്നു. നേരത്തെ കണ്ട സ്ത്രീ വാതിൽ കടന്ന് ഇവർക്കരികിലേക്ക് നടന്നു വരുന്നുണ്ടായിരുന്നു. എന്നെ കടന്നുപോയെങ്കിലും, കരോൾ എന്ന സ്ത്രീയെ ഒറ്റ നോട്ടത്തിൽ ഒന്ന് കാണാനെ കഴിഞ്ഞുള്ളൂ, ജ്വലിക്കുന്ന ചുവന്ന ചുണ്ടുകളും പൗഡർ പൂശിയ മുഖവും. എന്റെ സന്ദേഹം മറ്റൊന്നായിരുന്നു, തോന്നൽ മാത്രമാണ് കേട്ടോ, ഈ സ്ത്രീയെ പരിചയപ്പെടുന്നതിൽ മാർഗറി

താത്പര്യം കാണിക്കുമോ എന്നായിരുന്നു എന്റെ ചിന്ത. മാർഗറിയെ ഞാൻ അടുത്തു നിന്നു കണ്ടിട്ടില്ലെങ്കിലും, അവരുടെ സ്വഭാവത്തിലെ കണിശതയും വേഷത്തിലെ അനാകർഷണീയതയും ദൂരെ നിന്നും മനസ്സിലാകുമായിരുന്നു.

"തീർച്ചയായും അതെന്നെ ബാധിക്കുന്ന കാര്യമല്ലെങ്കിലും, നമ്മുടെ ജീവിതത്തിൽ വളരെ വിചിത്രമായ ചില കാഴ്ചകൾ നമുക്ക് മുന്നിലൂടെ കടന്നുപോകുന്നതും അതിലേക്ക് നമ്മുടെ ശ്രദ്ധ വ്യതിചലിക്കുന്നതും സ്വാഭാവികമാണ്. ദൂരെ നിന്നു സംസാരിക്കുന്ന അവരുടെ സംഭാഷണങ്ങളിലെ ചെറിയ ശകലങ്ങൾ മാത്രമാണ് എനിക്ക് കേൾക്കാൻ കഴിഞ്ഞത്. കുളിക്കുന്നതിനെക്കുറിച്ചാണ് അവർ സംസാരിച്ചുകൊണ്ടിരുന്നത്. ഭർത്താവ്, ഡെനിസ് എന്നാണെന്ന് തോന്നുന്നു അയാളുടെ പേര്, അയാൾ ഒരു ബോട്ടിൽക്കയറി തുറമുഖത്തിനു ചുറ്റും ഒന്ന് കറങ്ങണമെന്ന് ആഗ്രഹിച്ചു. ഒരു മൈൽ ദൂരെ, പ്രശസ്തമായൊരു ഗുഹയുണ്ടെന്നും അത് കാണാൻ പോയില്ലെങ്കിൽ നഷ്ടമാണെന്നും അയാൾ പറഞ്ഞു. കരോളിനും ഗുഹ കാണണം എന്നുണ്ട്, പക്ഷേ മലഞ്ചെരിവിലൂടെ പോയി കരയിൽ നിന്നും തന്നെ അത് കാണാം എന്നായിരുന്നു അവളുടെ അഭിപ്രായം. ബോട്ടുകളോടുള്ള ഇഷ്ടക്കേട് അവൾ അറിയിച്ചു. അവസാനം അവർ ഒരു തീരുമാനത്തിലെത്തി, കരോൾ മലഞ്ചെരിവിലെ പാതയിലൂടെ നടന്നും, ഡെനിസും മാർഗറിയും ബോട്ടിലും പോകാമെന്നും, ഗുഹയിൽവെച്ച് അവർ കണ്ടുമുട്ടാമെന്നും.

"കുളിക്കുന്നതിനെക്കുറിച്ചുള്ള അവരുടെ സംസാരം കേട്ടിട്ട് എനിക്കും ഒന്ന് കുളിച്ചാൽ കൊള്ളാമെന്ന് തോന്നി. ചൂടേറിയ ഒരു പകലായിരുന്നു അന്ന്, മാത്രമല്ല എന്റെ ജോലിയും ശരിക്ക് നടക്കുന്നുണ്ടായിരുന്നില്ല. കൂടാതെ, ഉച്ചയ്ക്കു ശേഷമുള്ള സൂര്യവെളിച്ചമായിരിക്കും കൂടുതൽ ആകർഷണീയമായിരിക്കുക എന്ന് ഞാൻ സങ്കൽപിച്ചു. ഞാൻ എന്റെ സാധനങ്ങൾ എടുത്ത്, എനിക്കറിയാവുന്ന അടുത്തുള്ള ഒരു ബീച്ചിലേക്ക് പോയി. ഗുഹയുടെ നേർ എതിർദിശയിലായിരുന്നു എന്റെ കണ്ടെത്തൽ കൂടിയായിരുന്ന ആ സ്ഥലം. വിശദമായൊരു കുളിക്കു ശേഷം, അല്പം ബീഫും രണ്ട് തക്കാളിയും കഴിച്ച്, ചിത്രംവര പുനരാരംഭിക്കാം എന്ന ആത്മവിശ്വാസത്തോടെയും ആവേശത്തോടെയും ഞാൻ മടങ്ങി.

"ക്യാൻവാസിന്റെ മൂലയിൽ ഞാൻ വരച്ചതിൽ എന്തോ ഒരു പിശക് കണ്ടപ്പോൾ അതൊന്ന് തിരുത്താനായി ഞാനൊന്നു കുനിഞ്ഞു. നിവർന്നു നോക്കിയപ്പോൾ, പോളാർവിത് ആംസിന്റെ തൂണിൽ ഒരാൾ ചാരി നിൽക്കുന്നു, ഇതെന്തു മറിമായം. അയാളുടെ വസ്ത്രധാരണരീതി ഒരു മുക്കുവന്റേതിനു സമാനമായിരുന്നു. പക്ഷേ അയാൾക്ക് നീണ്ട ഇട തൂർന്ന കറുത്ത താടിയുണ്ടായിരുന്നു. ഏതെങ്കിലും സിനിമാക്കാർ സ്പാനിഷ് കപ്പലിലെ വില്ലനായ കപ്പിത്താനാകാൻ ഒരാളെ അന്വേഷിക്കുന്നുണ്ടെങ്കിൽ, ഞാൻ ഇയാളെ കാണിച്ചുകൊടുക്കുമായിരുന്നു. അയാൾ അവിടെ നിന്നും മാറുന്നതിനു മുൻപ്, ഞാൻ ധൃതിയിൽ ജോലിയിലേക്കു തിരിഞ്ഞു.

അയാളുടെ ഭാവം കണ്ടപ്പോൾ, ഒരിക്കലും അവിടെ നിന്നും മാറാതെ തൂണുകളെ അലങ്കരിച്ചു നിൽക്കുമെന്നാണ് ഞാൻ കരുതിയത്.

"അയാൾ അവിടെ നിന്നും മാറി, പക്ഷേ ഭാഗ്യവശാൽ, എനിക്ക് വേണ്ടത് ഞാൻ വരച്ചെടുത്തു. അയാൾ എനിക്കരികിലേക്കു വന്നു സംസാരിക്കാൻ തുടങ്ങി. 'ഓഹ്,' അയാളുടെ ശബ്ദം.

"റാറ്റ്ഹോൾ," അയാൾ പറഞ്ഞു, "വളരെ മനോഹരമായൊരു സ്ഥലമായിരുന്നു."

"എനിക്കതെല്ലാം നേരത്തെ അറിയാമായിരുന്നു എന്ന കാര്യം പറഞ്ഞിട്ടും ഫലമൊന്നുമുണ്ടായില്ല. അവിടെ നടന്ന ഷെല്ലാക്രമണ ത്തിന്റെയും, അല്ല, ഗ്രാമത്തിന്റെ തകർച്ചയുടെയും, അവിടെ അവസാനമായി കൊല്ലപ്പെട്ട ദി പോളാർവിത് ആംസിന്റെ മുതലാളിയുടെ മരണത്തിന്റെ യുമെല്ലാം ചരിത്രം എനിക്കറിയാമായിരുന്നു. ഈ കെട്ടിടത്തിന്റെ പടിവാതിൽക്കൽ വെച്ച് സ്പാനിഷ് കപ്പിത്താന്റെ വാൾ അയാളുടെ ശരീരത്തിലൂടെ ആഴ്ന്നിറങ്ങി. നടപ്പാതകളിലൂടെ ഒഴുകിയ രക്തച്ചാലുകൾ അടുത്ത നൂറ് വർഷത്തേക്ക് ആർക്കും കഴുകിക്കളയാൻ പോലുമായില്ല.

"ഉച്ചനേരത്തെ ആലസ്യം നിറഞ്ഞ ആ അന്തരീക്ഷത്തിനു യോജിക്കു ന്നതായിരുന്നു ആ കഥ. അയാളുടെ ശബ്ദത്തിന് ഒരു ഇമ്പമുണ്ടായിരുന്നു, അതേസമയം ഭയപ്പെടുത്തുന്ന എന്തോ ഒന്ന് ഒളിഞ്ഞുകിടക്കുന്നുമുണ്ടായി രുന്നു. പെരുമാറ്റത്തിൽ ഒരു മാന്യത ഉണ്ടായിരുന്നെങ്കിലും, അയാളുടെ ഉള്ളിലെവിടെയോ ഒരു ക്രൂരൻ പതിയിരിക്കുന്നതായി എനിക്ക് തോന്നി. സ്പാനിഷ് പടയുടെ ഭീകരതയും അക്രമങ്ങളും അയാൾ എനിക്ക് വിവരിച്ചു തന്നു, ഞാൻ ഇതിനുമുൻപ് പലർക്കും വിശദീകരിച്ചു കൊടുത്തതിനെക്കാളും നന്നായി.

"അയാൾ എന്നോട് സംസരിച്ചുകൊണ്ടിരിക്കെ തന്നെ ഞാനെന്റെ വര തുടർന്നു. പക്ഷേ പെട്ടെന്നാണ് ഞാൻ മനസ്സിലാക്കിയത്, അയാൾ പറഞ്ഞ കഥ കേൾക്കുന്ന ആവേശത്തിൽ, എന്റെ മുന്നിൽ ഇല്ലാത്ത ഒന്ന് ഞാൻ ആ ചിത്രത്തിൽ ഉൾപ്പെടുത്തിയിരിക്കുന്നു. ദി പോളാർവിത് ആംസിന്റെ വാതിലിനു മുന്നിലുള്ള, സൂര്യരശ്മി വന്നു പതിക്കുന്ന നടപ്പാതയിലെ വെളുത്ത ചതുരത്തിൽ ഒരു രക്തക്കറ. ഞാനറിയാതെ തന്നെ അത്തരം കാര്യങ്ങൾ കൈകളെക്കൊണ്ട് ചെയ്യിക്കാനുള്ള എന്റെ മനസ്സിന്റെ അസാധാരണ കഴിവ് എന്നെ അത്ഭുതപ്പെടുത്തി. പക്ഷേ വീണ്ടുമൊരിക്കൽ കൂടി സത്രത്തിലേക്കു നോക്കിയപ്പോഴാണ് ഞാൻ ശരിക്കും ഞെട്ടിത്തരിച്ചത്. എന്റെ കണ്ണുകളിൽ കണ്ട കാര്യം മാത്രമാണ്, എന്റെ കൈകൾ വരച്ചത് – വെളുത്ത നടപ്പാതയിൽ രക്തത്തുള്ളികൾ.

"കുറച്ചു നേരത്തേക്ക് ഞാനതിലേക്ക് ഇമചിമ്മാതെ നോക്കിനിന്നു. എന്നിട്ട് കണ്ണുകളടച്ച് സ്വയം പറഞ്ഞു, 'മണ്ടത്തരം പറയാതെ, അവിടെ ഒന്നുമില്ല. ഒന്നും.' ശേഷം കണ്ണുകൾ തുറന്നു, പക്ഷേ അപ്പോഴും അവിടെ രക്തക്കറയുണ്ടായിരുന്നു.

"അതെന്നെ വല്ലാതെ അസ്വസ്ഥനാക്കി. ഞാൻ മുക്കുവന്റെ വാക്കുകളെ തടസ്സപ്പെടുത്തി ഇടയ്ക്കുകയറി.

"'പറയൂ,' ഞാൻ പറഞ്ഞു, 'എനിക്ക് കണ്ണ് ശരിക്കു പിടിക്കുന്നില്ല. ആ കാണുന്ന നടപ്പാതയിൽ രക്തക്കറയാണോ കാണുന്നത്?'

"അയാൾ എന്നെ നോക്കി. ആ നോട്ടത്തിൽ പുഞ്ചിരിയും ദയയും കലർന്നിരുന്നു.

"'ഇക്കാലത്തോ? ഞാൻ പറഞ്ഞുകൊണ്ടിരിക്കുന്നത് 500 വർഷങ്ങൾക്കു മുൻപുള്ള കാര്യമാണ്, സ്ത്രീയേ.'

"'ശരിയാണ്,' ഞാൻ പറഞ്ഞു, 'പക്ഷേ ഇപ്പോൾ... ആ നടപ്പാതയിൽ...' എന്റെ വാക്കുകൾ പുറത്തുവരാതെ അന്ത്യം കണ്ടു. എനിക്കറിയാം, ഞാൻ കാണുന്ന കാര്യങ്ങൾ അയാൾക്ക് കാണാൻ കഴിയില്ലെന്ന് എനിക്കുറപ്പാണ്. ഞാൻ എഴുന്നേറ്റു. വിറയാർന്ന കൈകളാൽ ഞാനെന്റെ സാധനങ്ങൾ അടുക്കിപ്പെറുക്കിവെക്കാൻ തുടങ്ങി. അതിനിടയിൽ, രാവിലെ കാറിൽ വന്നിറങ്ങിയ യുവാവ് സത്രവാതിൽ കടന്ന് പുറത്തേക്കുവന്നു. അയാൾ പരിഭ്രമത്തോടെ പുറത്തേക്കു നോക്കുന്നുണ്ടായിരുന്നു. മുകളിലെ ബാൽക്കണിയിൽ, അയാളുടെ ഭാര്യ, ഉണക്കാനിട്ടിരുന്ന തുണികൾ എടുത്തുകൊണ്ടുപോയി. കാറിനടുത്തേക്ക് നടക്കുകയായിരുന്ന അയാൾ, പെട്ടെന്ന് തിരിഞ്ഞ്, റോഡ് മുറിച്ചുകടന്ന് മുക്കുവന്റെ അരികിലേക്ക് നടന്നടുത്തു.

"'പറയൂ,' അയാൾ പറഞ്ഞു, 'രണ്ടാമത്തെ കാറിൽ വന്ന സ്ത്രീ തിരികെ വന്നോ എന്നറിയാമോ നിങ്ങൾക്ക്?'

"'പൂക്കൾ നിറഞ്ഞ ഉടുപ്പ് ധരിച്ച സ്ത്രീയാണോ? ഇല്ല, ഞാനവരെ കണ്ടില്ല. ഇന്നു രാവിലെ മലഞ്ചെരിവിലൂടെ ഗുഹയിലേക്കു പോകുന്നതു കണ്ടു.'

"'അറിയാം, എനിക്കറിയാം. ഞങ്ങൾ ഒരുമിച്ചാണ് കുളിച്ചതും. ശേഷം, ഞങ്ങൾക്കു മുന്നേ അവൾ ഇങ്ങോട്ടു തിരിച്ചു, അതിനു ശേഷം ഞാനവളെ കണ്ടിട്ടില്ല. ഇത്രനേരമായിട്ടും വരാതിരുന്നാൽ എന്തോ പ്രശ്നമുണ്ട്. ആ മലഞ്ചെരിവുകൾ അത്ര കുഴപ്പം പിടിച്ച സ്ഥലമൊന്നുമല്ലല്ലോ, അല്ലേ?'

"'പറയാൻ കഴിയില്ല. ആ വഴി പരിചയമുള്ള ഒരാളെ കൂടെ കൂട്ടുന്നതാവും ബുദ്ധി.'

"അയാൾ കാര്യമായാണ് പറഞ്ഞത്, എന്നിട്ട് സാഹചര്യം വിശദീകരിക്കാൻ തുടങ്ങി. പക്ഷേ യുവാവ് അതൊന്നും ശ്രദ്ധിക്കാതെ പെട്ടെന്ന് തിരികെ സത്രത്തിനടുത്തേക്ക് ചെന്ന് ബാൽക്കണിയിലുള്ള ഭാര്യയെ വിളിച്ചു.

"'മാർഗറി, കരോൾ ഇതുവരെയും വന്നിട്ടില്ല. എന്തേലും അപകടം സംഭവിച്ചിരിക്കുമോ?'

"അയാൾ കാറെടുത്തു വരികയും അവർ രണ്ടുപേരും അതിൽ കയറി പോവുകയും ചെയ്തു. അതേസമയം, ഞാൻ കണ്ടതെല്ലാം വെറും മണ്ടൻ

തോന്നലുകൾ മാത്രമാണെന്ന് സ്വയം തെളിയിക്കാൻ പരിശ്രമിച്ചു കൊണ്ടിരിക്കുകയായിരുന്നു. കാർ പോയ ശേഷം, ഞാൻ സത്രത്തിനടുത്തേക്ക് ചെന്ന്, നടപ്പാത സൂക്ഷ്മമായി നിരീക്ഷിച്ചു. അവിടെ രക്തമോ കറയോ ഒന്നുംതന്നെയില്ലായിരുന്നു. ഇത്രനേരം ഞാൻ കണ്ടതെല്ലാം ഭ്രമങ്ങൾ ആയിരുന്നു. എന്നിരുന്നാലും, അതെന്നെ കൂടുതൽ ഭയപ്പെടുത്തുകയാണ് ചെയ്തത്. അവിടെ നിൽക്കുമ്പോഴാണ് ഞാൻ ആ മുക്കുവന്റെ ശബ്ദം കേട്ടത്.

"അയാൾ എന്നെത്തന്നെ ശ്രദ്ധിച്ചു നോക്കുന്നുണ്ടായിരുന്നു. 'ഇവിടെ രക്തക്കറ കണ്ടതായി തോന്നി, അല്ലേ?'

"ഞാൻ അതെ എന്ന് തലയാട്ടി.

"'വിചിത്രം തന്നെ, വിചിത്രം തന്നെ. ഇവിടെ ഒരു അന്ധവിശ്വാസമുണ്ട്. ഇവിടെ ആരെങ്കിലും രക്തക്കറ കാണുകയാണെങ്കിൽ...'

"അയാൾ ഒന്ന് നിർത്തി.

"'ആണെങ്കിൽ?' ഞാൻ ചോദിച്ചു.

"അയാൾ താഴ്ന്ന ശബ്ദത്തിൽ, കോർണിഷ് സംസാര രീതിയിൽ തുടങ്ങി, പക്ഷേ പതിയെ മികച്ച ഉച്ചാരണശൈലിയിൽ, കോർണിഷ് ശൈലിയിൽ നിന്നും മാറി സംസാരം തുടർന്നു.

"'ഇവിടുള്ളവർ പറയാറുണ്ട്, ആരെങ്കിലും ഇവിടെ രക്തക്കറ കണ്ടാൽ, അടുത്ത ഇരുപത്തിനാല് മണിക്കൂറുകൾക്കകം ഒരു മരണം സംഭവിക്കുമെന്ന്.'

"വിചിത്രമായിരിക്കുന്നു! എന്റെ നട്ടെല്ലിലൂടെ ഒരു കൊള്ളിയാൻ പാഞ്ഞു.

"അയാളെന്നെ വിശ്വസിപ്പിക്കാൻ ശ്രമിച്ചു, 'പള്ളിക്കകത്ത് രസകരമായ ഒരു കുറിപ്പുണ്ട്, മരണത്തെക്കുറിച്ച്...'

"'വേണമെന്നില്ല,' ഞാൻ തറപ്പിച്ചു പറഞ്ഞു. എന്നിട്ട് അവിടെ നിന്നും വെട്ടിത്തിരിഞ്ഞ് ഞാൻ താമസിക്കുന്ന കോട്ടേജിലേക്ക് നടന്നു. അവിടെ എത്തുന്ന നേരം, കരോൾ എന്ന സ്ത്രീ ദൂരെ മലഞ്ചെരിവിലെ പാതയിലൂടെ നടന്നുവരുന്നതു കണ്ടു. അവൾ തിടുക്കത്തിലായിരുന്നു. ചാരനിറമുള്ള പാറകളുടെ പശ്ചാത്തലത്തിൽ, വിഷമുള്ള ഒരു പൂവായിട്ടാണ് അവൾക്ക് സാമ്യം തോന്നിയത്. അവളുടെ തൊപ്പിക്ക് രക്തവർണ്ണമായിരുന്നു...

"ഞാൻ ഞെട്ടിത്തരിച്ചുപോയി. ശരിക്കും, ഞാൻ സ്തംഭിച്ചുപോയി.

"പിന്നീട് അവളുടെ കാറിന്റെ ശബ്ദമാണ് ഞാൻ കേട്ടത്. അവളും പെരിൺതാറിലേക്കു പോവുകയാണെന്നാണ് ഞാൻ കരുതിയത്, പക്ഷേ ഇടത്തോട്ട്, എതിർദിശയാണ് അവൾ തിരഞ്ഞെടുത്തത്. ആ കാർ കുന്നു കയറി അപ്രത്യക്ഷമാവും വരെ ഞാൻ നോക്കിനിന്നു. പിന്നീടാണ് ഞാൻ ശ്വാസമെടുക്കാൻ പോലും ഓർത്തത്. റാറ്റ്ഹോൾ വീണ്ടും നിശബ്ദത കൈവരിച്ചു."

"കഴിഞ്ഞോ?" ജോയ്സ് ഒന്നു നിർത്തിയപ്പോൾ റേയ്മണ്ട് വെസ്റ്റ്

പറഞ്ഞു, “എങ്കിൽ ഞാനെന്റെ അഭിപ്രായം പറയാം. ദഹനക്കേടിന്റെയാണ്, വെറുതെ ഓരോന്ന് കണ്ടതായി തോന്നുന്നത്.”

“കഴിഞ്ഞിട്ടില്ല,” ജോയ്സ് പറഞ്ഞു, “ബാക്കി കൂടെ നീ കേൾക്കണം. രണ്ട് ദിവസത്തിനു ശേഷം, ‘കടലിൽ കുളിക്കുന്നതിടെ വിപത്ത്’ എന്ന തലക്കെട്ടോടെ ഞാൻ പത്രത്തിൽ കണ്ടു. ക്യാപ്റ്റൻ ഡെനിസ് ഡാക്കറിന്റെ ഭാര്യയായ മിസ്സിസ് ഡാക്കർ, തീരത്തുനിന്നും അധികം അകലെയല്ലാത്ത ലാൻഡീർ ഉൾക്കടലിൽ മുങ്ങിമരിച്ച വാർത്തയായിരുന്നു അത്. അവരും തന്റെ ഭർത്താവും ഒരു ഹോട്ടലിൽ താമസിക്കുകയായിരുന്നു, അപ്പോഴാണ് കടലിൽ കുളിക്കാമെന്നുള്ള മോഹം അവരിൽ ഉടലെടുത്തത്. പക്ഷേ തണുത്ത കാറ്റു വീശുന്നതിനാൽ, ക്യാപ്റ്റൻ ഡാക്കറും ഹോട്ടലിലെ മറ്റു കുറച്ചു പേരും അടുത്തുള്ള ഗോൾഫ് മൈതാനത്തിലേക്ക് പോയി. ആ തണുപ്പൊന്നും പ്രശ്നമില്ലെന്നും പറഞ്ഞ് അദ്ദേഹത്തിന്റെ ഭാര്യ തനിച്ച് പോയി. കുറെ നേരം കഴിഞ്ഞിട്ടും ഭാര്യയെ കാണാതിരുന്നപ്പോൾ അപകടം മണത്ത അദ്ദേഹം, തന്റെ കൂട്ടുകാരുമൊത്ത് ബീച്ചിലേക്ക് പോയി. ഒരു പാറയ്ക്കടുത്ത് അവളുടെ വസ്ത്രങ്ങൾ കിടക്കുന്നുണ്ടായിരുന്നെങ്കിലും, എവിടെയും തന്റെ ഭാര്യയെ കണ്ടില്ല. ഏകദേശം ഒരാഴ്ചയ്ക്കു ശേഷം, കുറച്ചകലെയായി കരയ്ക്കു വന്നടിഞ്ഞപ്പോഴാണ് ആ സ്ത്രീയുടെ മൃതശരീരം പോലും ലഭിക്കുന്നത്. മരണത്തിന് മുൻപായി അവരുടെ തലയ്ക്കടിയേറ്റതായി കാണപ്പെട്ടു. അതിൽ നിന്നും മനസ്സിലാക്കിയത്, കടലിലേക്കു എടുത്തുചാടിയ അവരുടെ തല പാറയിൽ ഇടിച്ചിരിക്കാം എന്നായിരുന്നു. എന്റെ കണക്കുകൂട്ടൽ പ്രകാരം, ഞാൻ രക്തക്കറ കണ്ടതിന് ഇരുപത്തിനാല് മണിക്കൂർ കഴിഞ്ഞതും അവരുടെ മരണം സംഭവിച്ചു.”

“എനിക്കെതിർപ്പുണ്ട്.” സർ ഹെൻറി പറഞ്ഞു. “ഇത് ഒരു പ്രശ്നമല്ല, പ്രേതക്കഥയാണ്. മിസ്സ് ലെംപ്രിയറെ അതിന് നിമിത്തവും.”

പെതെറിക്ക് എപ്പോഴത്തെയും പോലെ ഒന്നു ചുമച്ചു.

“എന്റെ മനസ്സിൽ മറ്റൊന്നാണ്,” അയാൾ പറഞ്ഞു, “തലയിലേറ്റ ആ അടി. അതിന്റെ കാരണം മറ്റെന്തെങ്കിലുമായിരിക്കാം എന്ന സാധ്യതയും നമ്മൾ തള്ളിക്കളയരുത്. പക്ഷേ അത് തെളിയിക്കാൻ തക്ക വിവരങ്ങളൊന്നും നമ്മുടെ പക്കലില്ല. ലെംപ്രിയറെയുടെ തോന്നൽ, അല്ലെങ്കിൽ വീക്ഷണം ശരിയായിരിക്കാം. പക്ഷേ, നമ്മളെ എങ്ങോട്ടാണ് അവർ നയിക്കുന്നതെന്ന് എനിക്ക് വ്യക്തമായി മനസ്സിലാകുന്നില്ല.”

“ദഹനക്കേടും യാദൃശ്ചികതയും,” റേയ്മണ്ട് പറഞ്ഞു, “എന്തായാലും, അവർ ഒരേ ആൾക്കാർ ആണെന്ന് നമുക്ക് ഉറപ്പിക്കാനാവില്ല. മാത്രവുമല്ല, ശാപമോ എന്തോ ആയിക്കൊള്ളട്ടെ, റാറ്റ്ഹോളിലെ നാട്ടുകാർക്കു മാത്രമേ ഏൽക്കുകയുള്ളൂ.”

“എനിക്ക് തോന്നുന്നത്,” സർ ഹെൻറി പറഞ്ഞു, “ആ മുക്കുവനു ഈ കഥയിൽ ഒരു പങ്കുണ്ടെന്നാണ്. പക്ഷേ പെതെറിക്ക് പറഞ്ഞതുപോലെ, ലെംപ്രിയറെയിൽ നിന്നും അധികം വിവരങ്ങളൊന്നും നമുക്ക് ലഭിച്ചിട്ടില്ല.”

ഡോ. പെൻഡർ അതിനോട് പുഞ്ചിരിയോടെ തല കുലുക്കി.

അദ്ദേഹം പറഞ്ഞു, "വളരെ കൗതുകമുണർത്തുന്ന ഒരു കഥയാണിത്, പക്ഷേ സർ ഹെൻറിയും പെതെറിക്കും പറഞ്ഞതുപോലെ, ബാക്കി കൂടെ അറിയാനുള്ള സാധ്യത കുറവാണ്."

ജോയ്സ് ആകാംക്ഷയോടെ മാർപിളിന്റെ മുഖത്തേക്ക് നോക്കി, പക്ഷേ അവരുടെ മുഖത്തും പുഞ്ചിരിയാണ് തെളിഞ്ഞത്. "എനിക്കും താങ്കൾ പറഞ്ഞതിനോട് പൂർണ്ണമായി യോജിക്കാൻ കഴിയില്ല ജോയ്സ്." അവർ പറഞ്ഞു. "തീർച്ചയായും, എന്റെ അറിവിൽ അങ്ങനെയല്ല. ഞാൻ പറഞ്ഞുവന്നത്, ഒരു സ്ത്രീയെന്ന നിലയിൽ, നിങ്ങൾ വസ്ത്രങ്ങളുടെ കാര്യത്തിൽ ഇത്ര ശ്രദ്ധ കൊടുത്തതിൽ സന്തോഷമുണ്ട്. സാധാരണ, നിങ്ങൾ പുരുഷൻമാർ അതങ്ങനെ ശ്രദ്ധിക്കാറില്ലല്ലോ. അതിവേഗം മാറുന്ന കാലമല്ലേ. എന്തൊരു ദുഷ്ടയായ സ്ത്രീ! അതിലും ക്രൂരനായ പുരുഷനും."

ജോയ്സ് അവരെ കണ്ണെടുക്കാതെ നോക്കിനിന്നു.

"ജേൻ ആന്റി," അവൾ വിളിച്ചു. "അല്ല, മിസ്സ് മാർപിൾ. എനിക്കുറപ്പുണ്ട്... നിങ്ങൾക്ക് സത്യമറിയാമെന്ന് എനിക്കുറപ്പാണ്."

"മോളെ," മാർപിൾ പറഞ്ഞു, "ഒരു കലാകാരിയെന്ന നിലയ്ക്ക്, ചുറ്റുപാടുകൾ നിന്നെ വളരെയധികം സ്വാധീനിക്കും, അല്ലേ? പക്ഷേ, നിന്നെപ്പോലെയല്ല ഞാൻ, എനിക്കെത്ര നേരം വേണമെങ്കിലും നിസ്സംഗമായി ഈ സാഹചര്യത്തിൽ തുടരാൻ സാധിക്കും. തുന്നൽ പണി ചെയ്തുകൊണ്ടിരിക്കുമ്പോൾ തന്നെ, ഒരാൾക്ക് പല വസ്തുതകളും കാണാൻ കഴിയും. നടപ്പാതയിലേക്കു ഇറ്റുവീണ രക്തത്തുള്ളികൾ, മുകളിൽ ഉണങ്ങാനിട്ടിരുന്ന ബാത് സ്യൂട്ടിൽ നിന്നുമായിരുന്നു. ബാത് സ്യൂട്ട് ചുവപ്പ് നിറത്തിലുള്ളതായിരുന്നതിനാൽതന്നെ, അതിൽ രക്തക്കറ പറ്റിയിരുന്ന കാര്യം കുറ്റവാളികൾ അറിഞ്ഞിരുന്നില്ല. പാവങ്ങൾ, അത്രയ്ക്കു ചിന്തിച്ചുകാണില്ല!"

"ഒരു നിമിഷം, മിസ്സ് മാർപിൾ." സർ ഹെൻറി ഇടപെട്ടു. "നിങ്ങൾക്കറിയാം എനിക്കൊന്നും മനസ്സിലാകുന്നില്ല എന്ന്. നിങ്ങൾ പറയുന്ന കാര്യം നിങ്ങളും മിസ്സ് ലാംപ്രിയറെയ്ക്കും മാത്രമേ മനസ്സിലാകുന്നുള്ളൂ, പക്ഷേ ഞങ്ങൾ ബാക്കിയുള്ളവരെല്ലാം ഇപ്പോഴും ഇരുട്ടിൽ തപ്പുകയാണ്."

"കഥയുടെ അവസാനം ഞാനിപ്പോൾ പറഞ്ഞുതരാം." ജോയ്സ് പറഞ്ഞു. "ഒരു വർഷത്തിനു ശേഷം, അല്പം കിഴക്കുള്ള ഒരു തീരപ്രദേശത്തെ ഒരു റിസോർട്ടിലായിരുന്നു ഞാൻ. വരയ്ക്കുകയായിരുന്നു. പെട്ടെന്നാണ്, നേരത്തെ സംഭവിച്ച എന്തോ ഒന്ന് പിന്നെയും സംഭവിക്കാൻ പോകുന്നു എന്ന വിചിത്രമായൊരു തോന്നൽ എന്നിലുണ്ടായത്. എനിക്കു മുന്നിലെ നടപ്പാതയിൽ രണ്ടുപേർ നിൽക്കുന്നുണ്ടായിരുന്നു, ഒരു സ്ത്രീയും ഒരു പുരുഷനും. അവർ മൂന്നാമതൊരാളെ അഭിവാദനം ചെയ്യുകയായിരുന്നു; സ്കാർലെറ്റ് പോയ്ൻസെറ്റിയാ നിറത്തിലുള്ള പുള്ളിയുടുപ്പ് ധരിച്ച ഒരു സ്ത്രീയെ. 'കരോൾ, അത്ഭുതമായിരിക്കുന്നു! എത്ര വർഷങ്ങൾക്കു ശേഷമാണ്

കാണുന്നത്. എന്റെ ഭാര്യയെ പരിചയപ്പെടണ്ടേ? ജൊആൻ, ഇത് എന്റെ ഒരു പഴയ സുഹൃത്താണ്, മിസ്സ് ഹാർഡിംഗ്.'

"ഒറ്റ നോട്ടത്തിൽത്തന്നെ എനിക്കയാളെ മനസ്സിലായി. ഞാൻ റാറ്റ്ഹോളിൽ വെച്ച് കണ്ട അതേ ഡെനിസ്. ഭാര്യ മറ്റൊരാളാണ്; മാർഗറിക്കു പകരം ജൊആൻ, പക്ഷേ മാർഗറിയെ പോലെ തന്നെ ചെറുപ്പക്കാരിയും, വേഷത്തിൽ അനാകർഷണീയതയുള്ളവളും, അധികം ശ്രദ്ധിക്കപ്പെടാത്തവളുമായിരുന്നു. ഒരു നിമിഷത്തേക്ക് ഞാൻ സ്തബ്ധനായി നിന്നു. അവർ കുളിക്കുന്നതിനെക്കുറിച്ച് സംസാരിച്ചു തുടങ്ങി. ഞാൻ എന്തു ചെയ്തെന്നറിയാമോ? ഞാൻ നേരെ പോലീസ് സ്റ്റേഷനിലേക്കു പോയി. എനിക്ക് ഭ്രാന്താണെന്ന് അവർക്ക് തോന്നിയേക്കാം, എന്നാലും സാരമില്ലെന്ന് കരുതി. പക്ഷേ അങ്ങനൊന്നും തന്നെ സംഭവിച്ചില്ല. അവിടെ സ്കോട്ട് ലൻഡ് യാർഡിൽ നിന്നും ഒരാൾ ഉണ്ടായിരുന്നു, അയാൾ ഇക്കാര്യം അന്വേഷിക്കാൻ തന്നെയായിരുന്നു ഇവിടെ വന്നിരുന്നതും. ആ പോലീസുകാരൻ ഡെനിസ് ഡാക്കറിലുണ്ടായിരുന്ന സംശയങ്ങളെക്കുറിച്ച് കേൾക്കുമ്പോൾ തന്നെ... ഓഹ്, ഞാൻ ഞെട്ടിപ്പോയി. ഡെനിസ് എന്നായിരുന്നില്ല അയാളുടെ യഥാർത്ഥ പേര്, സന്ദർഭങ്ങൾക്കനുസരിച്ച് പേരുകൾ മാറ്റിയിരുന്നു. അയാൾ പല സ്ത്രീകളെയും പരിചയപ്പെട്ടു, അധികമാരും ശ്രദ്ധിക്കാത്തവരോ ഒരുപാട് ബന്ധുക്കളോ സുഹൃത്തുക്കളോ ഇല്ലാത്തവരോ ആയിരുന്നു അവരിലധികവും. അയാൾ അവരെ വിവാഹം കഴിക്കുകയും, അവരുടെ പേരിൽ വലിയ തുകയ്ക്ക് ഇൻഷുറൻസ് പോളിസികൾ എടുക്കുകയും ചെയ്തു. എന്നിട്ട്... ഓഹ്, ആലോചിക്കാൻ പോലും വയ്യ! കരോൾ എന്ന സ്ത്രീയായിരുന്നു അയാളുടെ യഥാർത്ഥ ഭാര്യ. ഒരേ പദ്ധതി തന്നെയായിരുന്നു അവരിരുവരും ചേർന്ന് സ്ഥിരമായി നടപ്പിലാക്കിയിരുന്നത്. അതുകൊണ്ടുതന്നെയാണ് അയാളുടെ ഇൻഷുറൻസ് സ്ഥാപനങ്ങൾക്കും പോലീസിനും സംശയം തോന്നാനുള്ള കാരണവും. അയാൾ തന്റെ പുതിയ ഭാര്യയെയും കൂട്ടി ആൾത്തിരക്ക് കുറഞ്ഞ ഒരു തീരപ്രദേശത്തേക്കു വരും, പിന്നാലെ മറ്റേ സ്ത്രീയും എത്തുന്നു, അവരെല്ലാവരും കൂടെ കുളിക്കാൻ പോകാനായി തീരുമാനിക്കുന്നു. ശേഷം, പുതിയ ഭാര്യയെ അവർ കൊല്ലുന്നു, മരിച്ച സ്ത്രീയുടെ വസ്ത്രം ധരിച്ച് കരോൾ അയാളുടെ കൂടെ ബോട്ടിൽ തിരികെ പോകുന്നു. എന്നിട്ട് കരോളിനെ അന്വേഷിക്കാൻ എന്ന വ്യാജേന അവരിരുവരും താമസ സ്ഥലത്തു നിന്നും പുറപ്പെടുന്നു. ആ പ്രദേശത്തു നിന്നും പുറത്തു കടന്ന ശേഷം, കരോൾ തന്റെ വർണ്ണശബളമായ വസ്ത്രങ്ങളും തിളങ്ങുന്ന മേക്കപ്പും ധരിച്ച് തിരികെ വന്ന് തന്റെ കാറുമായി സ്ഥലം വിടുന്നു. ഒഴുക്കിന്റെ ഗതി മനസ്സിലാക്കിയ ശേഷമാണ്, അവർ അതിനനുസൃതമായി കൊല ചെയ്യാനുള്ള സമയവും സ്ഥലവും നിശ്ചയിക്കുന്നത്. ഭാര്യയായി നടിച്ച് കരോൾ, ഏതെങ്കിലും ഒറ്റപ്പെട്ട ബീച്ചിലേക്ക് ചെന്ന്, അവിടെ ഒരു പാറപ്പുറത്ത് ഭാര്യയുടെ വസ്ത്രങ്ങൾ ഉപേക്ഷിച്ച്, പൂക്കളും പുള്ളികളും നിറഞ്ഞ ഉടുപ്പുമിട്ട് തന്റെ ഭർത്താവിനായി കാത്തുനിൽക്കുന്നു.

"മിസ്സ് മാർപിൾ പറഞ്ഞതുവെച്ച് നോക്കുമ്പോൾ, എനിക്കു തോന്നുന്നത്, മാർഗറിയെ കൊല്ലുന്നതിനിടയിൽ, കരോളിന്റെ ബാത് സ്യൂട്ടിലേക്ക് രക്തം തെറിച്ചിട്ടുണ്ടാകാം. ചുവന്ന വസ്ത്രമായതിനാൽതന്നെ അവരത് ശ്രദ്ധിച്ചു കാണുകയുമില്ല. പക്ഷേ ബാൽക്കണിയിൽ ഉണങ്ങാനിട്ടപ്പോൾ, അതിൽ നിന്നും രക്തം ഇറ്റുവീഴാൻ തുടങ്ങി. ഓഹ്!" അവളൊന്ന് വിറച്ചു. "എനിക്ക് ഓർക്കാൻപോലുമാകുന്നില്ല."

"അതെ." സർ ഹെൻറി പറഞ്ഞു. "ഞാനിപ്പോൾ ഓർക്കുന്നു. ഡേവിസ് എന്നായിരുന്നു അയാളുടെ യഥാർത്ഥ പേര്. അയാളുടെ പല പേരുകളിൽ ഒന്നായ ഡാക്കർ എന്ന പേര് കേട്ടപ്പോഴാണ് എനിക്കോർമ്മ വന്നത്. അസാധാരണ കൗശലമുള്ള ദമ്പതികളായിരുന്നു അവർ. എന്നെ അതിശയിപ്പിച്ചത്, അവർ പേരുവിവരങ്ങൾ മാറ്റി നടന്നിട്ടും ഒരാൾക്കും സംശയം തോന്നിയില്ല എന്നതാണ്. മിസ്സ് മാർപിൾ പറഞ്ഞതുപോലെ, മുഖങ്ങളെക്കാൾ മനസ്സിൽ തങ്ങിനിൽക്കുക വസ്ത്രങ്ങളാണ്. ബുദ്ധിപരമായ നീക്കം തന്നെയായിരുന്നു അത്. ഡേവിസിനു മേൽ സംശയം തോന്നി എന്നത് സത്യം തന്നെ, പക്ഷേ ഇത്രയും സമർത്ഥയായ ഒരു കൂട്ടുപ്രതി അയാളുടെ കൂടെയുള്ളപ്പോൾ, അയാൾക്കെതിരെ കുറ്റം ചുമത്തുക എന്നത് അത്ര എളുപ്പമായിരുന്നില്ല."

"ജേൻ ആന്റി," റേയ്മണ്ട് അവരെ അതിശയത്തോടെ നോക്കി. "എങ്ങനെയാണ് നിങ്ങൾക്കിത് സാധിക്കുന്നത്? ഇത്രയും സമാധാനപരമായ ഒരു ജീവിതം നയിക്കുന്നവരല്ലേ നിങ്ങൾ? എന്നിട്ടും ഒന്നും തന്നെ നിങ്ങളിൽ ഞെട്ടലുണ്ടാക്കുന്നില്ല."

"ഈ ലോകത്ത് ഒരുപോലത്തെ പല കാര്യങ്ങൾ ഞാൻ കാണാറുണ്ട്." മിസ്സ് മാർപിൾ പറഞ്ഞു. "മിസ്സിസ് ഗ്രീൻ എന്നൊരു സ്ത്രീയുണ്ടായിരുന്നു. അഞ്ച് മക്കളെയാണവർ കുഴിച്ചുമൂടിയത്. അഞ്ച് പേരുടെ പേരിലും ഇൻഷുറൻസ് പോളിസി എടുത്തിരുന്നു. സ്വാഭാവികമായും അത് സംശയത്തിലേക്കു നയിച്ചു."

അവർ തല കുലുക്കി.

"ഗ്രാമത്തിലെ ജീവിതത്തിൽ, ക്രൂരതയ്ക്കു വലിയൊരു സ്ഥാനമുണ്ട്. എനിക്കറിയാം, നിങ്ങളെപ്പോലുള്ള യുവത്വത്തിന് മനസ്സിലാക്കാൻ കഴിയില്ല, ഈ ഭൂമി എത്രത്തോളം ദുഷ്ടത നിറഞ്ഞതാണെന്ന്."

വിദൂഷകന്റെ ഇടവഴി

സാറ്റെർത്വെയ്റ്റിന് ഒരിക്കലും മനസ്സിലാക്കാൻ കഴിഞ്ഞിരുന്നില്ല, എന്തുകൊണ്ടാണ് താൻ ഡെന്മാൻ കുടുംബത്തിനൊപ്പം താമസിക്കാൻ പോകുന്നതെന്ന്. അദ്ദേഹത്തിന്റെ ജീവിതരീതിയുമായി യാതൊരു ബന്ധവും അവർക്കില്ല. എന്നുവെച്ചാൽ, കാലത്തിനൊപ്പം സഞ്ചരിക്കാൻ കഴിവില്ലാത്തവർ. അദ്ദേഹത്തിന് താത്പര്യമുള്ള കലാപരമായ വാസനകളൊട്ട് അവർക്കില്ലതാനും. അപരിഷ്കൃതർ, വിരസമായ ജീവിതം നയിക്കുന്ന അപരിഷ്കൃതർ. ബിയാരിറ്റ്സിൽ വെച്ചായിരുന്നു സാറ്റെർത്വെയ്റ്റ് അവരെ ആദ്യമായി കണ്ടുമുട്ടുന്നത്. അവരോടൊപ്പം താമസിക്കാൻ ക്ഷണിച്ചപ്പോൾ അദ്ദേഹം അത് സ്വീകരിക്കുകയും ചെയ്തു. അദ്ദേഹം അവരുടെ വീട്ടിലേക്കു വന്നു, പക്ഷേ തീർത്തും വിരസമായ ദിവസങ്ങളായിരുന്നു അദ്ദേഹത്തെ അവിടെ കാത്തിരുന്നത്. എന്നിരുന്നാലും, അദ്ദേഹം പിന്നെയും അവിടെ പോയി, വീണ്ടും വീണ്ടും പോയി.

എന്തുകൊണ്ട്? ഈ ജൂൺ ഇരുപത്തിയൊന്നാം തീയതി, തന്റെ റോൾസ് റോയ്സിൽ ലണ്ടനിൽ നിന്നും പുറപ്പെട്ടപ്പോഴും അദ്ദേഹം ഇതേ ചോദ്യമാണ് സ്വയം ചോദിച്ചത്.

ബിസിനസ്സ് മേഖലയിൽ നല്ലൊരു സ്ഥാനമുള്ള, ആദരിക്കപ്പെടുന്ന ഒരു നാൽപതുകാരനായിരുന്നു ജോൺ ഡെന്മാൻ. അയാൾക്കും സാറ്റെർത്വെയ്റ്റിനുമായി പൊതുവായ സുഹൃത്തുക്കൾ ആരും തന്നെയില്ല, രണ്ടുപേരുടെയും കാഴ്ചപ്പാടുകളും വ്യത്യസ്തം. അയാളുടെ മേഖലയിൽ സമർത്ഥനായിരുന്ന അയാൾ, മറ്റു കാര്യങ്ങളിൽ നേരെ മറിച്ചായിരുന്നു.

ഞാനെന്തുകൊണ്ടാണിത് ചെയ്യുന്നത്? സാറ്റെർത്വെയ്റ്റ് വീണ്ടും ആ ചോദ്യം ആവർത്തിച്ചു. അദ്ദേഹത്തിന്റെ മനസ്സിൽ ഉദിച്ച ഉത്തരം അവ്യക്തവും, അതിലുപരി അസംബന്ധവുമായതിനാൽ, അതിനെയദ്ദേഹം അവഗണിച്ചു. കാരണമായി തോന്നിയ ഒരേയൊരു കാര്യം, അദ്ദേഹത്തിന്റെ ജിജ്ഞാസയെ തട്ടിയുണർത്തിയ ഒരു മുറി. സുസജ്ജീകരിക്കപ്പെട്ട ആ വീട്ടിലെ മുറികളിൽ ഒന്ന്. ഡെന്മാന്റെ ഭാര്യയുടെ സ്വന്തം സിറ്റിംഗ് റൂം.

ആ മുറി അവരുടെ കാഴ്ചപ്പാടുമായി യോജിക്കുന്നതാണെന്ന് സാറ്റെർത്വെയ്റ്റിന് തോന്നിയിട്ടില്ല. കാരണം, അദ്ദേഹത്തിന്റെ അഭിപ്രായത്തിൽ, ആ സ്ത്രീക്ക് ഒരു കാഴ്ചപ്പാടില്ല എന്നതായിരുന്നു. ഇത്രയും

നിസ്സംഗയായ ഒരു സ്ത്രീയെ ഇതുവരെ അദ്ദേഹം കണ്ടിട്ടില്ല. അവരൊരു റഷ്യൻ വനിതയാണെന്നറിയാം. യൂറോപ്യൻ യുദ്ധത്തിന്റെ ആരംഭകാലത്ത്, ജോൺ ഡെന്മാൻ റഷ്യയിലായിരുന്നു. വിപ്ലവം പൊട്ടിപ്പുറപ്പെടുന്നതിനിടയിൽ, തലനാരിഴയ്ക്കാണ് അദ്ദേഹം രക്ഷപ്പെട്ടു തിരികെ വന്നത്. വരുമ്പോൾ കൂടെ ഈ റഷ്യൻ പെൺകുട്ടിയേയും കൂട്ടി, ദരിദ്രയായ അഭയാർത്ഥി. മാതാപിതാക്കളുടെ ശക്തമായ എതിർപ്പുണ്ടായിരുന്നെങ്കിലും, അയാൾ അവളെ വിവാഹം കഴിച്ചു.

മിസ്സിസ് ഡെന്മാന്റെ മുറിയിൽ അസാധാരണമായ ഒന്നും തന്നെയുണ്ടായിരുന്നില്ല. ഒന്നാന്തരം ഹെപ്പിൾവൈറ്റ് ഫർണീച്ചറാൽ അലങ്കരിക്കപ്പെട്ട ആ മുറി, സ്ത്രൈണസ്വഭാവത്തേക്കാൾ അല്പം പുരുഷസ്വഭാവമാണ് വെളിപ്പെടുത്തിയത്. പക്ഷേ, ആ മുറിക്ക് തീർത്തും യോജിക്കാത്ത ഒന്നുകൂടി അവിടെയുണ്ടായിരുന്നു; മഞ്ഞയും വിളറിയ റോസ് നിറത്തിലുമുള്ള ഒരു ചൈനീസ് ലാക്കർ സ്ക്രീൻ. ഏതൊരു മ്യൂസിയവും സ്വന്തമാക്കാൻ ആഗ്രഹിക്കുന്ന ഒന്ന്. അപൂർവ്വവും വിലമതിക്കാനാവാത്തതും ഭംഗിയുള്ളതുമായിരുന്നു അത്.

ആ മുറിയുടെ ഇംഗ്ലീഷ് ശൈലിക്കു തീരെ ചേരുന്നുണ്ടായിരുന്നില്ല അത്. വാസ്തവത്തിൽ, ഇതിനെ അനുസൃതമാക്കിയാവണം ആ മുറിയിലെ മറ്റു വസ്തുക്കളും ഒരുക്കേണ്ടിയിരുന്നത്. എന്നിരുന്നാലും, സാറ്റെർത്ത്വെയ്റ്റിന് ഡെന്മാൻ കുടുംബത്തിന്റെ അഭിരുചിയോട് അനിഷ്ടം തോന്നിയില്ല. വീട്ടിലെ മറ്റെല്ലാം തന്നെ അത്രയ്ക്ക് നന്നായി ഒന്നിനോടൊന്ന് ഇണങ്ങുന്നവയായിരുന്നു.

അദ്ദേഹം ഒന്ന് ചിന്തിച്ചു. കാര്യം നിസ്സാരമാണെങ്കിലും, എന്തോ ഒരു ആശയക്കുഴപ്പം ഉള്ളിലുദിച്ചു. അതുകൊണ്ടായിരിക്കാം, താൻ വീണ്ടും വീണ്ടും ആ വീട്ടിലേക്കു വരുന്നതെന്ന് അദ്ദേഹം ഉറച്ച് വിശ്വസിച്ചു. അതൊരു സ്ത്രീയുടെ ഭാവനയിൽ തോന്നിയതായിരിക്കാം, പക്ഷേ മിസ്സിസ് ഡെന്മാനെക്കുറിച്ച് ഓർത്തപ്പോൾ, ആ ഒരു ഉത്തരവും അദ്ദേഹത്തെ ആശ്വസിപ്പിച്ചില്ല. കാരണം, നിസ്സംഗയും നിശ്ശബ്ദയും, മറ്റൊരു ദേശക്കാരിയാണെന്ന് സംശയം ജനിപ്പിക്കാത്തവണ്ണം ഇംഗ്ലീഷ് സംസാരിക്കുന്നവളുമായ മിസ്സിസ് ഡെന്മാനിൽ നിന്നും ഇത്തരമൊരു ഭാവന.

ലക്ഷ്യസ്ഥാനത്തെത്തിയ കാറിൽ നിന്നും അദ്ദേഹം ഇറങ്ങുമ്പോഴും, ആ ചൈനീസ് സ്ക്രീനിനെക്കുറിച്ചുള്ള ചിന്തകൾ മനസ്സിനെ വിട്ടൊഴിഞ്ഞില്ല. മെൽട്ടൺ ഹീത്തിന്റെ ഏകദേശം അഞ്ച് ഏക്കറോളം ഭൂമിയിലായി നിന്നിരുന്ന ഡെന്മാന്റെ വീടിന്റെ പേര് 'ആഷ്മെഡ്' എന്നായിരുന്നു. സമുദ്രനിരപ്പിൽ നിന്നും അഞ്ഞൂറടി ഉയരത്തിലുള്ള ആ സ്ഥലം, ലണ്ടനിൽ നിന്നും മുപ്പത് മൈൽ ദൂരെയാണ് സ്ഥിതിചെയ്തിരുന്നത്. അവിടെ കുടിപാർത്തിരുന്ന ഭൂരിഭാഗം ആൾക്കാരും നല്ല വരുമാനമുള്ളവരായിരുന്നു.

അവിടുത്തെ പ്രധാന ഭൃത്യൻ മര്യാദയോടെ സാറ്റെർത്ത്വെയ്റ്റിനെ സ്വാഗതം ചെയ്തു. സാറ്റെർത്ത്വെയ്റ്റിന് വീട് പരിചയമുള്ളതിനാൽതന്നെ,

ഡെന്മാനും ഭാര്യയും അവതരണത്തിനു മുന്നോടിയായുള്ള പരിശീലനത്തിനായി പോയിരുന്നു.

അത് മനസ്സിലാക്കിയ സാറ്റെർത്വെയ്റ്റ് ഉദ്യാനത്തിലേക്കു നീങ്ങി. പൂക്കളെയും ചെടികളെയും ചുറ്റിനടന്ന് കണ്ട ശേഷം, പതിയെ നടന്ന് ഒരു വാതിലിനു മുന്നിലെത്തി. പൂട്ടാത്ത ആ വാതിലൂടെ കടന്ന അദ്ദേഹം വീതി കുറഞ്ഞ ഒരു ഇടവഴിയിലെത്തി.

സാറ്റെർത്വെയ്റ്റ് ചുറ്റമൊന്ന് നോക്കി. മനോഹരവും തണലും പച്ചപ്പും നിറഞ്ഞതുമായ ആ വഴിയുടെ ഇടതും വലതുമായി ഉയരത്തിൽ വേലി കെട്ടിയിരിക്കുന്നു; പഴയ നാടൻ വഴികളെ അനുസ്മരിപ്പിക്കും വിധം വളവും തിരിവുമുള്ള നടപ്പാത. വിലാസം ഒന്നുകൂടെ അദ്ദേഹം ഓർത്തെടുത്തു : ആഷ്മെഡ്, ഹാർലെക്വിൻസ് ലേൻ; ഇതിനെ പ്രാദേശികമായി വിളിച്ചിരുന്ന ഒരു പേരും ഡെന്മാൻ പറഞ്ഞതായി അദ്ദേഹമോർത്തു.

“വിദൂഷകന്റെ ഇടവഴി,” അദ്ദേഹം സ്വകാര്യമായി സ്വയം പറഞ്ഞു. “എന്നാലും...”

ഒരു വളവ് കഴിഞ്ഞു.

അപ്പോഴല്ല, അതിനു ശേഷം, എന്നാലും എന്തുകൊണ്ടാണ് ആർക്കും പിടികൊടുക്കാത്ത തന്റെ സുഹൃത്തിനെ കണ്ട ശേഷവും തനിക്കൊരു ഞെട്ടലും അനുഭവപ്പെടാത്തതെന്ന് അദ്ദേഹം ചിന്തിച്ചു. ഹാർലി ക്വിൻ. അവർ പരസ്പരം ആലിംഗനം ചെയ്തു.

“നിങ്ങൾ ഇവിടെയാണോ?” സാറ്റെർത്വെയ്റ്റ് ചോദിച്ചു.

“അതെ.” ക്വിൻ പറഞ്ഞു. “നിങ്ങൾ താമസിക്കുന്ന അതേ വീട്ടിലാണ് ഞാനും താമസിക്കുന്നത്.”

“ആ വീട്ടിലോ?”

“അതെ. ആശ്ചര്യം തോന്നുന്നുണ്ടോ?”

“ഹേയ്, ഇല്ല.” സാറ്റെർത്വെയ്റ്റ് സ്വരം താഴ്ത്തി പറഞ്ഞു. “പക്ഷേ, നിങ്ങൾ, ഒരു സ്ഥലത്തും അധികനാൾ തങ്ങുകയില്ലല്ലോ, അല്ലേ?”

“ആവശ്യം കഴിഞ്ഞാൽ പോകും.” ക്വിൻ അല്പം ഗൗരവം കാണിച്ചു.

“അതെ, അല്ലേ.” സാറ്റെർത്വെയ്റ്റ് പറഞ്ഞു.

കുറച്ചു നേരം അവർ ഒന്നും മിണ്ടാതെ നടന്നു.

“ഈ ഇടവഴി...” സാറ്റെർത്വെയ്റ്റ് പറഞ്ഞു തുടങ്ങിയതും നിർത്തി.

“എനിക്ക് സ്വന്തമാണ്.” ക്വിൻ പറഞ്ഞു.

“എനിക്ക് തോന്നി.” സാറ്റെർത്വെയ്റ്റ് പറഞ്ഞു. “കാരണമറിയില്ല, എങ്കിലും ഞാൻ ഊഹിച്ചു. ഇതിന് മറ്റൊരു പേർ കൂടിയുണ്ടല്ലോ, അടുത്തുള്ളവർ വിളിക്കുന്നത്. ‘പ്രണയിതാക്കളുടെ ഇടവഴി’. അറിയാമോ?”

ക്വിൻ തല കുലുക്കി.

“പക്ഷേ,” ക്വിൻ സൗമ്യമായി പറഞ്ഞു, “എല്ലാ ഗ്രാമത്തിലും ഒരു ‘പ്രണയിതാക്കളുടെ ഇടവഴി’ ഉണ്ടാകുമെന്നുറപ്പാണോ?”

"ഉണ്ടാകുമായിരിക്കാം." സാറ്റെർത്വെയ്റ്റ് ചെറുതായി നിശ്വസിച്ചു. അദ്ദേഹത്തിന് ഉത്തരം മുട്ടി. പെട്ടെന്ന് താനൊരു ശോഷിച്ചുണങ്ങിയ ഒരു പഴഞ്ചൻ കിഴവനായിപ്പോയ പോലെ. അദ്ദേഹത്തിന്റെ ഇരുവശങ്ങളിലുമായി പച്ചപ്പും ജീവനും നിറഞ്ഞ വേലി.

"എവിടെയാണ് ഈ ഇടവഴി അവസാനിക്കുക എന്നാണ് ഞാൻ ആലോചിക്കുന്നത്." പെട്ടെന്നാണ് ആ ചോദ്യം വന്നത്.

"ഇത് അവസാനിക്കുന്നത്... ഇവിടെയാണ്." ക്വിൻ പറഞ്ഞു.

അവർ ആ വഴിയുടെ അവസാന വളവിലെത്തി. അത് അവസാനിച്ചത് ഒരു പാഴ്നിലത്തിലായിരുന്നു, വലിയൊരു കുഴിയായിരുന്നു അവിടം. അതിൽ തകരപ്പാത്രങ്ങൾ തിളങ്ങിനിന്നു, ചിലത് തുരുമ്പിച്ചും കണ്ടു, പഴയ ബൂട്ടുകൾ, പത്രക്കടലാസു കഷണങ്ങൾ, പലരും വലിച്ചെറിഞ്ഞ ഉപയോഗശൂന്യമായ അനേകം വസ്തുക്കൾ.

"കുപ്പക്കുന." സാറ്റെർത്വെയ്റ്റിന് ഒരേസമയം ആശ്ചര്യവും ദേഷ്യവും തോന്നി.

"ചിലപ്പോൾ കുപ്പക്കുനയിലും മാണിക്യങ്ങൾ ഉണ്ടാകാറുണ്ട്." ക്വിൻ പറഞ്ഞു.

"എനിക്കറിയാം, എനിക്കറിയാം," സാറ്റെർത്വെയ്റ്റ് ഇടയ്ക്കു കയറി. കൂടെ ഒരു വചനവും, *"നഗരത്തിലെ ഏറ്റവും വിലയേറിയ രണ്ടു വസ്തുക്കൾ എനിക്കു കൊണ്ടുവരിക, ദൈവം പറഞ്ഞു.* മനസ്സിലായല്ലോ അല്ലേ?"

ക്വിൻ തല കുലുക്കി.

ആ കുഴിക്കു മുകളിൽ മറ്റൊരു വശത്തായി ഉയർന്നു നിൽക്കുന്ന, ഒരു ചെറു വീടിന്റെ അവശിഷ്ടങ്ങൾ സാറ്റെർത്വെയ്റ്റ് കണ്ടു.

"ജനാലയിലൂടെ കാണാൻ പറ്റിയ കാഴ്ച." അദ്ദേഹം പുച്ഛത്തോടെ പറഞ്ഞു.

"പണ്ടുകാലത്ത് ഇവിടം ഒരു കുപ്പക്കുനയായിരിക്കാൻ വഴിയില്ല." ക്വിൻ പറഞ്ഞു. "വിവാഹത്തിനു ശേഷം ഡെന്മാനും കുടുംബവും ആ വീട്ടിലായിരിക്കണം താമസിച്ചിരിക്കുക. കുടുംബത്തിലെ മുതിർന്നവരുടെ മരണാനന്തരം വലിയ വീട്ടിലേക്കു മാറിക്കാണും. കല്ലുകൾക്കായി കുഴിച്ചു തുടങ്ങിയതു കാരണമായിരിക്കണം വീടിന്റെ കേടുപാടുകൾ. പക്ഷേ കാണുന്നതുപോലെതന്നെ, അധികമൊന്നും കേടു സംഭവിച്ചിട്ടില്ല."

അവർ തിരികെ പടവുകൾ ഇറങ്ങാൻ തുടങ്ങി.

"എനിക്ക് തോന്നുന്നു..." സാറ്റെർത്വെയ്റ്റ് ഒന്ന് പുഞ്ചിരിച്ചു. "ഊഷ്മളമായ ഈ വേനൽ സായാഹ്നങ്ങളിൽ ഒരുപാട് ഇണക്കുരുവികൾ ഈ വഴിയിലൂടെ കറങ്ങുന്നുണ്ടാകും."

"സ്വാഭാവികം."

"പ്രണയിതാക്കൾ." സാറ്റെർത്വെയ്റ്റ് പറഞ്ഞു. അദ്ദേഹം ഒരു നിമിഷം ആലോചിച്ച്, ഒട്ടും ജാള്യതയില്ലാതെ തന്നെ ആ വാക്ക്

ആവർത്തിച്ചു. അതിന്റെ ആഴം ക്വിന്നിന് അനുഭവപ്പെട്ടു. "പ്രണയിതാക്കൾ... നിങ്ങൾക്ക് ഒരുപാട് അനുഭവമുണ്ടായിരിക്കുമല്ലേ ക്വിൻ."

ക്വിൻ ഒന്നും പറഞ്ഞില്ല, പകരം അത് ശരിവെച്ചു.

"നിങ്ങൾ അവരെ ദുഃഖങ്ങളിൽ നിന്നും രക്ഷിച്ചിരിക്കുന്നു; ദുഃഖത്തേക്കാൾ വലുത്, മരണത്തിൽ നിന്നും. മരണപ്പെട്ടവരുടെ വക്താവായിരുന്നു നിങ്ങൾ."

"നിങ്ങൾ പറയുന്നത് നിങ്ങളെക്കുറിച്ചു തന്നെയാണ്; നിങ്ങൾ ചെയ്ത കാര്യങ്ങളെക്കുറിച്ച്, എന്റേതല്ല."

"രണ്ടും ഒന്നുതന്നെ." സാറ്റെർത്വെയ്റ്റ് പറഞ്ഞു. "നിങ്ങൾക്കത് അറിയുകയും ചെയ്യാം." അദ്ദേഹം തിടുക്കം കൂട്ടി. "നിങ്ങൾ പ്രവർത്തിച്ചിരുന്നത് എന്നിലൂടെയായിരുന്നു. എന്തു കാരണം കൊണ്ടാണെന്നറിയില്ല, പക്ഷേ നിങ്ങളൊരിക്കലും സ്വയം പ്രവർത്തിച്ചിരുന്നില്ല."

"ചില സന്ദർഭങ്ങളിൽ." ക്വിൻ എതിർത്തു.

ആ ഉറച്ച സ്വരത്തിൽ സാറ്റെർത്വെയ്റ്റ് ഒന്ന് നടുങ്ങി. ആ ഉച്ച സമയത്തും, ഒരു തണുപ്പ് അരിച്ചുകയറി. പക്ഷേ സൂര്യൻ എന്നത്തേയും പോലെ ജ്വലിച്ചു നിൽക്കുക തന്നെ ചെയ്തു.

ആ സമയത്താണ് ഒരു പെൺകുട്ടി അവരുടെ മുന്നിലെ വളവ് തിരിഞ്ഞ് തങ്ങൾക്കു മുന്നിൽ പ്രത്യക്ഷപ്പെട്ടത്. സുന്ദരിയായിരുന്നു അവൾ. പിങ്ക് നിറമുള്ള കോട്ടൺ ഉടുപ്പ് ധരിച്ച, ചെമ്പൻ മുടിയും നീലക്കണ്ണുകളുമുള്ള അവളെ സാറ്റെർത്വെയ്റ്റ് ഇതിനു മുൻപ് ഇവിടെ കണ്ടിട്ടുണ്ടായിരുന്നു, മോളി സ്റ്റാന്വെൽ.

അവൾ കൈ വീശിക്കാണിച്ചു.

"ജോണും അന്നയും തിരിച്ചെത്തി." അവൾ വിളിച്ചു പറഞ്ഞു. "നിങ്ങൾ വന്നിട്ടുണ്ടാകുമെന്ന് അവർക്കറിയാമായിരുന്നു, പക്ഷേ അവർക്ക് റിഹേഴ്സലിന് പങ്കെടുക്കേണ്ടിയിരുന്നു."

"എന്തിന്റെ റിഹേഴ്സൽ?" സാറ്റെർത്വെയ്റ്റ് ചോദിച്ചു.

"മാസ്ക്വെറേഡിന്റെ; നിങ്ങളെന്താ അതിനെ വിളിക്കുക എന്നെനിക്കറിയില്ല. പാട്ടും നൃത്തവും ഒക്കെയുള്ള പരിപാടി. മാൻലി എന്നൊരാളെ നിങ്ങൾ ഓർക്കുന്നുണ്ടോ? ഗാംഭീര്യമുള്ള സ്വരമുള്ളയാൾ. അദ്ദേഹമാണ് കോമാളിയായി വേഷമിടുന്നത്, ഞാൻ അദ്ദേഹത്തിന്റെ ജോഡിയായും. നൃത്തം ചെയ്യാനായി വരുന്നത് ആരൊക്കെയാണെന്നറിയാമോ, ഹാർലെക്വിനും കൊളംബൈനും. കൂടെ പെൺകുട്ടികളുടെ വലിയൊരു സംഘവും. ഗ്രാമത്തിലെ പെൺകുട്ടികളെ പാട്ടു പഠിപ്പിക്കുന്നതിന്റെ തിരക്കിലാണ് ലേഡി റോഷെയ്മർ. ഗാനം ഗംഭീരമാക്കാനുള്ള വാശിയിലാണവർ. താളവുമായി ബന്ധമൊന്നുമില്ലെങ്കിലും, പുതുമയും കേൾക്കാൻ ഇമ്പവുമുണ്ട്. ക്ലൗഡ് വിക്കാം. ഒരുപക്ഷേ നിങ്ങൾക്കറിയാമായിരിക്കും."

സാറ്റെർത്വെയ്റ്റ് തലകുലുക്കി. നേരത്തെ പറഞ്ഞതുപോലെ, എല്ലാവരെയും അറിയുക എന്നത് അദ്ദേഹത്തിന്റെ ഒരു കഴിവാണ്.

കഴിവുറ്റവനും അഭിലാഷിയുമായ ക്ലൗഡ് വിക്കാമിനെക്കുറിച്ച് അദ്ദേഹത്തിന് നന്നായറിയാമായിരുന്നു; കലയോട് ആസക്തിയുള്ള യുവാക്കളോട് പ്രത്യേക താത്പര്യമുള്ള, തടിച്ച ജൂത സ്ത്രീയായ ലേഡി റോഷെയ്മറെക്കുറിച്ചും. കൂടാതെ, ഭാര്യയുടെ സന്തോഷത്തിന് പ്രാധാന്യം നൽകുന്ന സർ ലിയോപോൾഡ് റോഷെയ്മറെപ്പറ്റിയും അദ്ദേഹത്തിന് അറിയാം. സാധാരണ കാണുന്ന ഭർത്താക്കന്മാരെപ്പോലെ സന്തോഷം തേടിയുള്ള ഭാര്യയുടെ യാത്രയ്ക്ക് തടസ്സം വരുത്തിയിരുന്നില്ല അയാൾ.

അവർ വരുമ്പോൾ ഡെന്മാൻ കുടുംബവുമൊത്ത് ക്ലൗഡ് വിക്കാം ചായ കുടിക്കുന്നുണ്ടായിരുന്നു. കഴിയുന്നത്ര വായ്ക്കകത്ത് തിരുകിക്കേറ്റി, നിർത്താതെ സംസാരിക്കുകയായിരുന്ന അയാൾ, തന്റെ നീണ്ട വെളുത്ത കൈകൾ ഫാനിന്റെ വേഗത്തിൽ വീശിക്കാണിച്ചു. കൊമ്പിനാൽ നിർമ്മിക്കപ്പെട്ട കണ്ണടയിലൂടെ, ഹ്രസ്വ ദൃഷ്ടിയുള്ള അയാളുടെ കണ്ണുകൾ തിളങ്ങി.

കാഴ്ചയിൽ പോലും മൃദുസ്വഭാവം തോന്നിക്കാത്ത കണിശക്കാരനും വെളുത്ത് തുടുത്ത മുഖവുമുള്ള ജോൺ ഡെന്മാൻ, വളരെ മുഷിവോടെയാണ് ആ സംസാരം കേൾക്കുന്നത്. സാറ്റെർത്വെയ്റ്റ് അടുത്തെത്തിയതും, ആ ഗായകൻ തന്റെ സംഭാഷണം അദ്ദേഹത്തോടാക്കി. പതിവുപോലെ നിസ്സംഗതയെയും നിശബ്ദതയെയും കൂട്ടുപിടിച്ച്, അന്ന ഡെന്മാൻ ചായയ്ക്കു മുന്നിലിരിപ്പുണ്ട്.

സാറ്റെർത്വെയ്റ്റ് അവരെ ഒളികണ്ണിട്ടു നോക്കി. ഉയരമുള്ള, ശുഷ്കിച്ച കണക്കെ മെലിഞ്ഞ, ഉന്തിയ കവിളെല്ലുകളുള്ള, നടുവായി പകുത്തെടുത്ത കറുത്ത മുടിയോടുകൂടിയ, കാലാവസ്ഥയുടെ കാഠിന്യമറിഞ്ഞ ചർമ്മമുള്ളവൾ. ബാഹ്യസൗന്ദര്യത്തിന് വില കൽപ്പിക്കാത്ത ഒരുത്തി. ഓജസ്സറ്റ ഒരു ഡച്ച് മരപ്പാവ, പക്ഷേ...

അദ്ദേഹം ചിന്തിച്ചു : "ആ മുഖത്തിനു പിന്നിൽ അർത്ഥമുണ്ടായിരിക്കും, പക്ഷേ ഇല്ല. അവിടെയാണ് എല്ലാം പിഴയ്ക്കുന്നത്. അതെ, എല്ലാം." എന്നിട്ട് ക്ലൗഡ് വിക്കാമിനോട് പറഞ്ഞു. "ക്ഷമിക്കണം, നിങ്ങൾ എന്താണ് പറഞ്ഞത്?"

സ്വന്തം സ്വരത്തെ പ്രണയിക്കുന്ന ക്ലൗഡ് വിക്കാം വീണ്ടും ആദ്യം മുതൽ പറയാൻ ആരംഭിച്ചു. "റഷ്യ," അയാൾ തുടർന്നു, "ലോകത്ത് പ്രസക്തിയർഹിക്കുന്ന ഒരേയൊരു രാജ്യം അതായിരുന്നു. അവർ പരീക്ഷണങ്ങൾ നടത്തി. ജീവനുകൾ വെച്ചാണെങ്കിലും, അവർ പരീക്ഷണങ്ങൾ തുടർന്നു. പ്രതാപശാലികൾ!" ഒരു കൈയിൽ സാൻഡ് വിച്ച് എടുത്ത് വായിലേക്ക് കുത്തിക്കയറ്റി, മറു കൈയിലെ ചോക്ലേറ്റിലെ ഒരു കഷണം കടിച്ചെടുത്തു. "റഷ്യൻ ബാലറ്റിനെ എടുത്തോളൂ." വായിലെ സാൻഡ് വിച്ചിനിടയിലൂടെ പുറത്തുവരാൻ വാക്കുകൾ നന്നേ കഷ്ടപ്പെട്ടു. തന്റെ സേവകയെ ഓർത്ത അയാൾ, അവളോടായി പറഞ്ഞു. റഷ്യൻ ബാലറ്റിനെക്കുറിച്ച് അവളെന്താണ് കരുതിയത്?

ഗൗരവകരമായ മറ്റൊരു ചോദ്യത്തിന്റെ മുഖവുര മാത്രമായിരുന്ന ആ ചോദ്യം : റഷ്യൻ ബാലറ്റിനെപ്പറ്റി ക്ലൗഡ് വിക്കാം എന്താണ് കരുതിയിരിക്കുന്നത്? പക്ഷേ അവളുടെ മറുപടി അപ്രതീക്ഷിതമായിരുന്നു, അതയാളെ ഞെട്ടിച്ചു കളഞ്ഞു.

"ഞാനിതുവരെ കണ്ടിട്ടില്ല."

"എന്ത്?" അയാൾ അതിശയിച്ചു. "പക്ഷേ... എന്നാലും..."

അവൾ തുടർന്നു നിർവ്വികാരയായി.

"വിവാഹത്തിനു മുൻപ്, ഞാനൊരു നർത്തകിയായിരുന്നു. അതുകൊണ്ട് ഇപ്പോൾ..."

"ചെയ്തിരുന്ന തൊഴിൽ തന്നെ വിനോദമായി ചെയ്യുന്നു," അവളുടെ ഭർത്താവ് ഇടയ്ക്കു കയറി.

"നൃത്തം ചെയ്യുന്നു." അവൾ തോളൊന്ന് വെട്ടിച്ചു. "എനിക്കതിന്റെ എല്ലാ അടവുകളും അറിയാം. അതൊന്നും വലിയ കാര്യമല്ല."

"ഓഹ്!" ക്ലൗഡിന് ഞെട്ടൽ മാറാൻ അല്പം സമയമെടുത്തു. ശേഷം പറഞ്ഞു.

സാറ്റെർത്വെയ്റ്റ് പറഞ്ഞു, "ജീവനുകളെയും, അവയെ പരീക്ഷണ വസ്തുവാക്കുന്നതിനെയും പറ്റി കേട്ടപ്പോൾ ഓർമ്മ വന്നതാണ്, റഷ്യ വളരെ വിലയേറിയ ഒരു പരീക്ഷണം നടത്തിയിരുന്നു."

ക്ലൗഡ് വിക്കാമിന്റെ ശ്രദ്ധ അദ്ദേഹത്തിലേക്കു തിരിഞ്ഞു.

"എനിക്കറിയാം നിങ്ങളെന്താണ് പറയാൻ പോകുന്നതെന്ന്," അയാൾ ഉറക്കെ പറഞ്ഞു. "ഖാർസനോവ! അനശ്വരയായ, ഒരേയൊരു ഖാർസനോവ! നിങ്ങൾ അവരുടെ നൃത്തം കണ്ടിട്ടുണ്ടോ?"

"മൂന്ന് തവണ," സാറ്റെർത്വെയ്റ്റ് പറഞ്ഞു. "രണ്ട് തവണ പാരീസിലും, ഒരു വട്ടം ലണ്ടനിലും വെച്ച്. ഒരിക്കലും മറക്കില്ല."

അദ്ദേഹത്തിന്റെ വാക്കുകളിൽ ആരാധനയും ആദരവും ഉണ്ടായിരുന്നു.

"ഞാനും കണ്ടിട്ടുണ്ട്," ക്ലൗഡ് വിക്കാം പറഞ്ഞു. "എനിക്ക് പത്ത് വയസ്സുള്ളപ്പോൾ, എന്റെ ഒരു അമ്മാവൻ കൊണ്ടുപോയതാണ്. ഹോ! അവിസ്മരണീയം."

അയാൾ ഒരു ബൺ എടുത്ത് പൂത്തടത്തിലേക്ക് വലിച്ചെറിഞ്ഞു.

"ബെർലിനിലെ ഒരു മ്യൂസിയത്തിൽ അവരുടെ ഒരു ചെറിയ പ്രതിമയുണ്ട്." സാറ്റെർത്വെയ്റ്റ് പറഞ്ഞു. "മനോഹരമാണത്. സ്വാൻ നാടകത്തിലെ കൊളംബൈൻ ആയി ഞാനവരെ കണ്ടിട്ടുണ്ട്, മരണപ്പെടുന്ന ജലകന്യകയായി." ഒന്ന് നിർത്തി, ഓർമ്മകൾ ഒന്നുകൂടെ ചികഞ്ഞു. "അതിമനോഹരം. അതുപോലൊരു പ്രകടനം കാണാൻ ഒരുപാട് വർഷങ്ങളെങ്കിലും കാത്തിരിക്കേണ്ടി വരും. അവർ ചെറുപ്പമായിരുന്നു. വിപ്ലവത്തിന്റെ ആദ്യ നാളുകളിലെ വിവേകമില്ലായ്മയും ബുദ്ധിശൂന്യതയുമാണ് അവരുടെ ജീവൻ കവർന്നത്."

“വിഡ്ഢികൾ! ഭ്രാന്തന്മാർ! വിവരദോഷികൾ!” ക്ലൗഡ് വിക്കാമിന്റെ വായിലെ ചായ തുളുമ്പി പുറത്തു ചാടി.

“ഞാനും ഖാർസനോവയും ഒരുമിച്ച് പഠിച്ചിരുന്നു.” ഡെന്മാന്റെ ഭാര്യ പറഞ്ഞു. “ഞാനിപ്പോഴും ഓർക്കുന്നു.”

“അവർ മനോഹരിയായിരുന്നില്ലേ?” സാറ്റെർത്വെയ്റ്റ് ചോദിച്ചു.

“അതെ, മനോഹരിയായിരുന്നു.” ഡെന്മാന്റെ ഭാര്യ പതിഞ്ഞ സ്വരത്തിൽ പറഞ്ഞു.

ക്ലൗഡ് വിക്കാം അവിടെ നിന്നും പോയി. സ്വൈര്യം തിരികെ കിട്ടിയ ഡെന്മാന്റെ ദീർഘനിശ്വാസം കണ്ട് അയാളുടെ ഭാര്യ ചിരിച്ചു.

സാറ്റെർത്വെയ്റ്റിനും അത് മനസ്സിലായി. “നിങ്ങളുടെ മനസ്സിലെന്താണെന്ന് എനിക്കറിയാം. പക്ഷേ എന്തുതന്നെയായാലും, ആ പയ്യൻ എഴുതുന്ന സംഗീതമാണ്, സംഗീതം.”

“അതൊക്കെ ശരിയാണ്.” ഡെന്മാൻ ശരിവെച്ചു.

“പിന്നല്ലാതെ, നിസ്സംശയം. എത്രകാലത്തേക്ക് എന്നുള്ളത് മറ്റൊരു വശം.”

ജോൺ ഡെന്മാൻ അദ്ദേഹത്തെ ഒന്ന് നോക്കി.

“എന്നുവെച്ചാൽ?”

“മറ്റൊന്നുമല്ല, ഇത്രയും ചെറുപ്പത്തിൽ നേടുന്ന വിജയങ്ങൾ അപകടകരമാണ്, എപ്പോഴും.” അദ്ദേഹം ക്വിനിനോടായി ചോദിച്ചു, “ശരിയല്ലേ?”

“നിങ്ങൾ പറഞ്ഞാൽ അത് ശരിയായിരിക്കും.” ക്വിൻ സമ്മതിച്ചു.

“നമുക്ക് മുകളിലത്തെ എന്റെ മുറിയിലേക്കു പോകാം. അവിടം നല്ല ഇടമാണ്.” ഡെന്മാന്റെ ഭാര്യ പറഞ്ഞു.

അവൾ അവരെയെല്ലാം അങ്ങോട്ടേക്ക് നയിച്ചു. ചൈനീസ് സ്ക്രീൻ വീണ്ടും സാറ്റെർത്വെയ്റ്റിന്റെ ശ്രദ്ധ കവർന്നു. അത് തന്നെ ആകർഷിക്കുന്ന കാര്യം ഡെന്മാന്റെ ഭാര്യ ശ്രദ്ധിക്കുന്നത് അദ്ദേഹം കണ്ടു.

“ശരികൾ മാത്രം പറയുന്ന മനുഷ്യൻ.” അവൾ തലചരിച്ച് അദ്ദേഹത്തെ നോക്കി. “എന്റെ സ്ക്രീൻ നിങ്ങൾ ഇത്രത്തോളം ആകർഷിക്കാൻ എന്താണ് കാരണം?”

അതൊരു ചോദ്യമായല്ല, വെല്ലുവിളിയായാണ് അദ്ദേഹത്തിനു തോന്നിയത്. അദ്ദേഹം മറുപടിക്കായുള്ള വാക്കുകൾ പരതി, തട്ടിയും മുട്ടിയും പറഞ്ഞൊപ്പിച്ചു.

“കാരണം, അത്... അത് ഭംഗിയുള്ളതാണ്. മാത്രമല്ല, മറ്റെങ്ങും കാണാത്തതും.”

“ശരിയാണ്.” ഡെന്മാൻ ഇടപെട്ടു. “ഞങ്ങളുടെ വിവാഹശേഷമുള്ള ആദ്യ നാളുകളിലാണ് ഞങ്ങളിത് വാങ്ങിയത്. അതിന്റെ മൂല്യത്തിന്റെ പത്തിലൊന്ന് വില മാത്രമേ നൽകേണ്ടി വന്നുള്ളൂ, പക്ഷേ അതുമൂലമുണ്ടായ

സാമ്പത്തിക ഞെരുക്കം ഒരു വർഷത്തിലധികം ഞങ്ങളെ വലച്ചു. അന്ന ഓർക്കുന്നുണ്ടോ?"

"അതേയതെ, എനിക്കോർമ്മയുണ്ട്." അന്ന അതിനോട് യോജിച്ചു.

"സത്യത്തിൽ, ഞങ്ങൾക്കിത് വാങ്ങിക്കേണ്ട ഒരാവശ്യവും ഉണ്ടായിരുന്നില്ല, അന്ന്. പക്ഷേ, ഇന്ന് അങ്ങനെയല്ല. ഒരു ദിവസം ക്രിസ്റ്റിയുടെ പക്കൽ നല്ല തരം വാർണിഷ് ഉണ്ടായിരുന്നു. ഈ മുറി മോടിപിടിപ്പിക്കാൻ അതായിരുന്നു ഞങ്ങൾക്ക് വേണ്ടിയിരുന്നതും. അടിമുടി ചൈനീസ് ശൈലി, ബാക്കിയെല്ലാം മുറിക്ക് പുറത്ത്. കേട്ടോ സാറ്റെർത്വെയ്റ്റ്, എന്റെ ഭാര്യ അതിന് സമ്മതിച്ചില്ല."

"എനിക്ക് ഈ മുറി എങ്ങനെയാണോ ഉള്ളത് അങ്ങനെതന്നെയാണ് ഇഷ്ടം." അന്ന പറഞ്ഞു.

അവളുടെ മുഖത്ത് ഒരു ജിജ്ഞാസാഭാവം തെളിഞ്ഞു. അത് സാറ്റെർത്വെയ്റ്റിനെ പിന്നെയും അടിയറവ് പറയിച്ചു. അദ്ദേഹം ചുറ്റുമൊന്ന് കണ്ണോടിച്ചു. ആദ്യമായാണ് ഒരു മുറിയിൽ ഒരു വ്യക്തിയുടെയോ കുടുംബത്തിന്റെയോ ആയ ഇഷ്ടങ്ങളോ സ്വകാര്യമോ ആയ വസ്തുക്കൾ കാണാതിരിക്കുന്നത്. ചിത്രങ്ങളില്ല, പൂക്കളില്ല, അനാവശ്യ സാധനങ്ങളില്ല. ഒരു സ്ത്രീയുടെ മുറിയാണെന്ന് ആർക്കും ഊഹിക്കാൻ കഴിയില്ല. മുറിയിലെ മറ്റെല്ലാത്തിൽ നിന്നും വ്യത്യസ്തമായ ഒന്നാണ് ആ ചൈനീസ് സ്ക്രീൻ. നല്ല സൗകര്യങ്ങളുള്ള വലിയൊരു വീടിന്റെ മാതൃകയെന്നോണം കാണിക്കുന്ന മുറിക്ക് തുല്യമായിരുന്നു, ആ മുറിയിലെ സ്ക്രീൻ.

അവൾ തന്നെ നോക്കി പുഞ്ചിരിക്കുന്നത് അദ്ദേഹത്തിന്റെ ശ്രദ്ധയിൽ പെട്ടു.

"നോക്കൂ," അവൾ അടുത്തു വന്നു, കുറച്ചു നേരത്തേക്ക് അവളുടെ സംസാരത്തിലെ ബ്രിട്ടീഷ് ചുവ ഇല്ലാതായി, തീർത്തും ഒരു വിദേശ വനിത. "നിങ്ങൾക്ക് മനസ്സിലാകുന്നതു പോലെ പറഞ്ഞുതരാം. ഞങ്ങൾ ആ സ്ക്രീനിന് വിലയിട്ടത് പണം കൊണ്ടായിരുന്നില്ല, അതിനോടുള്ള സ്നേഹം, അതിന്മേലുള്ള ഇഷ്ടം, അതിന്റെ ഭംഗിയും സവിശേഷതയും എന്നിവ കാരണം അവശ്യ വസ്തുക്കൾ വാങ്ങാൻ പോലും ഞങ്ങൾ കൂട്ടാക്കിയില്ല. ഭർത്താവ് പറഞ്ഞ മറ്റു ചൈനീസ് വസ്തുക്കൾക്ക് പണം കൊണ്ട് മാത്രമേ വിലയിടാൻ കഴിയുകയുള്ളൂ, മറ്റൊരു വിലയുമില്ല അവയ്ക്ക്."

അവളുടെ ഭർത്താവ് ചിരിച്ചു.

"ഓഹ്, നീ പറയുന്നതുപോലെ." ആ വാക്കുകളിൽ ചെറിയൊരു നീരസവും ഒളിച്ചിരുന്നു. "പക്ഷേ ഈ ഇംഗ്ലീഷ് പശ്ചാത്തലത്തിനു തീരെ ചേരാത്ത ഒന്നാണിത്. പിന്നെ ഇത്, അത്യാവശ്യം ഗുണമുള്ളതാണ്, ഉറപ്പുമുണ്ട്, അതിൽ എതിരഭിപ്രായമില്ല, പക്ഷേ തരക്കേടില്ലാത്തതെന്നേ പറയാനൊക്കൂ. നല്ല തരം പഴയ ഹെപ്പിൾവൈറ്റ്."

അവൾ തല കുലുക്കി.

"നല്ല, ഉറപ്പുള്ള, ശരിക്കും ഇംഗ്ലീഷ്." അവൾ പിറുപിറുത്തു.

സാറ്റെർത്വെയ്റ്റ് അവളെ സൂക്ഷിച്ച നോക്കി. ആ വാക്കുകളിൽ ഒളിഞ്ഞിരിക്കുന്ന അർത്ഥമുണ്ടെന്ന് അദ്ദേഹം മനസ്സിലാക്കി. ഇംഗ്ലീഷ് മുറി – ചൈനീഷ് സ്ക്രീനിന്റെ ജ്വലിക്കുന്ന സൗന്ദര്യം... പോയി, പിന്നെയും എല്ലാം മാഞ്ഞുപോയി.

"ഇടവഴിയിൽ വെച്ച് ഞാൻ മോളിയെ കണ്ടിരുന്നു." അദ്ദേഹം പുതിയ വിഷയം കൊണ്ടുവന്നു. "ഇന്നത്തെ പരിപാടിയിൽ വിദൂഷകവേഷം കെട്ടുന്നുവെന്ന് പറയുന്നുണ്ടായിരുന്നു അവൾ."

"അതെ," ഡെന്മാൻ പറഞ്ഞു. "അവൾ വളരെ നന്നായി അവതരിപ്പിക്കുകയും ചെയ്യും."

"അവളുടെ ചുവടുകൾ അത്ര മികച്ചതൊന്നുമല്ല." അന്ന കുറ്റപ്പെടുത്തി.

"വെറുതെ ഓരോന്ന് പറയല്ലേ," അവളുടെ ഭർത്താവ് ഇടയ്ക്കുകയറി. "എല്ലാ സ്ത്രീകളും ഇങ്ങനെതന്നെയാണ്, സാറ്റെർത്വെയ്റ്റ്. മറ്റൊരു സ്ത്രീയെ കുറിച്ച് നല്ലതു പറഞ്ഞാൽ സഹിക്കില്ല. മോളി സുന്ദരിയാണ്, അതിനാൽത്തന്നെ അവളെ പഴിക്കാൻ എല്ലാ സ്ത്രീകൾക്കും ഒരു ആവേശമാണ്."

"ഞാൻ നൃത്തത്തെപ്പറ്റിയാണ് പറഞ്ഞത്." അന്ന ഡെന്മാൻ എതിർത്തു. അവൾ തർക്കമെന്നോണം തുടർന്നു. "അവൾ സുന്ദരിയാണ്, ശരി തന്നെ, പക്ഷേ അവളുടെ ചുവടുകൾ മോശമാണ്. എന്നോട് ഇക്കാര്യത്തിൽ തർക്കിക്കാൻ നിൽക്കരുത്, എനിക്ക് നൃത്തത്തെക്കുറിച്ച് നല്ല ബോധ്യമുണ്ട്."

സാറ്റെർത്വെയ്റ്റ് വിവേകപൂർവ്വം ഇടപെട്ടു.

"പ്രഗത്ഭരായ രണ്ട് നർത്തകർ വരുന്നുണ്ടെന്ന് അറിഞ്ഞു, ശരിയാണോ?"

"അതെ, ബാലെറ്റ് നൃത്തത്തിനായി. ഓറനോഫ് രാജകുമാരനാണ് തന്റെ കാറിൽ അവരെ കൊണ്ടുവരുന്നത്."

"സെർജിയസ് ഓറനോഫ്?"

ആ ചോദ്യം അന്നയിൽ നിന്നുമായിരുന്നു. അവളുടെ ഭർത്താവ് അവളെയൊന്ന് തിരിഞ്ഞു നോക്കി.

"നിനക്കറിയാമോ അദ്ദേഹത്തെ?"

"റഷ്യയിൽ വെച്ച്, പരിചയമുണ്ടായിരുന്നു."

ജോൺ ഡെന്മാന് അതത്ര രസിച്ചില്ല എന്ന് സാറ്റെർത്വെയ്റ്റിന് തോന്നി.

"അദ്ദേഹത്തിനു നിന്നെ അറിയുമോ?"

"ഉവ്വ്, അറിയും."

അവളുടെ പതിഞ്ഞ ചിരിയിൽ വിജയാഹ്ലാദവും കലർന്നിരുന്നു. ഡച്ച് പാവയുടെ മുഖമായിരുന്നില്ല അപ്പോൾ അവളുടേത്. അവൾ ഒരിക്കൽ കൂടി അയാളെ പതിയെ നോക്കി, അതെ എന്ന അർത്ഥത്തിൽ തല കുലുക്കി.

"സെർജിയസ്. അപ്പോൾ അദ്ദേഹമാണ് ആ നർത്തകരെ കൊണ്ടുവരുന്നത്. അദ്ദേഹത്തിന് നൃത്തകലയോട് എപ്പോഴും ഒരു പ്രിയമുണ്ട്."

"ഞാനോർക്കുന്നു."

ജോൺ ഡെന്മാൻ അതും പറഞ്ഞ്, ധൃതിയിൽ ആ മുറിയിൽ നിന്നും ഇറങ്ങിപ്പോയി. ക്വിൻ ഡെന്മാനെ അനുഗമിച്ചു. അന്ന ഡെന്മാൻ ടെലിഫോണിനടുത്തേക്ക് നടന്നു, എന്നിട്ട് ഒരു നമ്പറിനായി ആവശ്യപ്പെട്ടു. മറ്റു രണ്ടു പുരുഷൻമാരെപ്പോലെ മുറി വിടാനൊരുങ്ങിയ സാറ്റെർത്വെയ്റ്റിനെ, അന്ന ആംഗ്യത്താൽ തടഞ്ഞുനിർത്തി.

"ലേഡി റോഷേയുറുമായി ഒന്ന് സംസാരിക്കണമായിരുന്നു. ഓഹ്, നിങ്ങളായിരുന്നോ! അന്ന ഡെന്മാനാണ് സംസാരിക്കുന്നത്. ഓറനോഫ് രാജകുമാരൻ എത്തിച്ചേർന്നോ? എന്ത്? എന്ത്? അയ്യോ, എന്തൊരു കഷ്ടമാണിത്."

കുറച്ചു നേരംകൂടി സംസാരിച്ചതിനു ശേഷം ഫോൺ താഴെ വെച്ചു. എന്നിട്ട് അവൾ സാറ്റെർത്വെയ്റ്റിനു നേരെ തിരിഞ്ഞു.

"ഒരു അപകടം സംഭവിച്ചിരിക്കുന്നു. സെർജിയസ് ഇവാനോവിച്ച് ആയിരിക്കും വാഹനമോടിച്ചിട്ടുണ്ടാവുക. ഓഹ്, ഇത്ര വർഷമായിട്ടും അയാൾക്കൊരു മാറ്റവുമില്ല. പെൺകുട്ടിക്ക് വലിയ പരിക്കുകളൊന്നുമില്ല, എന്നാലും ക്ഷതമേറ്റിട്ടുണ്ട്, നന്നായി പേടിച്ചിട്ടുമുണ്ട്. ഇന്നു രാത്രി നൃത്തം ചെയ്യാനൊക്കുമെന്ന് തോന്നുന്നില്ല. പയ്യന്റെ കൈ ഒടിഞ്ഞിട്ടുണ്ട്. സെർജിയസ് ഇവാനോവിച്ചിന് ഒന്നും പറ്റിയിട്ടില്ല. ആ ദുഷ്ടൻ സ്വന്തം സുരക്ഷ മാത്രം നോക്കിയിട്ടുണ്ടാകും."

"അപ്പോൾ ഇന്നു രാത്രിയിലെ പരിപാടി?"

"അതു തന്നെയാണ് സുഹൃത്തേ. എന്തെങ്കിലും ചെയ്തേ പറ്റൂ."

അവൾ ചിന്തയിൽ മുഴുകി. അവൾ സാറ്റെർത്വെയ്റ്റിനെ നോക്കി.

"ഞാനൊരു മോശം ആതിഥേയയാണ്, സാറ്റെർത്വെയ്റ്റ്. നിങ്ങൾക്കു വേണ്ട സൗകര്യങ്ങൾ ഒരുക്കാൻ എനിക്ക് കഴിഞ്ഞിട്ടില്ല."

"അതിന്റെ ആവശ്യമൊന്നുമില്ല. പക്ഷേ മിസ്സിസ് ഡെന്മാൻ, ഒരു കാര്യം അറിഞ്ഞാൽ കൊള്ളാമെന്നുണ്ട്."

"ചോദിക്കൂ."

"എങ്ങനെയാണ് ക്വിനുമായി നിങ്ങൾക്ക് പരിചയം?"

"അയാൾ ഇടയ്ക്കിടെ ഇവിടെ വരാറുണ്ട്." അവൾ പതിയെ പറഞ്ഞു. "ഇവിടെ അടുത്ത് അയാൾക്ക് സ്വന്തമായി സ്ഥലമുണ്ടെന്ന് തോന്നുന്നു."

"ഉണ്ട്, ഉണ്ട്. എന്നോട് അയാൾ ഉച്ചയ്ക്ക് അക്കാര്യം പറഞ്ഞിരുന്നു." സാറ്റെർത്വെയ്റ്റ് പറഞ്ഞു.

"അയാൾ..." അവളൊരു ഇടവേളയിട്ടു. അവളുടെ കണ്ണുകൾ സാറ്റെർത്വെയ്റ്റിന്റേതുമായി ഉടക്കി. "എന്നെക്കാൾ അയാളെ

നന്നായറിയുന്നത് നിങ്ങൾക്കായിരിക്കുമെന്നാണ് ഞാൻ കരുതുന്നത്." അവൾ പറഞ്ഞു നിർത്തി.

"എനിക്കോ?"

"ഇല്ലേ?"

അദ്ദേഹം അസ്വസ്ഥനായി. അവളുടെ സാന്നിദ്ധ്യം അദ്ദേഹത്തെ ആശയക്കുഴപ്പത്തിലാക്കി. അദ്ദേഹം പറയാനുദ്ദേശിച്ചതിലും കൂടുതൽ കാര്യങ്ങൾ അദ്ദേഹത്തെക്കൊണ്ട് പറയിക്കാൻ അവൾ നിർബന്ധി ക്കുന്നതായി അദ്ദേഹത്തിനു തോന്നി; അദ്ദേഹം സമ്മതിച്ചുകൊടുക്കാൻ തയ്യാറല്ലാത്ത വിഷയങ്ങൾ പുറത്തുകൊണ്ടുവരാൻ അവൾ ആഗ്രഹി ക്കുന്നതായി.

"നിങ്ങൾക്കറിയാം!" അവൾ പറഞ്ഞു. "നിങ്ങൾക്ക് ഒരുപാട് കാര്യങ്ങളറിയാം, സാറ്റെർത്വെയ്റ്റ്."

ആ മുറിയിലെ സുഗന്ധം ഇത്തവണ അദ്ദേഹത്തെ മയക്കിയില്ല. തീരെ പരിചിതമില്ലാത്ത വിനയത്തോടെ അദ്ദേഹം തല കുലുക്കി.

"ഒരാൾക്ക് എത്ര അറിയാൻ കഴിയും?" അദ്ദേഹം ചോദിച്ചു. "വളരെ കുറച്ച്, വളരെ വളരെ കുറച്ച്."

അവൾ സമ്മതിച്ചു. ശേഷം, അദ്ദേഹത്തെ നോക്കാതെ, ചിന്തയിൽ നിന്നും ചികഞ്ഞെടുത്ത വാക്കുകളെ പതിഞ്ഞ സ്വരത്തിൽ പറഞ്ഞു തുടങ്ങി.

"ഞാൻ ഒരു കാര്യം പറയുകയാണെങ്കിൽ, നിങ്ങൾ ചിരിക്കില്ലല്ലോ, അല്ലേ ? ഇല്ല, നിങ്ങൾ ചിരിക്കുമെന്ന് തോന്നുന്നില്ല. എങ്കിൽ, ഒരാളുടെ..." അല്പം നിശബ്ദതയ്ക്ക് ശേഷം വീണ്ടും, "ഒരാളുടെ വ്യാപാരം, അല്ലെങ്കിൽ ഔദ്യോഗിക ജീവിതത്തിൽ, അല്പം കാല്പനികതയും ചേർക്കുന്നു; ഇല്ലാത്ത ഒന്ന് ഉള്ളതായി സ്വയം വിശ്വസിപ്പിക്കുന്നു; ഇല്ലാത്ത ഒരു വ്യക്തിയെ സങ്കല്പത്തിലൂടെ കൊണ്ടുവരുന്നു... ഭാവന, മനസ്സിലാകുന്നുണ്ടോ, ഒരു തരം സ്വയം വിശ്വസിപ്പിക്കൽ... അത്ര മാത്രം. പക്ഷേ, ഒരു ദിവസം..."

"ഒരു ദിവസം...?" സാറ്റെർത്വെയ്റ്റ് കണ്ണും ചെവിയും കൂർപ്പിച്ചു.

"ആ സങ്കല്പം യാഥാർത്ഥ്യമാകുന്നു! ഭാവനയിൽ സൃഷ്ടിച്ച, ഒരിക്കലും നടക്കാനിടയില്ലാത്ത, വെറും സങ്കല്പമെന്നു കരുതിയ കാര്യം, യാഥാർത്ഥ്യമായിരുന്നു! ഇത് ഭ്രാന്താണോ? പറയൂ, സാറ്റെർത്വെയ്റ്റ്. ഭ്രാന്താണോ, അതോ നിങ്ങളും അതിൽ വിശ്വസിക്കുന്നുണ്ടോ?"

"ഞാൻ..." എന്തുകൊണ്ടോ, വാക്കുകൾ പുറത്തുവന്നില്ല, അവ തൊണ്ടയിൽ കുടുങ്ങിനിന്നു.

"ഫോളി," അന്ന ഡെന്മാൻ പറഞ്ഞു. "ഫോളി."

അവൾ ആ മുറിയിൽ നിന്നും ഇറങ്ങിപ്പോയി, സാറ്റെർത്വെയ്റ്റിനെയും അദ്ദേഹത്തിന്റെ വിശ്വാസത്തിന്റെ ഏറ്റുപറച്ചിലുകളെയും ബാക്കിയാക്കി.

അദ്ദേഹം അത്താഴത്തിനായി വരുമ്പോൾ അന്നയുടെ കൂടെ ഒരു

അതിഥിയും ഉണ്ടായിരുന്നു, മധ്യവയസ്സിനോടടുക്കുന്ന, കറുത്ത്, ഉയരമുള്ള ഒരു പുരുഷൻ.

“സാറ്റെർത്വെയ്റ്റ്, ഇദ്ദേഹമാണ് ഓറനോഫ് രാജകുമാരൻ.”

അവർ പരസ്പരം അഭിവാദനം ചെയ്തു. അദ്ദേഹത്തിന്റെ വരവിനാൽ മുറിഞ്ഞുപോയ സംഭാഷണം ഇനി തുടരാൻ സാധ്യതയില്ലെന്ന് സാറ്റെർത്വെയ്റ്റ് ഊഹിച്ചു. പക്ഷേ ഒരു തരത്തിലുള്ള നീരസവും അവിടെ കണ്ടില്ല. സാറ്റെർത്വെയ്റ്റിന്റെ തത്പരവിഷയങ്ങളെക്കുറിച്ച് ആ റഷ്യക്കാരന് സ്വാഭാവികതയോടെയും അനായാസത്തോടെയും സംസാരിച്ചു തുടങ്ങി. നല്ല കലാബോധമുള്ള വ്യക്തിയായിരുന്നു, അവരുടെ പല സുഹൃത്തുക്കളെയും അവർ പരസ്പരം അറിഞ്ഞിരുന്നു എന്നവർ മനസ്സിലാക്കി. ജോൺ ഡെന്മാൻ അവർക്കൊപ്പം ചേർന്നു, പിന്നീട് സംസാരവിഷയം പ്രാദേശികതയിലേക്ക് ചുരുങ്ങി. അപകടമുണ്ടായതിൽ ഓറനോഫിന് വിഷമമുണ്ടായിരുന്നു.

“അതെന്റെ തെറ്റായിരുന്നില്ല. എനിക്ക് വേഗത്തിൽ വാഹനമോടിക്കാൻ ഇഷ്ടമാണ്, ശരി തന്നെ, പക്ഷേ ഞാൻ നല്ലൊരു ഡ്രൈവറാണ്. അപ്രതീക്ഷിതം, എല്ലാം വിധി...” അദ്ദേഹം തോൾ കുലുക്കി. “നമ്മുടെയെല്ലാം മുകളിൽ അതല്ലേ.”

“നിങ്ങളുടെ ഉള്ളിലെ റഷ്യക്കാരനാണ് അത് പറഞ്ഞത്, സെർജിയസ് ഇവാനോവിച്ച്.” അന്ന ഡെന്മാൻ പറഞ്ഞു.

“അതിന്റെ പ്രതിധ്വനി താങ്കളിലും, അന്ന മികലോവ്ന.” ഉടൻ മറുപടിയും വന്നു.

സാറ്റെർത്വെയ്റ്റ് മൂവരെയും വീക്ഷിച്ചു. ജോൺ ഡെന്മാൻ, വെളുത്ത, സംഭാഷണത്തിൽ അധികം താത്പര്യം കാണിക്കാത്ത ഒരു ഇംഗ്ലീഷുകാരൻ, പിന്നെ ബാക്കി രണ്ടു പേർ, ഇരുണ്ട നിറം, മെലിഞ്ഞ ശരീരം, വിചിത്രമായൊരു സാമ്യമുണ്ട്. അദ്ദേഹത്തിന്റെ മനസ്സിൽ എന്തോ ഒന്ന് ഉദിച്ചുവന്നു – എന്താണത്? ഹാ, കിട്ടിപ്പോയി. ‘ഡൈ വാൽക്കൂർ’ (സംഗീത നാടകം), രംഗം ഒന്ന്. സിഗ്മണ്ടും സിഗ്ലിണ്ടെയും, സാമ്യമുള്ളവർ, കൂടെ അന്യഗ്രഹ ജീവിയായ ഹണ്ടിംഗും. ഊഹാപോഹങ്ങൾ തലച്ചോറിനെ കുഴച്ചുമറിച്ചു. ഇതായിരുന്നോ ക്വിനിന്റെ സാന്നിദ്ധ്യത്തിന്റെ അർത്ഥം? ഒരു കാര്യത്തിൽ അദ്ദേഹത്തിന് ഉറപ്പുണ്ടായിരുന്നു. എപ്പോഴൊക്കെ ക്വിനിന്റെ സാന്നിദ്ധ്യമുണ്ടോ, അപ്പോഴൊക്കെ അവിടെ ഒരു നാടകീയത ഉണ്ടായിരുന്നു. ഇവിടെയും അങ്ങനൊന്നുണ്ടോ, വിരസമായ ത്രികോണ ദുരന്തം?

അദ്ദേഹത്തിന് ചെറിയൊരു നിരാശ തോന്നി. കുറച്ചു കൂടെ പ്രതീക്ഷകൾ അദ്ദേഹത്തിനുണ്ടായിരുന്നു.

“ഒരുക്കങ്ങൾ എന്തായി, അന്ന?” ഡെന്മാൻ അന്വേഷിച്ചു. “പരിപാടി മാറ്റിവെക്കേണ്ടിവരുമെന്ന് തോന്നുന്നു. നീ റോഷേയുറിന്റെ സംഘത്തെ വിളിക്കുന്നു എന്നറിഞ്ഞു.”

അവൾ ഇല്ലെന്ന് തല കുലുക്കി.

“ഇല്ല, മാറ്റിവെക്കേണ്ട ആവശ്യമൊന്നുമില്ല.”

“പക്ഷേ ബാലെറ്റില്ലാതെ കാര്യങ്ങൾ നടക്കില്ലല്ലോ?”

“ഹാർലെക്വിനും കൊളംബൈനുമില്ലാതെ നാടകം നടത്തുക അസാധ്യം തന്നെ.” അവൾ ഒരു മുഷിവോടെ അത് സമ്മതിച്ചു. “ജോൺ, ഞാൻ കൊളംബൈൻ ആയി വേഷമിടാൻ പോകുന്നു.”

“നീയോ?” ഡെന്മാന്റെ സ്വരത്തിൽ ആശ്ചര്യവും അനിഷ്ടവും ഉള്ളതായി സാറ്റെർത്വെയ്റ്റിനു തോന്നി.

അവൾ അതെ എന്ന് ആംഗ്യം കാണിച്ചു.

“പേടിക്കണ്ട, ജോൺ. ഞാൻ നിങ്ങളുടെ അഭിമാനത്തിന് ഒരു കോട്ടവും തട്ടിക്കില്ല. ഒരു കാലത്ത്, ഇതെന്റെ തൊഴിലായിരുന്നു എന്നത് മറക്കരുത്.”

സാറ്റെർത്വെയ്റ്റ് ചിന്തിച്ചു, ‘സ്വരം എന്നത് എത്ര അസാധാരണമായ ഒന്നാണ്. അത് വെളിപ്പെടുത്തുന്നതും – വെളിപ്പെടുത്താതെ അർത്ഥമാക്കുന്നതും! എനിക്കും അതിന് സാധിച്ചിരുന്നെങ്കിൽ...”

“ശരി,” ഡെന്മാൻ മനസ്സില്ലാമനസ്സോടെ സമ്മതിച്ചു. “അപ്പോൾ പാതി പ്രശ്നം തീർന്നു. ഇനി ബാക്കിയോ? ഹാർലെക്വിനിനെ വേണ്ടേ?”

“ഞാൻ കണ്ടെത്തിക്കഴിഞ്ഞു – അവിടെ!”

അവൾ തുറന്നു കിടന്ന വാതിൽക്കലേക്കു കൈ ചൂണ്ടി, അതാ വരുന്നു ക്വിൻ. അയാൾ അവൾക്കൊരു പുഞ്ചിരി സമ്മാനിച്ചു.

“ദൈവമേ, ക്വിൻ.” ഡെന്മാൻ പറഞ്ഞു. “നീയെന്താണ് പറയുന്നതെന്ന് നിനക്ക് ബോധമുണ്ടോ? എനിക്കൊരിക്കലും സങ്കല്പിക്കാൻ കഴിയുന്നില്ല.”

“സമർത്ഥനായ ഒരാളാണ് ക്വിനിനെ നിർദ്ദേശിച്ചത്.” ഡെന്മാന്റെ ഭാര്യ പറഞ്ഞു. “അതിനുള്ള ഉത്തരം സാറ്റെർത്വെയ്റ്റ് നൽകും.”

“ഹാ, അതെ – ക്വിനിനായി നിന്നത് ഞാനാണ്.”

ഡെന്മാൻ ആ വിഷയത്തിൽ നിന്നും തന്നെ മാറിനിന്നു.

“നിങ്ങൾക്കറിയാമോ, അതിനുശേഷം പ്രച്ഛന്നവേഷ നൃത്ത പരിപാടിയുണ്ട്. നല്ല ബഹളമായിരിക്കും. അതിനുമുൻപ്, നിങ്ങളൊന്ന് തയ്യാറാകേണ്ടതുണ്ട്, സാറ്റെർത്വെയ്റ്റ്.”

സാറ്റെർത്വെയ്റ്റ് നിശ്ചയദാർഢ്യത്തോടെ തലകുലുക്കി സമ്മതിച്ചു.

“ഈ വൃദ്ധനോട് ക്ഷമിക്കണം.” അദ്ദേഹത്തിന് നല്ലൊരു ആശയം മനസ്സിൽ തെളിഞ്ഞു. ഭക്ഷണപദാർത്ഥങ്ങൾ വസ്ത്രത്തിൽ പറ്റാതിരിക്കാൻ ഉപയോഗിക്കുന്ന തുണി കൈയിലെടുത്തു. “ഇതാ, ഒരുപാട് ജീവിതങ്ങൾ കണ്ട ഒരു വയസ്സനായ ഹോട്ടൽ പരിചാരകൻ.”

അദ്ദേഹം ചിരിച്ചു.

“നല്ല ജോലി.” ക്വിൻ അഭിപ്രായപ്പെട്ടു. “ഒരുപാട് അനുഭവങ്ങൾ സമ്പാദിക്കാൻ കഴിയുന്ന ഒന്ന്.”

"ഞാനൊരു വിഡ്ഢിയായ വിദൂഷകന്റെ വേഷം ധരിക്കാം." ഡെന്മാൻ മ്ലാനതയോടെ പറഞ്ഞു. "അത് നല്ലതായിരിക്കും, അതാണ്. താങ്കളോ?" ഡെന്മാൻ ഓറനോഫിനെ നോക്കി.

"എന്റെ പക്കൽ ഒരു ഹാർലെക്വിൻ വേഷമുണ്ട്." ആ റഷ്യക്കാരന്റെ കണ്ണുകൾ ഒരു നിമിഷത്തേക്ക് ആതിഥേയയുടെ മുഖത്തേക്ക് നോക്കി.

അസ്വാരസ്യങ്ങൾ ഉണ്ടാകുമെന്ന തോന്നൽ അസ്ഥാനത്തായോ എന്ന് സാറ്റെർത്വെയ്റ്റ് കരുതി.

"അപ്പോൾ നമ്മൾ മൂന്ന് പേരുണ്ടാകും." ഡെന്മാൻ ചിരിച്ചു. "കല്യാണം കഴിഞ്ഞ ആദ്യ നാളുകളിൽ ഒരു പരിപാടിക്കായോ മറ്റോ, എന്റെ ഭാര്യ എനിക്കായി തുന്നിത്തന്ന പഴയ ഒരു വിദൂഷക വേഷം എന്റെ കൈയിലുണ്ട്." ഒരു നിമിഷം സ്വന്തം ശരീരത്തേക്കു നോക്കി ഡെന്മാൻ തുടർന്നു. "അതിപ്പോൾ പാകമാകുമെന്ന് എനിക്ക് തോന്നുന്നില്ല."

"ഇല്ല." ഭാര്യ ശരിവെച്ചു. "അത് നിങ്ങൾക്കിനി പാകമാകില്ല."

പിന്നെയും അവളുടെ ശബ്ദത്തിൽ വാക്കുകൾക്കതീതമായി എന്തോ സ്ഫുരിച്ചു നിന്നു.

അവൾ ഘടികാരത്തിലേക്കൊന്ന് നോക്കി.

"മോളി സമയത്തിനെത്തിയില്ലെങ്കിൽ, നമ്മൾ അവൾക്കായി കാത്തുനിൽക്കുകയില്ല."

പക്ഷേ ഉടൻ തന്നെ അവൾ അവിടെയെത്തി. പച്ചയും വെള്ളയും നിറത്തിലുള്ള വിദൂഷകവേഷത്തിൽ, അതീവ സുന്ദരിയായിരുന്നു അവൾ എന്ന് സാറ്റെർത്വെയ്റ്റ് മനസ്സിൽ മന്ത്രിച്ചു.

വരാനിരിക്കുന്ന പരിപാടിയെക്കുറിച്ചുള്ള ഉത്സാഹത്തിലും ആവേശത്തിലുമായിരുന്നു അവൾ.

"എനിക്ക് നല്ല ഭയമുണ്ട്." അത്താഴം കഴിഞ്ഞ് കാപ്പി കുടിക്കുന്നതിനിടയിൽ അവൾ പറഞ്ഞു. "എന്റെ ശബ്ദം ഇടറും, വാക്കുകൾ മറന്നുപോകും."

"നിന്റെ ശബ്ദം നല്ല ഇമ്പമുള്ളതാണ്. അത്തരമൊരു ശബ്ദം ഉണ്ടായിരുന്നെങ്കിൽ, ഞാൻ ഒരിക്കലും ഭയപ്പെടില്ല." അന്ന പറഞ്ഞു.

"ഹാ, പക്ഷേ എനിക്ക് പേടിയുണ്ട്. വേറെ പ്രശ്നമൊന്നുമില്ല – നൃത്തത്തിന്റെ കാര്യം. അക്കാര്യത്തിൽ എനിക്ക് നല്ല വിശ്വാസമുണ്ട്. കാരണം, ഒരാൾക്കും അത്ര വലിയ പിഴവുകളൊന്നും സംഭവിക്കില്ല നൃത്തം ചെയ്യുമ്പോൾ, അല്ലേ?"

അവൾ അന്നയോട് ചോദിച്ചു, പക്ഷേ അല്പം പ്രായമുള്ള ആ സ്ത്രീ പ്രതികരിച്ചില്ല. പകരം, ഇങ്ങനെ പറഞ്ഞു :

"സാറ്റെർത്വെയ്റ്റിനായി ഒരു പാട്ട് പാടൂ. അദ്ദേഹം മനസ്സിലാക്കിത്തരും നിന്റെ കഴിവിനെക്കുറിച്ച്."

മോളി പിയാനോയ്ക്കരികിലേക്ക് ചെന്നു. പുതുമയും ഇമ്പവുമുള്ളതായ അവളുടെ ശബ്ദത്തിൽ ഒരു ഐറിഷ് നാടോടിഗാനം ഒഴുകിവന്നു.

'Shiela, dark Shiela, what is it that you're seeing?
What is it that you're seeing, that you're seeing in the fire?'
'I see a lad that loves me—and I see a lad that leaves me,
And a third lad, a Shadow Lad—and he's the lad that grieves me.'

അവൾ ഗാനം തുടർന്നു. അതിന്റെ അവസാനം, സാറ്റെർത്വൈയ്റ്റ്, അവളുടെ ശബ്ദത്തിന്റെ മാധുര്യം പൂർണ്ണമായി അംഗീകരിക്കുന്ന രീതിയിൽ യോജിപ്പ് അറിയിച്ചു.

"അന്ന ഡെന്മാൻ പറഞ്ഞതു ശരിയാണ്. നിന്റെ ശബ്ദം ഇമ്പമുള്ളതു തന്നെയാണ്. മികച്ച പരിശീലനത്തിന്റെ കുറവുണ്ടായിരിക്കാം, പക്ഷേ, അതിന്റെ രമ്യമായ നൈസർഗ്ഗികത, പിന്നെ യുവത്വത്തിന്റെ കാപട്യമില്ലായ്മയും."

"ശരിയാണ്." ജോൺ ഡെന്മാനും അത് ശരിവെച്ചു. "നിനക്കു കഴിയും മോളി, വേദിയെ ഭയന്ന് ആത്മവിശ്വാസം നഷ്ടപ്പെടുത്തരുത്. ഇപ്പോൾ റോഷേയ്മറിന്റെ അടുത്തേക്കു പോകാൻ സമയമായി."

പരിപാടിയിൽ വിവിധ വേഷങ്ങൾ പ്രത്യക്ഷപ്പെട്ടു. വർണ്ണശബളമായ ഒരു രാത്രിയായിരുന്നു അത്. എല്ലാമൊന്ന് നടന്നുകാണാൻ ഞങ്ങൾ തീരുമാനിച്ചു, വീട്ടിൽ നിന്നും റോഡിലേക്കു അധികം ദൂരമുണ്ടായിരുന്നില്ല.

സാറ്റെർത്വൈയ്റ്റ് തന്റെ സുഹൃത്തിനെ കണ്ടുമുട്ടി.

"ആ ഗാനം നിന്നെ ഓർമ്മപ്പെടുത്തി എന്നുള്ളത് വിചിത്രം തന്നെ." അദ്ദേഹം പറഞ്ഞു. "ആ മൂന്നാമന് – ആ നിഴൽ മനുഷ്യൻ – അവിടൊരു ദുരൂഹത അനുഭവപ്പെട്ടു. എവിടെയൊക്കെ ദുരൂഹത കാണുന്നുവോ, അപ്പോഴൊക്കെ എനിക്ക് നിങ്ങളെ ഓർമ്മ വരും."

"എന്നിൽ അത്രയൊക്കെ ദുരൂഹത നിറഞ്ഞിരിക്കുന്നുണ്ടോ?" ക്വിൻ മന്ദഹസിച്ചു.

സാറ്റെർത്വൈയ്റ്റ് ശക്തിയിൽ തല കുലുക്കി.

"അതെ, തീർച്ചയായും. നിങ്ങൾക്കറിയാമോ, ഇന്ന് രാത്രിവരേയ്ക്കും എനിക്കറിയില്ലായിരുന്നു, നിങ്ങളൊരു നർത്തകനാണെന്ന്."

"അതെയോ?" ക്വിൻ പറഞ്ഞു.

"ശ്രദ്ധിക്കൂ." സാറ്റെർത്വൈയ്റ്റ് പറഞ്ഞു. അദ്ദേഹം ഡൈ വാൽക്കൂറിലെ ലവ് മോട്ടിഫ് എന്ന ഭാഗം മൂളിക്കേൾപ്പിച്ചു. "ഇന്നത്തെ അത്താഴ സമയത്ത് അവർ രണ്ടുപേരെയും കണ്ടപ്പോൾ മുതൽ, ഇതാണ് എന്റെ തലയ്ക്കകത്ത് നിലയ്ക്കാതെ കേട്ടുകൊണ്ടിരുന്നത്."

"ഏത് രണ്ടുപേർ?"

"ഓറനോഫ് രാജകുമാരനും ഡെന്മാന്റെ ഭാര്യയും. ഇന്നു രാത്രിയിൽ അവളിലുണ്ടായ മാറ്റം നിങ്ങൾ ശ്രദ്ധിച്ചില്ലേ? ഒരു തരം... കതക് തുറന്നതും, ഉള്ളിലെ വെളിച്ചം ചുറ്റും പരന്നതുപോലെ."

"അതെ." ക്വിൻ പറഞ്ഞു. "ഉണ്ടായിരിക്കാം."

"പിന്നെയും നാടകം കളിക്കല്ലെ ." സാറ്റെർത്ത്വെയ്റ്റ് പറഞ്ഞു. "ഞാൻ പറഞ്ഞത് ശരിയാണോ, അല്ലയോ? അവർ തമ്മിൽ ബന്ധമുണ്ട്. അവരുടെ ലോകം ഒന്നാണ്... ചിന്തകളും, സ്വപ്നങ്ങളും ഒന്നാണ്... അത് മനസ്സിലാക്കാൻ സാധിക്കും. പത്ത് വർഷങ്ങൾക്കു മുൻപ്, ഡെന്മാൻ നല്ല സുന്ദരനായിരിക്കാം, ഊർജ്ജസ്വലവും യുവത്വവും തുളുമ്പുന്ന പ്രണയസ്വരൂപനായിരിക്കാം. മാത്രമല്ല, അദ്ദേഹം അവളുടെ ജീവിതവും രക്ഷിച്ചു. സ്വാഭാവികം. പക്ഷേ ഇപ്പോൾ – അദ്ദേഹത്തെ നോക്കു. നല്ല മനുഷ്യൻ, സമ്പത്തും സമൃദ്ധിയുമുണ്ട്, പക്ഷേ കാഴ്ചയിൽ ഒരു ശരാശരി പുരുഷൻ. മുകളിലെ നിലയിലെ ഹെപ്പിൾവൈറ്റ് വീട്ടുപകരണങ്ങൾ പോലെ, ഒരു ഇംഗ്ലീഷ് ഉരുപ്പടി. ഒരു സാധാരണ ഇംഗ്ലീഷുകാരൻ – പരിശീലനത്തിന്റെ കുറവുള്ള ശബ്ദത്തിനുടമയായ ആ ഇംഗ്ലീഷ് സുന്ദരിയെപ്പോലെ. നിങ്ങൾ മന്ദഹസിച്ചോളൂ, പക്ഷേ ഞാൻ പറഞ്ഞത് നിഷേധിക്കാൻ നിങ്ങൾക്കാവില്ല."

"ഞാൻ ഒന്നും നിഷേധിക്കുന്നില്ല. നിങ്ങളുടെ കാഴ്ചപ്പാടിൽ എല്ലാം ശരിയാണ്. എന്നാലും..."

"എന്നാലും എന്താ?"

ക്വിൻ മുന്നോട്ടാഞ്ഞു. അയാളുടെ വിഷണ്ണമായ കണ്ണുകൾ സാറ്റെർത്ത്വെയ്റ്റിന്റേതിനെ തിരഞ്ഞു.

"ജീവിതത്തെക്കുറിച്ച് ഇത്രമാത്രമേ നിങ്ങൾ പഠിച്ചിട്ടുള്ളോ?" അയാളൊന്ന് നിശ്വസിച്ചു.

അയാൾ സാറ്റെർത്ത്വെയ്റ്റിനെ ആശയക്കുഴപ്പത്തിലാക്കി സ്ഥലം വിട്ടു. കഴുത്തിലണിയാനായി ഒരു സ്കാർഫ് വാങ്ങാൻ നിന്നു വൈകിയതിനാൽ തന്നെ കൂട്ടാതെ ബാക്കിയുള്ളവർ നടത്തം തുടർന്നതായി അദ്ദേഹം കണ്ടു. അദ്ദേഹം ഉദ്യാനത്തിലൂടെ ചെന്ന് ഉച്ചയ്ക്ക് പോയ അതേ വാതിലിലൂടെ കടന്നു. ആ ഇടവഴി നിലാവെളിച്ചത്തിൽ കുളിച്ചു നിൽക്കുന്നുണ്ടായിരുന്നു. രണ്ടു പേർ പരസ്പരം ആശ്ലേഷിച്ചു നിൽക്കുന്നതായി, വാതിൽപ്പടിയിൽ നിന്നുതന്നെ അദ്ദേഹത്തിനു കാണാമായിരുന്നു.

ഒരു നിമിഷം, അദ്ദേഹം കരുതി...

പിന്നീടാണ് കണ്ടത്. *ജോൺ ഡെന്മാനും മോളി സ്റ്റാൻവെല്ലും.* ഡെന്മാന്റെ പരുഷമായ സ്വരത്തിൽ വന്ന മനോവേദന നിറഞ്ഞ വാക്കുകൾ സാറ്റെർത്ത്വെയ്റ്റിന് അരികിലെത്തി.

"നീയില്ലാതെ എനിക്ക് ജീവിക്കാനാവില്ല. നമ്മളെന്തു ചെയ്യും?"

സാറ്റെർത്ത്വെയ്റ്റ് അവിടെ നിന്നും പോകാൻ ഭാവിച്ചു, പെട്ടെന്ന് ഒരു കൈ അദ്ദേഹത്തെ തടഞ്ഞുനിർത്തി. വാതിൽക്കൽ തന്നെക്കൂടാതെ ഒരാൾ കൂടെ നിൽക്കുന്നുണ്ടായിരുന്നു, മറ്റൊരാൾ കൂടെ ആ കാഴ്ച കാണുന്നുണ്ടായിരുന്നു.

അവളുടെ മുഖം ഒറ്റനോട്ടം നോക്കിയതേയുള്ളൂ, തന്റെ നിഗമനങ്ങളെല്ലാം തെറ്റായിരുന്നു എന്ന് സ്വയം തെളിയിക്കാൻ അത് മതിയായിരുന്നു സാറ്റെർത്ത്വെയ്റ്റിന്.

പരസ്പരം പുണർന്നു നിന്നിരുന്ന രണ്ടുപേർ ഇടവഴിയിലൂടെ നടന്ന് മായുംവരെ, അവളുടെ കൈ സാറ്റെർത്വെയ്റ്റിനെ പിടിച്ചുനിർത്തി. അദ്ദേഹം നിസ്സാരമായ കാര്യങ്ങൾ പറഞ്ഞ് അവളെ സാന്ത്വനിപ്പിക്കാൻ ശ്രമിച്ചു. അവളുടെ മാനസിക സമ്മർദ്ദത്തെ ഇല്ലാതാക്കാൻ അവയൊന്നും മതിയാകില്ല എന്നദ്ദേഹം മനസ്സിലാക്കി. ഒരിക്കൽ മാത്രമേ അവൾ മിണ്ടിയുള്ളൂ.

"എന്റെ അടുത്തുനിന്ന് പോകരുത്, ദയവു ചെയ്ത്." അവൾ പറഞ്ഞു.

ആ വാക്കുകൾ അയാളെ സ്പർശിച്ചു. അദ്ദേഹത്തിന്റെ സാന്നിദ്ധ്യം ഒരാൾക്ക് ഉപകാരപ്പെട്ടിരിക്കുന്നു. ശേഷം വീണ്ടും വിഫലമായ സാന്ത്വന ശ്രമങ്ങൾ തുടർന്നു, പക്ഷേ നിശബ്ദതയെക്കാൾ എത്രയോ ഭേദമായിരുന്നു ആ വാക്കുകൾ. അവർ നേരെ റോഷേയ്മറ് സംഘത്തിനടുത്തേക്കു പോയി. ഇടയ്ക്കിടെ അവളുടെ കൈ അദ്ദേഹത്തിന്റെ തോളിൽ അമരുന്നുണ്ടായിരുന്നു, തന്റെ സാമീപ്യം അവളെ സന്തോഷിപ്പിക്കുന്നു എന്നത് മനസ്സിലാക്കിത്തന്നു. ലക്ഷ്യത്തിലെത്തുംവരെ ആ കൈ അവിടെ നിലയുറപ്പിച്ചിരുന്നു. അവൾ നിവർന്നുനിന്നു, തലയെടുപ്പോടെ.

"ഇനി," അവൾ പറഞ്ഞു. "എനിക്ക് നൃത്തം ചെയ്യാം! എന്നെക്കുറിച്ച് ആവലാതി വേണ്ട, സുഹൃത്തെ. എനിക്ക് നൃത്തം ചെയ്യാൻ കഴിയും."

അവൾ ധൃതിയിൽ നടന്നുനീങ്ങി. ലേഡി റോഷേയ്മറിന്റെ ആഭരണങ്ങളിലും, ഗാനത്തിലും സാറ്റെർത്വെയ്റ്റ് സ്വയം മുഴുകി. അവരെ കടന്ന് ക്ലൗഡ് വിക്കാമിനടുത്തേക്ക്.

"നശിപ്പിച്ചു! എല്ലാം നശിപ്പിച്ചു. എനിക്കു മാത്രം എപ്പോഴും ഇങ്ങനെ... ഈ പ്രദേശത്തെ എല്ലാവരുടെയും ധാരണ, അവർക്കൊക്കെ നൃത്തം ചെയ്യാൻ കഴിയുമെന്നാണ്. എന്നോട് ഒരിക്കൽ പോലും ആരും അഭിപ്രായം ചോദിച്ചിട്ടില്ല." അയാളുടെ ശബ്ദം തുടർന്നു, അനന്തമായി. താനറിയുന്ന, അനുകമ്പയുള്ള ഒരു ശ്രോതാവിനെ അയാൾ കണ്ടെത്തി. ആത്മാനുകമ്പ വാരിവിതറുന്ന ഒരാൾ. ആദ്യ ഗാനം തുടങ്ങുന്നതുവരെയും അത് നീണ്ടുനിന്നു.

സാറ്റെർത്വെയ്റ്റ് സ്വപ്നത്തിൽ നിന്നും ഉണർന്നു. അദ്ദേഹം ഒരിക്കൽ കൂടി വിമർശകനായി ശ്രദ്ധിക്കാൻ തുടങ്ങി. വിക്കാം എന്ന വ്യക്തി പുറത്തുപറയാൻ കൊള്ളാത്തവിധം മോശമാണ്, പക്ഷേ അവനെഴുതുന്ന പാട്ടുകൾ, അഴകുള്ള ചിലന്തിവലയോളം മൃദുവും ലോലവുമായവ, എന്നാലുമെന്ത് കാര്യം.

നല്ല കാഴ്ചയായിരുന്നു. തന്റെ ശിഷ്യഗണങ്ങളുടെ കാര്യത്തിൽ, ലേഡി റോഷേയ്മർ ഒരിക്കലും പിശുക്ക് കാണിക്കാറില്ല. അവിസ്മരണീയമായ പശ്ചാത്തലം സൃഷ്ടിക്കുന്ന വർണ്ണശബളമായ വെളിച്ചങ്ങളുടെ ഒരു പറുദീസ.

കാലത്തിനുമതീതമായി നൃത്തം ചെയ്യുന്നതായി തോന്നിച്ച രണ്ട് രൂപങ്ങൾ നൃത്തം ചെയ്യുന്നുണ്ടായിരുന്നു. മുഖംമൂടി ധരിച്ച, മന്ത്രവടിയേന്തി, ചന്ദ്രപ്രഭയിൽ നക്ഷത്രത്തിളക്കം നൽകുന്ന ലോലയായ ഒരു ഹാർലെക്വിൻ...

ഒറ്റക്കാലിൽ നിന്ന് ഭ്രമണം ചെയ്ത് ചുവടുകൾ തീർക്കുന്ന, അനശ്വര സ്വപ്നമായ ഒരു വെളുത്ത കൊളംബൈൻ...

സാറ്റെർത്വെയ്റ്റ് നിവർന്നിരുന്നു. അദ്ദേഹത്തിന് ഇതെ അനുഭവം മുൻപും ഉണ്ടായിട്ടുണ്ട്. അതെ, തീർച്ചയായും...

ലേഡി റോഷേയ്മറിന്റെ സ്വീകരണമുറിയിൽ നിന്നും ഒരുപാട് ദൂരെയാണിപ്പോൾ അദ്ദേഹത്തിന്റെ ശരീരം. അതിപ്പോൾ ബെർലിൻ മ്യൂസിയത്തിലെ അനശ്വരയായ കൊളംബൈന്റെ ചെറു പ്രതിമയിലാണ്.

ഹാർലെക്വിനും കൊളംബൈനും നൃത്തം വെച്ചു. വിശാലമായ ഈ ലോകം അവർക്കു നൃത്തം ചെയ്യാനുള്ളതായിരുന്നു...

നിലാവെളിച്ചവും—ഒരു മനുഷ്യരൂപവും. തിങ്കളിനോട് പാട്ടിലൂടെ സല്ലപിച്ചുകൊണ്ട്, മരങ്ങൾക്കിടയിലൂടെ അലയുന്ന വിദൂഷകൻ. അയാൾ കൊളംബൈനെ കാണുന്നു, മറ്റൊന്നുമറിയില്ല. അനശ്വരരായ രണ്ടുപേർ അപ്രത്യക്ഷമാകുന്നു, പക്ഷേ കൊളംബൈൻ തിരിഞ്ഞു നോക്കി. മനുഷ്യ മനസ്സിൽ നിന്നുമുള്ള ഗാനം അവൾ കേൾക്കാനിടയായി.

മരങ്ങൾക്കിടയിലൂടെ അലയുന്ന വിദൂഷകന്... അന്ധകാരം... അയാളുടെ സ്വരം ദൂരെയെവിടെയോ അലിഞ്ഞില്ലാതായി...

ഗ്രാമത്തിന്റെ ഹരിതാഭ—ഗ്രാമീണ സുന്ദരികളുടെ നൃത്തം—വിദൂഷകരും അവരുടെ ജോഡികളും. മോളി ആയിരുന്നു വിദൂഷക. നർത്തകി അല്ലായിരുന്നു അവൾ, പക്ഷേ പുതുമയുള്ള ശബ്ദത്തിൽ ഈണത്തോടെ അവൾ പാടുന്ന 'പിയറെറ്റ് ഡാൻസിംഗ് ഓൺ ദി ഗ്രീൻ' എന്ന ഗാനം. അന്ന ഡെന്മാനും അവിടെയുണ്ടായിരുന്നു.

നല്ല ഗാനം, സാറ്റെർത്വെയ്റ്റ് തന്റെ ഇഷ്ടം വെളിപ്പെടുത്തി. നല്ലൊരു സംഗീതം രചിക്കുക വിക്കാമിന് അത്യാവശ്യമായിരുന്നു, പക്ഷേ അവനതിന് കഴിഞ്ഞില്ല. ഗ്രാമത്തിലെ പെൺകുട്ടികൾ അവനെ ഞെട്ടിച്ചുകളഞ്ഞു. പക്ഷേ അവന് മനസ്സിലാക്കാൻ സാധിച്ചത്, ലേഡി റോഷേയ്മറിന്റെ അശക്തമായ പരസ്പര സ്നേഹമാണ്.

അവർ വിദൂഷകനെ നൃത്തം ചെയ്യാൻ നിർബന്ധിച്ചു. അവനത് നിരസിച്ചു. ശ്വേതവദനനായ ആ അനശ്വര കാമുകൻ, തന്റെ കാല്പനികതയെ തേടുകയാണ്. സായാഹ്നം വന്നെത്തി. അദൃശ്യരായ ഹാർലെക്വിനും കൊളംബൈനും, ആനന്ദലഹരിയിൽ മുഴുകിയ ആ പുരുഷാരത്തിനകത്തും പുറത്തുമായി നൃത്തം വെക്കുന്നു. വിജനമായ സ്ഥലത്ത്, വിദൂഷകൻ, തളർന്ന്, തൃണനിബിഡമായ തീരത്ത് വീണുറങ്ങി. ഹാർലെക്വിനും കൊളംബൈനും അവനു ചുറ്റും ചുവടുകൾ വെച്ചു. അവൻ ഉണർന്നു, കൊളംബൈനെ കണ്ടു. അവന്റെ പ്രണയാഭ്യർത്ഥന വിഫലമായി, അപേക്ഷിച്ചു, യാചിച്ചു...

അവൾ അനിശ്ചിതാവസ്ഥയിലായി. ഹാർലെക്വിൻ അവളോട് ദൂരെ മാറിനിൽക്കാൻ ആംഗ്യം കാണിച്ചു. പക്ഷേ അവൾക്കവനെ കാണാൻ കഴിഞ്ഞില്ല. അവൾ വിദൂഷകന്റെ പാട്ടിന് കാതോർത്തു; പ്രണയം തുളുമ്പുന്ന

മധുരഗീതത്തിനായി, ഒരിക്കൽക്കൂടി. അവൾ അവന്റെ കൈകളിലേക്കു വീണു, ശേഷം തിരശ്ശീല വീണു.

രണ്ടാമത്തെ രംഗം വിദൂഷകന്റെ കുടിലാണ്. ചെകുത്താനും കടലിനുമിടയിലായിരുന്നു കൊളംബൈന്റെ അവസ്ഥ. അവൾ തളർന്നിരുന്നു, വിളറി വെളുത്തു. അവൾ കാതോർക്കുകയാണ്, എന്തിനായി? വിദൂഷകൻ അവൾക്കായി പാടുന്നു – ഒരിക്കൽക്കൂടി അവളിലേക്കു അവന്റെ ഓർമ്മകൾ പ്രേമാഭ്യർത്ഥനയായി അവതരിപ്പിക്കുന്നു. സായാഹ്നം ഇരുട്ടിനു വഴിമാറിത്തുടങ്ങി. ഇടിമുഴക്കങ്ങൾ കേട്ടുതുടങ്ങി... കൊളംബൈൻ തന്റെ ചർക്ക താഴെവെച്ചു. ആകാംക്ഷയും സംഭ്രമവും ഒരുപോലെ അവളിൽ നിറഞ്ഞു... അവൾ കേൾക്കുന്നത് വിദൂഷകനെയായിരുന്നില്ല. അവളുടെ തന്നെ സംഗീതമായിരുന്നു കാറ്റിൽ ഒഴുകിയിരുന്നത്, ഹാർലെക്വിന്റെയും കൊളംബൈന്റെയും സംഗീതം... അവളുണർന്നു. അവൾക്ക് ഓർമ്മ വന്നു.

വലിയൊരു ഇടിമുഴക്കം! വാതിൽപ്പടിയിൽ ഹാർലെക്വിൻ നിൽക്കുന്നു. വിദൂഷകന് അവനെ കാണാൻ കഴിഞ്ഞില്ല, പക്ഷേ കൊളംബൈൻ സന്തോഷം കൊണ്ട് തുള്ളിയെണീറ്റു. കുട്ടികൾ ഓടി വരുന്നുണ്ട്, പക്ഷേ അവൾ അവരെയെല്ലാം തള്ളിമാറ്റുന്നു. മറ്റൊരു വലിയ ഇടിയിൽ മതിലുകൾ വീഴുന്നു, കൊളംബൈൻ ഹാർലെക്വിനൊപ്പം നൃത്തംവെച്ച് ഇരുട്ടിലേക്കു മറയുന്നു.

കൂരിരുട്ട്, അതിനെ വകഞ്ഞുമാറ്റി വിദൂഷക പാടുന്ന സംഗീതം. പതിയെ വെളിച്ചം തെളിഞ്ഞുവരുന്നു. വീണ്ടും ആ കുടിൽ. വാർദ്ധക്യത്തിലേക്കു കടന്ന വിദൂഷകനും വിദൂഷകയും കസേരയിലിരുന്ന് തീ കായുകയാണ്. ശുഭോദർക്കമായ ഈണം ശബ്ദം കുറഞ്ഞ് ഇല്ലാതാകുന്നു. വിദൂഷക തന്റെ കസേരയിൽ ഇരുന്ന് ആടുന്നു. ജനാലയിലൂടെ നിലാവിന്റെ നേർത്ത കിരണത്തോടൊപ്പം തന്നെ, പണ്ടെങ്ങോ മറന്നുപോയ വിദൂഷകന്റെ പ്രിയ ഗാനവും വെളിച്ചം പകരുന്നു. അവന്റെ ആട്ടക്കസേരയ്ക്ക് അനക്കം വെച്ചു.

മൃദുല സംഗീതം—മനോഹര സംഗീതം... പുറത്ത് ഹാർലെക്വിനും കൊളംബൈനും. വാതിൽ തുറക്കപ്പെടുന്നു, അതിലൂടെ കൊളംബൈൻ അകത്തേക്ക് ചുവടുകൾ വെച്ചു കയറി. അവൾ ഉറക്കത്തിലായിരുന്ന വിദൂഷകന്റെ അരികിൽ ചെന്ന്, അവന്റെ അധരങ്ങളിൽ ചുംബിക്കുന്നു...

പൊടുന്നനെ, മറ്റൊരു ഇടിനാദം! അവൾ വീണ്ടും പുറത്തുകടന്നു. വേദിക്കു നടുവിലായുള്ള ജനാലയിലൂടെ, ഹാർലെക്വിന്റെയും കൊളംബൈന്റെയും രൂപങ്ങൾ നൃത്തച്ചുവടുകളുമായി പതിയെ അകന്നകന്ന് മായുന്നതായി കാണാം...

ഒരു മരക്കൊമ്പ് ഒടിഞ്ഞുവീണു. വിദൂഷകൻ ദേഷ്യത്താൽ എണീറ്റ്, ജനാലയ്ക്കരികിൽ ചെന്ന് അതിന്റെ കർട്ടൻ താഴ്ത്തി. അങ്ങനെ അതവസാനിച്ചു, വിപരീതമായ പര്യവസാനം...

കൈയടികൾക്കും ബഹളങ്ങൾക്കുമിടയിൽ സാറ്റെർത്ത്വെയ്റ്റ്

നിശ്ചലനായി ഇരുന്നു. അവസാനം, എഴുന്നേറ്റ് പുറത്തിറങ്ങി. അനുമോദനങ്ങളാൽ ആവേശം കൊണ്ടുനിൽക്കുന്ന മോളി സ്റ്റാൻവെല്ലിനടുത്തേക്കാണ് അദ്ദേഹം ചെന്നത്. ആ ജനക്കൂട്ടത്തിനിടയിലൂടെ തിക്കിത്തള്ളി നീങ്ങുന്ന ജോൺ ഡെന്മാനെ കണ്ടു, അയാളുടെ കണ്ണുകളിൽ പുതിയൊരു തിളക്കം കണ്ടു. മോളി അയാൾക്കരികിലേക്കു നടന്നു, പക്ഷേ, അറിഞ്ഞോ അറിയാതെയോ, അയാൾ അവളെ ശ്രദ്ധിച്ചില്ല. അയാൾ തേടുന്നത് അവളെയായിരുന്നില്ല.

"എന്റെ ഭാര്യ? അവളെവിടെ?"

"അവർ ഉദ്യാനത്തിലുണ്ടെന്ന് തോന്നുന്നു."

സൈപ്രസ് വൃക്ഷത്തിനു കീഴിലെ കല്ലിൽ ഇരിക്കുന്ന അവളെ സാറ്റെർത്വെയ്റ്റാണ് കണ്ടെത്തിയത്. അവളുടെ അരികിൽ ചെന്ന അദ്ദേഹം ചെയ്തത് വിചിത്രമായിരുന്നു. അവൾക്കരികിൽ മുട്ടുകുത്തിയിരുന്ന്, അവളുടെ കൈയിൽ ചുംബിച്ചു.

"ആഹാ!" അവൾ അതിശയിച്ചു. "ഞാൻ നന്നായി നൃത്തം ചെയ്തോ?"

"നിങ്ങൾ എന്നത്തേയും പോലെ നൃത്തം ചെയ്തു, ബഹുമാന്യയായ ഖാർസനോവ."

അവൾ ദീർഘമായി നിശ്വസിച്ചു.

"അപ്പോൾ—നിങ്ങൾ ഊഹിച്ചിരിക്കുന്നു."

"ലോകത്ത് ഒരേയൊരു ഖാർസനോവ മാത്രമേയുള്ളൂ. നിങ്ങളുടെ നൃത്തം കണ്ടവർക്കാർക്കും മറക്കാൻ കഴിയുകയില്ല. പക്ഷേ എന്തിനായിരുന്നു – എന്തിനായിരുന്നു?"

"മറ്റെന്താണ് ചെയ്യാൻ കഴിയുക?"

"എന്നുവെച്ചാൽ?"

അവളുടെ വാക്കുകൾ ലളിതമായിരുന്നു. അതുപോലെതന്നെയായിരുന്നു അവളും. "ഓഹ്! നിങ്ങൾക്ക് മനസ്സിലാകും. നിങ്ങളും ഈ ലോകത്തല്ലേ. ശ്രേഷ്ഠയായ ഒരു നർത്തകി—അവൾക്ക് കാമുകന്മാർ ഉണ്ടായിരിക്കാം, ശരിയാണ്—പക്ഷേ ഒരു ഭർത്താവ്, അത് വേറെയാണ്. അയാൾക്ക് – അയാൾക്ക് വേണ്ടത് നർത്തകിയെ അല്ല. അയാൾ ആഗ്രഹിച്ചിരുന്ന സ്ത്രീയായി മാറാൻ ഒരിക്കലും ഖാർസനോവയ്ക്ക് കഴിയില്ലായിരുന്നു."

"എനിക്ക് മനസ്സിലായി." സാറ്റെർത്വെയ്റ്റ് പറഞ്ഞു. "എനിക്ക് മനസ്സിലായി. അതുകൊണ്ട് നിങ്ങൾ ആ പഴയ നിങ്ങളെ ഉപേക്ഷിച്ചു?"

അവൾ തല കുലുക്കി സമ്മതിച്ചു.

"നിങ്ങൾ അയാളെ അത്രയ്ക്ക് സ്നേഹിക്കുന്നുണ്ടാവുമായിരിക്കും." സാറ്റെർത്വെയ്റ്റ് സൗമ്യമായി പറഞ്ഞു.

"ഇത്രയും വലിയ ത്യാഗം നടത്തിയതുകൊണ്ടാണോ?" അവൾ ചിരിച്ചു.

"അത് മാത്രമല്ല. ആ ത്യാഗത്തെ നിങ്ങൾ മഹത്വവത്കരിച്ചതുമില്ല."

"ഓ, അതെ—ഒരു പക്ഷേ, നിങ്ങൾ പറഞ്ഞത് ശരിയാണ്."

"എന്നിട്ട് ഇപ്പോൾ?" സാറ്റെർത്വെയ്റ്റ് ചോദിച്ചു.

അവളുടെ മുഖത്ത് ഗൗരവഭാവം തെളിഞ്ഞു.

"ഇപ്പോൾ?" അവളൊന്ന് നിർത്തി, എന്നിട്ട് ഇരുട്ടിലേക്ക നോക്കി ശബ്ദമുയർത്തി ചോദിച്ചു.

"സെർജിയസ് ഇവാനോവിച്ച്, അത് നിങ്ങളാണോ?"

ഓറനോഫ് രാജകുമാരൻ വെളിച്ചത്തേക്ക വന്നുനിന്നു. അദ്ദേഹം അവളുടെ കൈയിൽ പിടിച്ചു, എന്നിട്ട് സാറ്റെർത്വെയ്റ്റിനെ നോക്കി സ്വയം മറന്ന് മന്ദഹസിച്ചു.

"പത്ത് വർഷങ്ങൾക്ക മുൻപ്, അന്ന ഖാർസനോവയുടെ മരണം എന്നെ വല്ലാതെ വേദനിപ്പിച്ചു." അദ്ദേഹം സ്വാഭാവികമായി പറഞ്ഞു. "അവളെന്റെ ആത്മാവായിരുന്നു. ഇന്ന്, ഞാനവളെ വീണ്ടും കണ്ടെത്തിയിരിക്കുന്നു. നമ്മളിനി ഒരിക്കലും പിരിയുകയില്ല."

"പത്ത് മിനിറ്റിനകം ഇടവഴിയുടെ മറ്റേ അറ്റത്ത് ഞാനുണ്ടാകും. താങ്കളുടെ പ്രതീക്ഷ അസ്ഥാനത്താവില്ല." അന്ന പറഞ്ഞു.

ഓറനോഫ് അതിനു സമ്മതിച്ചു അവിടെ നിന്നും പോയി. ആ കലാകാരി സാറ്റെർത്വെയ്റ്റിനു നേർക്ക തിരിഞ്ഞു. അവളുടെ ചുണ്ടുകളിൽ പുഞ്ചിരി വിടർന്നു.

"സുഹൃത്തേ നിങ്ങൾക്ക് തൃപ്തിയായില്ലേ?"

"നിങ്ങൾക്കറിയാമോ," സാറ്റെർത്വെയ്റ്റ് തുടർന്നു, "നിങ്ങളുടെ ഭർത്താവ് നിങ്ങളെ തിരയുകയാണ്."

അവളുടെ മുഖത്തുണ്ടായ നടുക്കം അദ്ദേഹം ശ്രദ്ധിച്ചു, പക്ഷേ അവളുടെ ശബ്ദം ഇടറിയില്ല.

"അറിയാം." അവൾ ഗൗരവം വെടിഞ്ഞില്ല. "തിരയുന്നുണ്ടാകും."

"ഞാൻ അയാളുടെ കണ്ണുകൾ ശ്രദ്ധിച്ചു. അതിൽ..." അദ്ദേഹം പെട്ടെന്ന് നിർത്തി.

അവളപ്പോഴും മൗനയായി നിന്നു.

"അതെ, ശരിയായിരിക്കാം. ഒരു മണിക്കൂറിന്റെ ആയുസ്സ്. സംഗീതവും നിലാവും നൽകിയ കഴിഞ്ഞകാല ഓർമ്മകളുടെ ഫലം, ഒരു മണിക്കൂറിന്റെ ഇന്ദ്രജാലം – അത്രമാത്രം."

"എങ്കിൽ എനിക്ക് മറ്റൊന്നും പറയാനില്ല." അദ്ദേഹത്തിന്റെ ഉത്സാഹമണഞ്ഞുപോയിരുന്നു.

"കഴിഞ്ഞ പത്തു വർഷം, ഞാൻ സ്നേഹിച്ച ആളിന്റെ കൂടെ ഞാൻ ജീവിച്ചു." അന്ന ഖാർസനോവ പറഞ്ഞു. "ഇനി ഞാൻ പോകാനൊരുങ്ങുന്നത്, കഴിഞ്ഞ പത്ത് വർഷം എന്നെ സ്നേഹിച്ച മനുഷ്യന്റെ അടുക്കലേക്കാണ്."

സാറ്റെർത്വെയ്റ്റ് മൗനം പൂണ്ടു. അദ്ദേഹത്തിന്റെ പക്കൽ വാദങ്ങളൊന്നും ബാക്കിയുണ്ടായിരുന്നില്ല. തന്നെയുമല്ല, അത് ശരിക്കും

നല്ലൊരു ലളിതമായ പോംവഴിയായാണ് തോന്നിയത്. എന്നിരുന്നാലും, അദ്ദേഹം ആഗ്രഹിക്കാത്ത ഒരു പരിഹാരവും അതായിരുന്നു. അവളുടെ കൈ തന്റെ തോളിൽ സ്പർശിച്ചത് അദ്ദേഹമറിഞ്ഞു.

"എനിക്കറിയാം, സുഹൃത്തെ , എനിക്കറിയാം. പക്ഷേ മൂന്നാമതൊരു വഴിയില്ല. എല്ലായ്പ്പോഴും ഒരാൾ തേടുന്നത് ഒന്നു മാത്രമാണ്– പ്രണയിതാവിനെ, അനശ്വര പ്രണയിതാവിനെ... ഹാർലെക്വിന്റെ സംഗീമാണത്. ഒരു പ്രണയിതാവിനും ഒരാൾക്കും സംതൃപ്തി നൽകാനാവില്ല, കാരണം എല്ലാവരും നശ്വരരാണ്. ഹാർലെക്വിൻ എന്നത് കെട്ടുകഥയും, ഒരു അദൃശ്യ സാന്നിദ്ധ്യം... അല്ലെങ്കിൽ..."

"അല്ലെങ്കിൽ?" സാറ്റെർത്വെയ്റ്റ് ചോദിച്ചു. "അല്ലെങ്കിൽ?"

"അല്ലെങ്കിൽ, അവന്റെ പേർ മരണം എന്നായിരിക്കണം!"

സാറ്റെർത്വെയ്റ്റ് തരിച്ചുനിന്നു. അവൾ അദ്ദേഹത്തിനരികിൽ നിന്നും ഇരുട്ടിലേക്കു പോയ്മറഞ്ഞു...

എത്ര നേരം അവിടെത്തന്നെയിരുന്നുവെന്ന് അദ്ദേഹത്തിനറിയില്ല, പക്ഷേ പെട്ടെന്നാണ് തന്റെ അമൂല്യമായ സമയം നഷ്ടപ്പെടുത്തുകയാണെന്ന ബോധ്യം വന്നത്. തന്റെ ചിന്തകൾക്കു വിപരീതമായി അദ്ദേഹം മറുദിശയിലേക്കു ധൃതിയിൽ നടന്നു.

ഇടവഴിയിലേക്കു കടന്നതും, അയാഥാർത്ഥ്യമായൊരു വിചിത്രാനുഭവം അദ്ദേഹത്തിനുണ്ടായി. ഇന്ദ്രജാലം—ഇന്ദ്രജാലവും, ചന്ദ്രപ്രഭയും! ശേഷം രണ്ട് രൂപങ്ങൾ തന്നിലേക്കടുത്തു...

ഹാർലെക്വിൻ വേഷത്തിൽ ഓറനോഫ്. അങ്ങനെയാണ് അദ്ദേഹം ആദ്യം കരുതിയത്. പിന്നീട്, അവർ കടന്നുപോയ ശേഷമാണ്, അബദ്ധം മനസ്സിലായത്. മെയ്വഴക്കമുള്ള ആ ശരീരം ഒരാൾക്കു മാത്രമേയുള്ളൂ— ക്വിൻ...

അവർ ഇടവഴിയിലൂടെ സഞ്ചരിച്ചു—അവരുടെ പാദങ്ങളുടെ മൃദുലമായ നീക്കങ്ങൾ, അവർ വായുവിൽ പാറിനടക്കുന്നതായി തോന്നിപ്പിച്ചു. ക്വിൻ തല തിരിച്ച് പിന്നിലേക്കു നോക്കി, സാറ്റെർത്വെയ്റ്റിന് പെട്ടെന്നൊരു ഞെട്ടൽ അനുഭവപ്പെട്ടു. താനിതുവരെ കണ്ടിട്ടില്ലാത്ത ക്വിനിന്റെ മുഖമായിരുന്നു അത്. ഒരു അപരിചിത മുഖം—അല്ല, അപരിചിതമെന്ന് വിശേഷിപ്പിക്കാനാവില്ല. ആഹ്! ഓർമ്മ വന്നു, അത് ജോൺ ഡെന്മാന്റെ മുഖമായിരുന്നു, പ്രായാധിക്യം അപഹരിക്കുന്നതിനു മുൻപ് കാണപ്പെട്ടിരുന്ന മുഖമായിരിക്കാം. ഉത്സാഹവും, സാഹസികതയും നിറഞ്ഞ, ഒരിക്കൽ യുവാവും പ്രണയിതാവുമായിരുന്ന മുഖം...

അവളുടെ സന്തോഷം നിറഞ്ഞ സ്പഷ്ടമായ ചിരി അദ്ദേഹത്തിനരികിലേക്ക് ഒഴുകിയെത്തി... അദ്ദേഹത്തിന്റെ ദൃഷ്ടി അവരെയും കടന്ന്, ദൂരെ ഒരു ചെറു കുടിലിന്റെ വെളിച്ചത്തിൽ പതിച്ചു. അദ്ദേഹത്തിന്റെ കണ്ണുകൾ അവർക്കു പിന്നിൽ ഒരു സ്വപ്നസഞ്ചാരിയെപ്പോലെ അലഞ്ഞു.

ആ സ്വപ്നയാത്രയിൽ നിന്നും തന്നെ നിഷ്കരുണം ഉണർത്തിയത്,

തന്റെ തോളിൽ പതിച്ച കൈയാണ്. ഞെട്ടിത്തിരിഞ്ഞു നോക്കുമ്പോൾ, സെർജിയസ് ഓാറനോഫ്. അയാൾ സംഭ്രമിച്ച വിളറിവെളുത്തു നിൽക്കുകയായിരുന്നു.

“അവളെവിടെ? അവളെവിടെ? വാക്കു തന്നതായിരുന്നു അവൾ– എന്നിട്ടും വന്നില്ല.”

“അവർ ഇപ്പോൾ ഈ വഴിയിലൂടെ കടന്നുപോയതേയുള്ളൂ–തനിയെ.”

അത് അവർക്കു പിന്നിലെ വാതിലിന് മറവിൽ നിന്നിരുന്ന, അന്ന ഡെന്മാന്റെ ജോലിക്കാരിയുടെ ശബ്ദമായിരുന്നു. അവൾ തന്റെ യജമാനത്തിയുടെ ആവരണങ്ങളുമായി കാത്തുനിൽക്കുകയായിരുന്നു.

“ഞാനിവിടെ നിൽക്കുകയായിരുന്നു, അപ്പോഴാണ് അവർ കടന്നുപോയത് കണ്ടത്.” അവൾ കൂട്ടിച്ചേർത്തു.

സാറ്റെർത്വെയ്റ്റ് അവൾക്കു നേരെ ദേഷ്യപ്പെട്ടു.

“തനിയെ? തനിയെ പോയെന്നാണോ നീ പറഞ്ഞത്?”

വേലക്കാരിയുടെ കണ്ണുകൾ ആശ്ചര്യത്താൽ തിളങ്ങി.

“അതെ, സർ. അവർ പോകുന്നത് താങ്കൾ കണ്ടില്ലേ?”

സാറ്റെർത്വെയ്റ്റ് ഓാറനോഫിന്റെ കൈയിൽ മുറുകെപ്പിടിച്ചു.

“വേഗം,” അദ്ദേഹം പറഞ്ഞു. “എനിക്ക് – എനിക്ക് പേടിയാകുന്നു.”

അവർ ഇടവഴിയിലൂടെ പാഞ്ഞു, ആ റഷ്യക്കാരനിൽ നിന്നും പരസ്പരബന്ധമില്ലാത്ത സംഭാഷണങ്ങൾ പുറത്തുവരുന്നുണ്ടായിരുന്നു.

“അവൾ വളരെ മികച്ചൊരു സ്ത്രീയാണ്. ഓഹ്! അവളുടെ ഇന്നത്തെ നൃത്തം. പിന്നെ നിങ്ങളുടെ സുഹൃത്തിന്റെയും. ആരായിരുന്നു അത്? ഹ്മ്! പക്ഷേ അയാൾ കൊള്ളാമായിരുന്നു–നന്നായി അവതരിപ്പിച്ചു. പണ്ട്, റിംസ്കി കോർസകോഫിന്റെ കൊളംബൈനായി അവൾ നൃത്തം ചെയ്തിരുന്ന സമയത്ത്, അവൾക്ക് കൂട്ടായി മികച്ച ഒരു ഹാർലെക്വിൻ കണ്ടെത്താൻ അവൾക്ക് കഴിഞ്ഞിരുന്നില്ല. അവൾക്ക് അവളുടേതായ ഒരു സങ്കല്പമുണ്ടായിരുന്നു. ഒരിക്കൽ എന്നോടത് പങ്കുവെച്ചിട്ടുണ്ട്. അവളെപ്പോഴും നൃത്തം ചെയ്തിരുന്നത് സ്വപ്നത്തിലെ ഹാർലെക്വിനൊപ്പമായിരുന്നു– അവളുടെ സങ്കല്പത്തിലെ ജോഡിയുമായി. അവളുടെ കൂടെ നൃത്തം ചെയ്തിരുന്നത്, അത് ശരിക്കും ഹാർലെക്വിൻ തന്നെയായിരുന്നു എന്നവൾ പറയുമായിരുന്നു. ആ ഒരു ഭാവനയാണ് അവളുടെ കൊളംബൈൻ വേഷത്തെ അത്രയും മനോഹരമാക്കുന്നത്.”

സാറ്റെർത്വെയ്റ്റ് അത് ശരിവെച്ചു. അദ്ദേഹത്തിന്റെ മനസ്സിൽ ഒന്നു മാത്രമേ ഉണ്ടായിരുന്നുള്ളൂ.

“വേഗം.” അദ്ദേഹം പറഞ്ഞു. “നമ്മൾ സമയത്തിന് എത്തണം. ഓഹ്! വൈകരുത്.”

അവർ അവസാന വളവിലെത്തി–ആ ആഴമുള്ള ഗർത്തത്തിനടുത്ത്. അതിനുമുൻപ് അവിടെ ഇല്ലാതിരുന്ന എന്തോ ഒന്ന് അവിടെ

കിടക്കുന്നുണ്ടായിരുന്നു. ഒരു സ്ത്രീയുടെ കിടക്കുന്ന മനോഹരദൃശ്യം. കൈകൾ വിരിച്ച്, തല ചായ്ച്ച്. നിലാവിന്റെ വെള്ളിവെളിച്ചത്തിൽ, ചലനമറ്റ ആ മുഖവും ശരീരവും അഴകോടെ തിളങ്ങിനിന്നു.

സാറ്റെർത്വെയ്റ്റിന്റെ തലയ്ക്കുള്ളിൽ എവിടെയോ ക്വിനിന്റെ വാക്കുകൾ പതിയെ മുഴങ്ങിക്കേട്ടു : *'കുപ്പക്കുനയിലും മാണിക്യങ്ങൾ ഉണ്ടാകാറുണ്ട്.'* ആ വാക്കുകളുടെ അർത്ഥം അദ്ദേഹത്തിന് ഇപ്പോൾ മനസ്സിലായിരിക്കുന്നു.

ഓറനോഫ് എന്തൊക്കെയോ പിറുപിറുക്കുന്നുണ്ട്, കണ്ണുനീർ നിറഞ്ഞൊഴുകുന്നു.

"ഞാനവളെ പ്രണയിച്ചിരുന്നു. എനിക്കെന്നും അവളോട് പ്രണയമായിരുന്നു." സാറ്റെർത്വെയ്റ്റിനോട് നേരത്തെ പറഞ്ഞ വാക്കുകൾ അയാൾ അതേപടി ആവർത്തിച്ചു. "ഞങ്ങളുടെ ലോകം ഒന്നായിരുന്നു, എന്റെയും അവളുടെയും. ഒരേ ചിന്തകൾ, ഒരേ സ്വപ്നങ്ങൾ. ഞാനെന്നും അവളെ പ്രണയിക്കുമായിരുന്നു..."

"നിങ്ങൾക്ക് ഉറപ്പുണ്ടോ?"

ആ റഷ്യക്കാരൻ അദ്ദേഹത്തെ തുറിച്ചുനോക്കി—അദ്ദേഹത്തിന്റെ കോപം നിറഞ്ഞ പരുഷമായ ചോദ്യത്തെ.

"നിങ്ങൾക്ക് ഉറപ്പുണ്ടോ?" സാറ്റെർത്വെയ്റ്റ് തുടർന്നു. "ഇങ്ങനെതന്നെയാണ് എല്ലാ പ്രണയിതാക്കളും ചിന്തിക്കുന്നത്—എല്ലാ പ്രണയിതാക്കളും പറയുന്നതും... എനിക്ക് പ്രണയം ഒന്നേയുള്ളൂ—"

അദ്ദേഹം തിരിഞ്ഞ് ക്വിനിനടുത്തേക്ക് പാഞ്ഞടുത്തു. അതീവ ക്ഷോഭത്തോടെ അയാളുടെ കൈയിൽ പിടിച്ച് വലിച്ചു മാറ്റിനിർത്തി.

"നിങ്ങളായിരുന്നു." അദ്ദേഹം പറഞ്ഞു. "നിങ്ങളായിരുന്നു ഇപ്പോൾ അവളുടെ കൂടെയുണ്ടായിരുന്നത്?"

ക്വിൻ ഒരു മാത്ര ചിന്തിച്ചു, എന്നിട്ട് സൗമ്യനായി പറഞ്ഞു :

"നിങ്ങൾക്കങ്ങനെ പറയാനാണ് ഇഷ്ടമെങ്കിൽ, പറഞ്ഞോളൂ."

"ആ വേലക്കാരി നിങ്ങളെ കണ്ടില്ലെന്നാണോ?"

"വേലക്കാരി എന്നെ കണ്ടില്ല."

"പക്ഷേ ഞാൻ കണ്ടു. അപ്പോൾ അതോ?"

"ചിലപ്പോൾ, നിങ്ങൾ വീട്ടുന്ന കണക്കുകൾ പ്രകാരം, നിങ്ങൾക്കു മുന്നിൽ കാഴ്ചകൾ തെളിയുന്നുണ്ടാകുമായിരിക്കാം—മറ്റുള്ളവർക്ക് കാണാൻ കഴിയാത്തവ."

ഒന്നും മനസ്സിലാകാതെ സാറ്റെർത്വെയ്റ്റ് ക്വിനിനെ നോക്കിനിന്നു. ഒന്നു-രണ്ട് മിനിറ്റുകൾക്കു ശേഷം, പെട്ടെന്ന് ആസ്പെൻ ഇലകളെപ്പോലെ അടിമുടി വിറയ്ക്കാൻ തുടങ്ങി.

"ഏതാണീ സ്ഥലം?" അദ്ദേഹം സ്വകാര്യമെന്നോണം ചോദിച്ചു. "ഏതാണീ സ്ഥലം?"

"ഞാൻ നേരത്തെ പറഞ്ഞിരുന്നില്ലേ, ഇത് എന്റെ ഇടവഴിയാണ്."

"പ്രണയിതാക്കളുടെ ഇടവഴി." സാറ്റെർത്വെയ്റ്റ് മന്ത്രിച്ചു. "അതിലൂടെ ആളുകൾ കടന്നുപോകും."

"പലരും, ഇന്നല്ലെങ്കിൽ നാളെ."

"എന്നിട്ട്, അതിന്റെ അവസാനം—അവരെന്താണ് കണ്ടെത്താൻ പോകുന്നത്?"

ക്വിൻ മന്ദഹസിച്ചു. അയാളുടെ സ്വരം വീണ്ടും സൗമ്യമായി. അവർക്കു മുകളിലെ ജീർണ്ണിച്ച വീട് ചൂണ്ടിക്കാണിച്ചു.

"അവരുടെ സ്വപ്നഗൃഹം—അല്ലെങ്കിൽ കുപ്പക്കുന—ആർക്കറിയാം."

സാറ്റെർത്വെയ്റ്റ് ക്വിനിന്റെ മുഖത്തേക്ക് നോക്കി. അദ്ദേഹത്തിന്റെ മനസ്സിനകത്ത് വന്യമായൊരു യുദ്ധം പൊട്ടിപ്പുറപ്പെട്ടു; താൻ വഞ്ചിക്കപ്പെട്ടു, കബളിക്കപ്പെട്ടു എന്ന നീറ്റൽ.

"പക്ഷേ, ഞാൻ..." ശബ്ദമിടറി. "ഞാനൊരിക്കലും നിങ്ങളുടെ ഇടവഴിയിലൂടെ കടന്നുപോയിട്ടില്ല..."

"അതിൽ പശ്ചാത്താപമുണ്ടോ?"

സാറ്റെർത്വെയ്റ്റിന്റെ ധൈര്യം ചോർന്നുപോകുന്നു. ക്വിനിന്റെ രൂപം തനിക്കു മുന്നിൽ ഭീമാകാരമായി വളരുന്നതായി തോന്നി... തന്റെ മുന്നിൽ, ഭീഷണിപ്പെടുത്തുന്നതും ഭയപ്പെടുത്തുന്നതുമായ എന്തോ ഒന്ന് ഉള്ളതായി അനുഭവപ്പെട്ടു... സന്തോഷം, ദുഃഖം, നിരാശ.

അദ്ദേഹത്തിന്റെ ദുർബ്ബലമായ ആത്മാവ് ഭയത്താൽ ചുനിക്കുറുകി.

"പശ്ചാത്താപമുണ്ടോ?" ക്വിൻ ചോദ്യമാവർത്തിച്ചു. ഭീതി ജനിപ്പിക്കുന്ന എന്തോ ഒന്ന് അയാളിലുണ്ട്.

"ഇല്ല." സാറ്റെർത്വെയ്റ്റിന്റെ വാക്കുകളിൽ പതർച്ചയുണ്ടായി. "ഇ-ഇല്ല."

പെട്ടെന്ന് തന്നെ അദ്ദേഹം കൂട്ടിച്ചേർത്തു.

"പക്ഷേ ഞാൻ പലതും കാണുന്നു," അദ്ദേഹം കരഞ്ഞു. "ഞാനൊരു കാഴ്ചക്കാരൻ മാത്രമായിരിക്കാം—ജീവിതത്തിൽ. പക്ഷേ മറ്റുള്ളവർ കാണാത്തവ എനിക്ക് കാണാൻ കഴിയുന്നുണ്ട്. നിങ്ങൾ പറഞ്ഞതുപോലെ, ക്വിൻ..."

പക്ഷേ ക്വിൻ അപ്രത്യക്ഷനായി.

ഇറ്റാലിയൻ പ്രഭുവിന്റെ സാഹസം

പോയ്റോട്ടിനും എനിക്കും, ഔദ്യോഗിക ജീവിതത്തിലല്ലാതെയും പല സുഹൃത്തുക്കളും പരിചയക്കാരും ഉണ്ടായിരുന്നു. അതിൽ എടുത്തുപറയേണ്ട ഒരാളാണ്, ഞങ്ങളുടെ അയൽവാസിയും ഡോക്ടറുമായ ഹോക്കർ. നല്ലൊരു സുഹൃത്തായിരുന്ന അദ്ദേഹത്തിന്റെ ശീലമായിരുന്നു, സായാഹ്നങ്ങളിൽ പോയ്റോട്ടുമായി കുറച്ച് സമയം സംഭാഷണങ്ങളിലേർപ്പെടുക എന്നത്; പോയ്റോട്ടിന്റെ പ്രതിഭയെ വളരെ ആരാധനയോടെയാണ് അദ്ദേഹം കണ്ടിരുന്നത്. അങ്ങേയറ്റം വിശ്വസ്തനും നിഷ്കളങ്കനുമായ ഡോക്ടർ, തനിക്കന്യമായ കഴിവുകളെ ആദരിച്ചിരുന്നു.

ജൂൺ മാസത്തിലെ ഒരു വൈകുന്നേരം, ഒരു എട്ടര മണിയാകുമ്പോൾ അദ്ദേഹം വന്നു. അന്നത്തെ ചർച്ചയുടെ പ്രധാനവിഷയം, കുറ്റകൃത്യങ്ങളിൽ കണ്ടുവരുന്ന ആർസെനിക് വിഷബാധയുടെ ആധിക്യമായിരുന്നു. ഒന്നേകാൽ മണിക്കൂറോളം ആയിക്കാണും. അപ്പോഴാണ് ഞങ്ങളിരുന്നിരുന്ന മുറിയുടെ വാതിൽ തള്ളിത്തുറന്നുകൊണ്ട്, പതർച്ചയോടെ ഒരു സ്ത്രീ അകത്തേക്ക് ഓടിക്കയറിയത്.

"ഡോക്ടർ, നിങ്ങളൊന്ന് വരണം! അത്ര ഭയപ്പെടുത്തുന്നതായിരുന്നു ആ ശബ്ദം. ഞാൻ ശരിക്കും ഞെട്ടിത്തരിച്ചുപോയി."

അത് ഡോ. ഹോക്കറിന്റെ വീട്ടു കാര്യങ്ങൾ നോക്കുന്നതിനായി ചുമതലപ്പെടുത്തിയ സ്ത്രീയായിരുന്നു എന്ന് ഞാൻ മനസ്സിലാക്കി, മിസ്സ് റൈഡർ. അവിവാഹിതനായിരുന്ന ഡോക്ടർ, കുറച്ച് തെരുവുകൾക്കപ്പുറമുള്ള, ഒരു പഴഞ്ചൻ വീട്ടിലായിരുന്നു താമസം. സ്വതവേ പ്രസന്നവതിയായ റൈഡർ, ഇപ്പോൾ പൊരുത്തക്കേടിന്റേതായ ഒരു അവസ്ഥയിലായിരുന്നു.

"ഭയപ്പെടുത്തുന്ന ശബ്ദമോ? ആരായിരുന്നു, എന്താണ് പ്രശ്നം?"

"ഫോണിലൂടെയായിരുന്നു ഡോക്ടർ. ഞാൻ ഫോൺ എടുത്തു, മറുപുറത്ത് നിന്നും, 'രക്ഷിക്കണം' എന്നൊരു ശബ്ദം. 'ഡോക്ടർ—രക്ഷിക്കണം. അവരെന്നെ കൊന്നുകളഞ്ഞു!' ഞാൻ ചോദിച്ചു, 'ആരാണ് സംസാരിക്കുന്നത്?' വളരെ പതിഞ്ഞ സ്വരത്തിലായിരുന്നു മറുപടി, 'ഫോസ്കാറ്റീൻ'—'റീജെന്റ്സ് കോർട്ട്' അങ്ങനെന്തോ ആയിരുന്നു."

ഡോക്ടർ തരിച്ചുനിന്നു.

“ഫോസ്കാറ്റീനി പ്രഭു. അദ്ദേഹത്തിന് റീജെന്റ്സ് കോർട്ടിൽ ഒരു ഫ്ലാറ്റുണ്ട്. ഉടൻ തന്നെ അങ്ങോട്ടു പോകണം. എന്തായിരിക്കും സംഭവിച്ചിട്ടുണ്ടാവുക?”

“നിങ്ങൾ ചികിത്സിക്കുന്ന ആളാണോ?” പോയ്റോട്ട് അന്വേഷിച്ചു.

“കുറച്ച് ആഴ്ചകൾക്കു മുൻപ്, ചെറിയ എന്തോ അസുഖം പിടിപെട്ടപ്പോൾ ചികിത്സക്കായി വന്നിരുന്നു. ഇറ്റലിക്കാരനാണ്, പക്ഷേ വളരെ നന്നായി ഇംഗ്ലീഷ് സംസാരിക്കും. ശരി, ഞാൻ യാത്ര ചോദിക്കുകയാണ് പോയ്റോട്ട്, അല്ലെങ്കിൽ...” അദ്ദേഹം ഒന്ന് മടിച്ചു.

“എനിക്ക് മനസ്സിലാവും.” പോയ്റോട്ട് പുഞ്ചിരിച്ചു. “കൂടെ വരുന്നതിൽ എനിക്ക് സന്തോഷമേയുള്ളൂ. ഹേസ്റ്റിംഗ്സ്, താഴേയ്ക്കിറങ്ങി ഒരു ടാക്സി വിളിക്കൂ.”

അത്യാവശ്യത്തിന് നോക്കുമ്പോൾ ഒരു ടാക്സിയും കിട്ടുകയില്ല, പക്ഷേ അവസാനം ഞാനാ ഉദ്യമത്തിൽ വിജയിച്ചു. അധികം വൈകാതെ തന്നെ ഞങ്ങൾ റീജെന്റ്സ് പാർക്കിലേക്ക് പുറപ്പെട്ടു. സെന്റ് ജോൺസ് വുഡ് റോഡിന്റെ അരികിലായി സ്ഥിതി ചെയ്യുന്ന പുതിയ ഫ്ലാറ്റുകളടങ്ങിയ സ്ഥലമായിരുന്നു റീജെന്റ്സ് കോർട്ട്. ഈയിടെയാണ് അവയുടെ നിർമ്മാണം പൂർത്തീകരിക്കപ്പെട്ടത്, അവിടുത്തെ സൗകര്യങ്ങളും സേവനങ്ങളുമെല്ലാം തന്നെ നൂതനസാങ്കേതികതയാൽ മെച്ചപ്പെട്ടവയായിരുന്നു.

ഹാളിൽ ആരും തന്നെയുണ്ടായിരുന്നില്ല. അക്ഷമനായ ഡോക്ടർ ലിഫ്റ്റിനായുള്ള ബെല്ല് അമർത്തിക്കൊണ്ടിരുന്നു. ലിഫ്റ്റ് വന്നുചേർന്നതും അതിലുണ്ടായിരുന്ന, യൂണിഫോം ധരിച്ചിരുന്ന അവിടുത്തെ ജോലിക്കാരനോട് അദ്ദേഹം അല്പം പരുഷമായിത്തന്നെ ആരാഞ്ഞു.

“പതിനൊന്നാം നമ്പർ ഫ്ലാറ്റ്. ഫോസ്കാറ്റീനി പ്രഭു. അവിടെന്തോ അപകടം നടന്നിട്ടുള്ളതായി ഞാൻ അറിഞ്ഞല്ലോ.”

അയാൾ അദ്ദേഹത്തെ സൂക്ഷിച്ചു നോക്കി.

“ഞാനും ആദ്യം അത് കേട്ടിരുന്നു. ഗ്രേവ്സ്, ഫോസ്കാറ്റീനി പ്രഭുവിന്റെ സഹായി, അര മണിക്കൂർ മുൻപാണ് ഇവിടെ നിന്നും പോയത്, അയാളൊന്നും പറഞ്ഞില്ല.”

“പ്രഭു ഫ്ലാറ്റിൽ ഒറ്റയ്ക്കാണോ?”

“അല്ല, സർ. രണ്ടുപേർ അദ്ദേഹത്തിനൊപ്പം അത്താഴത്തിനുണ്ട്.”

“അവരെ കാണാൻ എങ്ങനെയിരിക്കും?” ഞാൻ ആകാംക്ഷയോടെ ചോദിച്ചു.

ഞങ്ങൾ ലിഫ്റ്റിൽ കയറി, പതിനൊന്നാം നമ്പർ ഫ്ലാറ്റുള്ള രണ്ടാം നിലയിലേക്ക് നീങ്ങുന്നു.

“ഞാനവരെ നേരിട്ട് കണ്ടിട്ടില്ല സർ, പക്ഷേ അവർ വിദേശികളാണെന്ന് എനിക്കറിയാം.”

അയാൾ ഇരുമ്പുവാതിൽ തള്ളിനീക്കി, ഞങ്ങൾ പുറത്തിറങ്ങി.

പതിനൊന്നാം നമ്പർ ഞങ്ങൾക്കെതിരെയുള്ള മുറിയായിരുന്നു. ഡോക്ടർ ബെല്ലമർത്തി. ആരും മറുപടി തന്നില്ല, അകത്തുനിന്നും ഒച്ചയും കേൾക്കുന്നില്ല. ഡോക്ടർ വീണ്ടും വീണ്ടും ബെല്ലമർത്തി; അകത്ത് ബെല്ലിന്റെ ശബ്ദം മുഴങ്ങുന്നത് കേൾക്കുന്നുണ്ട്, പക്ഷേ ആളനക്കമൊന്നുമില്ല.

"എന്തോ കാര്യമായി സംഭവിച്ചിട്ടുണ്ട്." ഡോക്ടർ പിറുപിറുത്തു. അദ്ദേഹം ജോലിക്കാരന്റെ നേർക്കു തിരിഞ്ഞു.

"ഈ വാതിൽ തുറക്കുന്നതിനായി വേറെ ചാവി വല്ലതുമുണ്ടോ?"

"താഴെ സെക്യൂരിറ്റിയുടെ ഓഫീസിൽ ഒന്നുണ്ട്."

"അതെടുത്തുകൊണ്ടു വരൂ, പിന്നെ മറ്റൊരു കാര്യം, പോലീസിനെയും കൂടെ വിളിച്ചറിയിക്കുന്നത് നല്ലതാണ്."

പോയ്റോട്ടും അത് ശരിവെച്ചു.

ജോലിക്കാരൻ പെട്ടെന്ന് തന്നെ തിരികെ വന്നു, കൂടെ മാനേജറുമുണ്ടായിരുന്നു.

"എന്താണിതിനൊക്കെ അർത്ഥം, ഒന്നു പറഞ്ഞുതരാമോ?"

"തീർച്ചയായും. ഫോസ്കാറ്റീനി പ്രഭുവിൽ നിന്നും എനിക്കൊരു ടെലിഫോൺ സന്ദേശം വന്നു; അദ്ദേഹത്തെ ആരോ അപകടപ്പെടുത്തിയെന്നും, മരണത്തിൽ നിന്നും രക്ഷിക്കണമെന്നും. നമ്മളിനിയും വൈകരുതെന്ന് നിങ്ങൾക്ക് മനസ്സിലാകുമെന്ന് കരുതുന്നു—ഇപ്പോൾ തന്നെ വൈകിക്കാണരുതെ എന്നാണ്..."

മാനേജർ മറ്റൊന്നും ചോദിക്കാൻ നിന്നില്ല. അയാൾ കൊണ്ടുവന്ന താക്കോൽ കൊണ്ട് വാതിൽ തുറന്ന് ഞങ്ങളെല്ലാവരും ഫ്ലാറ്റിനകത്തേക്ക് കയറി.

ഞങ്ങൾ കയറിച്ചെന്നത് സമചതുരത്തിലുള്ള ചെറിയ ഹാളിലേക്കാണ്. വലതുവശത്തെ വാതിൽ പാതി തുറന്നുകിടക്കുന്നു. തലകുലുക്കിക്കൊണ്ട് മാനേജർ അത് ചൂണ്ടിക്കാട്ടി.

"ഡൈനിംഗ് റൂം."

ഡോ. ഹോക്കർ മുന്നിൽ നടന്നു. ഞങ്ങൾ തൊട്ടുപിറകിലായി അദ്ദേഹത്തെ അനുഗമിച്ചു. അതിനകത്ത് ചെന്നതും എനിക്ക് വീർപ്പുമുട്ടാൻ തുടങ്ങി. വട്ടത്തിലുള്ള മേശയുടെ നടുവിലായി കഴിച്ചു ബാക്കിവെച്ച ഭക്ഷണ സാധനങ്ങൾ; മൂന്ന് കസേരകൾ പിന്നോട്ട് വലിച്ചിട്ടിരിക്കുന്നു, അതിൽ ഇരുന്നവർ എഴുന്നേറ്റു പോയതേയുള്ളൂ എന്നു തോന്നിക്കുംവിധം. ഒരു മൂലയിൽ, തീ കായുന്നതിന്റെ വലതു വശത്തായി, ഒരു വലിയ എഴുത്തുമേശ. അതിനു മുന്നിലായി ഒരാൾ ഇരിക്കുന്നു—അതോ ഒരു മനുഷ്യശരീരമോ. അയാളുടെ വലതുകൈ ടെലിഫോണിൽ തന്നെ പിടുത്തമിട്ടിരുന്നു. പക്ഷേ ആരോ പിന്നിൽ നിന്നും ശക്തമായി തലയ്ക്കടിച്ചതിന്റെ ആഘാതത്തിൽ, മുന്നോട്ടു മേശയിൽ വീണിരിക്കുന്നു. ആയുധം അടുത്തുതന്നെയുണ്ടായിരുന്നു. ധൃതിയിൽ ഉപേക്ഷിച്ചുപോയ മാർബിൾ പ്രതിമയുടെ അടിഭാഗത്തായി രക്തക്കറ.

ഡോക്ടറുടെ പരിശോധന അധികം നീണ്ടുനിന്നില്ല. “മരിച്ചു. തൽക്ഷണം മരിച്ചിരിക്കാനാണ് സാധ്യത. എന്നിട്ടും എങ്ങനെയാണ് ഫോൺ ചെയ്യാൻ കഴിഞ്ഞത് എന്നാണ് ഞാൻ ആലോചിക്കുന്നത്. പോലീസ് എത്തുന്നതുവരെ അദ്ദേഹത്തെ തൊടാതിരിക്കുന്നതാണ് നല്ലത്.”

മാനേജറുടെ നിർദ്ദേശപ്രകാരം, ഞങ്ങൾ ഫ്ലാറ്റിലൊരു തിരച്ചിൽ നടത്തി, പക്ഷേ ഗുണമൊന്നുമുണ്ടായില്ല. കൊലപാതകികൾക്ക് അവിടെ നിന്നും പുറത്തുകടക്കുന്നതിൽ വെല്ലുവിളികളൊന്നും തന്നെ ഇല്ലാതിരുന്നതിനാൽ, അവർക്ക് അവിടെ ഒളിച്ചിരിക്കേണ്ട കാര്യവുമില്ലായിരുന്നു.

ഞങ്ങൾ തിരികെ ഡൈനിംഗ് റൂമിലേക്കു വന്നു. പോയ്റോട്ട് ഞങ്ങൾക്കൊപ്പം വന്നിരുന്നില്ല. അദ്ദേഹം തീൻമേശ ശ്രദ്ധാപൂർവ്വം പരിശോധിക്കുന്നതാണ് ഞാൻ കണ്ടത്. ഞാനും ഒപ്പം കൂടി. നല്ല മിനുസമുള്ള, മഹാഗണിയിൽ തീർത്ത വട്ടമേശ. അതിന് നടുവിലായി, റോസാപ്പൂക്കൾ നിറച്ച ഒരു പാത്രത്താൽ അലങ്കരിച്ചിരിക്കുന്നു. തുന്നൽകൊണ്ട് ചിത്രപ്പണി തീർത്ത ചെറിയ തുണിപ്പായകൾ തിളക്കമാർന്ന മേശയുടെ മുകളിൽ വെണ്മ കാട്ടി. പഴങ്ങൾ നിറച്ചുവെച്ച ഒരു തളികയുമുണ്ടായിരുന്നു, പക്ഷേ മൂന്ന് പലഹാരപ്പാത്രങ്ങളും ആരും തൊടാത്തമട്ടിൽ നിലകൊണ്ടു. മൂന്ന് കാപ്പിക്കപ്പുകളിലും അവശേഷിപ്പുകൾ കാണാം; അതിലൊന്നിൽ മാത്രമാണ് പാല് ചേർത്തിരുന്നത്. അവർ മൂന്നുപേരും, മദ്യക്കുപ്പിയിൽ നിന്നും പാതി നിറയ്ക്കപ്പെട്ട ഗ്ലാസ്സുമായി മേശയ്ക്കു മുന്നിലിരുന്നു. അതിലൊരാൾ ചുരുട്ടും, മറ്റു രണ്ടുപേർ സിഗരറ്റും വലിച്ചിരുന്നു. മേശപ്പുറത്ത്, ആമത്തോടിലും വെള്ളിയിലുമായി നിർമ്മിച്ച പെട്ടിയിൽ ചുരുട്ടുകളും സിഗരറ്റുകളും ചാരത്തോടൊപ്പം കിടന്നു.

ഈ കാര്യങ്ങളെല്ലാം തന്നെ സൂക്ഷ്മമായി നിരീക്ഷിച്ചുവെങ്കിലും, ഒരു തുമ്പ് പോലും ഇവയിൽ നിന്നും എനിക്ക് കിട്ടിയില്ല എന്നുള്ളത് സമ്മതിക്കാതെ വയ്യ. ഇത്രയും കാര്യമായി പോയ്റോട്ട് എന്താണിവയിൽ നോക്കുന്നത് എന്നത് എന്നെ അതിശയിപ്പിച്ചു. ഞാനത് അദ്ദേഹത്തോട് ചോദിച്ചു.

“സുഹൃത്തേ” അദ്ദേഹം മറുപടി പറഞ്ഞു, “നിങ്ങൾ പ്രധാനപ്പെട്ട ഒന്ന് വിട്ടുകളഞ്ഞു. ഞാൻ കാണാത്ത ഒന്നിനുവേണ്ടിയാണ് ഞാൻ നോക്കുന്നത്.”

“എന്താ അത്?”

“ഒരു പിഴവ്—അത് ചെറുതാണെങ്കിൽ പോലും—കൊലപാതകിയുടെ ഭാഗത്തു നിന്നുമുണ്ടായ ഒരു പിഴവ്.”

അദ്ദേഹം ആ മുറിയോടു ചേർന്ന ചെറിയ അടുക്കളയിലേക്ക് ധൃതിയിൽ ചെന്ന് ഒന്ന് വീക്ഷിച്ചു, എന്നിട്ട് അർത്ഥം വെച്ച് ഒന്ന് തല കുലുക്കി.

“മാനേജർ,” അദ്ദേഹം മാനേജറെ വിളിച്ചു, “വിരോധമില്ലെങ്കിൽ, ഇവിടെ ഭക്ഷണം എത്തിക്കുന്നതിന്റെ രീതി ഒന്ന് വിശദീകരിക്കാമോ?”

മാനേജർ ചുമരിലുള്ള ഒരു കിളിവാതിലിനടുത്തേക്കു നടന്നു.

“ഇതാണ് സർവീസ് ലിഫ്റ്റ്.” അയാൾ വിശദീകരിച്ചു. “കെട്ടിടത്തിന്റെ ഏറ്റവും മുകളിലത്തെ നിലയിലുള്ള അടുക്കള വരെയും ഇത് ബന്ധിപ്പിച്ചിട്ടുണ്ട്. നിങ്ങൾ ഫോണിലൂടെ ആവശ്യമായ ഭക്ഷണം ഓർഡർ ചെയ്യുന്നു, ഞങ്ങൾ ഈ ലിഫ്റ്റിലൂടെ അതെത്തിച്ചുകൊടുക്കുന്നു. ഒരു സമയം ഒരു ഓർഡർ മാത്രം. എച്ചിൽ പാത്രങ്ങളും മിച്ചം വന്ന ഭക്ഷണവുമെല്ലാം ഇതേ രീതിയിൽ തന്നെ തിരികെ എത്തുന്നു. മറ്റു ബുദ്ധിമുട്ടുകൾ ഒന്നുംതന്നെയില്ല, നിങ്ങൾക്ക് മനസ്സിലായോ, മാത്രമല്ല, ഭക്ഷണശാലയിലെ മുഷിപ്പിക്കുന്ന കാത്തിരിപ്പുകളുമില്ല.”

പോയ്റോട്ട് അത് ശരിവെച്ചു.

“അപ്പോൾ ഇന്ന് അത്താഴത്തിനായി ഉപയോഗിച്ച പാത്രങ്ങളും ഭക്ഷ്യവസ്തുക്കളും മുകളിലെ അടുക്കളയിലുണ്ടാകും. ഞാൻ അവിടം ഒന്ന് സന്ദർശിക്കുന്നതിൽ ബുദ്ധിമുട്ടുണ്ടോ?”

“ഒരു ബുദ്ധിമുട്ടുമില്ല, താങ്കളുടെ ഇഷ്ടം! റോബർട്ട്സ്, ആ ലിഫ്റ്റ് ജീവനക്കാരൻ നിങ്ങളെ അവിടെ കൊണ്ടുപോയി എല്ലാം പരിചയപ്പെടുത്തും. പക്ഷേ അതുകൊണ്ടൊന്നും ഉപകാരമുണ്ടാകുമെന്ന് എനിക്ക് തോന്നുന്നില്ല. നൂറ് കണക്കിന് പാത്രങ്ങളും മറ്റും അവിടെത്തും, എല്ലാം ഒരുമിച്ച് കൂട്ടിയിട്ടിട്ടുണ്ടാകും.”

പോയ്റോട്ട് അപ്പോഴും ഉറച്ചുനിന്നു, അങ്ങനെ ഞങ്ങളെല്ലാവരും കൂടെ അടുക്കളയിലേക്കു പോയി. പതിനൊന്നാമത്തെ ഫ്ലാറ്റിൽ നിന്നും ഓർഡർ സ്വീകരിച്ച ജീവനക്കാരനെയും ചോദ്യം ചെയ്തു.

“വെവ്വേറെ ഇനമായിട്ടാണ് ഓർഡർ ചെയ്തിരുന്നത്, മൂന്ന് പേർക്ക്. ജൂലിയൻ സൂപ്പ്, ഫില്ലെറ്റ് ഡി സോൾ നോർമാണ്ടെ, ബീഫ് ടൂർനേഡോ, റൈസ് സൗഫൽ. സമയം... എട്ട് മണിയായിക്കാണും എന്നാണ് ഓർമ്മ. അയ്യോ, പാത്രങ്ങളും മറ്റുമെല്ലാം ഇപ്പോൾ കഴുകിക്കഴിഞ്ഞിട്ടുണ്ടാകുമല്ലോ. ഇനിയെന്തു ചെയ്യും? വിരലടയാളങ്ങൾക്കായാണ് നിങ്ങൾ വന്നതെന്ന് ഞാൻ വിചാരിക്കുന്നു?”

“അതിനല്ല.” നിഗൂഢമായൊരു ചിരിയും പോയ്റോട്ട് സമ്മാനിച്ചു.

“ഞാൻ ചിന്തിക്കുന്നത് ഫോസ്കാറ്റീനി പ്രഭുവിന്റെ വിശപ്പിനെ കുറിച്ചാണ്. അദ്ദേഹം എല്ലാം വിഭവവും കഴിച്ചോ?”

“അതെ, പക്ഷേ ഓരോ വിഭവവും എത്രത്തോളം കഴിച്ചു എന്നെനിക്ക് പറയാൻ സാധിക്കില്ല. എല്ലാ പ്ലേറ്റുകളും ഉപയോഗിച്ചിരുന്നു, റൈസ് സൗഫൽ ഒഴികെ മറ്റു വിഭവങ്ങളെല്ലാം തന്നെ ബാക്കിയുമില്ലായിരുന്നു. റൈസ് സൗഫൽ കുറച്ചധികം തന്നെ ബാക്കിയുണ്ടായിരുന്നു.”

“ഹാ!” ആ ഒരു വിവരം പോയ്റോട്ടിന് വേണ്ടതെന്തോ നൽകി.

ഫ്ലാറ്റിലേക്കു തിരികെ പോകുംനേരം, അദ്ദേഹം പതിയെ ഓർമ്മപ്പെടുത്തി :

"സൂത്രശാലിയായ ഒരാളെയാണ് നാം സൂക്ഷിക്കേണ്ടത്."

"കൊലപാതകിയെയാണോ, അതോ ഫോസ്കാറ്റീനി പ്രഭുവിനെയാണോ നിങ്ങൾ ഉദ്ദേശിച്ചത്?"

"അതിൽ രണ്ടാമത്തെയാൾ ചിട്ടയോടെ ജീവിക്കുന്ന ഒരു മാന്യനായിരുന്നു എന്ന് നിസ്സംശയം പറയാം. മരണത്തോടടുക്കുന്ന സമയത്ത്, സഹായത്തിനായി യാചിച്ച അദ്ദേഹം എത്ര കൃത്യമായാണ് റിസീവർ യഥാസ്ഥാനത്തു വെച്ചത്."

ഞാൻ പോയ്റോട്ടിനെ ശ്രദ്ധിച്ചു. അദ്ദേഹത്തിന്റെ വാക്കുകളും കഴിഞ്ഞ കുറച്ചു നേരത്തെ നിരീക്ഷണങ്ങളും, എന്റെ മനസ്സിൽ പുതിയ ചില തോന്നലുകൾ സൃഷ്ടിച്ചു.

"വിഷബാധയുള്ളതായി സംശയിക്കുന്നുണ്ടോ?" ഞാൻ ഇടയ്ക്കുകയറി. "തലയ്ക്കു പിന്നിലെ അടി വഴിതിരിച്ചുവിടൽ മാത്രം."

പോയ്റോട്ട് മന്ദഹസിച്ചു.

ഞങ്ങൾ ഫ്ലാറ്റിലേക്കു കയറുന്ന സമയം, ആ പ്രദേശത്തെ പോലീസ് ഇൻസ്പെക്ടറും രണ്ട് കോൺസ്റ്റബിൾമാരും അവിടെയെത്തിയിരുന്നു. ഞങ്ങളുടെ സാന്നിദ്ധ്യം അദ്ദേഹത്തിന് വിദ്വേഷമുണ്ടാക്കിയെങ്കിലും, പോയ്റോട്ട് ഇടപെട്ട് സ്കോട്ട്ലാൻഡ് യാർഡിലെ ഇൻസ്പെക്ടർ ജാപ്പിന്റെ സുഹൃത്താണ് താനെന്ന് പറഞ്ഞപ്പോൾ, നേരിയ നീരസത്തോടെയാണെങ്കിലും ഞങ്ങളെയവിടെ നില്ക്കാൻ അനുവദിച്ചു. ഭാഗ്യവശാൽ, ഞങ്ങളെത്തി അഞ്ച് മിനിറ്റുകൾക്കുള്ളിൽ, വളരെ വിഷാദത്തോടെ ഒരു മധ്യവയസ്കൻ മുറിയ്ക്കകത്തേക്ക് പാഞ്ഞെത്തി.

അതായിരുന്നു ഗ്രേവ്സ്, മരണപ്പെട്ട ഫോസ്കാറ്റീനി പ്രഭുവിന്റെ പരിചാരകനും പാചകക്കാരനുമായിരുന്നു അയാൾ. അയാൾക്ക് ഞങ്ങളോട് പറയാനുണ്ടായിരുന്ന കഥ ഉദ്വേഗജനകമായിരുന്നു.

കഴിഞ്ഞ ദിവസം രാവിലെ, മുതലാളിയെ കാണാനായി രണ്ടുപേർ വന്നിരുന്നു. ഇറ്റലിക്കാരായിരുന്നു. അതിൽ ഒരാൾക്ക് നാല്പതിനോടടുത്ത് പ്രായം തോന്നിക്കും, അസ്കാനിയോ എന്നായിരുന്നു പേര്. മറ്റൊരാൾ നല്ല രീതിയിൽ വസ്ത്രം ധരിച്ച, ഏകദേശം ഇരുപത്തിനാല് വയസ്സ് തോന്നിക്കുന്ന ഒരു ചെറുപ്പക്കാരൻ.

അവരുടെ സന്ദർശനത്തിനായി തയ്യാറായിരുന്ന ഫോസ്കാറ്റീനി പ്രഭു, ഉടൻ തന്നെ ഗ്രേവ്സിനെ എന്തോ ചെറിയ കാര്യത്തിനായി പുറത്തേക്കയച്ചു. അത് പറയുമ്പോൾ ഗ്രേവ്സിനൊരു പരുങ്ങലുണ്ടായിരുന്നു. എന്നിരുന്നാലും അയാൾ സമ്മതിച്ചു, ആ കൂടിക്കാഴ്ചയുടെ ഉദ്ദേശ്യം അറിയാനുള്ള ആകാംക്ഷയിൽ, അയാൾ അപ്പോൾ അവിടെ നിന്നും പോയില്ല. പകരം, കാര്യമറിയാനായി അവിടെ തന്നെ ചുറ്റിപ്പറ്റി നിന്നു.

അവരുടെ സംഭാഷണം വളരെ പതിഞ്ഞ സ്വരത്തിലായിരുന്നതിനാൽത്തന്നെ, വിചാരിച്ചപോലെ ഒന്നും കേൾക്കാൻ സാധിച്ചില്ല. പക്ഷേ പണമിടപാടുമായി ബന്ധപ്പെട്ട എന്തോ ആണ് വിഷയമെന്നും,

ഭീഷണിയായിരുന്നു വരവിന്റെ ഉദ്ദേശ്യമെന്നും മനസ്സിലാക്കാൻ അയാൾക്ക് കഴിഞ്ഞു. അതൊരിക്കലും ഒരു സൗഹൃദസംഭാഷണമായിരുന്നില്ല. ഒടുക്കം, ഫോസ്കാറ്റീനി പ്രഭു തന്റെ ശബ്ദമുയർത്തി, അതുകൊണ്ടുതന്നെ ആ ഭാഗം വ്യക്തമായി ഇയാൾ കേട്ടു :

> "എനിക്ക് നിങ്ങളോട് തർക്കിക്കാൻ തീർത്തും സമയമില്ല. നാളെ രാത്രി എട്ട് മണിക്ക് എന്നോടൊപ്പം അത്താഴം കൂടാൻ വരുന്നുണ്ടെങ്കിൽ, ബാക്കി അന്നേരം ചർച്ച ചെയ്യാം."

ഇനി നിന്നാൽ പിടിക്കപ്പെട്ടുമെന്ന് ഭയന്ന്, മുതലാളി ഏല്പിച്ച കാര്യത്തിനായി പോയി. കഴിഞ്ഞ ദിവസം പറഞ്ഞതിൻ പ്രകാരം, ആ രണ്ട് വ്യക്തികൾ കൃത്യം എട്ട് മണിക്ക് എത്തിച്ചേർന്നു. ഭക്ഷണം കഴിക്കുന്നതിനിടയിൽ, അവർ പലതരം വിഷയങ്ങളെക്കുറിച്ച് സംസാരിച്ചു : രാഷ്ട്രീയം, കാലാവസ്ഥ, ലോകത്തിന്റെ നാടകീയതകൾ. ഗ്രേവ്സ് വീഞ്ഞുകുപ്പി മേശപ്പുറത്തു വെച്ചശേഷം, കാപ്പിയും കൊണ്ടുവന്നപ്പോൾ മുതലാളി പറഞ്ഞു, ഇന്നിനി അവധിയെടുത്തുകൊള്ളാൻ.

"അതിഥികൾ വരുമ്പോൾ ഇങ്ങനെ അവധിയെടുക്കാൻ പറയുന്നത് പതിവാണോ?" ഇൻസ്പെക്ടർ ചോദിച്ചു.

"അല്ല സർ, അങ്ങനൊരു പതിവില്ല. അതുകൊണ്ടാണ് അവരെന്തോ രഹസ്യമായ ഇടപാടിനെക്കുറിച്ചാണ് ചർച്ച ചെയ്യാൻ പോകുന്നതെന്ന സംശയം എന്നിലുണ്ടായത്."

ഇത്രയുമായിരുന്നു ഗ്രേവ്സിന്റെ കഥ. എട്ടരയോടെ അയാൾ അവിടം വിട്ട്, ഒരു സുഹൃത്തുമായി, എഡ്ഗ്വേർ റോഡിലുള്ള മെട്രോപൊളിറ്റൻ മ്യൂസിക് ഹാളിലേക്കു പോയി.

രണ്ട് വ്യക്തികൾ ഇവിടെ നിന്നും ഇറങ്ങിയതായി ഒരു തെളിവുമില്ല, പക്ഷേ കൊല ചെയ്യപ്പെട്ട സമയം 8:47 ആണെന്ന് ഉറപ്പായിട്ടുണ്ട്. എഴുത്തുമേശയിലുണ്ടായിരുന്ന ചെറിയ ഘടികാരം, ഫോസ്കാറ്റീനിയുടെ കൈ തട്ടി താഴെ വീണ് നിലച്ചിരിക്കുന്നു. മിസ്സ് റൈഡറുമായുള്ള ടെലിഫോൺ സംഭാഷണത്തിന്റെ അടിസ്ഥാനത്തിൽ, സമയം ഒത്തുപോകുന്നുമുണ്ട്.

പോലീസ് സർജനും പരിശോധിച്ചു കഴിഞ്ഞ ശേഷം, മൃതശരീരം കട്ടിലിലേക്കു മാറ്റിക്കിടത്തി. ആദ്യമായിട്ടായിരുന്നു ഞാനാ മുഖം കാണുന്നത്—തവിട്ടു നിറം, നീണ്ട മൂക്ക്, കട്ടിയുള്ള കറുത്ത മീശ, ചുവന്ന ചുണ്ടുകൾ, തിളക്കമാർന്ന വെളുത്ത പല്ലുകൾ. മൊത്തത്തിൽ അത്ര ഹൃദ്യമായ ഒരു കാഴ്ചയൊന്നുമായിരുന്നില്ല.

"ശരി," ഇൻസ്പെക്ടർ തന്റെ നോട്ടുപുസ്തകം അടച്ചുകൊണ്ട് പറഞ്ഞുതുടങ്ങി. "സംഭവം വ്യക്തമാണ്. ബുദ്ധിമുട്ടുണ്ടാകാൻ സാദ്ധ്യതയുള്ളത് അസ്കാനിയോയെ പിടികൂടുന്ന കാര്യത്തിൽ മാത്രമാണ്. എന്റെ

അഭിപ്രായത്തിൽ, അയാളുടെ വിലാസം മരണപ്പെട്ടയാളുടെ കൈയ്യിലെ ഡയറിയിൽ ഉണ്ടാകാൻ സാധ്യതയില്ലേ?"

പോയ്റോട്ട് നേരത്തെ സൂചിപ്പിച്ചതുപോലെ ഫോസ്കാറ്റീനി ചിട്ടയുള്ള ഒരാളായിരുന്നു. വൃത്തിയുള്ള കൈയക്ഷരത്തിൽ, ചെറിയ അക്ഷരങ്ങളിൽ, വ്യക്തമായി എഴുതിവെച്ചിരുന്നു, "സെന്യോർ പാഒളോ അസ്കാനിയോ, ഗ്രോസ്വെനോർ ഹോട്ടൽ."

ഇൻസ്പെക്ടർ ടെലിഫോൺ വിളിയിൽ തിരക്കിലായി, ശേഷം ഒരു ചിരിയോടെ ഞങ്ങളെ നോക്കി.

"കൃത്യ സമയം. നമ്മൾ അന്വേഷിക്കുന്ന വ്യക്തി ബോട്ട് ട്രെയിനിൽ കയറി നാട് വിടാനുള്ള ശ്രമത്തിലായിരുന്നു. ശരി, ഇനി ഇവിടെ മറ്റൊന്നും ചെയ്യാനില്ല. കാര്യം നല്ലതല്ലായിരുന്നെങ്കിലും, നേർക്കുനേർ തീർത്തു കളഞ്ഞു. ഇറ്റാലിയൻ പകപോക്കലായിരിക്കാം."

കാര്യങ്ങളെല്ലാം വേഗം തീർത്ത്, ഞങ്ങൾ പടികളിറങ്ങി. ഡോ. ഹോക്കർ വളരെ ആവേശത്തിലായിരുന്നു.

"ഒരു നോവലിന്റെ തുടക്കം പോലെ, അല്ലേ? തീർത്തും ഉദ്വേഗജനകം. വായിച്ചാൽ പോലും വിശ്വാസം വരില്ല."

പോയ്റോട്ട് നിശബ്ദനായിരുന്നു. അദ്ദേഹം ചിന്തയിലാണ്ടു, വൈകുന്നേരം മുതൽ തുടരുന്നതായിരുന്നു മിതഭാഷിവേഷം.

"കുറ്റാന്വേഷകനെന്താ പറയുന്നത്, ങ്ഹേ?" ഹോക്കർ പോയ്റോട്ടിന്റെ ചുമലിൽ തട്ടി. "നിങ്ങളുടെ തലച്ചോറിൽ ഒന്നും തെളിയുന്നില്ലേ?"

"ഇല്ലെന്നാണോ നിങ്ങൾ കരുതുന്നത്?"

"എന്താണ്?"

"ശരി, ഉദാഹരണത്തിന്, അവിടൊരു ജനാലയുണ്ടായിരുന്നു."

"ജനാല? പക്ഷേ അത് അടച്ചിട്ടിരിക്കുകയായിരുന്നല്ലോ? ഒരാളും അതുവഴി അകത്തോട്ടോ പുറത്തോട്ടോ കടന്നിട്ടുണ്ടാകില്ല. ഞാനത് പ്രത്യേകം ശ്രദ്ധിച്ചിരുന്നു."

"എന്തുകൊണ്ടാണ് നിങ്ങളത് ശ്രദ്ധിച്ചത്?"

ഡോക്ടർ ആശയക്കുഴപ്പത്തിലായി. പോയ്റോട്ട് വിശദീകരണം തുടർന്നു.

"എന്റെ ശ്രദ്ധ കർട്ടനിലായിരുന്നു. അത് തുറന്നിരുന്നില്ല. അതിലൊരു വൈചിത്ര്യമുണ്ടായിരുന്നു. പിന്നെ ആ കാപ്പി. അത് വളരെ കടും നിറത്തിലായിരുന്നു."

"ശരി, അതിനെന്താ?"

"വളരെ കടും നിറം." പോയ്റോട്ട് ആവർത്തിച്ചു. "അതോടൊപ്പം തന്നെ, റൈസ് സൗഫളിന്റെ വളരെ കുറച്ച് ഭാഗം മാത്രമേ കഴിച്ചിട്ടുമുണ്ടായിരുന്നുള്ളൂ. അതിൽ നിന്നും എന്താണ് മനസ്സിലാക്കേണ്ടത്?"

“ഓരോന്ന് പറയല്ലേ.” ഡോക്ടർ ചിരിച്ച് തള്ളി. “നിങ്ങളെന്നെ പറ്റിക്കാൻ നോക്കുകയാണ്.”

“ഒരിക്കലുമല്ല. ഞാൻ പറയുന്നതിലെ ഗൗരവം ഹേസ്റ്റിംഗ്സിനു മനസ്സിലാകും.”

“നിങ്ങൾ പറഞ്ഞുവരുന്നത് എന്താണെന്ന് എനിക്കും മനസ്സിലാകുന്നില്ല.” ഞാൻ തുറന്നുപറഞ്ഞു. “നിങ്ങൾ പരിചാരകനെ സംശയിക്കുന്നില്ലല്ലോ, അല്ലേ? അയാൾ സംഘത്തിനൊപ്പം നിന്ന് കാപ്പിയിൽ മയക്കമരുന്ന് കലർത്തിയിട്ടുണ്ടാകും. അപ്പോൾ, അയാൾ ആ സമയം അവിടെയല്ലായിരുന്നു എന്ന വാദത്തെയും സംശയിക്കണോ?”

“തീർച്ചയായും, സുഹൃത്തെ. പക്ഷേ ഞാൻ ചിന്തിക്കുന്നത് അസ്കാനിയോയുടെ വാദത്തെക്കുറിച്ചാണ്.”

“അയാളും ആ സമയം അവിടെയില്ലായിരുന്നു എന്ന് വാദിക്കുമെന്നാണോ നിങ്ങൾ പറയുന്നത്?”

“അതാണ് എന്നെ കുഴയ്ക്കുന്നത്. അക്കാര്യത്തിൽ ഉടൻ തന്നെ ഒരു ഉത്തരം ലഭിക്കുമെന്ന് എനിക്കുറപ്പുണ്ട്.”

തുടരെയുള്ള സംഭവങ്ങളോട് പരിചിതമാക്കുന്നതിൽ, *ഡെയ്‌ലി ന്യൂസ്മോംഗർ* നല്ലൊരു പങ്കു വഹിച്ചിട്ടുണ്ട്.

ഫോസ്കാറ്റീനി പ്രഭുവിനെ കൊല ചെയ്തതുമായി ബന്ധപ്പെട്ട് അസ്കാനിയോയെ അറസ്റ്റ് ചെയ്തു. അറസ്റ്റ് ചെയ്യപ്പെടുമ്പോൾ അസ്കാനിയോ, തനിക്ക് പ്രഭുവിനെ അറിയില്ലെന്നും, കുറ്റകൃത്യം നടന്നതിന്റെ അന്ന് വൈകുന്നേരമോ തലേദിവസം രാവിലെയോ റീജെന്റ്സ് കോർട്ടിന്റെ പരിസരത്തുപോലും വന്നിട്ടില്ലെന്ന് തറപ്പിച്ച് പറഞ്ഞു. ചെറുപ്പക്കാരനെക്കുറിച്ചാണെങ്കിൽ, ഒരു വിവരവുമില്ല. കൊല നടന്നതിന്റെ രണ്ട് ദിവസം മുൻപ്, അസ്കാനിയോ തനിച്ചാണ് ഗ്രോസ്വെനോർ ഹോട്ടലിൽ എത്തിയത്. രണ്ടാമത്തെ വ്യക്തിയെ കണ്ടെത്താനുള്ള എല്ലാ മാർഗ്ഗവും വിഫലമായി.

എന്തായാലും, അസ്കാനിയോയെ വിചാരണയ്ക്കായി കൊണ്ടുപോയില്ല. സംഭവം നടന്ന ദിവസം രാത്രി എട്ട് മുതൽ ഒമ്പത് മണി വരെ അസ്കാനിയോ തന്റെ കൂടെ എംബസിയിൽ ആയിരുന്നു എന്ന് സാക്ഷ്യം പറയുവാനായി നേരിട്ടു വന്നത് മറ്റാരുമായിരുന്നില്ല, ഇറ്റാലിയൻ അംബാസഡർ തന്നെയാണ്. തടവിലായിരുന്ന അസ്കാനിയോ കുറ്റവിമുക്തനായി. സ്വാഭാവികമായും, ഈ കൊലപാതകം രാഷ്ട്രീയപരമായ ഒന്നായിരുന്നെന്നും കരുതിക്കൂട്ടി ഒതുക്കിത്തീർക്കുകയായിരുന്നെന്നും പലരും കരുതി.

കേസിന്റെ ഓരോ ഭാഗവും പോയ്റോട്ട് വളരെ താത്പര്യത്തോടെയാണ് ഉൾക്കൊണ്ടത്. എന്നാലും, പെട്ടെന്നൊരു ദിവസം രാവിലെ അദ്ദേഹം എന്നെ വിളിച്ച്, തന്നെ ഇന്ന് പതിനൊന്ന് മണിക്ക് ഒരാൾ കാണാൻ വരുന്നുണ്ടെന്നും അയാൾ അസ്കാനിയോ ആണെന്നും പറഞ്ഞപ്പോൾ ഞാൻ ആശ്ചര്യപ്പെട്ടു.

"അദ്ദേഹത്തിന് നിങ്ങളെ കാണണമെന്നോ?"

"അല്ല, ഹേസ്റ്റിംഗ്സ്, എനിക്ക് അദ്ദേഹത്തെ."

"എന്താ കാര്യം?"

"റീജെന്റ്സ് കോർട്ട് കൊലപാതകം."

"അദ്ദേഹമാണ് അത് ചെയ്തതെന്ന് നിങ്ങൾ തെളിയിക്കാൻ പോവുകയാണോ?"

"ഒരാൾക്കുമേൽ രണ്ട് തവണ കുറ്റം ചുമത്താൻ കഴിയില്ല, ഹേസ്റ്റിംഗ്സ്. സാമാന്യബുദ്ധിയോടെ ചിന്തിക്കൂ. അതാണ് നമ്മുടെ സൗഹൃദവലയത്തിൽ പ്രാധാന്യം."

കുറച്ച് മിനിറ്റുകൾക്കകം, അസ്കാനിയോ വന്നു—മെലിഞ്ഞു കുറുകിയ ഒരു മനുഷ്യൻ, കണ്ണുകളിൽ നിഗൂഢതയും രഹസ്യങ്ങളും ഒളിഞ്ഞുകിടക്കുന്നു. ഞങ്ങളെ രണ്ടു പേരെയും സംശയത്തോടെ മാറി മാറി നോക്കുകയാണ്, നിന്നുകൊണ്ടുതന്നെ.

"മിസ്റ്റർ പോയ്റോട്ട്?"

എന്റെ സുഹൃത്ത് താനാണ് പോയ്റോട്ട് എന്ന് ആംഗ്യം കാണിച്ചു.

"ഇരിക്കൂ. എന്റെ എഴുത്ത് കിട്ടിക്കാണും. എനിക്കീ ദുരൂഹതയുടെ ചുരുളഴിച്ചേ മതിയാകൂ. അതിനായി താങ്കൾക്കും എന്നെ സഹായിക്കാനാകും. നമുക്ക് ആരംഭിക്കാം. താങ്കൾ ഒരു സുഹൃത്തുമൊത്ത്, ഒമ്പതാം തീയതി, ചൊവ്വാഴ്ച രാവിലെ മരണപ്പെട്ട ഫോസ്കാറ്റീനി പ്രഭുവിനെ കണ്ടു."

ആ ഇറ്റലിക്കാരന്റെ മുഖത്ത് കോപം തെളിഞ്ഞു.

"അങ്ങനൊരു സംഭവം നടന്നിട്ടില്ല. ഞാനന്ന് കോടതിയിൽ പറഞ്ഞതല്ലേ..."

"*സത്യമാണ്*—താങ്കൾ പറഞ്ഞതിൽ ഒരു തിരുത്തുണ്ടെന്ന് എനിക്ക് തോന്നുന്നു."

"താങ്കളെന്നെ ഭീഷണിപ്പെടുത്തുകയാണോ? മ്മ്ഹ്! എനിക്ക് നിങ്ങളെ ഭയക്കേണ്ട കാര്യമില്ല. ഞാൻ കുറ്റവിമുക്തനാക്കപ്പെട്ടതാണ്."

"കൃത്യമായിട്ടും; ഞാൻ ഒരു നിഷ്കളങ്കനല്ലാത്തതിനാൽ, ഞാൻ നിങ്ങളെ ഭീഷണിപ്പെടുത്തുന്നത് തൂക്കുമരം കൊണ്ടല്ല—മറിച്ച് പബ്ലിസിറ്റിക്ക് വേണ്ടിയാണ്. പബ്ലിസിറ്റി! ആ പറഞ്ഞത് താങ്കൾക്കിഷ്ടമായില്ല, അല്ലേ? എനിക്കങ്ങനെ തോന്നി. എന്റെ ചെറിയ ചെറിയ അറിവുകൾ, അതെനിക്ക് വളരെ വിലപ്പെട്ടതാണ്. വരൂ, എല്ലാ സത്യവും തുറന്നുപറയുക എന്നൊരു മാർഗ്ഗമേ താങ്കൾക്കു മുന്നിലുള്ളൂ. ആരുടെ എടുത്തുചാട്ടം കാരണമാണ് താങ്കൾ ഇംഗ്ലണ്ടിലേക്കു വന്നതെന്ന് എനിക്കറിയില്ല. പക്ഷേ ഒന്നുറപ്പാണ്, ഫോസ്കാറ്റീനി പ്രഭുവിനെ കാണാനുള്ള ഏക ഉദ്ദേശ്യത്തോടെയാണ് താങ്കൾ വന്നത്."

"അയാൾ പ്രഭുവൊന്നുമായിരുന്നില്ല." അസ്കാനിയോ ഒന്നു മുരണ്ടു.

"*അൽമനാക് ഡി ഗോത്ത*യിൽ അദ്ദേഹത്തിന്റെ പേരില്ല എന്നത്

ഞാൻ നേരത്തെ മനസ്സിലാക്കി. അതുപോട്ടെ, ഭീഷണിയിലൂടെ സമ്പാദിക്കുന്നവർക്ക് പ്രഭു പദവി പലപ്പോഴും ഉപകാരമുള്ളതാണല്ലോ."

"സത്യം പറയാമല്ലോ, നിങ്ങൾക്ക് ഒരുപാട് കാര്യങ്ങളറിയാം."

"എന്റെ ബുദ്ധി അത്യാവശ്യം വേണ്ടവിധത്തിൽ ഞാൻ ഉപയോഗപ്പെടുത്തിയിട്ടുണ്ട്. ശരി, അസ്കാനിയോ, താങ്കൾ മരണപ്പെട്ട വ്യക്തിയെ ചൊവ്വാഴ്ച രാവിലെ സന്ദർശിച്ചിരുന്നു, അല്ലേ—അങ്ങനല്ലേ പറഞ്ഞിരുന്നത്?"

"അതെ, പക്ഷേ അടുത്ത ദിവസം വൈകുന്നേരം ഞാനവിടെ പോയിട്ടില്ല. അതിന്റെ ആവശ്യവും ഇല്ലായിരുന്നു. ഞാനെല്ലാം പറയാം. ഇറ്റലിയിൽ ഒരു ഉന്നത സ്ഥാനത്തിരിക്കുന്ന വ്യക്തിയുമായി ബന്ധപ്പെട്ട ചില വിവരങ്ങൾ ഈ ദുഷ്ടന്റെ കൈയിൽ എത്തപ്പെട്ടു, അത് തിരികെ വേണമെങ്കിൽ വലിയൊരു തുക നൽകണമെന്നും ആവശ്യപ്പെട്ടു. ഞാൻ ഇംഗ്ലണ്ടിൽ വന്നത് അക്കാര്യത്തിൽ ഒരു തീരുമാനമുണ്ടാക്കാനാണ്. അന്ന് രാവിലെ ഒരു കൂടിക്കാഴ്ച ഏർപ്പാടാക്കി ഞാൻ അവിടെ ചെന്നു. എംബസിയിൽ നിന്നും ചെറുപ്പക്കാരനായ ഒരു സെക്രട്ടറിയും എന്റെയൊപ്പം ഉണ്ടായിരുന്നു. ഞാൻ പ്രതീക്ഷിച്ചതിലും വിവേകശാലിയായിരുന്നു പ്രഭു, എങ്കിലും എന്നിൽ നിന്നും അയാൾ കൈപ്പറ്റിയ തുക വളരെ വലുതായിരുന്നു."

"ക്ഷമിക്കണം, എങ്ങനെയാണ് പണം നൽകിയത്?"

"ചെറിയ മൂല്യമുള്ള ഇറ്റാലിയൻ നോട്ടുകളിൽ. ഞാൻ അപ്പോൾ അവിടെവെച്ചുതന്നെ മുഴുവൻ പണവും കൈമാറി. രേഖകളും മറ്റും അയാൾ എന്നെ ഏല്പിക്കുകയും ചെയ്തു. അതിനുശേഷം ഞാൻ അയാളെ കണ്ടിട്ടില്ല."

"അറസ്റ്റ് ചെയ്യപ്പെട്ടപ്പോൾ എന്തുകൊണ്ടാണ് ഇതൊന്നും പറയാതിരുന്നത്?"

"എന്റെ ഈ സ്ഥാനം നിലനില്ക്കണമെങ്കിൽ, ഇറ്റലിയിലെ പ്രമുഖനുമായുള്ള എന്റെ ബന്ധം പുറത്തറിയാൻ പാടില്ലായിരുന്നു."

"അപ്പോൾ വൈകുന്നേരം നടന്ന സംഭവങ്ങളെക്കുറിച്ച് എന്താണ് താങ്കൾക്ക് പറയാനുള്ളത്?"

"ആരോ എന്നെ മനഃപൂർവ്വം കുടുക്കിയതാണെന്നേ എനിക്ക് പറയാൻ കഴിയൂ. ഫ്ലാറ്റിൽ നിന്നും പണമൊന്നും കണ്ടുകിട്ടിയിട്ടില്ലെന്ന് ഞാൻ അറിഞ്ഞു."

പോയ്റോട്ടും അത് ശരിവെച്ചു.

"വിചിത്രം തന്നെ." അദ്ദേഹം സ്വയം പറഞ്ഞു. "നമുക്കെല്ലാവർക്കും തലച്ചോറുണ്ട്, പക്ഷേ ചിലർക്ക് മാത്രമേ അത് നന്നായി പ്രയോജനപ്പെടുത്താൻ അറിയൂ. ശുഭദിനം, അസ്കാനിയോ. ഞാൻ താങ്കളെ വിശ്വസിക്കുന്നു. ഞാൻ ഉദ്ദേശിച്ചതു തന്നെയാണ്, എങ്കിലും എനിക്കതൊന്ന് ഉറപ്പു വരുത്തണമായിരുന്നു."

തന്റെ അതിഥിയെ യാത്രയാക്കിയ ശേഷം, പോയ്റോട്ട് കസേരയിൽ വന്നിരുന്ന് എനിക്കൊരു പുഞ്ചിരി സമ്മാനിച്ചു.

“ഹാ, കേൾക്കട്ടെ. കേസിനെക്കുറിച്ച് ഹേസ്റ്റിംഗ്സിന് എന്താണ് പറയാനുള്ളത്?”

“മ്മ്, എന്റെ അഭിപ്രായത്തിൽ, അസ്കാനിയോ പറഞ്ഞത് സത്യമാണ്—അയാളെ ആരോ കുടുക്കാൻ ശ്രമിച്ചതാണ്.”

“ഒരിക്കലെങ്കിലും—ദൈവം കനിഞ്ഞുതന്ന ബുദ്ധി ഒരിക്കലെങ്കിലും ഒന്ന് ഉപയോഗിക്കൂ. അന്ന് രാത്രി ഫ്ലാറ്റിൽ നിന്നും ഇറങ്ങുമ്പോൾ ഞാൻ പറഞ്ഞ കുറച്ച് കാര്യങ്ങൾ ഒന്ന് ഓർത്തെടുത്ത് നോക്കൂ. തുറന്നിടാത്ത കർട്ടനുകളെക്കുറിച്ച് ഞാൻ പറഞ്ഞിരുന്നു. ഇത് ജൂൺ മാസമാണ്. രാത്രി എട്ടുമണിക്കു പോലും വെളിച്ചമുണ്ടാകും. അര മണിക്കൂറിനകം അത് മങ്ങിത്തുടങ്ങും. ഇപ്പോൾ മനസ്സിൽ എന്തെങ്കിലും വരുന്നുണ്ടോ? അടുത്തകാലത്തൊന്നും നിങ്ങൾക്കത് മനസ്സിലാകും എന്നെനിക്ക് തോന്നുന്നില്ല. ശരി, ബാക്കി പറയാം. ഞാൻ പറഞ്ഞിരുന്നു, കാപ്പി വളരെ കടും നിറത്തിലായിരുന്നെന്ന്. ഫോസ്കാറ്റീനി പ്രഭുവിന്റെ പല്ലുകളാണെങ്കിൽ, തിളങ്ങുന്നുമുണ്ടായിരുന്നു. കാപ്പി പല്ലിൽ കറയുണ്ടാക്കും. അതിൽ നിന്നും നമുക്ക് മനസ്സിലാക്കാം, ഫോസ്കാറ്റീനി പ്രഭു കാപ്പി കുടിച്ചിട്ടില്ല എന്ന്. പക്ഷേ, മൂന്ന് കപ്പുകളിലും കാപ്പിയുണ്ടായിരുന്നു. കാപ്പി കുടിച്ചിട്ടില്ലാത്ത ഫോസ്കാറ്റീനി പ്രഭു കാപ്പി കുടിച്ചുവെന്ന് സ്ഥാപിക്കേണ്ട കാര്യമെന്താണ്?”

ഞാൻ അപ്പോഴും അമ്പരപ്പിലായിരുന്നു.

“വരൂ, ഞാൻ സഹായിക്കാം. അസ്കാനിയോയും സുഹൃത്തും, അല്ലെങ്കിൽ അവരെപ്പോലെ രണ്ടുപേർ, അന്ന് രാത്രി ആ ഫ്ലാറ്റിൽ വന്നിരുന്നു എന്നതിന് എന്തു തെളിവാണ് നമ്മുടെ പക്കലുള്ളത്? അവർ അകത്തോട്ട് കയറുന്നതോ, പുറത്തോട്ട് ഇറങ്ങുന്നതോ ആരും തന്നെ കണ്ടിട്ടില്ല. ഒരു മനുഷ്യനും പിന്നെ കുറേ നിർജ്ജീവമായ വസ്തുക്കളുമാണ് നമ്മുടെ തെളിവുകൾ.”

“നിങ്ങൾ ഉദ്ദേശിക്കുന്നത്?”

“ഞാൻ ഉദ്ദേശിച്ചത് കത്തി, ഫോർക്ക്, പ്ലേറ്റുകൾ, കാലിയായ പാത്രങ്ങൾ. ഹാ, പക്ഷേ വളരെ ബുദ്ധിപരമായിരുന്നു കാര്യങ്ങൾ! ഗ്രേവ്സ് ഒരു കള്ളനാണ്, വഞ്ചകനും, അതേസമയം അതിബുദ്ധിമാനും! അയാൾ അന്ന് രാവിലെ ഒളിഞ്ഞുകേട്ട സംഭാഷണശകലത്തിൽ നിന്നും മനസ്സിലാക്കുന്നു, അസ്കാനിയോയ്ക്ക് ഈ സംഭവത്തിൽ നിന്നും രക്ഷപ്പെടാൻ ബുദ്ധിമുട്ടായിരിക്കും എന്ന്. അടുത്ത ദിവസം വൈകുന്നേരം, എട്ടു മണിയാകുമ്പോൾ, അയാൾ തന്റെ മുതലാളിയോട് പറയുന്നു ഒരു ഫോൺ കോൾ വന്നിട്ടുണ്ടെന്ന്. ഫോസ്കാറ്റീനി കസേരയിലിരുന്ന് ഫോൺ എടുക്കാനായി കൈ നീട്ടിയതും, ഗ്രേവ്സ് പിന്നിൽ നിന്നും മാർബിൾ പ്രതിമ കൊണ്ട് ആക്രമിക്കുന്നു. പിന്നെ പെട്ടെന്നുതന്നെ ഫോൺ എടുത്ത്, അത്താഴത്തിനായി ഓർഡർ ചെയ്യുന്നു—മൂന്ന് പേർക്ക്! ഭക്ഷണം വരുന്നു, അയാൾ അതെല്ലാം തീന്മേശയിൽ നിരത്തി പ്ലേറ്റുകളും കത്തിയും ഫോർക്കും ഉപയോഗിച്ചതായി തോന്നും വിധം വെക്കുന്നു. പക്ഷേ

അയാൾക്ക് ഭക്ഷണവും തീർക്കേണ്ടതുണ്ട്. അയാളുടെ ബുദ്ധിശക്തി മാത്രമല്ല, ആമാശയവും വിശാലമായിരുന്നു! പക്ഷേ മൂന്ന് ടൂർനെഡോസ് കഴിച്ചുകഴിഞ്ഞതും, റൈസ് സൗഫൾ കഴിക്കാനുള്ള ഇടം വയറ്റിലില്ലെന്നായി! കാര്യങ്ങൾ ഒന്നുകൂടെ അനുകൂലമാക്കുന്നതിനായി, അയാൾ ഒരു ചുരുട്ടും രണ്ട് സിഗരറ്റും വലിച്ചു. അതോടെ തീന്മേശ രംഗം പൂർണ്ണമായി! ശേഷം, ഘടികാരത്തിലെ സമയം 8:47 ആക്കിയശേഷം, അതിനെ തല്ലിയുടച്ച് സമയം നിലച്ചത് ഉറപ്പുവരുത്തി. അയാൾ ചെയ്യാൻ വിട്ടുപോയ ഒരു കാര്യമാണ് കർട്ടൻ തുറന്നിടുക എന്നത്. പക്ഷേ അവിടെ ശരിക്കുമൊരു അത്താഴവിരുന്ന് നടന്നിരുന്നുവെങ്കിൽ, വെളിച്ചം മങ്ങിത്തുടങ്ങുമ്പോൾ തന്നെ കർട്ടനുകൾ തുറന്നിടുമായിരുന്നു. പിന്നീട് ധൃതിയിൽ പുറത്തുപോയി. പോകുന്ന വഴി കാണുന്ന ലിഫ്റ്റ് ജീവനക്കാരനോട് അതിഥികളെക്കുറിച്ച് പറയുന്നു. പെട്ടെന്നുതന്നെ ഒരു ടെലിഫോൺ ബൂത്തിലേക്കു ചെന്ന്, ഏകദേശം 8:47 ആകുമ്പോൾ, ഡോക്ടറെ വിളിച്ച് തന്റെ മുതലാളി മരണവെപ്രാളത്തിൽ കരയുന്നതുപോലെ അനുകരിക്കുന്നു. മികച്ചൊരു തന്ത്രമായിരുന്നു അത്, ആ സമയം പതിനൊന്നാമത്തെ ഫ്ലാറ്റിൽ നിന്നും അങ്ങനൊരു കോൾ ചെയ്തിരുന്നോ എന്ന് ആരും തന്നെ അയാളോട് ചോദിക്കില്ല."

"പക്ഷേ ഹെർക്കുലീ പോയ്റോട്ട് ചോദിക്കും, അല്ലേ?" ഞാൻ ഒന്ന് കണ്ണിറുക്കി.

"ഹെർക്കുലീ പോയ്റോട്ട് പോലും." എന്റെ സുഹൃത്ത് പുഞ്ചിരിച്ചു. "ഇപ്പോൾ ചോദിക്കാൻ പോകുന്നു. എന്റെ കണ്ടെത്തലുകൾ ആദ്യം നിനക്കു മുന്നിൽ തെളിയിക്കണമായിരുന്നു. ഞാൻ പറഞ്ഞതെല്ലാം ശരിയായിരുന്നുവെന്ന് നീ മനസ്സിലാക്കും; മാത്രമല്ല, ജാപ്പിനോട് ഞാൻ നേരത്തെ സൂചന നൽകിയിട്ടുണ്ട്, അദ്ദേഹം വിശ്വസ്തനായ ഗ്രേവ്സിനെ അറസ്റ്റ് ചെയ്തോളും. അയാൾ എത്ര പണം ചെലവഴിച്ചു കാണുമോ, എന്തോ."

പോയ്റോട്ട് പറഞ്ഞത് *ശരിയായിരുന്നു.* എന്നത്തേയും പോലെ, അദ്ദേഹം വിസ്മയിപ്പിച്ചു!

ജോലി തേടുന്ന ജേൻ

ജേൻ ക്ലീവ്‌ലാൻഡ് *ഡെയ്‌ലി ലീഡർ* പത്രത്തിന്റെ താളുകൾ പരതുകയാണ്. ദീർഘമായൊരു നെടുവീർപ്പ്. അതവളുടെ ഇപ്പോഴത്തെ അവസ്ഥയെക്കുറിച്ചുള്ള അങ്കലാപ്പിന്റെ പ്രതിധ്വനി കൂടിയായിരുന്നു. അവളെ കാത്തിരിക്കുന്ന റൊട്ടിയേയും പൊരിച്ച മുട്ടയേയും ചായപാത്രത്തെയും വിരക്തിയോടെയാണവൾ നോക്കിയത്. വിശപ്പില്ലായ്മയായിരുന്നില്ല അതിന്റെ കാരണം. കാരണമതാകാൻ സാധ്യതയുമില്ല, അവൾക്ക് അത്രയും വിശപ്പുണ്ടായിരുന്നു. ബീഫും ചിപ്സും ഫ്രഞ്ച് ബീൻസുമെല്ലാം കഴിക്കാനുള്ള വിശപ്പ്. പക്ഷേ ആ ആഗ്രഹങ്ങളെയെല്ലാം ചായയ്ക്കൊപ്പം കുടിച്ചിറക്കി.

അവളുടെ സാമ്പത്തിക സ്ഥിതി, ഇഷ്ടഭക്ഷണം തെരഞ്ഞെടുക്കാനുള്ള അനുമതി നൽകിയില്ല. മുട്ടയും ചായയും തന്നെ വാങ്ങാൻ കഴിഞ്ഞത് ജേനിന്റെ ഭാഗ്യം. ഇതുപോലും നാളെയുണ്ടാകുമോ എന്ന ഉറപ്പുമില്ല. അല്ലെങ്കിൽ...

ഡെയ്‌ലി ലീഡറിലെ പരസ്യത്താളുകളിലേക്ക് ഒരിക്കൽ കൂടി അവൾ കണ്ണോടിച്ചു. മറ്റൊന്നുമല്ല കാര്യം, ജേനിന് ജോലിയൊന്നുമില്ല, സാഹചര്യമാണെങ്കിൽ പരിതാപകരവും. അല്ലെങ്കിൽത്തന്നെ, താൻ താമസിക്കുന്ന പഴകിയ വാടകവീടിന്റെ പരിഷ്കൃതയായ ഉടമസ്ഥ അർത്ഥം വെച്ചുള്ള നോട്ടം തുടങ്ങിയിട്ട് കുറച്ചായി.

"എന്തൊക്കെ പറഞ്ഞാലും," ജേൻ തന്റെ സ്വകാര്യ സ്വത്തായ അല്പം അഹങ്കാരത്തോടെ സ്വയം പറഞ്ഞു, "എന്തൊക്കെ പറഞ്ഞാലും, ഞാൻ ബുദ്ധിശാലിയാണ്, സുന്ദരിയാണ്, വിദ്യാസമ്പന്നയാണ്. വേറെന്താണ് ഒരാൾക്ക് വേണ്ടത്?"

ഡെയ്‌ലി ലീഡർ ആവശ്യപ്പെടുന്നതെല്ലാം, പ്രവർത്തിപരിചയമുള്ള ഷോർട്ട്ഹാൻഡ് ടൈപ്പിസ്റ്റുകളെയും, ബിസിനസ്സിൽ ചെറിയ തുകയെങ്കിലും നിക്ഷേപിക്കാൻ കഴിയുന്ന മാനേജർമാരെയും, കോഴിവളർത്തലിൽ ലാഭവിഹിതം ആഗ്രഹിക്കുന്ന സ്ത്രീകളെയും (അവിടെയും നിക്ഷേപം അത്യാവശ്യമാണ്), പാചകക്കാരെയും, വീട്ടുജോലിക്കാരെയും, ഭക്ഷണം വിളമ്പാനുള്ളവരെയുമാണ്—പ്രത്യേകിച്ച് ഭക്ഷണം വിളമ്പുന്നവർ.

"എനിക്ക് ഭക്ഷണം വിളമ്പുന്നതിൽ മടിയൊന്നുമില്ല," ജേൻ ആത്മഗതമെന്നോണം പറഞ്ഞു. "പക്ഷേ അവിടെയും പ്രവർത്തിപരിചയ

മില്ലാതെ ജോലി കിട്ടില്ല. ഏതെങ്കിലും സ്ഥാപനത്തിൽ കേറിച്ചെന്ന്, ഞാൻ എന്തിനും തയ്യാറാണ് എന്ന് പറയും ഞാൻ—പക്ഷേ, എന്തിനും തയ്യാറായ പെണ്ണിന് അങ്ങനെ പറയുന്നതിനായി അവർ പണമൊന്നും തരില്ല."

വീണ്ടുമൊരു ദീർഘനിശ്വാസത്തോടെ, മുന്നിലെ പത്രം മടക്കിവെച്ചു. എന്നിട്ട് ആർത്തിയോടെ പൊരിച്ച മുട്ട അകത്താക്കി.

അവസാന കഷണവും വായിലെത്തിയപ്പോൾ, വീണ്ടും പത്രമെടുത്ത്, ചായ കുടിക്കുന്നതിനൊപ്പം വ്യക്തിപരമായ സന്ദേശങ്ങളും നഷ്ടപ്പെട്ടവരെക്കുറിച്ചും പുതിയ ബന്ധങ്ങൾ ആവശ്യപ്പെടുന്നവരെക്കുറിച്ചുമുള്ള വാർത്തകൾ വരുന്ന ഭാഗം ഒന്ന് ചികഞ്ഞു. എപ്പോഴും അതായിരുന്നു അവളുടെ അവസാന പ്രതീക്ഷ.

രണ്ടായിരം പൗണ്ടെങ്കിലും കൈയ്യിലുണ്ടായിരുന്നെങ്കിൽ, എല്ലാം എളുപ്പമാകുമായിരുന്നു. ഏഴിലധികം മികച്ച അവസരങ്ങൾ അതിലുണ്ടായിരുന്നു—വർഷം മൂവായിരത്തിൽ കുറയാത്ത വരുമാനം ഉറപ്പ്. ജേൻ ചുണ്ടു കോട്ടി. "കൈയ്യിൽ രണ്ടായിരം പൗണ്ട് ഉണ്ടായിരുന്നെങ്കിൽ, എന്നെയും ഈ അവസരങ്ങളെയും പിരിക്കാൻ ആർക്കും സാധിക്കില്ലായിരുന്നു." അവൾ പിറുപിറുത്തു.

അവളുടെ കണ്ണുകൾ ആ പേജിലെ അക്ഷരങ്ങളെ അടിമുടി അരിച്ചുപെറുക്കി.

ഉപേക്ഷിക്കപ്പെട്ട വസ്തുങ്ങൾക്ക് നല്ല വില നൽകുന്ന ഒരു സ്ത്രീയെക്കുറിച്ച് അതിലുണ്ടായിരുന്നു. 'സ്ത്രീകളുടെ വസ്തുങ്ങൾ അവരുടെ വസതിയിൽ വെച്ചുതന്നെ പരിശോധിക്കപ്പെടും.' എന്തും കൊടുത്താൽ വാങ്ങുന്ന ആളുകളുണ്ടായിരുന്നു—പ്രധാനമായും പല്ലുകൾ. വിദേശത്തേക്ക് പോകുന്നു എന്ന തലക്കെട്ടോടെയുള്ള സ്ത്രീകൾ തങ്ങളുടെ രോമങ്ങൾ അതിശയിപ്പിക്കുന്ന തുകയ്ക്ക് കൊടുക്കുന്നുണ്ടായിരുന്നു. ദുഃഖിതനായ പുരോഹിതനും, അദ്ധ്വാനശീലയായ വിധവയും, വികലാംഗനായ ഓഫീസർ അങ്ങനെ പലരും—അവർക്കെല്ലാം വേണ്ടത് അമ്പത് മുതൽ രണ്ടായിരം വരെ പൗണ്ടും. പിന്നീട് പെട്ടെന്ന് ജേനിന്റെ കണ്ണ് ഒരിടത്ത് ഉടക്കിനിന്നു. അവൾ ചായക്കപ്പ് താഴെവെച്ച് പരസ്യം ഒന്നുകൂടെ വായിച്ചു.

"ഇതിലെന്തോ ഒരു ദുരൂഹതയുണ്ട്, അതുറപ്പാണ്." അവൾ മന്ത്രിച്ചു. "ഇത്തരം കാര്യങ്ങളിൽ എപ്പോഴും എന്തെങ്കിലും നിഗൂഢത ഒളിഞ്ഞു കിടപ്പുണ്ടാകും. സൂക്ഷിക്കണം. പക്ഷേ... എങ്കിലും..."

ജേൻ ക്ലീവ് ലാൻഡിൽ താത്പര്യം ജനിപ്പിച്ച ആ പരസ്യം ഇതായിരുന്നു :

ഇരുപത്തിയഞ്ച് മുതൽ മുപ്പതിനുള്ളിൽ പ്രായം, കടും നീല കണ്ണുകൾ, അഴകാർന്ന മുടി, കറുത്ത കൺപീലികളും പുരികങ്ങളും, നീണ്ട മൂക്ക്, മെലിഞ്ഞ ശരീരം, അഞ്ചടി ഏഴിഞ്ച് ഉയരം, നല്ല

അനുകരണശേഷി, എന്നീ ശരീര സവിശേഷതകളും ഫ്രഞ്ച് സംസാരിക്കാനുള്ള കഴിവുമുള്ള യുവതികൾ, വൈകുന്നേരം അഞ്ചിനും ആറിനുമിടയ്ക്കുള്ള സമയത്ത്, 7 എൻഡ്രേഴ്സ് ലേയ് സ്ട്രീറ്റിൽ വരികയാണെങ്കിൽ, ഗുണമുള്ള ഒരു അവസരം ലഭിക്കാൻ സാദ്ധ്യതയുണ്ട്.

"നിഷ്കളങ്കർ, അല്ലെങ്കിൽ എന്തുകൊണ്ടാണ് പെൺകുട്ടികൾ വഴിതെറ്റുന്നത്." ജേൻ പിറുപിറുത്തു. "ഞാൻ ഉറപ്പായും സൂക്ഷിക്കണം. പക്ഷേ ഇതിൽ ഒരുപാട് വിവരങ്ങളുണ്ട്; അങ്ങനൊരു കാര്യത്തിന്... ഒരു സംശയം... വിശദമായി പരിശോധിക്കാം."

അവൾ തയ്യാറെടുത്തു.

"ഇരുപത്തിയഞ്ച് മുതൽ മുപ്പതിനുള്ളിൽ—എനിക്ക് ഇരുപത്തിയാറ്. കടും നീല കണ്ണുകൾ—അത് ശരിയാണ്. നല്ല മുടി, കൺപീലികളും പുരികങ്ങളും കറുപ്പ്—അതും ശരി. നീണ്ട മൂക്ക്? മ്മ്മ്, അതെ—ആവശ്യത്തിനുണ്ട്, അതു മതി. വളവോ തിരിവോ ഒന്നുമില്ലല്ലോ. വേണ്ടതും മെലിഞ്ഞ ശരീരമാണ്—ഈ കാലഘട്ടത്തിലും ഈ ശരീരം. ഞാൻ അഞ്ചടി ആറിഞ്ചല്ലേയുള്ളൂ—സാരമില്ല, ഹീൽസ് ധരിച്ചേക്കാം. എന്റെ അനുകരണശേഷിയും നല്ലതാണ്—വലുതായൊന്നുമില്ലെങ്കിലും, ആൾക്കാരുടെ ശബ്ദമൊക്കെ അനുകരിക്കാൻ എനിക്കാകും. ഒരു മാലാഖയെപ്പോലെ, ഒരു ഫ്രഞ്ചുകാരിയെപ്പോലെ ഞാൻ ഫ്രഞ്ച് സംസാരിക്കും. വാസ്തവത്തിൽ, ഞാൻ യോഗ്യയാണ്. എന്നെ കണ്ടാൽ, അവർ അന്തംവിട്ടു നിൽക്കും. ജേൻ ക്ലീവ്‌ലാൻഡ്, ഇത് നിനക്കുള്ളതാണ്, പോയി ജയിച്ചു വാ."

ജേൻ തികഞ്ഞ ആത്മവിശ്വാസത്തോടെ ആ പത്രപ്പരസ്യം കീറിയെടുത്ത് ബാഗിൽ ഇട്ടു. അവളുടെ ശബ്ദത്തിൽ ഒരു പുത്തനുണർവ്വ് വന്നു, ശേഷം അവൾ ബിൽ ആവശ്യപ്പെട്ടു.

അഞ്ച് മണിക്ക് പത്ത് മിനിറ്റ് ബാക്കിയുള്ളപ്പോൾ, ജേൻ എൻഡ്രേഴ്സ് ലേയ് സ്ട്രീറ്റിന്റെ ചുറ്റുപാടുമൊന്ന് വീക്ഷിച്ചു. ഓക്സ്ഫോർഡ് സർക്കസിനടുത്തുള്ള രണ്ട് വലിയ തെരുവുകൾക്കിടയിൽ ഞെരുങ്ങിക്കിടക്കുന്ന ഒരു കുഞ്ഞു തെരുവാണ് എൻഡ്രേഴ്സ് ലേയ് സ്ട്രീറ്റ്. വിരസമാണെങ്കിലും കാഴ്ചയിൽ സാമാന്യം നന്നായി കാണപ്പെടുന്ന തെരുവ്.

അയൽവീടുകളിൽ നിന്നും ഏഴാം നമ്പർ വീടിന് എടുത്തുപറയത്തക്ക സവിശേഷതകൾ ഒന്നും തന്നെയില്ല. ഓഫീസുകൾ പോലെയാണവ തോന്നിപ്പിച്ചത്. പക്ഷേ അങ്ങോട്ട് നോക്കിയ ജേനിന് ഒരു കാര്യം പിടികിട്ടി : നീലക്കണ്ണുള്ള, അഴകുള്ള മുടിയുള്ള, നീണ്ട മൂക്കുള്ള, ഇരുപത്തിയഞ്ചിനും മുപ്പതിനും ഇടയ്ക്കുള്ള മെലിഞ്ഞ സ്ത്രീ അവൾ മാത്രമല്ല എന്ന്. ലണ്ടൻ നഗരം അത്തരം സ്ത്രീകളാൽ നിബിഡമായിരുന്നു, എൻഡ്രേഴ്സ്

ലേയ് സ്ട്രീറ്റിലെ 7-ാം നമ്പർ വീടിന് മുന്നിലായി നാൽപ്പത്-അമ്പത് പേരെങ്കിലും നിൽപ്പുണ്ടായിരുന്നു.

“മത്സരിക്കണം.” ജേൻ പറഞ്ഞു. “പെട്ടെന്നു തന്നെ വരിയിൽ നിൽക്കാം.”

അവൾക്കു ശേഷം, വീണ്ടും മൂന്നു പേർ ആ വരിയിൽ ചേർന്നു. അവർക്കു പിന്നിൽ വീണ്ടും. തനിക്കു മുന്നിലും പിന്നിലുമായി നിൽക്കുന്ന ഉദ്യോഗാർത്ഥികളെ കണ്ട് ജേൻ അതിശയിച്ചുപോയി. പക്ഷേ ഓരോരുത്തരിലും എന്തെങ്കിലുമൊരു കുറവ് കണ്ടെത്താൻ അവൾക്ക് സാധിച്ചു—കറുത്ത കൺപീലികൾക്കു പകരം തവിട്ടുനിറം, നീലയ്ക്കു പകരം ചാരനിറക്കണ്ണുകൾ, അഴകുള്ള മുടിയിൽ തെളിഞ്ഞുകണ്ട കൃത്രിമത്വം, മൂക്കിലെ ചേർച്ചക്കുറവുകൾ, സമാധാനിപ്പിക്കാൻ വേണ്ടി മാത്രം മെലിഞ്ഞവ എന്നു പറയാവുന്ന ശരീരങ്ങൾ. ജേനിന്റെ ആത്മവിശ്വാസം ഉയർന്നു.

“ഇവിടെ കൂടിയവരിൽ എന്നോളം മികച്ചത് ആരുമില്ലെന്ന് ഞാൻ വിശ്വസിക്കുന്നു.” അവൾ സ്വയം പറഞ്ഞു. “പക്ഷേ എന്തിനായിരിക്കും ഈ വിളിച്ചുകൂട്ടൽ? സൗന്ദര്യ മത്സരം വല്ലതുമായിരിക്കും.”

പതുക്കെയാണെങ്കിലും നിര മുന്നോട്ടു നീങ്ങുന്നുണ്ട്. ഇപ്പോൾ വീടിനകത്തു നിന്നും പെൺകുട്ടികൾ ഒന്നിനുപുറകേ ഒന്നായി പുറത്തിറങ്ങിത്തുടങ്ങി. ചിലരുടെ മുഖത്ത് നിരാശ, ചിലരുടെ മുഖത്ത് പൊള്ളയായ ചിരി.

“നിരാകരിക്കപ്പെട്ടവർ.” ജേൻ മനസ്സിൽ ആഹ്ലാദിച്ചു. “ഞാൻ അകത്തു കടക്കുന്നതിനു മുൻപ്, തെരഞ്ഞെടുപ്പ് തീരാതിരുന്നാൽ മതിയായിരുന്നു.”

ഇപ്പോഴും പെൺകുട്ടികൾ നിരയായി നീങ്ങുന്നുണ്ട്. ചെറുകണ്ണാടികളിൽ ആകാംക്ഷ നിറഞ്ഞ് മിഴികളും, ചുവന്ന മൂക്കുകളും, ചായം പൂശിയ ചുണ്ടുകളും പ്രതിബിംബം തെളിയിച്ചു.

“നല്ലൊരു തൊപ്പി ഉണ്ടായിരുന്നെങ്കിൽ.” ജേനിൽ നേർത്ത നിരാശ ജനിച്ചു.

അവസാനം അവളുടെ അവസരം വന്നെത്തി. വീടിനകത്തു കടന്നതും, ഒരു ഭാഗത്ത്, പ്രശസ്തമായ കട്ട്ബെർട്ട്സൺസ് എന്ന പേര് കൊത്തിവെക്കപ്പെട്ട ഒരു ചില്ലുവാതിൽ. ആ വാതിലിലൂടെയാണ് ഉദ്യോഗാർത്ഥികൾ ഓരോരുത്തരായി കടന്നുപോകുന്നത്. ജേനിന്റെ ഊഴം. ഒരു ദീർഘശ്വാസം എടുത്ത ശേഷം, അവൾ ഉള്ളിലേക്കു കയറി.

ഓഫീസ് മുറിയുടെ പുറത്തായി ക്ലർക്കുകളുടെ ഇരിപ്പിടങ്ങളായിരുന്നു അവിടെ. അറ്റത്തായി വീണ്ടുമൊരു ചില്ലുവാതിൽ. അതിലൂടെ പോകാനായി അവളോട് ആവശ്യപ്പെട്ടു, അവൾ അതനുസരിച്ചു. ഒരു ചെറിയ മുറിയിലാണ് അവളിപ്പോൾ. വലിയൊരു മേശയ്ക്കു പിന്നിലായി, ഇടതൂർന്ന് കട്ടിയുള്ള വിദേശി സാദൃശ്യമുള്ള മീശയുമായി ഒരു മധ്യവയസ്കൻ സസൂക്ഷ്മം വീക്ഷിക്കുന്ന കണ്ണുകളുമായി ഇരിക്കുന്നു. ജേനിനെ ഒന്ന് നോക്കിയ ശേഷം, ഇടതുവശത്തുള്ള ഒരു വാതിൽ ചൂണ്ടിക്കാട്ടി.

"ദയവായി അവിടെ കാത്തിരിക്കു." അയാൾ സ്പഷ്ടമായി പറഞ്ഞു.

ജേൻ അയാൾ പറഞ്ഞതുപോലെ ചെയ്തു. അവൾ ചെല്ലുമ്പോൾ അവിടെ വേറെയും അഞ്ച് പെൺകുട്ടികൾ ഉണ്ടായിരുന്നു. അവരെല്ലാം പരസ്പരം നോക്കി ഗൗരവഭാവത്തിൽ ഇരിക്കുകയായിരുന്നു. തെരഞ്ഞെടുക്കപ്പെടാൻ സാധ്യതയുള്ള പേരുകളിൽ തന്റേതുമുണ്ടെന്നറിഞ്ഞ ജേനിന്റെ ആത്മവിശ്വാസം വീണ്ടുമുയർന്നു. എന്നിരുന്നാലും, പത്രത്തിലെ പരസ്യത്തിന്റെ അടിസ്ഥാനത്തിൽ, ഈ അഞ്ചുപേരും, തന്നോളം തന്നെ യോഗ്യരാണെന്ന് അവൾക്ക് സമ്മതിക്കാതെ വയ്യ.

സമയം കടന്നുപോയി. പെൺകുട്ടികൾ അകത്തെ ഓഫീസ് മുറിയിലേക്കു കടക്കുന്നുണ്ട്, പലരും പരിഗണിക്കപ്പെടാതെ, ഇടനാഴിയിലേക്കു നയിക്കുന്ന മറ്റൊരു വാതിലിലൂടെ പുറത്തു പോകുന്നുമുണ്ട്. പക്ഷേ ഇടയ്ക്കും തലയ്ക്കുമായി, ഞങ്ങളുടെ എണ്ണം കൂടുന്നുമുണ്ട്. ആറര മണിയായപ്പോൾ, അവിടെ പതിനാല് പെൺകുട്ടികളാണ് ഉണ്ടായിരുന്നത്.

അകത്തെ മുറിയിൽ നിന്നും സംഭാഷണ ശബ്ദങ്ങൾ കേൾക്കുന്നുണ്ട്. പട്ടാളക്കാരന്റെ മീശയോട് സാമ്യമുള്ളതിനാൽ, ജേൻ 'കേണൽ' എന്ന് ഓമനപ്പേരിട്ട ആ വിദേശി മുഖമുള്ള മധ്യവയസ്കൻ വാതിൽക്കൽ വന്നു.

"ഞാൻ നിങ്ങളെ ഓരോരുത്തരെയായി കൊണ്ടുപോകാം." അയാൾ അറിയിച്ചു. "നിങ്ങൾ അകത്തുവന്ന അതേ ക്രമത്തിൽ, ദയവായി വരൂ."

ജേനിന്റെ ഊഴം ആറാമത്തെയായിരുന്നു. ഇരുപത് മിനിറ്റിനു ശേഷമാണ് അവൾ വിളിക്കപ്പെട്ടത്. കൈകൾ പിന്നിൽ കെട്ടി, കേണൽ അവിടെ നിൽക്കുന്നുണ്ടായിരുന്നു. മതപരമായി കുറച്ച് ചോദ്യങ്ങൾ ചോദിച്ച ശേഷം, ഫ്രഞ്ചിലെ ജേനിന്റെ അറിവും അയാൾ ഒന്ന് പരിശോധിച്ചു. ശേഷം അവളുടെ ഉയരം അളന്നു.

"സാധ്യതയുണ്ട്, മാഡം." അയാൾ ഫ്രഞ്ചിൽ പറഞ്ഞു. "നിങ്ങൾ ചേരുന്നുണ്ട്. തീരുമാനം എന്റേതല്ല, പക്ഷേ സാധ്യതയുണ്ട്."

"ഞാനൊന്ന് ചോദിച്ചോട്ടെ, എന്തു ജോലിക്കായാണ്?" ജേൻ അല്പം പരുഷമായിത്തന്നെ ചോദിച്ചു.

അയാൾ തോളുകൾ വെട്ടിച്ചു.

"അതിനെക്കുറിച്ച് എനിക്ക് ഇപ്പോൾ പറയാൻ അധികാരമില്ല. നിങ്ങൾ തെരഞ്ഞെടുക്കപ്പെടുന്നുണ്ടെങ്കിൽ, നിങ്ങൾ അറിയും."

"വളരെ ദുരൂഹമാണല്ലോ." ജേൻ എതിർത്തു. "ഒന്നും അറിയാതെ എനിക്ക് ഒന്നും തീരുമാനിക്കാനാവില്ല. സ്റ്റേജ് അവതരണവുമായി ബന്ധപ്പെട്ട എന്തെങ്കിലുമാണോ?"

"സ്റ്റേജ്? അല്ല."

"ഓഹ്!" ജേൻ അതിശയിച്ചു.

അയാൾ അവളെ സൂക്ഷിച്ചു നോക്കി.

"നിങ്ങൾക്ക് വിവരമുണ്ടെന്ന് കരുതുന്നു, അല്ലേ? വിവേകവും?"

"എനിക്ക് വിവരവും വിവേകവുമുണ്ട്." ജേൻ സൗമ്യമായി പറഞ്ഞു. "ശമ്പളത്തിന്റെ കാര്യമെങ്ങനെയാ?"

"രണ്ടായിരം പൗണ്ട് ആണ് ശമ്പളം—പതിനഞ്ച് ദിവസത്തെ ജോലിക്ക്."

"ഓഹ്!" ജേൻ ശാന്തമായി പറഞ്ഞു.

ഇത്രയും വലിയ തുകയാണ് പ്രതിഫലം എന്ന് കേട്ടപ്പോഴുണ്ടായ ഞെട്ടലിൽ നിന്നും തിരികെ വരാൻ അവൾ പാടുപെട്ടു.

കേണൽ തുടർന്നു.

"ഒരു പെൺകുട്ടിയെക്കൂടി ഞാൻ തിരഞ്ഞെടുത്തിട്ടുണ്ട്. നിങ്ങളും അവരും ഒരുപോലെ യോഗ്യരാണ്. ഞാൻ ഇനിയും കാണാത്ത യുവതികളും ഉണ്ടാകും. നിങ്ങൾ ഇനിയെന്താണ് ചെയ്യേണ്ടതെന്ന് ഞാൻ പറഞ്ഞുതരാം. ഹാറിഡ്ജെസ് ഹോട്ടൽ അറിയാമോ?"

ജേൻ അദ്ഭുതം കൊണ്ട് വാ പിളർന്നു. ഇംഗ്ലണ്ടിൽ ആർക്കാണ് ഹാറിഡ്ജെസ് ഹോട്ടൽ അറിയാത്തത്? പ്രശസ്തരും വലിയ പദവിയിലിരിക്കുന്നവരും സ്ഥിരമായി വന്നുപോകാറുള്ള, മേയ്ഫെയറിലെ ഇടവഴിയിൽ സ്ഥിതിചെയ്യുന്ന പ്രസിദ്ധമായ ഹോട്ടൽ. ഇന്നു രാവിലെയാണ് ഒസ്ലോവയുടെ മഹാപ്രഭ്വി പൗളീൻ വരുന്നുണ്ടെന്ന വാർത്ത ജേൻ വായിക്കാനിടയായത്. റഷ്യൻ അഭയാർത്ഥികൾക്കുള്ള ഒരു സഹായമായി ആരംഭിക്കുന്ന വലിയ അങ്ങാടിയുടെ ഉദ്ഘാടനത്തിനായാണ് അവർ വരുന്നത്, മാത്രമല്ല, ഹാറിഡ്ജെസിലാണ് താമസിക്കുന്നതും.

"അറിയാം." ജേൻ കേണലിന്റെ ചോദ്യത്തിന് മറുപടി നൽകി.

"നന്നായി. അങ്ങോട്ട് പോകൂ. സ്റ്റെപ്റ്റിച്ച് പ്രഭുവിനെ കാണൂ. നിങ്ങളുടെ കാർഡ് നൽകൂ—നിങ്ങൾക്ക് കാർഡ് ഉണ്ടോ?"

ജേൻ ഒരു കാർഡ് നൽകി. കേണൽ ആ കാർഡിന്റെ ഒരു മൂലയ്ക്കായി എന്തോ കുറിച്ചു. എന്നിട്ട് തിരികെ നൽകി.

"ഇതു കാണിച്ചാൽ, പ്രഭുവിനെ സന്ദർശിക്കാനാകും. ഞാനാണ് നിങ്ങളെ അയച്ചതെന്ന് അവർക്ക് മനസ്സിലാകും. അന്തിമ തീരുമാനം അവിടെനിന്നുമായിരിക്കും—അല്ലെങ്കിൽ അടുത്ത ആളിൽ നിന്നും. നിങ്ങൾ യോജിച്ച ആളാണെന്ന് അവർക്ക് ബോധ്യപ്പെടുന്നുവെങ്കിൽ, അവർ കാര്യങ്ങൾ നിങ്ങളെ ധരിപ്പിക്കും. നിങ്ങൾക്ക് അവർ നൽകുന്ന അവസരം സ്വീകരിക്കുകയോ ഒഴിവാക്കുകയോ ചെയ്യാവുന്നതാണ്. അതിൽ തൃപ്തികരമാണോ?"

"തൃപ്തികരം." ജേൻ പറഞ്ഞു.

"ഇതുവരെയും," തെരുവിലേക്ക് നടന്നിറങ്ങിയ ജേൻ സ്വയം പിറുപിറുത്തു. "നിഗൂഢതയെന്താണെന്ന് മനസ്സിലാക്കാൻ എനിക്ക് കഴിഞ്ഞിട്ടില്ല. പക്ഷേ എന്തായാലും എന്തോ ഉണ്ട്. വെറുതെയൊന്നും ആരും പണം തരില്ലല്ലോ. കുറ്റകൃത്യം വല്ലതുമായിരിക്കും! മറ്റൊന്നുമാകാൻ സാധ്യതയില്ല."

അവളുടെ ആത്മാവ് ഉണർന്നു. സ്വാഭാവികമായും, ജേൻ കുറ്റകൃത്യങ്ങൾക്ക് എതിരൊന്നുമല്ല. കഴിഞ്ഞ കുറച്ചു കാലങ്ങളായി, കൊള്ളക്കാരായ സ്ത്രീകളുടെ വാർത്തകളാണ് പത്രങ്ങൾ മുഴുവനും. ഒരു വഴിയുമില്ലെങ്കിൽ, അത്തരമൊരു മാർഗ്ഗം ലക്ഷ്യമിടാനാണ് ജേനും തീരുമാനിച്ചിരുന്നത്.

ചെറിയൊരു ഭയത്തോടെയാണ് ജേൻ ഹാറിഡ്ജെസിന്റെ അകത്തേക്കു കയറിയത്. പുതിയൊരു തൊപ്പി ഉണ്ടായിരുന്നെങ്കിലെന്ന് അവൾ എന്നത്തേക്കാളുമേറെ ആഗ്രഹിച്ചു.

പക്ഷേ അവൾ ധൈര്യം സംഭരിച്ച്, ആദ്യം കണ്ട ജീവനക്കാരനോട് തന്റെ കൈയിലെ കാർഡ് കാണിച്ച്, സ്യൂപ്റ്റിച്ച് പ്രഭുവിനെ കാണണമെന്ന് അല്പം പോലും കൂസലില്ലാതെ ആവശ്യപ്പെട്ടു. ക്ലെർക്ക് തന്നെ ആകാംക്ഷയോടെ നോക്കുന്നു എന്നവൾ സങ്കൽപിച്ചു. അയാൾ കാർഡ് വാങ്ങി, അടുത്തുള്ള ഒരു വേലക്കാരൻ പയ്യന്റെ കൈയ്യിലേല്പിച്ച്, ജേനിന് കേൾക്കാൻ കഴിയാത്തവണ്ണം പതുക്കെ ചില നിർദ്ദേശങ്ങൾ അവനു നൽകി. ആ പയ്യൻ ജേനിനോട്, കൂടെ ചെല്ലുവാൻ ആവശ്യപ്പെട്ടു. അവർ ലിഫ്റ്റിലൂടെ മുകളിലെ നിലയിലെ ഇടനാഴിയിലെത്തി. അവിടെ കണ്ട വലിയ രണ്ട് വാതിലുകൾക്കു മുന്നിൽചെന്നു, ആ പയ്യൻ വാതിലിൽ മുട്ടി. ജേൻ ഒരു വലിയ മുറിയ്ക്കുള്ളിൽ ചെന്നു. അവിടെ അവളെയും കാത്ത്, നല്ല താടിയുള്ള മെലിഞ്ഞ് ഉയരമുള്ള ഒരാൾ, തന്റെ ക്ഷീണിതമായ വെളുത്ത കൈയിൽ ജേനിന്റെ കാർഡുമായി നിൽക്കുന്നുണ്ടായിരുന്നു.

"മിസ്സ് ജേൻ ക്ലീവ്ലാൻഡ്." അയാൾ പതിയെ വായിച്ചു. "ഞാൻ സ്യൂപ്റ്റിച്ച് പ്രഭു."

പുഞ്ചിരി എന്നു തോന്നിക്കുംവിധം അയാളുടെ ചുണ്ടുകൾ വിടർന്നു, അവയ്ക്കിടയിലൂടെ രണ്ടു വരി വെളുത്ത പല്ലുകൾ തെളിഞ്ഞു. പക്ഷേ ഭാവഭേദമൊന്നുമില്ലാത്ത മുഖമായിരുന്നു.

"ഞങ്ങൾ നൽകിയ പരസ്യം കണ്ടിട്ടാണ് നിങ്ങൾ അപേക്ഷ നൽകിയതെന്ന് ഞാൻ മനസ്സിലാക്കുന്നു." അയാൾ തുടർന്നു. "കേണൽ ക്രാനിൻ നിങ്ങളെ ഇങ്ങോട്ടയച്ചു."

"അയാൾ കേണലായിരുന്നു." ജേൻ മനസ്സിലോർത്തു. അവളുടെ ഉൾക്കാഴ്ചയിൽ അവൾ സ്വയം അഭിമാനിച്ചു, പക്ഷേ അത് പുറത്തു കാണിക്കാതെ അവൾ മറുപടിയായി ഒന്ന് തല കുനിച്ചു.

"ഞാൻ കുറച്ച് ചോദ്യങ്ങൾ നിങ്ങളോട് ചോദിക്കുന്നതിൽ വിരോധമുണ്ടോ?"

അയാൾ മറുപടിക്കായി കാത്തുനിൽക്കാതെ, കേണൽ ക്രാനിന്റെ ചോദ്യങ്ങൾക്ക് സമാനമായ മതവുമായി ബന്ധപ്പെട്ട ചോദ്യങ്ങൾ ചോദിച്ചു. അവളുടെ ഉത്തരം അയാൾക്ക് തൃപ്തികരമായി തോന്നി. അയാൾ ഒന്നോ രണ്ടോ തവണ തല കുലുക്കി.

"മാഡം, ആ വാതിലിനരികെവരെ നടന്നു തിരികെ വരാമോ?"

"ചിലപ്പോൾ ഒരു മോഡലിനെ ആയിരിക്കും അവർക്കാവശ്യം." ജേൻ നടക്കുന്നതിനിടയിൽ ചിന്തിച്ചു. "പക്ഷേ അതിനായി രണ്ടായിരം പൗണ്ട് ഒന്നും ആരും തരില്ല. എന്തോ ആവട്ടെ, തത്ക്കാലം ചോദ്യങ്ങളൊന്നും ചോദിക്കാതിരിക്കുന്നതാണ് നല്ലത്."

സ്റ്റെപ്റ്റിച്ച് നെറ്റി ചുളിച്ചു. അയാളുടെ വെളുത്ത വിരലുകൾ മേശയിൽ താളം പിടിച്ചു. പെട്ടെന്ന് അവിടെനിന്നും എഴുന്നേറ്റ്, അടുത്തുള്ള മുറിയുടെ വാതിൽ തുറന്ന്, അകത്തിരിക്കുന്ന ആരോടോ സംസാരിച്ചു.

അയാൾ തിരികെ തന്റെ കസേരയിൽ വന്നിരുന്നു. ഉയരം കുറഞ്ഞ ഒരു മധ്യവയസ്ക ആ വാതിലിലൂടെ വന്നു, എന്നിട്ട് തനിക്ക് പിന്നിൽ ആ വാതിൽ അടച്ചു. തടിച്ചുവീർത്ത അവർ, കാണാൻ തീരെ ഭംഗിയില്ലായിരുന്നു, പക്ഷേ അവിടെ നല്ലൊരു സ്ഥാനം വഹിച്ചിരുന്നതായി തോന്നിച്ചു.

"അന്ന മിഖായേലോവ്ന," പ്രഭു പറഞ്ഞു. "അവരെപ്പറ്റി എന്താണ് നിങ്ങളുടെ അഭിപ്രായം?"

പ്രദർശനത്തിനായിവെച്ച മെഴുക പ്രതിമയെ നോക്കുന്നതുപോലെ, അവർ ജേനിനെ അടിമുടി വീക്ഷിച്ചു. അഭിവാദ്യം പോലും പറഞ്ഞില്ല.

"ഇവൾ മതിയാകും," അവർ അല്പനേരം കഴിഞ്ഞ് പറഞ്ഞു. "മൊത്തത്തിൽ നോക്കുമ്പോൾ, സാദൃശ്യം കുറവു തന്നെയാണ്. പക്ഷേ കാഴ്ചയിലും നിറത്തിലും, മറ്റുള്ളവരേക്കാൾ ഭേദമാണ്. നിങ്ങളുടെ അഭിപ്രായമെന്താണ്, ഫിയൊഡോർ അലക്സാന്ദ്രോവിച്ച്?"

"ഞാനും നിങ്ങൾ പറഞ്ഞതിനോട് യോജിക്കുന്നു, അന്ന മിഖായേലോവ്ന."

"ഇവൾ ഫ്രഞ്ച് സംസാരിക്കുമോ?"

"ഇവരുടെ ഫ്രഞ്ച് വളരെ നല്ലതാണ്."

ജേനിന് താനൊരു നോക്കുകുത്തിയാണെന്ന് തോന്നിപ്പോയി. അവളൊരു മനുഷ്യനാണെന്ന ചിന്ത പോലും ചുറ്റുമുള്ളവർക്ക് ഇല്ലെന്ന് അവൾ മനസ്സിലോർത്തു.

"പക്ഷേ ഇവൾ വിവേകത്തോടെ പെരുമാറുമോ?" ജേനിനെ നോക്കി നെറ്റി ചുളിച്ചുകൊണ്ട് ആ സ്ത്രീ ചോദിച്ചു.

"ഇതാണ് പൊപൊരെൻസ്കി രാജകുമാരി." സ്റ്റെപ്റ്റിച്ച് പ്രഭു ജേനിനോട് ഫ്രഞ്ച് ഭാഷയിൽ പരിചയപ്പെടുത്തി. "നിങ്ങൾ വിവേകത്തോടെ പെരുമാറുമോ എന്നാണവർ ചോദിക്കുന്നത്."

ജേൻ തന്റെ മറുപടി രാജകുമാരിയോടാണ് പറഞ്ഞത്.

"കാര്യങ്ങളെല്ലാം അറിയുന്നതുവരെ, എനിക്ക് ഒന്നിലും വാക്കു തരാൻ കഴിയില്ല."

"ഇതുതന്നെയാണ് ഇവൾ അവിടെയും പറഞ്ഞത്." ആ സ്ത്രീ ജേനിനെ ഒന്ന് നോക്കി. "ഫിയൊഡോർ അലക്സാന്ദ്രോവിച്ച്, ഇവൾ ബുദ്ധിശാലിയാണ്—മറ്റുള്ളവരേക്കാൾ. പറയൂ, കുഞ്ഞേ, നീ ധൈര്യശാലിയാണോ?"

“എനിക്കറിയില്ല.” ജേൻ ആശയക്കുഴപ്പത്തിലായി. “എനിക്ക് വേദനിക്കുന്നത് ഇഷ്ടമല്ല, പക്ഷേ വേദന താങ്ങാൻ കഴിവുണ്ട്.”

“ആഹ്! അതല്ല ഞാൻ ഉദ്ദേശിച്ചത്. അപകടങ്ങളെ ഭയമില്ലല്ലോ, അല്ലേ?”

“ഓഹ്! അപകടങ്ങൾ! അത് സാരമില്ല. അപകടങ്ങൾ എനിക്കിഷ്ടമാണ്.” ജേൻ പറഞ്ഞു.

“നീ ദരിദ്രയാണോ? കൂടുതൽ പണം സമ്പാദിക്കാൻ ആഗ്രഹിക്കുന്നുണ്ടോ?”

“വളരെയധികം.” ജേൻ ആവേശത്തോടെ മറുപടി നൽകി.

സ്റ്റെപ്റ്റിച്ച് പ്രഭുവും പൊപൊരെൻസ്കി രാജകുമാരിയും പരസ്പരം നോക്കി. ശേഷം ഒരുമിച്ച് തലകുലുക്കി.

“ഞാൻ കാര്യങ്ങൾ വിശദീകരിച്ചു കൊടുക്കട്ടെ, അന്ന മിഖായേലോവ്ന?” സ്റ്റെപ്റ്റിച്ച് ചോദിച്ചു.

ആ സ്ത്രീ വേണ്ട എന്ന അർത്ഥത്തിൽ തലയാട്ടി.

“മഹാപ്രഭ്വി ആഗ്രഹിക്കുന്നത്, അവർ തന്നെ വിശദീകരിക്കാം എന്നാണ്.”

“അതിന്റെ ആവശ്യമുണ്ടോ? അത് നല്ലൊരു ആശയമല്ല.”

“എന്നാലും, അത് അവരുടെ ഉത്തരവാണ്. നിങ്ങൾ ചോദ്യങ്ങൾ ചോദിച്ചുകഴിഞ്ഞാൽ, പെൺകുട്ടിയെ അവർക്കു മുന്നിൽ എത്തിക്കാനാണ് എന്നോട് പറഞ്ഞിരിക്കുന്നത്.”

സ്റ്റെപ്റ്റിച്ച് തോൾ വെട്ടിച്ചു. ആ പറഞ്ഞത് പ്രഭുവിന് ഇഷ്ടമായില്ല. അതേസമയം, ആജ്ഞയെ ധിക്കരിക്കാനും അയാൾ തയ്യാറായില്ല. അയാൾ ജേനിനു നേരെ തിരിഞ്ഞു.

“പൊപൊരെൻസ്കി രാജകുമാരിയായി മാറ്റി നിങ്ങളെ മഹാപ്രഭ്വി പൗളീന്റെ മുന്നിലേക്കു കൊണ്ടുപോകും. പേടിക്കേണ്ട കാര്യമില്ല.”

ജേനിന് തീരെ ഭയമുണ്ടായിരുന്നില്ല. തന്നെയുമല്ല, ഒരു മഹാപ്രഭ്വിയെ ജീവനോടെ അടുത്തുകാണുന്നതിൽ അവൾക്ക് അതിയായ സന്തോഷമാണ് ഉണ്ടായത്. ജേൻ സമത്വവാദിയൊന്നും ആയിരുന്നില്ല. ആ സമയം കൊണ്ട്, അവൾ തന്റെ തൊപ്പിയെക്കുറിച്ചുള്ള ചിന്തകൾ പോലും ഉപേക്ഷിച്ചിരുന്നു.

ഒരു പ്രത്യേക താളത്തിൽ, കുലുങ്ങിക്കുലുങ്ങി, പൊപൊരെൻസ്കി രാജകുമാരി മുന്നിൽ നടന്നു. ഏതു പ്രതികൂല സാഹചര്യത്തിലും, ഭാവത്തിലും നടത്തത്തിലും ആഢ്യത്തം കൈവിടാതെ സൂക്ഷിക്കാൻ അവർ ശ്രദ്ധിച്ചിരുന്നു. പൂമുഖമെന്ന് തോന്നിക്കുന്ന അടുത്തുള്ള മുറിയിലൂടെ അവർ നടന്നു. അതിന്റെ അവസാനം ഒരു വാതിലായിരുന്നു, രാജകുമാരി അതിൽ മുട്ടി. അകത്തുനിന്നും മറുപടി ലഭിച്ചതും, അവർ വാതിൽ തുറന്ന് അകത്തു കടന്നു, ജേനും അവരെ അനുഗമിച്ചു.

“മാഡം, താങ്കൾക്കു മുന്നിൽ നിൽക്കുന്ന ഈ പെൺകുട്ടിയാണ്, മിസ്സ് ജേൻ ക്ലീവ്‌ലാൻഡ്.” രാജകുമാരി ഔപചാരികതയോടെ പരിചയപ്പെടുത്തി.

മുറിയുടെ ഒരറ്റത്ത് വലിയൊരു കസേരയിൽ ഇരുന്നിരുന്ന, ഒരു യുവതി ചാടിയെഴുന്നേറ്റ് ഓടിവന്നു. അവർ ഒന്നു-രണ്ട് മിനിറ്റ് ജേനിനെ തന്നെ തുറിച്ചുനോക്കി, എന്നിട്ട് സന്തോഷം കൊണ്ട് പൊട്ടിച്ചിരിച്ചു.

“വളരെ മികച്ച തെരഞ്ഞെടുപ്പ്, അന്ന.” അവർ മറുപടി നൽകി. “ഇത്രയും വിജയകരമാകുമെന്ന് ഞാൻ ഒരിക്കലും കരുതിയില്ല. വരൂ, നമുക്ക് ഒരുമിച്ച് നിന്നുനോക്കാം.”

അവർ ജേനിന്റെ കൈ പിടിച്ച്, മുറിയുടെ മറ്റൊരറ്റത്ത് ചുമരിൽ തൂക്കിയിട്ട ഒരു മുഴുനീളൻ കണ്ണാടിയുടെ മുന്നിൽ കൊണ്ടുപോയി നിന്നു.

“കണ്ടോ?” അവർ സന്തോഷം കൊണ്ട് നിലവിളിച്ചു. “കിറുകൃത്യം!”

മഹാപ്രഭ്വി പൗളീനെ ആദ്യകാഴ്ചയിൽ കണ്ടപ്പോൾ തന്നെ, ജേനിന് കാര്യങ്ങൾ പിടികിട്ടിത്തുടങ്ങി. അവർ ജേനിനെക്കാൾ ഒന്നോ രണ്ടോ വയസ്സ് മാത്രം അധികമുള്ള ഒരു യുവതിയാണ്. ജേനിന്റെ അതേ മുടിയും, ശരീരപ്രകൃതവും. ഉയരം മാത്രം സ്വൽപം കൂടുതൽ. ഇപ്പോൾ അടുത്തു നിൽക്കുമ്പോൾ, വളരെ സാമ്യം തോന്നുന്നുണ്ട്. ഓരോന്നും സസൂക്ഷ്മം ശ്രദ്ധിച്ചാലും, നിറം പോലും അത്ര സാമ്യം.

മഹാപ്രഭ്വി കൈയ്യടിച്ചു ചിരിച്ചു. അത്രയ്ക്കും സന്തോഷവതിയായിരുന്നു അവർ.

“ഇതിലും മികച്ചൊരു സാമ്യം അസാധ്യം.” അവർ ഊന്നിപ്പറഞ്ഞു. “അന്ന, ഫിയൊഡോർ അലക്സാന്ദ്രോവിച്ചിനോട് എന്റെ ആശംസകൾ അറിയിക്കണം. വളരെ നല്ലൊരു ജോലിയാണ് അദ്ദേഹം ചെയ്തത്.”

“പക്ഷേ മാഡം,” രാജകുമാരി വിനയത്തോടെ പതിഞ്ഞ സ്വരത്തിൽ പറഞ്ഞു. “ഈ പെൺകുട്ടിക്ക് തന്നെക്കൊണ്ടുള്ള കാര്യമെന്താണെന്ന് ഇനിയും മനസ്സിലായിട്ടില്ല.”

“അതെ.” മഹാപ്രഭ്വി തന്റെ സമനില വീണ്ടെടുത്തു. “ഞാൻ അക്കാര്യം മറന്നു. ശരി, ഞാൻ വിവരിച്ചു കൊടുക്കാം. ഞങ്ങൾക്ക് കുറച്ച് സമയം തരൂ, അന്ന മിഖായേലോവ്ന.”

“പക്ഷേ, മാഡം...”

“ഞങ്ങൾക്ക് കുറച്ച് സ്വകാര്യ സമയം ആവശ്യമുണ്ടെന്നാണ് ഞാൻ പറഞ്ഞത്.”

രാജകുമാരി കാൽ നിലത്തുചവിട്ടിയാണ് ദേഷ്യം മറച്ചുവെച്ചത്. വൈമുഖ്യത്തോടെയാണ് അന്ന ആ മുറി വിട്ടിറങ്ങിയത്. മഹാപ്രഭ്വി കസേരയിലിരുന്നു, ജേനിനോടും ഇരിക്കാൻ ആംഗ്യം കാണിച്ചു.

“അവർ മുഷിപ്പിക്കും, ഈ പഴഞ്ചൻ സ്ത്രീകൾ.” പൗളീൻ പരാതിപ്പെട്ടു. “പക്ഷേ അങ്ങനെ ആരെങ്കിലും വേണമല്ലോ. മറ്റുള്ളവരേക്കാൾ എത്രയോ ഭേദമാണ് അന്ന മിഖായേലോവ്ന. ശരി, മിസ്സ്... ഹാ, മിസ്സ് ജേൻ ക്ലീവ് ലാൻഡ്. പേര് എനിക്ക് ഇഷ്ടമായി, നിങ്ങളെയും. നിങ്ങൾ

കരുണയുള്ളവളാണ്. അത്തരം ആളുകളെ എനിക്ക് ഒറ്റനോട്ടത്തിൽത്തന്നെ മനസ്സിലാകും."

"അത് നല്ലൊരു കഴിവാണ്, മാഡം." ജേൻ ആദ്യമായി അവർക്കുമുന്നിൽ സംസാരിച്ചു.

"ഞാൻ ബുദ്ധിശാലിയാണ്." പൗളീൻ സൗമ്യമായി പറഞ്ഞു. "വരൂ, ഞാൻ കാര്യങ്ങൾ വിശദീകരിച്ചു തരാം. വിശദീകരിക്കാൻ മാത്രമൊന്നുമില്ല. ഒസ്ലോവയുടെ ചരിത്രം നിങ്ങൾക്കറിയാം. എന്റെ കുടുംബത്തിലെ എല്ലാവരും കൊല്ലപ്പെട്ടു—കമ്മ്യൂണിസ്റ്റുകളാൽ കൂട്ടക്കൊല ചെയ്യപ്പെട്ടു. എനിക്കു തോന്നുന്നു, ഞാനാണ് അവസാന കണ്ണി. ഞാനൊരു സ്ത്രീയാണ്, എനിക്ക് സിംഹാസനത്തിലിരിക്കാനാവില്ല. എന്നെയവർ ജീവനോടെ വിടുമെന്ന് തോന്നുന്നുണ്ടോ? ഇല്ല, ഞാൻ എവിടേക്ക് പോയാലും, അവരെന്നെ കൊല്ലാനായി ശ്രമം നടത്തുന്നുണ്ട്. എന്തൊരു വിധി, അല്ലേ? വോഡ്കയിൽ കുതിർന്ന അപരിഷ്കൃതർക്കെന്ത് കാര്യഗൗരവം."

"അതെയോ." തന്നെക്കൊണ്ട് എന്തോ ആവശ്യമുണ്ടെന്ന് മനസ്സിലാക്കിയ ജേൻ പറഞ്ഞു.

"ഭൂരിഭാഗം സമയവും, ഞാൻ രഹസ്യസ്ഥലങ്ങളിലാണ് താമസിക്കുന്നത്. അവിടെ ഞാൻ സുരക്ഷിതയാണ്, പക്ഷേ ഇടയ്ക്ക് പൊതുവേദികളിൽ പങ്കെടുക്കേണ്ടിയും വരാറുണ്ട്. ഉദാഹരണത്തിന്, ഞാൻ ഇവിടെ വരുമ്പോൾ, ഒരുപാട് പരിപാടികളിൽ പങ്കെടുക്കേണ്ടതായിട്ടുണ്ട്. തിരിച്ചുപോകുമ്പോൾ, പാരീസിലും. ഹംഗറിയിൽ എനിക്കൊരു തോട്ടമുണ്ട്, അറിയാമോ? അവിടുത്തെ കായികവിനോദങ്ങൾ അതിഗംഭീരമാണ്."

"ആണോ?" ജേൻ പറഞ്ഞു.

"അതെ. എനിക്ക് കായികവിനോദങ്ങൾ വളരെ ഇഷ്ടമാണ്. മാത്രമല്ല, നിങ്ങളോട് പറയാൻ പാടില്ല, പക്ഷേ നിങ്ങളെ കാണുമ്പോൾ പാവം തോന്നുന്നതുകൊണ്ടു പറയുകയാണ്, അവിടെയും ചില പദ്ധതികൾ ആസൂത്രണം ചെയ്യപ്പെടുന്നുണ്ട്—മറവിൽ, മനസ്സിലായോ. അടുത്ത രണ്ടാഴ്ചയ്ക്കുള്ളിൽ ഞാൻ കൊല്ലപ്പെടാൻ പാടില്ല എന്നത് പ്രധാനമാണ്."

"പക്ഷേ പോലീസിനു സഹായിക്കാനാകില്ലേ..." ജേൻ പറഞ്ഞു തുടങ്ങി.

"പോലീസോ? ഹാ, അവർ കഴിവുള്ളവർ തന്നെയാണ്, സത്യമായിരിക്കാം. അതുപോലെതന്നെ ഞങ്ങളും—ഞങ്ങൾക്കും ചാരന്മാരുണ്ട്. അപകടം നടക്കുന്നതിനു മുൻപേ തന്നെ എനിക്ക് സൂചനകൾ ലഭിക്കാൻ സാധ്യതയുമുണ്ട്; അതേസമയം, ലഭിക്കാതിരിക്കാനും."

അവർ തോളു കുലുക്കി.

"എനിക്ക് മനസ്സിലായി." ജേൻ പതിയെ പറഞ്ഞു. "ഞാൻ നിങ്ങളായി അഭിനയിക്കണം?"

"ചില സന്ദർഭങ്ങളിൽ മാത്രം." മഹാപ്രഭ്വി ആകാംക്ഷയോടെ പറഞ്ഞു. "അത് സഹായകമായേക്കും. അടുത്ത പതിനഞ്ചു ദിവസങ്ങളിൽ,

രണ്ടോ മൂന്നോ, അല്ലെങ്കിൽ നാലോ തവണ നിങ്ങളുടെ സഹായം ആവശ്യം വന്നേക്കാം. പൊതുവേദികളിലെ പരിപാടികളിൽ ആയിരിക്കും. സ്വകാര്യപരമായ ചടങ്ങുകളിൽ, എനിക്ക് പകരമാകാൻ നിങ്ങൾക്കാകില്ല."

"അത് തീർച്ചയായും പറ്റില്ല." ജേൻ ശരിവെച്ചു.

"നിങ്ങൾക്ക് നല്ല കഴിവുണ്ട്. ഫിയൊഡോർ അലക്സാന്ദ്രോവിച്ചിന് പരസ്യം കൊടുക്കാൻ തോന്നിയത് നല്ലൊരു ബുദ്ധിയായിരുന്നു, അല്ലേ?"

"ഒരുപക്ഷേ, ഞാൻ കൊല്ലപ്പെട്ടാലോ?" ജേൻ സംശയം ചോദിച്ചു.

മഹാപ്രഭ്വി തോൾ ചലിപ്പിച്ചു.

"തീർച്ചയായും അപകടസാധ്യതയുണ്ട്. പക്ഷേ ലഭിച്ച രഹസ്യ വിവരങ്ങൾ പ്രകാരം, അവരെന്നെ തട്ടിക്കൊണ്ടുപോകാനാണ് ഉദ്ദേശിക്കുന്നത്, കൊന്നുകളയാനല്ല. പക്ഷേ സത്യം പറയട്ടെ—അവർ ബോംബേറ് വരെ നടത്താൻ സാധ്യതയുണ്ട്."

"ഞാൻ മനസ്സിലാക്കുന്നു," ജേൻ പറഞ്ഞു.

പൗളീന്റെ നിഷ്കളങ്കമായ ചേഷ്ടകൾ അനുകരിക്കാൻ ജേൻ ഒരു ശ്രമം നടത്തി. പ്രതിഫലത്തിന്റെ കാര്യത്തേക്കുറിച്ച് സംസാരിക്കണമെന്ന് അവൾക്കു താത്പര്യമുണ്ടായിരുന്നു, പക്ഷേ ആ വിഷയത്തിലേക്കു കടക്കാനുള്ള സാഹചര്യമുണ്ടായില്ല. പക്ഷേ പൗളീൻ ജേനിനെ അക്കാര്യത്തിൽ രക്ഷിച്ചു.

"ഞങ്ങൾ നൽകുന്ന പ്രതിഫലം തീർച്ചയായും വലുതായിരിക്കും." അവർ സാധാരണമട്ടിൽ പറഞ്ഞു. "ഫിയൊഡോർ അലക്സാന്ദ്രോവിച്ച് എത്രയാണ് വാഗ്ദാനം ചെയ്തിരുന്നതെന്ന് ഞാൻ മറന്നു. ക്രോണെന്നിലോ ഫ്രാങ്ക്സിലോ ആണ് തരാമെന്നേറ്റിരുന്നത്."

"രണ്ടായിരം പൗണ്ടോ മറ്റോ ആണ് കേണൽ ക്രാനിൻ പറഞ്ഞിരുന്നത്." ജേൻ പറഞ്ഞു.

"അതു തന്നെ." പൗളീൻ പുഞ്ചിരിയോടെ സമ്മതിച്ചു. "ഇപ്പോൾ ഓർമ്മ വന്നു. അതു മതിയാകുമെന്ന് കരുതുന്നു, അല്ലേ? അതോ മൂവായിരം പൗണ്ട് വേണോ?"

"അങ്ങനെ ചോദിച്ചാൽ, താങ്കൾക്ക് വിരോധമില്ലെങ്കിൽ, ഞാൻ മൂവായിരം സ്വീകരിക്കാം." ജേൻ പറഞ്ഞു.

"വ്യാപാര ചിന്താഗതിക്കാരിയാണല്ലേ?" മഹാപ്രഭ്വി ശാന്തമായി പറഞ്ഞു. "എനിക്കും അങ്ങനെയാവണം എന്നാഗ്രഹമുണ്ട്. പക്ഷേ എനിക്ക് പണത്തെക്കുറിച്ച് ഒന്നുമറിയില്ല. എനിക്കെന്താണോ ആവശ്യം, അതു മാത്രമറിയാം, അത്രതന്നെ."

അപക്വമെങ്കിലും ആരാധന തോന്നുന്ന ചിന്താഗതിയായിരുന്നു അവർക്കുള്ളതെന്ന് ജേനിന് തോന്നി.

"പിന്നെ നിങ്ങൾ പറഞ്ഞതുപോലെ, ആപത്തുമുണ്ട്," പൗളീൻ ഓർമ്മപ്പെടുത്തി. "എന്നെപ്പോലെ നിങ്ങളും ആപത്തിനെ ഭയക്കുന്നവളല്ല

എന്നെനിക്ക് തോന്നുന്നു. എനിക്കും ഭയമില്ല. ഞാനൊരു ഭീരു ആയതുകൊണ്ടാണ് എന്റെ സ്ഥാനത്ത് നിങ്ങളെ കൊണ്ടുപോകുന്നതെന്ന് കരുതുന്നുണ്ടോ? നോക്കൂ, ഒസ്റ്റോവസ്കി വേണ്ടി കല്യാണം കഴിച്ച് രണ്ട് ആൺമക്കളെ പ്രസവിക്കുക എന്നതാണ് എന്റെ പ്രധാന ദൗത്യം. അതിനുശേഷം, എനിക്കെന്തു സംഭവിച്ചാലും പ്രശ്നമില്ല."

"ഓഹ്," ജേൻ പറഞ്ഞു.

"നിങ്ങൾക്ക് സമ്മതമാണോ?"

"അതെ." ജേൻ ദൃഢനിശ്ചയത്തോടെ പറഞ്ഞു. "എനിക്ക് സമ്മതമാണ്."

പൗളീൻ സന്തോഷ തീവ്രതയാൽ, കൈകൾ പല തവണ ആഞ്ഞു കൊട്ടി. പൊപൊരെൻസ്കി രാജകുമാരി ഉടൻ അവിടെയെത്തി.

"അന്ന, ഞാൻ ഇവരോട് എല്ലാം പറഞ്ഞിട്ടുണ്ട്." മഹാപ്രഭ്വി പ്രഖ്യാപിച്ചു. "നമ്മൾ പറയുന്നതുപോലെ അവർ ചെയ്യും. മൂവായിരം പൗണ്ടാണ് അവർക്ക് കൊടുക്കേണ്ടത്. അതൊന്ന് രേഖപ്പെടുത്താൻ ഫിയൊഡോറിനോട് പറയണം. ഇവർ ശരിക്കും എന്നെപ്പോലെതന്നെയുണ്ട്, അല്ലേ? എന്നെക്കാൾ സുന്ദരിയാണെന്നാണ് എനിക്ക് തോന്നുന്നത്."

രാജകുമാരി കുണുങ്ങി നടന്നുചെന്ന്, സ്റ്റൈപ്റ്റിച്ച് പ്രഭുവുമായി വന്നു.

"ഞങ്ങൾ എല്ലാം തയ്യാറാക്കിയിട്ടുണ്ട്, ഫിയൊഡോർ അലക്സാന്ദ്രോവിച്ച്." മഹാപ്രഭ്വി പറഞ്ഞു.

അയാൾ ശിരസ്സ് കുനിച്ച് ബഹുമാനമർപ്പിച്ചു.

"ഇവർക്ക് നല്ല രീതിയിൽ അനുകരിക്കാൻ കഴിയുമോ?" ജേനിനെ സംശയ ഭാവത്തോടെ അയാൾ നോക്കി.

"ഞാൻ കാണിച്ചുതരാം." അവൾ ഉടൻ മറുപടി നൽകി. "മാഡം, താങ്കളുടെ സമ്മതം?" അവൾ മഹാപ്രഭ്വിയെ നോക്കി.

അവർ സന്തോഷത്തോടെ സമ്മതിച്ചു.

ജേൻ എഴുന്നേറ്റുനിന്നു.

"വളരെ മികച്ച തെരഞ്ഞെടുപ്പ്, അന്ന." അവൾ പറഞ്ഞു. "ഇത്രയും വിജയകരമാകുമെന്ന് ഞാൻ ഒരിക്കലും കരുതിയില്ല. വരൂ, നമുക്ക് ഒരുമിച്ച് നിന്നുനോക്കാം."

പൗളീൻ ചെയ്തതുപോലെ, ജേൻ അവരുടെ കൈ പിടിച്ച് കണ്ണാടിക്കു മുന്നിൽ കൊണ്ടുപോയി നിന്നു.

"കണ്ടോ? കിറുകൃത്യം!"

വാക്കുകൾ, ഭാവങ്ങൾ, ചേഷ്ടകൾ, എല്ലാം വളരെ ഭംഗിയായി തന്നെ അനുകരിച്ചു. രാജകുമാരി സമ്മതമെന്ന ഭാവേന ഒന്ന് തലകുലുക്കുകയും, ഒന്ന് മൂളുകയും ചെയ്തു.

"നന്നായിരിക്കുന്നു," അവർ പറഞ്ഞു. "പലർക്കും തിരിച്ചറിയാൻ തന്നെ സാധിക്കില്ല."

"കഴിവുള്ളവളാണ് നിങ്ങൾ." പൗളീൻ പ്രശംസിച്ചു. "എത്രതന്നെ ശ്രമിച്ചാലും, എനിക്ക് ഇതുപോലെ മറ്റൊരാളെ അനുകരിക്കാൻ സാധിക്കുകയില്ല."

ജേൻ അവരെ വിശ്വസിച്ചു. താനുമായി വളരെ സാദൃശ്യമുള്ള ഒരു യുവതിയാണ് പൗളീൻ എന്ന് നേരത്തെ തന്നെ ജേനിന് തോന്നിയിരുന്നു.

"ബാക്കി കാര്യങ്ങൾ അന്ന ഒരുക്കും. അന്ന, ഇവരെ എന്റെ കിടപ്പറയിലേക്കു കൊണ്ടുപോകൂ, എന്നിട്ട് എന്റെ വസ്ത്രങ്ങൾ ധരിച്ചു നോക്കാനുള്ള കാര്യങ്ങൾ ഏർപ്പാടാക്കൂ." മഹാപ്രഭ്വി പറഞ്ഞു.

രാജകുമാരി അവിടെ നിന്നും വിടവാങ്ങി, ജേനുമായി പോയി.

"ഇതാണ് മഹാപ്രഭ്വി അങ്ങാടിയിലേക്കു ധരിക്കാൻ ഉദ്ദേശിച്ചിരിക്കുന്ന വസ്ത്രം." ആ സ്ത്രീ, വെള്ളയും കറുപ്പും നിറത്തിലുള്ള ഉടുപ്പെടുത്ത് കാണിച്ചു. "മൂന്ന് ദിവസത്തിനുള്ളിൽ പരിപാടി ഉണ്ടാകും. അന്ന് നിനക്ക് അവരുടെ സ്ഥാനത്ത് നിൽക്കേണ്ടിവന്നേക്കാം. നമുക്കറിയില്ല, കാരണം വിവരങ്ങൾ ലഭിക്കുന്നതേയുള്ളൂ."

അന്നയുടെ സമ്മതത്തോടെ, ജേൻ തന്റെ മുഷിഞ്ഞ വസ്ത്രങ്ങളഴിച്ച്, ആ ഉടുപ്പ് ധരിച്ചു. അതവൾക്ക് ചേരുന്നതായിരുന്നു. അന്നയും അത് ശരിവെച്ചു.

"ഏറെക്കുറെ കൃത്യമാണ്—കുറച്ച് നീളക്കൂടുതലൊഴിച്ചാൽ. കാരണം, മഹാപ്രഭ്വിയെക്കാൾ നിനക്ക് ഒരിഞ്ചോ മറ്റോ ഉയരക്കുറവ് ഉള്ളതുകൊണ്ടാണ്."

"അത് ശരിയാക്കാം." ജേൻ പെട്ടെന്ന് മറുപടി നൽകി. "മഹാപ്രഭ്വി ചെറിയ ഹീലുകളുള്ള ചെരുപ്പുകളാണ് ധരിക്കാറുള്ളത്, ഞാൻ ശ്രദ്ധിച്ചിട്ടുണ്ട്. അതേ രീതിയിലുള്ള വലിയ ഹീലുകളുള്ള ചെരുപ്പ് ചരിച്ചാൽ, പ്രശ്നം തീരും."

മഹാപ്രഭ്വി സാധാരണ ധരിക്കാറുള്ള ചെരുപ്പുകൾ അന്ന മിഖായേലോവ്ന കാണിച്ചു കൊടുത്തു. ഉരഗ തുകലിൽ നിർമ്മിച്ച വള്ളിയുള്ള ചെരുപ്പ്. ജേൻ അതോർത്തുവെച്ചു, അതേപോലുള്ള വലിയ ഹീലുകളുള്ള ചെരുപ്പുകൾ വാങ്ങാനുള്ള തയ്യാറെടുപ്പുകൾ നടത്തി.

"മഹാപ്രഭ്വി ധരിക്കുന്നതിൽ നിന്നും വ്യത്യസ്തമായ നിറത്തിലും തരത്തിലുമുള്ള വസ്ത്രം നീ ധരിക്കുകയാണെങ്കിൽ നന്നായിരിക്കും. അതാകുമ്പോൾ, പെട്ടെന്ന് വസ്ത്രം മാറ്റിയാലും ആരും ശ്രദ്ധിക്കുകയില്ല."

ജേൻ ഒരു നിമിഷം ചിന്തിച്ചു.

"നല്ല ചുവന്ന സിൽക്ക് വസ്ത്രമായാലോ? കൂടെ, കാലുകളില്ലാത്ത കണ്ണടയും. അതെന്റെ രൂപത്തെ തന്നെ മാറ്റും."

ആ നിർദ്ദേശങ്ങളും അനുവദിക്കപ്പെട്ടു, പിന്നീട് ബാക്കി വിഷയങ്ങളിലേക്കു കടന്നു.

ജേൻ ഹോട്ടലിൽ നിന്നും ഇറങ്ങുമ്പോൾ, അവളുടെ കൈയിൽ നൂറ് പൗണ്ട് ഉണ്ടായിരുന്നു. കൂടാതെ, ആവശ്യമുള്ള വസ്ത്രവും മറ്റും വാങ്ങി,

ന്യൂയോർക്കിൽ നിന്നുമുള്ള മിസ്സ് മോണ്ട്രേസോർ എന്ന പേരിൽ ബ്ലിറ്റ്സ് ഹോട്ടലിൽ മുറിയെടുക്കാനുള്ള അറിയിപ്പും.

അതുകഴിഞ്ഞ് രണ്ടാം ദിവസം, സ്റ്റൈപ്റ്റിച്ച് അവളെ അവിടെവെച്ച് കാണാനായി വിളിപ്പിച്ചു.

"അവിശ്വസനീയ രൂപമാറ്റം." അയാൾ പ്രണാമമർപ്പിച്ചുകൊണ്ട് പറഞ്ഞു.

ജേൻ തിരിച്ചും പ്രണാമമർപ്പിച്ചു. അവൾ പുതിയ വസ്ത്രങ്ങളെയും, ജീവിതത്തിലെ ആഢംബരത്തെയും ശരിക്കും ആസ്വദിക്കുകയായിരുന്നു.

"ഇതെല്ലാം ഞാൻ ആസ്വദിക്കുന്നു." അവൾ നിശ്വസിച്ചു. "പക്ഷേ നിങ്ങളുടെ വരവിന്റെ ഉദ്ദേശ്യം, എന്റെ ജോലി തുടങ്ങാറായി എന്നും, പണം സമ്പാദിക്കാനുള്ള സമയമാണെന്നുമല്ലേ?"

"അതെ. ഞങ്ങൾക്ക് വിവരം ലഭിച്ചു. അങ്ങാടിയിൽ നിന്നും തിരിച്ചു പോകുംവഴി മഹാപ്രഭ്വിയെ തട്ടിക്കൊണ്ടുപോകാനുള്ള പദ്ധതിയുണ്ടെന്നാണ് ഞങ്ങൾ അറിഞ്ഞത്. ലണ്ടൻ നഗരത്തിൽ നിന്നും പത്ത് മൈൽ അകലെയുള്ള ഒറിയോൺ ഹൗസിലാണ് പരിപാടി നടക്കാൻ പോകുന്നത്, അറിയാമല്ലോ. അങ്ങാടിയിലെ പരിപാടിയിൽ മഹാപ്രഭ്വി നേരിട്ടു പങ്കെടുക്കേണ്ടിവരും. കാരണം, ആ സംരംഭം പ്രോത്സാഹിപ്പിക്കുന്ന ആഞ്ചെസ്റ്ററിന്റെ പ്രഭ്വിക്ക് അവരെ വ്യക്തിപരമായി പരിചയമുണ്ട്. പക്ഷേ ഇനി പറയാൻ പോകുന്നതാണ് നമ്മുടെ പദ്ധതി."

അയാൾ പറയുന്ന കാര്യങ്ങൾ ജേൻ സശ്രദ്ധം കേട്ടു.

കുറച്ച് സംശയങ്ങൾ ചോദിച്ചുമനസ്സിലാക്കിയ ശേഷം, തന്റെ ഭാഗം വ്യക്തമായി മനസ്സിലായതായി അവൾ പറഞ്ഞു.

അടുത്ത ദിവസത്തെ സൂര്യന് നല്ല തെളിച്ചവും തിളക്കവുമുണ്ടായിരുന്നു—ലണ്ടനിലെ ഏറ്റവും വലിയ സംരംഭങ്ങളിലൊന്നായ, രാജ്യത്തെ ഒസ്ലോവിയൻ അഭയാർത്ഥികൾക്കു വേണ്ടി, ആഞ്ചെസ്റ്ററിന്റെ പ്രഭ്വിയുടെ സഹായത്തോടെ ആരംഭിക്കുന്ന, ഒറിയോൺ ഹൗസിലെ അങ്ങാടിയുടെ ഉദ്ഘാടനത്തിനു പറ്റിയ നാൾ.

ഇംഗ്ലണ്ടിലെ കാലാവസ്ഥയുടെ അസ്ഥിരത കണക്കിലെടുത്ത്, അഞ്ച് നൂറ്റാണ്ടുകളായി ആഞ്ചെസ്റ്ററിലെ ബ്രിട്ടീഷ് പ്രഭുക്കന്മാരുടെ അധീനതയിലുള്ള ഒറിയോൺ ഹൗസിനകത്തെ വിശാലമായ മുറികൾക്കുള്ളിൽ തന്നെയായിരുന്നു അങ്ങാടി സജ്ജീകരിക്കപ്പെട്ടത്. പല ശേഖരങ്ങളും കടമെടുത്തവയാണ്, പിന്നെ ആകർഷകമായ ഒരു ആശയമെന്തെന്നാൽ, സമൂഹത്തിലെ നൂറ് വനിതകളിൽ നിന്നും, ഓരോ ദിവസം ഓരോരുത്തരുടെ മാലയിൽ നിന്നും ഒരു പവിഴക്കൽ സമ്മാനമായി സ്വീകരിച്ച്, രണ്ടാം നാൾ അത് ലേലത്തിൽ വിൽക്കപ്പെടും. അവിടെ മറ്റു പ്രദർശനങ്ങളും പരിപാടികളും ഉണ്ടായിരുന്നു.

മിസ്സ് മോണ്ട്രേസോറിന്റെ വേഷത്തിൽ, ജേൻ നേരത്തെ തന്നെ അവിടെയെത്തിയിരുന്നു. നല്ല ചുവന്ന വസ്ത്രവും, ചെറിയ ചുവന്ന

കമ്പിളിത്തൊപ്പിയുമാണ് ധരിച്ചിരുന്നത്. കാലിൽ, ഉരഗ തുകലിൽ നിർമ്മിച്ച ഉയർന്ന ഹീലുകളുള്ള ചെരുപ്പും.

മഹാപ്രഭ്വി പൗളീന്റെ വരവ് ആഘോഷമായിരുന്നു. അവരെ വേദിയിലേക്ക് ആനയിക്കുകയും, ഒരു കൊച്ചുകുട്ടി റോസാപ്പൂച്ചെണ്ട് നൽകി സ്വാഗതം ചെയ്യുകയും ചെയ്തു. അവർ ചെറിയ ഒരു പ്രസംഗത്തിലൂടെ അങ്ങാടി ഉദ്ഘാടനം ചെയ്തതായി പ്രഖ്യാപിച്ചു. സ്റ്റെപ്റ്റിച്ച് പ്രഭുവും പൊപൊറെൻസ്കി രാജകുമാരിയും അവർക്കൊപ്പം സന്നിഹിതരായിരുന്നു.

ജേൻ നേരത്തെ കണ്ട വെള്ളയും കറുപ്പും നിറത്തിലുള്ള ഉടുപ്പായിരുന്നു അവർ ധരിച്ചിരുന്നത്. അവരുടെ കറുത്ത തൊപ്പിയുടെ അരികിൽ, വെളുത്ത തുണിപ്പക്ഷികൾ തൂങ്ങിക്കിടക്കുന്നുണ്ടായിരുന്നു, കൂടാതെ ഒരു നനുത്ത നാട മുഖത്തിന്റെ പകുതി വരെ തൂങ്ങിക്കിടക്കുന്നു. ജേൻ സ്വയം ചിരിച്ചു.

മഹാപ്രഭ്വി അങ്ങാടിക്കു ചുറ്റും നടന്നു, ഓരോ കടയും വീക്ഷിച്ചു, കുറച്ചു സാധനങ്ങൾ വാങ്ങുകയും ചെയ്തു, അതിനൊപ്പം തന്നെ പ്രസന്നത കൈവിടാത്ത മുഖവും അവർ കൊണ്ടുനടന്നു. ശേഷം അവിടെ നിന്നിറങ്ങാൻ തുടങ്ങി.

അവരുടെ സ്ഥാനമേറ്റെടുക്കാൻ ജേനിന് സമയമായി. അവൾ മഹാപ്രഭ്വിക്ക് മുന്നിൽ മുഖം കാണിക്കണമെന്ന് പൊപൊറെൻസ്കി രാജകുമാരിയോട് അപേക്ഷിച്ചു.

"ഹാ, അറിയാം!" പൗളീൻ സ്പഷ്ടമായി പറഞ്ഞു. "മിസ്സ് മോണ്ട്രേസോർ, എനിക്കോർമ്മയുണ്ട്. അമേരിക്കൻ പത്രപ്രവർത്തക, അല്ലേ? ഈ ഉദ്യമത്തിനായി അവർ നല്ലവണ്ണം സഹായിച്ചിട്ടുണ്ട്. അവരുടെ പത്രത്തിനായി ചെറിയൊരു അഭിമുഖ സംഭാഷണം കൊടുക്കുന്നതിൽ എനിക്ക് സന്തോഷമേയുള്ളൂ. മറ്റു ശല്യങ്ങളില്ലാതെ ഞങ്ങൾക്കിരിക്കാൻ ഒരിടം കിട്ടുമോ?"

മഹാപ്രഭ്വിയുടെ ആവശ്യപ്രകാരം, ഒരു ചെറിയ മുറി ഒരുക്കി. സ്റ്റെപ്റ്റിച്ചിനോട് മോണ്ട്രേസോറിനെ വിളിച്ചു കൊണ്ടുവരാൻ പറഞ്ഞു. അവർ മുറിയിൽ എത്തി, സ്റ്റെപ്റ്റിച്ച് പോയ ഉടൻ തന്നെ അകത്ത് വസ്ത്രം മാറൽ ചടങ്ങ് ധൃതിയിൽ അരങ്ങേറി. പൊപൊറെൻസ്കി ആൾക്കൂട്ടത്തിൽ തന്നെയുണ്ടായിരുന്നു.

മൂന്ന് മിനിറ്റുകൾക്കു ശേഷം, മഹാപ്രഭ്വി വാതിൽ തുറന്ന് പുറത്തുവന്നു. റോസാപ്പൂച്ചെണ്ടു കൊണ്ട് അവർ മുഖം മറച്ചിരുന്നു.

ആദരവോടെ വണങ്ങി, ആഞ്ചെസ്റ്ററിലെ പ്രഭ്വിയോട് ഫ്രഞ്ചിൽ വിടയും പറഞ്ഞ്, അവർ പുറത്ത് കാത്തുനിന്നിരുന്ന കാറിലേക്ക് കയറി. പൊപൊറെൻസ്കിയും അവരുടെ കൂടെ കാറിൽ സ്ഥാനം പിടിച്ചു. കാർ യാത്രയാരംഭിച്ചു.

"ശരി," ജേൻ പറഞ്ഞു. "എല്ലാം ഭംഗിയായി. മിസ്സ് മോണ്ട്രേസോർ എന്തു ചെയ്യുകയാവും എന്നാണ് എന്റെ ചിന്ത."

“ആരും അവരെ സംശയിക്കില്ല. അവർക്ക് ധൈര്യമായി കടന്നുകളയാം.”

“അതു ശരിയാണ്. ഞാനും നന്നായി അവതരിപ്പിച്ചു, അല്ലേ?” ജേൻ ചോദിച്ചു.

“നീ നിന്റെ ഭാഗം വളരെ ഭംഗിയായി തന്നെ അവതരിപ്പിച്ചു.”

“പ്രഭു എന്തുകൊണ്ടാണ് നമുക്കൊപ്പം വരാതിരുന്നത്?”

“അദ്ദേഹത്തിന് അവിടെ നിൽക്കേണ്ട ആവശ്യമുണ്ട്. മഹാപ്രഭ്വിയുടെ സുരക്ഷയാണല്ലോ പ്രധാനം.”

“ആരും ബോംബേറ് നടത്തില്ലെന്ന് പ്രതീക്ഷിക്കാം.” ജേൻ ആശങ്കപ്പെട്ടു. “ഹേയ്! നമ്മൾ ഇടവഴിയിലേക്കു കയറി. എന്തിനാണത്?”

കാർ ഒരു ഇടവഴിയിലൂടെ കയറി വേഗത കൈവരിക്കാൻ തുടങ്ങി.

ജേൻ ചാടിയെഴുന്നേറ്റ് ജനാലയിലൂടെ തല നീട്ടി, ഡ്രൈവറോട് തട്ടിക്കയറി. അയാൾ ചിരിച്ചുകൊണ്ട് വീണ്ടും വേഗത വർദ്ധിപ്പിച്ചു. ജേൻ തന്റെ സീറ്റിലേക്കുതന്നെ വന്നിരുന്നു.

“നിങ്ങളുടെ ചാരന്മാർ ശരിയായിരുന്നു.” ജേൻ ചിരിച്ചു. “നമ്മുടെ പദ്ധതിയും അതുതന്നെയായിരുന്നല്ലോ. ഞാൻ എത്ര നേരം ശാന്തയായിരിക്കുന്നുവോ, അത്രയും സുരക്ഷിതയായിരിക്കും മഹാപ്രഭ്വി. എന്തു നടന്നാലും, അവർ ലണ്ടനിൽ തിരിച്ചെത്തുവാനുള്ള സമയം നമ്മൾ അവർക്കു നൽകണം.”

അപകടം മുന്നിൽ വന്നപ്പോഴും, ജേനിന്റെ ഉത്സാഹം ഉയർന്നുതന്നെ നിന്നു. ബോംബേറിനോട് അവൾക്ക് അത്ര നല്ല അഭിപ്രായമായിരുന്നില്ല, പക്ഷേ ഇത്തരം സാഹസികതകൾ അവളിലെ ആവേശം ഉത്തേജിപ്പിച്ചു.

പെട്ടെന്ന്, കാർ മണ്ണിൽ ഉരസി നിന്നു. ഒരാൾ ചാടിയടുത്തു. അവന്റെ കൈയിൽ തോക്കുണ്ടായിരുന്നു.

“കൈ ഉയർത്തു,” അവൻ അമറി.

പൊപൊറെൻസ്കി ഉടൻ തന്നെ കൈകളുയർത്തി. പക്ഷേ, ജേൻ അവനെ അവജ്ഞയോടെ നോക്കി, തന്റെ കൈകൾ മടിയിൽ തന്നെ വെച്ചു.

“ഈ അക്രമം എന്തിനാണെന്ന് അവനോട് ചോദിക്കു,” തന്റെ കൂട്ടാളിയോട് അവൾ ഫ്രഞ്ചിൽ പറഞ്ഞു.

പക്ഷേ എന്തെങ്കിലും സംസാരിക്കുന്നതിനു മുൻപ്, അവൻ ഇടയ്ക്കു കയറി. ഏതോ വിദേശ ഭാഷയിൽ, അവൻ എന്തൊക്കെയോ നിർത്താതെ പറഞ്ഞുകൊണ്ടിരുന്നു.

ഒന്നും മനസ്സിലാകാത്ത ജേൻ, തോൾ വെട്ടിച്ച് മിണ്ടാതിരുന്നു. ഡ്രൈവർ താഴെയിറങ്ങി, തോക്കു പിടിച്ചവന്റെ കൂടെ കൂടി.

“ബഹുമാന്യയായ സ്ത്രീ, കാറിൽ നിന്നും ഇറങ്ങാമോ?” ഒരു ചിരിയോടെ അയാൾ ചോദിച്ചു.

പൂച്ചെണ്ടുകൊണ്ട് വീണ്ടും മുഖം മറച്ച് അവൾ കാറിൽ നിന്നും പുറത്തിറങ്ങി.

"ബഹുമാന്യയായ സ്ത്രീ, ഇതുവഴി വരാമോ?"

അയാളുടെ ധിക്കാരപരമായ സംസാരരീതിയെ ജേൻ ശ്രദ്ധിച്ചില്ല, പക്ഷേ സ്വന്ത ഇഷ്ട പ്രകാരമാണ് അവൾ നടന്നു തുടങ്ങിയത് : കാർ നിർത്തിയിടത്തു നിന്നും ഏകദേശം നൂറടി ദൂരത്തിൽ, ഉയരം കുറഞ്ഞ, തട്ടിക്കൂട്ടിയ ഒരു വീട്ടിലേക്ക്. റോഡ് അവസാനിക്കുന്നത് ഈ വീട്ടുമുറ്റത്തെ പ്രവേശനകവാടത്തിലായിരുന്നു, അത് നയിക്കുന്നത് ആളൊഴിഞ്ഞ ഈ വീട്ടിലേക്കും.

അപ്പോഴും തോക്ക് ചൂണ്ടി നിൽക്കുന്ന വ്യക്തി, രണ്ട് സ്ത്രീകളുടെ പിന്നിലേക്ക് നടന്നടുത്തു. അവൻ അവരെ കടന്നുപോയി, ഇടതുവശത്തുള്ള വാതിൽ തള്ളിത്തുറന്നു. കാലിയായി കാണപ്പെട്ട ആ മുറിയിലേക്ക് ഒരു മേശയും രണ്ട് കസേരകളും കൊണ്ടുവന്നു.

ജേൻ അതിൽ ഒരു കസേരയിലിരുന്നു. അന്നയും അതുപോലെ ചെയ്തു. അവൻ വാതിൽ വലിച്ചടച്ച്, പൂട്ടി.

ജേൻ ജനാലയ്ക്കരികിൽ ചെന്ന് പുറത്തേക്കു നോക്കി.

"എനിക്ക് പുറത്തേക്ക് ചാടുവാൻ കഴിയും," അവൾ സൂചിപ്പിച്ചു. "പക്ഷേ അധികദൂരം പോകാൻ കഴിയില്ല. വേണ്ട, നമ്മൾ തത്കാലം ഇവിടെയിരുന്ന് അവസരങ്ങൾ മുതലെടുക്കാൻ കാത്തിരിക്കണം. അവരെന്തെങ്കിലും കഴിക്കാൻ കൊണ്ടുവന്ന് തരുമോ എന്നാണ് ഞാൻ ആലോചിക്കുന്നത്."

ഒന്നര മണിക്കൂറിനു ശേഷം, അവളുടെ ആവശ്യം മറുപടി കണ്ടു.

വലിയൊരു പാത്രം നിറയെ തിളയ്ക്കുന്ന സൂപ്പ് അവൾക്ക് മുന്നിലെ മേശയിൽ കൊണ്ടുവെക്കപ്പെട്ടു. രണ്ട് കഷണം ഉണക്ക റൊട്ടിയും.

"ആഭിജാതർക്ക് ആഢംബരം നൽകേണ്ടെന്നാവും," വീണ്ടും വാതിലടയ്ക്കുന്നത് കണ്ടു ജേൻ ചിരിച്ചുകൊണ്ട് പറഞ്ഞു. "നിങ്ങൾ കഴിച്ചു തുടങ്ങുന്നുവോ, അതോ ഞാനോ?"

പൊപൊറെൻസ്കി രാജകുമാരി ഭക്ഷണം കഴിക്കാൻ വിമുഖത കാണിച്ചു.

"ഞാനെങ്ങനെയാണ് കഴിക്കുക? ആർക്കറിയാം എന്റെ മഹാപ്രഭ്വി എന്ത് അപകടത്തിലാണെന്ന്."

"അവർ സുരക്ഷിതയാണ്," ജേൻ പറഞ്ഞു. "എനിക്ക് എന്നെക്കുറിച്ചോർത്താണ് വിഷമം. തെറ്റായ ആളെയാണ് തട്ടിക്കൊണ്ടുവന്നതെന്നറിഞ്ഞാൽ, ഇവർ എന്താണ് ചെയ്യാൻ പോകുന്നതെന്നു പോലും അറിയില്ല. വാസ്തവത്തിൽ, അത്ര നല്ല അനുഭവമൊന്നുമാകില്ല. കഴിയുന്നത്ര നേരം ധാർഷ്ട്യമുള്ള മഹാപ്രഭ്വിയായിത്തന്നെ ഞാൻ അഭിനയിക്കാൻ പോവുകയാണ്, ഒരു അവസരം വന്നാൽ നമുക്ക് രക്ഷപ്പെടാം."

പൊപൊറെൻസ്കി രാജകുമാരി ഒന്നും മിണ്ടിയില്ല.

വിശന്നിരുന്ന ജേൻ, സൂപ്പ് മുഴുവൻ അകത്താക്കി. വ്യത്യസ്തമായ രുചിയായിരുന്നെങ്കിലും, ചൂടും മണവും നല്ലതായിരുന്നു.

അവൾക്ക് നല്ലപോലെ ഉറക്കം വന്നു. പൊപൊറെൻസ്കി രാജകുമാരിയാണെങ്കിൽ, മൗനമായി കരയുകയായിരുന്നു. സൗകര്യമില്ലാത്ത കസേരയിൽ തനിക്കാവും വിധം സൗകര്യമുണ്ടാക്കി, ജേൻ ഉറങ്ങാൻ തയ്യാറെടുത്തു.

അവൾ ഉറങ്ങി.

ജേൻ ഞെട്ടിയുണർന്നു. വളരെ നേരം ഉറങ്ങിപ്പോയെന്ന് അവൾക്ക് തോന്നി. അവൾ മിഴിയുയർത്താൻ വളരെ കഷ്ടപ്പെട്ടു.

ശേഷം കണ്ട കാഴ്ച, അവളുടെ ബോധത്തെ പൊടുന്നനെ ഉണർത്തി.

അവൾ വീണ്ടും ചുവന്ന നിറത്തിലുള്ള വസ്ത്രം ധരിച്ചിരിക്കുകയായിരുന്നു.

അവൾ എഴുന്നേറ്റിരുന്നു ചുറ്റും നോക്കി. അതെ, അവളപ്പോഴും ആ ആളൊഴിഞ്ഞ വീട്ടിലെ മുറിയിലായിരുന്നു. രണ്ട് കാര്യങ്ങളൊഴികെ, ബാക്കിയെല്ലാം അവൾ ഉറങ്ങുമ്പോഴുള്ളതു പോലെതന്നെയായിരുന്നു. ആദ്യത്തേത്, പൊപൊറെൻസ്കി രാജകുമാരി അടുത്തുള്ള കസേരയിൽ ഇല്ല. രണ്ട്, തന്റെ വസ്ത്രം മാറിയതിലെ ആശ്ചര്യം.

"സ്വപ്നമായിരിക്കാൻ വഴിയില്ല. കാരണം, സ്വപ്നമായിരുന്നെങ്കിൽ, ഞാനിവിടെ എത്തിപ്പെടില്ലായിരുന്നു." ജേൻ സ്വയം പറഞ്ഞു.

ജനാലയിലൂടെ നോക്കിയ അവൾ, മറ്റൊരു പ്രസക്തമായ കാര്യം കൂടെ ഉറപ്പിച്ചു. അവൾ ഉറക്കത്തിലേക്കു വീഴുമ്പോൾ, ജനാലയിലൂടെ സൂര്യവെളിച്ചം തുളച്ചിറങ്ങിയിരുന്നു. പക്ഷേ ഇപ്പോൾ, പ്രസന്നമായ സൂര്യൻ വീടിന് നിഴൽ സമ്മാനിച്ചിരിക്കുന്നു.

"വീട് പടിഞ്ഞാറ് നോക്കിയാണുള്ളത്." അവൾ നിരീക്ഷിച്ചു. "ഞാൻ ഉറങ്ങാൻ തുടങ്ങുമ്പോൾ ഉച്ചയായിരുന്നു. അങ്ങനെയാണെങ്കിൽ, അടുത്ത ദിവസം രാവിലെയാണിത്. അപ്പോൾ ആ സൂപ്പിൽ മയക്കുമരുന്ന് ചേർത്തിരുന്നു. അങ്ങനെയെങ്കിൽ—ഓഹ്, എനിക്കൊന്നുമറിയില്ല. ഭ്രാന്ത് പിടിക്കുന്നു."

അവൾ എഴുന്നേറ്റ് വാതിലിനടുത്തേക്ക് പോയി. അത് തുറന്നു കിടക്കുകയായിരുന്നു. അവൾ വീട് മുഴുവനും നിരീക്ഷിച്ചു. നിശബ്ദമായിരുന്നു, ആളനക്കവുമില്ല.

വേദനിക്കുന്ന തലയിൽ കൈ വെച്ച്, ജേൻ ഓർമ്മകൾ ചികയാൻ ശ്രമിച്ചു.

അപ്പോഴാണ് മുൻവാതിലിനടുത്തായി കീറിപ്പറിഞ്ഞു കിടക്കുന്ന പത്രം അവൾ കണ്ടത്. അതിലെ തലക്കെട്ട് അവളുടെ ശ്രദ്ധ പിടിച്ചുപറ്റി.

"അമേരിക്കൻ വനിതാ കൊള്ളക്കാരി ഇംഗ്ലണ്ടിൽ," അവൾ വായിച്ചു.

"ചുവന്ന വസ്ത്രധാരിയായ പെൺകുട്ടി. ഒറിയോൺ ഹൗസ് അങ്ങാടിയിൽ ഉദ്വേഗജനകമായ കവർച്ചാശ്രമം."

ജേൻ പകൽ വെളിച്ചത്തിൽ അന്ധാളിച്ച് നിന്നുപോയി. അവൾ പടികളിൽ ഇരുന്ന് വായന തുടർന്നു. വായന പുരോഗമിക്കുംതോറും അവളുടെ കണ്ണുകൾ വിടർന്നു വന്നു. വാർത്ത സംക്ഷിപ്തവും ലളിതവുമായിരുന്നു.

മഹാപ്രഭ്വി പൗളീൻ പോയതിനുശേഷം, മൂന്ന് പുരുഷൻമാരും ചുവന്ന വസ്ത്രം ധരിച്ച ഒരു പെൺകുട്ടിയും, തോക്കു ചൂണ്ടി ജനക്കൂട്ടത്തെ മുൾമുനയിൽ നിർത്തി. അവർ നൂറ് പവിഴക്കല്ലുകൾ കൈക്കലാക്കിയ ശേഷം, വേഗതയേറിയ ഒരു കാറിൽ കടന്നുകളഞ്ഞു. ഇതുവരേയ്ക്കും, അവരെക്കുറിച്ച് ഒരു വിവരവും ലഭിച്ചിട്ടില്ല.

ഏറ്റവും അവസാനം ലഭിച്ച വാർത്തകളുടെ ഭാഗത്ത് (സായാഹ്നപത്രമായിരുന്നു), ചില വിവരങ്ങൾ കൊടുത്തിരുന്നു : ചുവന്ന വസ്ത്രം ധരിച്ചിരുന്ന വനിതാ കൊള്ളക്കാരി, ന്യൂയോർക്കിൽ നിന്നുമുള്ള മിസ്സ് മോണ്ട്രേസോർ എന്ന പേരിൽ ബ്ലിറ്റ്സ് ഹോട്ടലിലായിരുന്നു താമസിച്ചിരുന്നത്.

"ഞാൻ പെട്ടു," ജേൻ പറഞ്ഞു. "ശരിക്കും പെട്ടു. എന്തോ ഒരു നിഗൂഢത ഒളിഞ്ഞുകിടപ്പുള്ളതായി എനിക്ക് നേരത്തേ അറിയാമായിരുന്നു."

ശേഷം അവൾ പുറപ്പെട്ടു. ഒരു വിചിത്രമായ ശബ്ദം കാറ്റിൽ അലയടിക്കുന്നുണ്ടായിരുന്നു. ഒരു പുരുഷ ശബ്ദം, ഒരേ വാക്ക് തന്നെ നിശ്ചിത ഇടവേളകളിൽ വീണ്ടും വീണ്ടും ആവർത്തിക്കുന്നു.

"നാശം." "നാശം." വീണ്ടും കേട്ടു. "നാശം!"

ജേൻ കൂടുതൽ ശ്രദ്ധിച്ചു. അവളുടെ അതേ വികാരമാണ് ആ വാക്കുകളിൽ പ്രതിഫലിച്ചിരുന്നത്. അവൾ പടികളിറങ്ങി. അതിന്റെ ഒരു മൂലയ്ക്കായി, ഒരു യുവാവ് കിടക്കുന്നു. അയാൾ താഴെ നിന്നും തന്റെ തലയുയർത്താൻ പ്രയത്നിക്കുകയാണ്. അവൾ ഇതുവരെ കണ്ടതിൽ മികച്ചൊരു മുഖമായിരുന്നു അത് എന്നവൾ മനസ്സിലോർത്തു. പാടുകളുള്ള ആ മുഖത്ത് ഗൗരവഭാവം തീരെയുണ്ടായിരുന്നില്ല.

"നാശം, എന്റെ തല." യുവാവ് പറഞ്ഞു. "നാശം. ഞാൻ..."

അയാൾ നിശബ്ദനായി ജേനിനെ മിഴിച്ചു നോക്കി.

"ഞാൻ സ്വപ്നം കാണുകയാണോ?" അയാൾ അർദ്ധബോധാവസ്ഥയിലായിരുന്നു.

"ഞാനും അതാണ് വിചാരിച്ചിരുന്നത്. പക്ഷേ ഇത് സ്വപ്നമല്ല. നിങ്ങളുടെ തലയ്ക്കെന്തു പറ്റി?" ജേൻ ചോദിച്ചു.

"ആരോ എന്നെ തലയ്ക്കടിച്ചു. ഭാഗ്യവശാൽ, എന്റെ തലയോട്ടി കട്ടിയുള്ളതാണ്."

അയാൾ കഷ്ടപ്പെട്ട് എഴുന്നേറ്റിരുന്നു, മുഖത്തൊരു നീരസ ഭാവവും തെളിഞ്ഞു.

"അല്പ സമയത്തിനകം എനിക്ക് പൂർണ്ണബോധം തെളിയുമെന്ന് പ്രതീക്ഷിക്കുന്നു. ഞാനിപ്പോഴും അതേ സ്ഥലത്തു തന്നെയാണ്."

"നിങ്ങളെങ്ങനെ ഇവിടെ എത്തിപ്പെട്ടു?" ജേനിൽ ആകാംക്ഷ നിറഞ്ഞു.

"അതൊരു വലിയ കഥയാണ്. അതു സാരമില്ല, മഹാപ്രഭ്വി– എന്താണവരുടെ പേര്–അത് നിങ്ങളല്ലല്ലോ, അല്ലേ?"

"അല്ല, ഞാൻ സാധാരണ ജേൻ ക്ലീവ്‌ലാൻഡ്."

"നിങ്ങൾ കാഴ്ചയിൽ അത്ര സാധാരണക്കാരിയൊന്നുമല്ല." അയാൾ നിഷ്കളങ്കമായ ആരാധനയോടെ അവളെ നോക്കി.

ജേൻ നാണിച്ചു.

"ഞാൻ നിങ്ങൾക്ക് കുറച്ച് വെള്ളം എടുത്തു തരേണ്ടതല്ലേ? വേണ്ടേ?" അവളുടെ ചോദ്യത്തിന് ഉറപ്പില്ലായിരുന്നു.

"അങ്ങനെയാണ് സാധാരണ ഗതിയിൽ," യുവാവ് അത് ശരിവെച്ചു. "പക്ഷേ നിങ്ങൾ വിസ്കി കണ്ടെത്തി തരികയാണെങ്കിലും എനിക്ക് വിരോധമൊന്നുമില്ല."

ജേനിന് വിസ്കിയൊന്നും ലഭിച്ചില്ല. യുവാവ് തന്റെ നീണ്ട നേരത്തെ ദാഹം ശമിപ്പിച്ചു, ഇപ്പോൾ ഭേദപ്പെട്ടു.

"ഞാനെന്റെ സാഹസിക കഥ വിവരിക്കട്ടെ? അതോ നിങ്ങൾ സ്വന്തം കഥ പറയുന്നോ?" അയാൾ ചോദിച്ചു.

"ആദ്യം നിങ്ങൾ."

"എന്റേത് സാധാരണ ഒന്നാണ്. ചെറിയ ഹീൽ ധരിച്ച മുറിയ്ക്കകത്തു പോയ മഹാപ്രഭ്വി, ഉയർന്ന ഹീലുള്ള ചെരുപ്പ് ധരിച്ച് പുറത്തു വരുന്നത് എന്റെ ശ്രദ്ധയിൽ പെട്ടു. അതെന്നിൽ സംശയം സൃഷ്ടിച്ചു. എനിക്ക് അത്തരം വൈചിത്ര്യങ്ങൾ താങ്ങാനാകില്ല.

"ഞാൻ എന്റെ ബൈക്കിൽ കാർ പിന്തുടർന്നു, നിങ്ങളെ വീടിനകത്തേക്ക് കൊണ്ടുപോകുന്നത് കണ്ടു. ഒരു പത്ത് മിനിറ്റിനു ശേഷം, ഒരു വലിയ കാർ അകത്തു കടന്നു. ചുവന്ന വസ്ത്രം ധരിച്ച ഒരു പെൺകുട്ടിയും മൂന്ന് പുരുഷൻമാരും അതിൽ നിന്നുമിറങ്ങി. അവളുടെ കാലിൽ ചെറിയ ഹീലുള്ള ചെരുപ്പായിരുന്നു. അവർ വീടിനകത്തേക്ക് കയറി. ചെറിയ ഹീൽ ധരിച്ചവൾ, വെള്ളയും കറുപ്പും വസ്ത്രം ധരിച്ചാണ് പുറത്തുവന്നത്. അവർ ഒരു വയസ്സിയുടെയും താടിവെച്ച് ഉയരമുള്ള ഒരു പുരുഷന്റെയുമൊപ്പം ആദ്യത്തെ കാറിൽ കയറി സ്ഥലം വിട്ടു. ബാക്കിയുള്ളവർ പിന്നീട് വന്ന കാറിൽ കയറി പോയി. അവരെല്ലാം പോയെന്നു കരുതിയ ഞാൻ, നിങ്ങളെ രക്ഷപ്പെടുത്താമെന്ന ഉദ്ദേശ്യത്തിൽ ജനാലയ്ക്കരികിലേക്കു വന്നപ്പോഴാണ്, ആരോ പിന്നിൽ നിന്നും എന്റെ തലയ്ക്കടിച്ചത്. ഇതാണ് എന്റെ കഥ. ഇനി നിങ്ങളുടെ ഊഴം."

ജേൻ തന്റെ സാഹസികതകൾ വിവരിച്ചു.

"നിങ്ങൾ ഞങ്ങളെ പിന്തുടർന്നത് ശരിക്കും എന്റെ ഭാഗ്യമാണ്." അവൾ കഥ അവസാനിപ്പിച്ചു. "അല്ലെങ്കിൽ എന്റെ അവസ്ഥ എന്തായിരിക്കുമെന്ന് ചിന്തിച്ചു നോക്കൂ. മഹാപ്രഭ്വി മറ്റൊരിടത്തായിരുന്നു എന്ന വാദം ശക്തിപ്പെട്ടുമായിരുന്നു. കവർച്ചാശ്രമം ഉണ്ടാകുന്നതിനു മുൻപ് തന്നെ അവർ അങ്ങാടിയിൽ നിന്നുമിറങ്ങി, പിന്നീട് അവർ സ്വന്തം കാറിൽ ലണ്ടനിൽ എത്തുകയും ചെയ്തു. ആരെങ്കിലും അവിശ്വസനീയമായ എന്റെ ഈ മനോഹര കഥ വിശ്വസിക്കുമായിരുന്നോ?"

"ഒരിക്കലുമില്ല." യുവാവ് തുറന്നു സമ്മതിച്ചു.

അവർ പരസ്പരം പറഞ്ഞ കഥകളിൽ മുഴുകി, ചുറ്റുപാടുകൾ തന്നെ മറന്നു പോയിരുന്നു. വീടിനടുത്തേക്ക് വരുന്ന, ഉയരമുള്ള, വിഷാദമുഖിയായ ഒരാളെ അവർ ദൂരെ നിന്നും കണ്ടു. അയാൾ അവരെ നോക്കി തലയാട്ടി.

"വിചിത്രം തന്നെ," അയാൾ പറഞ്ഞു.

"നിങ്ങളാരാണ്?" ജേൻ അന്വേഷിച്ചു.

വിഷാദമുഖന്റെ കണ്ണുകളിൽ അല്പം തിളക്കം കണ്ടു.

"കുറ്റാന്വേഷകൻ—ഇൻസ്പെക്ടർ ഫാരെൽ." അയാൾ സൗമ്യനായി പറഞ്ഞു. "എനിക്ക് നിങ്ങളുടെ കഥയിൽ വലിയ കൗതുകം തോന്നി, ഈ പെൺകുട്ടിയുടെയും. ഈ പെൺകുട്ടിയുടെ കഥയിലെ ഒന്ന്-രണ്ട് ഇടങ്ങൾ അത്ര വിശ്വാസയോഗ്യമല്ലെന്ന് മാത്രം."

"ഉദാഹരണത്തിന്?"

"മ്മ്, ശരി, ഞങ്ങൾ ഇന്ന് രാവിലെ കേട്ടത്, മഹാപ്രഭ്വി ഒരു ഡ്രൈവറുടെ കൂടെ പാരീസിലേക്കു ഒളിച്ചോടി എന്നാണ്."

ജേൻ ഞെട്ടി.

"പിന്നീട് ഞങ്ങളറിഞ്ഞു, അമേരിക്കയിൽ നിന്നും ഒരു 'വനിതാ കൊള്ളക്കാരി' ഈ രാജ്യത്തേക്ക് വന്നിട്ടുണ്ടെന്ന്. ഞങ്ങൾ പ്രതീക്ഷിച്ചത് ഒരു രാഷ്ട്രീയ അട്ടിമറിയാണ്. ഞങ്ങൾ അത് ഉടൻ തന്നെ തെളിയിക്കും, ഞാൻ വാക്ക് തരുന്നു. ക്ഷമിക്കണം, ഒരു നിമിഷം."

അയാൾ പടവുകൾ ഓടിക്കയറി.

"അതുശരി!" ജേനിന് തന്റെ ആശ്ചര്യമടക്കാനായില്ല.

"ചെരുപ്പിലെ മാറ്റം ശ്രദ്ധിച്ചത്, അസാധാരണമായ കഴിവ് തന്നെയാണ്." അവൾ പെട്ടെന്ന് പറഞ്ഞു.

"ഒരിക്കലുമല്ല." യുവാവ് പറഞ്ഞു. "ബൂട്ട് വ്യാപാരസ്ഥലത്താണ് ഞാൻ വളർന്നത്. എന്റെ അച്ഛൻ അതിൽ പ്രാവീണ്യമുള്ളയാളായിരുന്നു. അദ്ദേഹത്തിന്റെ ആഗ്രഹം, ഞാനും ആ വ്യാപാരം തുടങ്ങണമെന്നും, കല്യാണം കഴിച്ച് കുടുംബം നോക്കണമെന്നുമായിരുന്നു. അത്തരം കാര്യങ്ങൾ. ആരെ, എവിടെ എന്നൊന്നുമില്ല, ആ രീതിയിലുള്ള ജീവിതമായിരുന്നു അദ്ദേഹത്തിന്റെ മനസ്സിൽ. പക്ഷേ എനിക്കൊരു കലാകാരനാകാനാണ് താത്പര്യം." അയാൾ നിശ്വസിച്ചു.

“എന്നോട് ക്ഷമിക്കണം,” ദയാവായ്പോടെ ജേൻ പറഞ്ഞു.

“ആറ് വർഷമായി ഞാൻ ശ്രമിക്കുകയാണ്. ഒന്നുമങ്ങോട്ട് തെളിയുന്നില്ല. ഞാനൊരു മോശം ചിത്രകാരനാണ്. എനിക്കിതെല്ലാം ഒഴിവാക്കി മുടിയനായ പുത്രനാകാൻ കഴിയാഞ്ഞിട്ടല്ല. എനിക്കായി ഒരു വീട് കാത്തിരിക്കുന്നുണ്ട്.”

“ജോലിയാണ് പ്രധാനം.” ജേൻ ഉത്ക്കണ്ഠയോടെ പറഞ്ഞു. “നിങ്ങളുടെ വ്യവസായത്തിൽ എനിക്കൊരു അവസരം നേടിത്തരാൻ കഴിയുമെന്ന് നിങ്ങൾക്ക് തോന്നുന്നുണ്ടോ?”

“അതിലും നല്ലൊരു അവസരം നിങ്ങൾക്കു തരാൻ എനിക്ക് കഴിയും —നിങ്ങൾക്ക് സമ്മതമെങ്കിൽ?”

“അതെയോ? എന്താ അത്?”

“ഇപ്പോഴല്ല, പിന്നീട് പറയാം. നിങ്ങൾക്കറിയാമോ, ഇന്നലെ വരെ, കല്യാണം കഴിക്കാൻ ആഗ്രഹം തോന്നിക്കുന്ന ഒരു പെണ്ണിനെ പോലും ഞാൻ കണ്ടിട്ടില്ല.”

“ഇന്നലെ?”

“അങ്ങാടിയിൽ വെച്ച്. ഞാൻ അവളെ കണ്ടു—അവളെ മാത്രം!”

അയാൾ ജേനിനു മേലുള്ള തന്റെ ദൃഷ്ടി ദൃഢമാക്കി.

“എന്തൊരു ഭംഗിയാണ് ഡെൽഫിനിയം പൂക്കൾക്ക്,” അവൾ ധൃതിയിൽ പറഞ്ഞു, കവിളുകൾ ചുവന്നു.

“അവ ലുപിൻ പൂക്കളാണ്,” യുവാവ് പറഞ്ഞു.

“അതേതായാലും സാരമില്ല,” ജേൻ പറഞ്ഞു.

“അല്പംപോലും സാരമില്ല,” അയാൾ സമ്മതിച്ചു. എന്നിട്ട് ഒന്നുകൂടെ അരികിലേക്കു ചേർന്നിരുന്നു.

ഡാവൻഹൈമിന്റെ തിരോധാനം

ഞാനും പോയ്റോട്ടും, സ്കോട്ട്ലാൻഡ് യാർഡിലെ ഇൻസ്പെക്ടർ ജാപ്പിനെ കാത്തിരിക്കുകയായിരുന്നു. വൈകുന്നേര ചായയുടെ സമയത്ത് അദ്ദേഹം വരാമെന്ന് പറഞ്ഞിരുന്നു. ഞങ്ങളുടെ വേലക്കാരി ചായക്കപ്പുകളും സോസറുകളും മേശയ്ക്കുമേൽ അങ്ങിങ്ങായി വെച്ചിരുന്നതിനാൽ, പോയ്റോട്ട് അതെല്ലാം ഒതുക്കി വെച്ചു. കൂടാതെ, ലോഹം കൊണ്ടുള്ള ചായപ്പാത്രം സിൽക്ക് തുണികൊണ്ട് തുടച്ചുമിനുക്കി വെക്കുകയും ചെയ്തു. കെറ്റിലിലെ വെള്ളം തിളച്ചു തുടങ്ങി. അതിനടുത്തുള്ള ഒരു പളുങ്കു പാത്രത്തിൽ, പോയ്റോട്ടിന്റെ ഇഷ്ടപ്രകാരം കട്ടിയുള്ള ചോക്ലേറ്റ് കരുതിയിരുന്നു; 'ഇംഗ്ലീഷ് വിഷം' എന്നാണദ്ദേഹം അതിനെ വിളിച്ചിരുന്നത്.

വെള്ളം തിളച്ചുമറിയുന്നതിന്റെ ശബ്ദം കേൾക്കുന്നു, അല്പസമയത്തിനകം ജാപ്പ് കയറി വന്നു.

"ഞാൻ വൈകിയില്ലെന്ന് കരുതുന്നു," അഭിവാദ്യം അർപ്പിക്കുന്നതിനിടയിൽ അദ്ദേഹം പറഞ്ഞു. "സത്യം പറഞ്ഞാൽ, ഞാൻ മെല്ലറുമായി സംസാരിച്ചു കൊണ്ടിരിക്കുകയായിരുന്നു. അയാൾക്കാണ് ഡാവൻഹൈമിന്റെ കേസിന്റെ ചുമതല."

ഞാനെന്റെ ചെവി കൂർപ്പിച്ചു. കഴിഞ്ഞ മൂന്ന് ദിവസമായി, ഡാവൻഹൈം ആന്റ് സാൽമൺ എന്ന പ്രശസ്ത ബാങ്കിംഗ് സ്ഥാപനത്തിന്റെ മുഖ്യ പങ്കാളിയായ ഡാവൻഹൈമിന്റെ വിചിത്രമായ തിരോധാനത്തെക്കുറിച്ചുള്ള വാർത്തയാണ് പത്രങ്ങളിൽ. ശനിയാഴ്ച വീട്ടിൽ നിന്നും ഇറങ്ങിയ അയാളെ, പിന്നീട് ആരും കണ്ടിട്ടില്ല. ജാപ്പിൽ നിന്നും കുറച്ച് നിർണ്ണായക വിവരങ്ങൾ ലഭിക്കുമെന്ന് പ്രതീക്ഷിക്കുന്നു.

"ഇക്കാലത്ത് ഒരാൾക്ക് 'അപ്രത്യക്ഷമാകുക' എന്നാൽ തീർത്തും അസാധ്യമായ ഒന്നാണെന്നാണ് ഞാൻ കരുതിയിരുന്നത്," ഞാൻ പ്രസ്താവിച്ചു.

പോയ്റോട്ട് റൊട്ടിയും വെണ്ണയും വെച്ചിരുന്ന പ്ലേറ്റ് കൃത്യമായി നീക്കിവെച്ചു. എന്നിട്ട് കർക്കശമായി പറഞ്ഞു.

"വ്യക്തമാക്കൂ, സുഹൃത്തെ, 'അപ്രത്യക്ഷമാകുക' എന്നതുകൊണ്ട് എന്താണ് പറഞ്ഞുവരുന്നത്? ഏതുതരം അപ്രത്യക്ഷമാകലാണ് ഉദ്ദേശിച്ചത്?"

"അപ്രത്യക്ഷമാകുന്നതിനെയും തരം തിരിച്ച വെച്ചിട്ടുണ്ടോ, പേരും നൽകിയിട്ടുണ്ടോ?" ഞാൻ ചിരിച്ചു.

ജാപ്പും ചിരിച്ചു. പോയ്റോട്ട് ഞങ്ങളെ നോക്കി നെറ്റി ചുളിച്ചു.

"എന്നാൽ തരം തിരിക്കപ്പെട്ടിട്ടുണ്ട്! മൂന്നായിട്ട് : ഒന്നാമത്തേതും സാധാരണ കേൾക്കാറുള്ളതും, സ്വന്തം ഇഷ്ടപ്രകാരം അപ്രത്യക്ഷമാകൽ. രണ്ടാമത്തേത്, പലപ്പോഴും അധിക്ഷേപിക്കപ്പെടാറുള്ള 'ഓർമ്മ നഷ്ടപ്പെടൽ' സാഹചര്യം—അധികം കേൾക്കാറില്ലെങ്കിലും, ഇടയ്ക്ക് സംഭവിച്ച കാണാറുണ്ട്. മൂന്നാമത്തേത്, കൊലപാതകം, അതിന്റെ കൂടെ ശരീരം മറവു ചെയ്യുന്നതിൽ ചിലർ വിജയിക്കും, ചിലർക്കതിന് സാധിക്കില്ല. ഇതു മൂന്നും പ്രാവർത്തികമാക്കാൻ അസാധ്യമാണെന്നാണോ നിങ്ങൾ പറയുന്നത്?"

"എന്റെ അഭിപ്രായത്തിൽ, ഏറെക്കുറെ അസാധ്യം തന്നെയാണ്. നിങ്ങളുടെ ഓർമ്മ നഷ്ടപ്പെട്ടാലും, മറ്റുള്ളവർക്ക് നിങ്ങളെ തിരിച്ചറിയാൻ സാധിക്കും—പ്രത്യേകിച്ച് ഡാവൻഹൈമിനെപ്പോലെ അറിയപ്പെടുന്ന ഒരാളുടെ കാര്യത്തിൽ. പിന്നെ, 'ശരീരങ്ങളെ' അന്തരീക്ഷത്തിലേക്ക് അലിയിച്ച കളയാനൊന്നുമാവില്ലല്ലോ. ഇന്നല്ലെങ്കിൽ നാളെ, ഒറ്റപ്പെട്ട സ്ഥലങ്ങളിലോ പെട്ടികളിലോ മറച്ചുവെക്കപ്പെട്ട അവ വെളിച്ചത്തു വരികതന്നെ ചെയ്യും. കൊലപാതകം തെളിയിക്കപ്പെടുകയും ചെയ്യും. അതുപോലെതന്നെ, കുറ്റം ചെയ്ത് ഒളിച്ചുനടക്കുന്നവരെയും കടന്നുകളയുന്ന വരെയും പോലെ, ഇത്രയും സാങ്കേതികതയുള്ള കാലത്ത് സ്വമേധയാ അപ്രത്യക്ഷമാകുന്നവരും കണ്ടെത്തപ്പെടും. വിദേശ രാജ്യങ്ങളിലേക്കു കടക്കുകയാണെങ്കിൽ, തുറമുഖങ്ങളിൽ വെച്ചോ റയിൽവേ സ്റ്റേഷനുകളിൽ വെച്ചോ പിടിക്കപ്പെടും; ഇനി രാജ്യത്തിനകത്തു തന്നെയാണെങ്കിൽ, എന്നും പത്രം വായിക്കുന്ന ഏതൊരാളും അയാളുടെ രൂപത്തെക്കുറിച്ചും അടയാളങ്ങളെക്കുറിച്ചും അറിഞ്ഞിരിക്കും. അയാൾ സമൂഹത്തിനകത്തു തന്നെയായിരിക്കുമല്ലോ."

"സുഹൃത്തെ," പോയ്റോട്ട് വിളിച്ചു. "നിങ്ങൾക്ക് ഒരു തെറ്റു പറ്റി. ഒരു കാര്യം ശ്രദ്ധിക്കണം; ഒരാൾ മറ്റുള്ളവരിൽ നിന്നോ, അല്ലെങ്കിൽ ആലങ്കാരികമായി പറയുകയാണെങ്കിൽ തന്നിൽ നിന്നും തന്നെയോ ഒളിച്ചോടാൻ ശ്രമിക്കുന്നുവെങ്കിൽ, അത്തരമൊരു അസാധാരണ ശ്രമം നടത്തുന്നുവെങ്കിൽ, അയാളൊരു സൂത്രശാലിയായിരിക്കണം. ആ ഉദ്യമത്തിലേക്ക് അയാൾ ബുദ്ധിയും കഴിവും സൂക്ഷ്മമായ കണക്കുകൂട്ടലുകളും കൊണ്ടുവരും; പോലീസ് സേനയെ കബളിപ്പിക്കുന്നതിൽ എന്തുകൊണ്ട് അയാൾ വിജയിച്ചുകൂടാ?"

"പക്ഷേ *നിങ്ങളെ* കബളിപ്പിക്കുക ദുഷ്കരമാണ്, അല്ലേ?" ജാപ്പ് കണ്ണിറുക്കിക്കൊണ്ട് തമാശരൂപേണ പറഞ്ഞു. "നിങ്ങളെ കബളിപ്പിക്കാൻ അയാൾക്കാവില്ല, അല്ലേ പോയ്റോട്ട്?"

പോയ്റോട്ട് മുഖത്ത് വിനയം കൊണ്ടുവരാൻ ശ്രമിച്ചെങ്കിലും,

പരാജയപ്പെട്ടു. "എന്നെയും കബളിപ്പിക്കാം! എന്തുകൊണ്ട് പറ്റില്ല? ഞാൻ അത്തരം പ്രശ്നങ്ങളെ സാങ്കേതികപരമായും തന്ത്രപരമായുമുള്ള കണക്കുകൂട്ടലുകളിലൂടെയാണ് നേരിടുക എന്നത് സത്യം തന്നെ. അത്, ഇക്കാലത്തെ കുറ്റാന്വേഷകരിൽ വളരെ വിരളമായേ കാണാറുള്ളൂ!"

ജാപ്പിന്റെ ചിരി കൂടുതൽ വിടർന്നു.

"എനിക്കറിയില്ല," അദ്ദേഹം പറഞ്ഞു. "ഈ കേസിന്റെ ചുമതലയുള്ള മില്ലർ, മിടുക്കനാണ്. കാൽപ്പാടുകളോ, സിഗരറ്റിന്റെ ചാരമോ, ഒരു തുണ്ട് ഭക്ഷണാവശിഷ്ടം പോലും അയാൾ കാണാതെ പോകില്ല. അത്ര നല്ല കഴിവുള്ളയാളാണ്."

"അപ്പോൾ മികച്ചൊരു ഉദ്യോഗസ്ഥനെ തന്നെയാണ് കണ്ടെത്തിയിരിക്കുന്നത്," പോയ്റോട്ട് പറഞ്ഞു. "എന്നിരുന്നാലും, അയാളെക്കൊണ്ട് ഡാവൻഹൈമിന്റെ കേസിന് പരിഹാരം കണ്ടെത്തിത്തരാൻ ഞാൻ ആവശ്യപ്പെടരുത്."

"അപ്പോൾ, തുമ്പുകളല്ലെന്നു വെച്ച് ലഭിച്ച വിവരങ്ങളുടെ പ്രാധാന്യത്തെ നിങ്ങൾ അവഗണിക്കാൻ പോവുകയാണോ?"

"ഒരിക്കലുമല്ല. ഓരോ വിവരവും അതിന്റേതായ രീതിയിൽ പ്രാധാന്യമർഹിക്കുന്നുണ്ട്. അപകടമെന്തെന്നാൽ, അവയ്ക്ക് അളവിൽ കവിഞ്ഞ പ്രാധാന്യമുണ്ടെന്ന് തെറ്റിദ്ധരിക്കപ്പെടും. ഭൂരിഭാഗം വിവരങ്ങളും പ്രസക്തമല്ലാത്തവയാണ്; ഒന്നോ രണ്ടോ മാത്രമേ ഉതകുകയുള്ളൂ. തലച്ചോറിനെയാണ്, നമ്മുടെ ബുദ്ധിയെയാണ് നാം പിന്തുടരേണ്ടത്." അദ്ദേഹം നെറ്റിയിൽ തൊട്ടുകാണിച്ചു. "വികാരങ്ങൾ വഴിതെറ്റിച്ചേക്കാം. മറഞ്ഞു കിടക്കുന്ന സത്യത്തെയാണ് തേടേണ്ടത്—അതിന് ചുറ്റുമല്ല."

"നിങ്ങൾ ഇരുന്നിടത്തുതന്നെ ഇരുന്നുകൊണ്ട്, ഒരു കേസ് പരിഹരിക്കാൻ ഏറ്റെടുക്കുമെന്നാണോ ഉദ്ദേശിക്കുന്നത്? ആണോ?"

"എനിക്കു മുന്നിലുള്ള വിവരങ്ങൾ വെച്ചുനോക്കുമ്പോൾ, അതുതന്നെയാണ് ഞാൻ ഉദ്ദേശിച്ചത്. ഒരു വിദഗ്ധോപദേശകനായിട്ടാണ് ഞാൻ എന്നെത്തന്നെ കാണുന്നത്."

ജാപ്പ് തുടയിൽ തട്ടി പറഞ്ഞു. "ഇതൊരു വെല്ലുവിളിയായി ഏറ്റെടുക്കാം. ഒരാഴ്ച കഴിയുന്നതിനു മുൻപ്, ഡാവൻഹൈമിനെ, ജീവനോടെയോ അല്ലാതെയോ, നിങ്ങൾക്ക് കണ്ടെത്താനോ എങ്ങനെ കണ്ടെത്തണമെന്ന് എനിക്ക് പറഞ്ഞുതരാനോ, നിങ്ങളെക്കൊണ്ട് കഴിയില്ലെന്ന് ഞാൻ പറയുന്നു. അഞ്ച് പൗണ്ട് പന്തയം."

പോയ്റോട്ട് സമ്മതിച്ചു. "ശരി സുഹൃത്തെ, സമ്മതം. അതാണ് ഇംഗ്ലീഷുകാരുടെ ആവേശം. ഇനി, കാര്യങ്ങളിലേക്കു കടക്കാം."

"കഴിഞ്ഞ ശനിയാഴ്ച, ഡാവൻഹൈം പതിവുപോലെ, 12:40-ന്റെ ട്രെയിനിൽ, വിക്ടോറിയയിൽ നിന്നും ചിംഗ്സൈഡിലേക്കു പുറപ്പെട്ടു. അവിടെയാണ് അദ്ദേഹത്തിന്റെ കൊട്ടാരമായ ദി സെഡാർസ് സ്ഥിതി ചെയ്യുന്നത്. ഉച്ചഭക്ഷണത്തിനു ശേഷം, വീടിന് പുറത്തൊക്കെ ഒന്ന്

കറങ്ങി, തോട്ടം സൂക്ഷിപ്പകാർക്ക് വേണ്ട നിർദ്ദേശങ്ങളൊക്കെ നൽകി. അദ്ദേഹത്തിന്റെ പെരുമാറ്റം എന്നത്തേയും പോലെ തന്നെയായിരുന്നു എന്ന് എല്ലാവരും സമ്മതിച്ചു. വൈകുന്നേരത്തെ ചായയ്ക്കു ശേഷം, ഭാര്യയുടെ മുറിയിൽ ചെന്ന് അറിയിക്കുന്നു, കുറച്ചു കത്തുകൾ അയക്കാനും ഗ്രാമമൊന്ന് ചുറ്റിക്കാണാനുമായി അദ്ദേഹം ഇറങ്ങുകയാണെന്ന്. ബിസിനസ്സ് സംബന്ധമായ കാര്യങ്ങൾക്കായി, ലോവൻ എന്നൊരാൾ വരുമെന്നും അദ്ദേഹം കൂട്ടിച്ചേർത്തു. അദ്ദേഹം തിരിച്ചെത്തുന്നതിനു മുൻപാണ് ലോവൻ വരുന്നതെങ്കിൽ, തന്റെ വായനാമുറിയിൽ അയാളോട് കാത്തിരിക്കാനായി പറയണമെന്നും പറഞ്ഞേൽപിച്ചു. ഡാവൻഹൈം മുൻവാതിലിലൂടെയിറങ്ങി, നടപ്പാതയിലൂടെ ഗേറ്റ് കടന്നുപോയി. പിന്നീടാരും അദ്ദേഹത്തെ കണ്ടിട്ടില്ല. ആ സമയം മുതൽ, അദ്ദേഹം അപ്രത്യക്ഷനായി."

"കൊള്ളാം—എല്ലാംകൊണ്ടും ഭംഗിയുള്ള ഒരു കേസ്," പോയ്റോട്ട് മന്ത്രിച്ചു. "തുടരൂ, സുഹൃത്തെ."

"ഏകദേശം പതിനഞ്ചു മിനിറ്റിനു ശേഷം, കട്ടിമീശയുള്ള, ഉയർന്ന കറുത്ത ഒരാൾ വന്ന് കോളിംഗ് ബെല്ലമർത്തി. തന്റെ പേര് ലോവൻ എന്നാണെന്നും ഡാവൻഹൈമിനെ കാണാനായി വന്നതാണെന്നും പറഞ്ഞപ്പോൾ, പറഞ്ഞേൽപിച്ച പ്രകാരം അയാളെ വായനാമുറിയിൽ കൊണ്ടുചെന്നിരുത്തി. ഒരു മണിക്കൂർ പിന്നിട്ടു. ഡാവൻഹൈം തിരിച്ചുവന്നില്ല. അവസാനം ലോവൻ, തനിക്ക് തിരിച്ചു പോകാനുള്ള ട്രെയിനിനു സമയമായെന്നും, ഇനിയും കാത്തിരിക്കാൻ സാധിക്കില്ലെന്നും അറിയിച്ചു.

"തന്നെ കാണാൻ ഒരാൾ വരുമെന്നറിഞ്ഞിട്ടും ഇതുവരെ കാണാതിരുന്ന ഭർത്താവിന്റെ വിചിത്രമായ പെരുമാറ്റത്തിന് അദ്ദേഹത്തിന്റെ ഭാര്യ ക്ഷമ ചോദിച്ചു. ലോവൻ തന്റെ നിരാശ ഒരിക്കൽ കൂടെ അറിയിച്ചു, എന്നിട്ട് അവിടെ നിന്നും പോയി.

"അങ്ങനെ, നാമെല്ലാം കേട്ടതുപോലെ, ഡാവൻഹൈം തിരികെ വന്നില്ല. ഞായറാഴ്ച അതിരാവിലെ തന്നെ പോലീസ് ശ്രമം തുടങ്ങിയെങ്കിലും, തുമ്പും തലയും കണ്ടെത്താനായില്ല. ഡാവൻഹൈം ശരിക്കും അന്തരീക്ഷത്തിലേക്ക് അലിഞ്ഞില്ലാതായെന്നാണ് തോന്നുന്നത്. അദ്ദേഹം പോസ്റ്റ് ഓഫീസിലേക്കും പോയിട്ടില്ല, ഗ്രാമത്തിലാരും അദ്ദേഹത്തെ കണ്ടിട്ടുമില്ല. റയിൽവേ സ്റ്റേഷനിൽ അന്വേഷിച്ചപ്പോൾ, അദ്ദേഹം അവിടെ നിന്നും ട്രെയിനും കയറിയിട്ടില്ല. കാറ് വീട്ടിൽ തന്നെ കിടപ്പുണ്ട്. ഇനി വാടകക്കാറിലാണ് പോയിരുന്നതെങ്കിൽ, വിവരം നൽകുന്നവർക്ക് നമ്മൾ കൊടുക്കാമെന്ന് പ്രഖ്യാപിച്ച വലിയ തുക കണ്ടിട്ടെങ്കിലും ഇന്നേരം കൊണ്ട് അതിന്റെ ഡ്രൈവർ മുന്നോട്ടു വന്നിട്ടുണ്ടാകും. അഞ്ച് മൈൽ അകലെയുള്ള എന്റ്ഫീൽഡിൽ, ചെറിയൊരു കാറോട്ട മത്സരം നടന്നിരുന്നു. അദ്ദേഹം അങ്ങോട്ട് നടന്നുപോയിരുന്നുവെങ്കിൽ, ആൾക്കൂട്ടത്തിനിടയിലൂടെ ആരുമറിയാതെ കടന്നുകളയാൻ

സാധിക്കും, ശരിയാണ്. പക്ഷേ അദ്ദേഹത്തിന്റെ ചിത്രവും വിവരങ്ങളും എല്ലാ പത്രങ്ങളിലും അച്ചടിച്ചുവന്നിട്ടുണ്ട്. എന്നിട്ടുപോലും അദ്ദേഹത്തെ കണ്ടതായി ആരും വന്നു പറഞ്ഞിട്ടില്ല. ഇംഗ്ലണ്ടിലെ പല സ്ഥലങ്ങളിൽ നിന്നുമായി ഒരുപാട് കത്തുകൾ വന്നു, അതൊക്കെ ശരിയാണ്, പക്ഷേ അവയെല്ലാം തന്നെ കൊണ്ടെത്തിച്ചത് വിഫലശ്രമങ്ങളിൽ തന്നെയായിരുന്നു.

"തിങ്കളാഴ്ച രാവിലെ, മറ്റൊരു ഉദ്വേഗജനകമായ കാര്യം വെളിച്ചത്തേക്കു വന്നു. ഡാവൻഹൈമിന്റെ വായനാമുറിയിലെ ഒരു കർട്ടന്റെ പിന്നിലായി, ഒരു രഹസ്യ അലമാരയുണ്ട്. അതാരോ കുത്തിത്തുറന്നിട്ടുണ്ട്, തിരച്ചിൽ നടന്നതായി കാണുന്നുമുണ്ട്. ജനാലകളെല്ലാം അകത്തു നിന്നും അടച്ചിരുന്നതു കൊണ്ടുതന്നെ, സാധാരണ കവർച്ചാശ്രമം എന്ന സാധ്യത ഒഴിവാക്കാം. ചിലപ്പോൾ ആ സംഭവത്തിനു ശേഷം, ജോലിക്കാർ ആരെങ്കിലും ജനാല അടച്ചതാകാനും വഴിയുണ്ട്. നേരെ മറിച്ച്, ഞായറാഴ്ച ഇത്രയും പ്രശ്നങ്ങൾക്കിടയിലായതിനാലും ആളുകൾ വന്നുപോയിരുന്നതിനാലും, കവർച്ച നടന്നത് ശനിയാഴ്ച ആയിരിക്കാനാണ് സാധ്യത. തിങ്കളാഴ്ചവരെ ആരും ശ്രദ്ധിച്ചിട്ടുണ്ടാവുകയുമില്ല."

"അതാണ്," പോയ്റോട്ട് വിരസമായി പറഞ്ഞു. "അപ്പോൾ, അയാൾ അറസ്റ്റ് ചെയ്യപ്പെട്ടോ, ആ പാവം ലോവൻ?"

ജാപ്പ് ചിരിച്ചു. "ഇതുവരെയും ഇല്ല. പക്ഷേ കടുത്ത നിരീക്ഷണത്തിലാണയാൾ."

പോയ്റോട്ട് തലകുലുക്കി. "അലമാരയിൽ നിന്നും എന്താണ് നഷ്ടമായിരിക്കുന്നത്? അതിനെക്കുറിച്ച് എന്തെങ്കിലും അറിയാമോ?"

"സ്ഥാപനത്തിന്റെ ജൂനിയർ ഓഹരിക്കാരനും, ഡാവൻഹൈമിന്റെ ഭാര്യയുമൊത്ത് ഞങ്ങൾ പോയി നോക്കിയിരുന്നു. വളരെ വിലമതിക്കുന്ന ഉടമ്പടി പത്രങ്ങളും, അടുത്തിടെ വലിയൊരു ഇടപാട് നടന്നതായി കാണിക്കുന്ന പണമായി വലിയൊരു തുകയും അതിനകത്തുണ്ടായിരുന്നിരിക്കണം. ആഭരണങ്ങളായും കുറച്ചുണ്ടായിരുന്നു. ഡാവൻഹൈമിന്റെ ഭാര്യയുടെ ആഭരണങ്ങളെല്ലാം ആ അലമാരയ്ക്കകത്തായിരുന്നു സൂക്ഷിച്ചിരുന്നത്. കഴിഞ്ഞ കുറച്ചു വർഷങ്ങളായി, ആഭരണങ്ങൾ വാങ്ങിക്കുന്നതിൽ അവരുടെ ഭർത്താവിന് അതീവ താത്പര്യമാണ്. അപൂർവ്വവും വിലയേറിയതുമായ ഒരു രത്നം ഭാര്യയ്ക്ക് സമ്മാനമായി തന്നിട്ട് ഒരു മാസം പോലും തികഞ്ഞിട്ടില്ല."

"വലിയൊരു നിധി തന്നെയായിരുന്നു അതിനകത്ത്," പോയ്റോട്ട് ചിന്തിച്ചുകൊണ്ട് പറഞ്ഞു. "ഇനി, ലോവനെക്കുറിച്ച്? അന്ന് വൈകുന്നേരം ഡാവൻഹൈമിനെ എന്തിനായിരുന്നു അയാൾ കാണാനുദ്ദേശിച്ചിരുന്നത് എന്ന് അറിയാൻ കഴിഞ്ഞോ?"

"അവർ രണ്ടു പേർക്കിടയിൽ അത്ര നല്ല ബന്ധമല്ല. ഒരു തരത്തിൽ, ലോവൻ ഒരു ഊഹക്കച്ചവടക്കാരനാണ്. ഓഹരി വിപണിയിൽ, ഒന്നോ

രണ്ടോ തവണ അയാൾക്ക് ഡാവൻഹൈമിനെ തോൽപ്പിക്കാൻ കഴിഞ്ഞിട്ടുമുണ്ട്. അതുകൊണ്ടുതന്നെ, അവർ തമ്മിൽ നേരിട്ട് കണ്ടിട്ടുണ്ടാവാനുള്ള സാധ്യതയും വളരെ കുറവാണ്. തെക്കേ അമേരിക്കൻ ഓഹരികളുമായി ബന്ധപ്പെട്ട എന്തോ കാര്യമാണ് ഡാവൻഹൈമും ലോവനുമായുള്ള കൂടിക്കാഴ്ചയുടെ കാരണം."

"ഡാവൻഹൈമിന് തെക്കേ അമേരിക്കയുമായി ബന്ധമുണ്ടോ? അന്വേഷിച്ചോ?"

"ഉണ്ടെന്ന് തോന്നുന്നു. കഴിഞ്ഞ ശരത്കാലം മുഴുവനും അദ്ദേഹം ബ്യൂണസ് അയേഴ്സിലാണ് ചെലവഴിച്ചത് എന്നാണ് അദ്ദേഹത്തിന്റെ ഭാര്യ പറഞ്ഞത്."

"അദ്ദേഹത്തിന്റെ സ്വകാര്യജീവിതം ശാന്തവും സാധാരണവുമായിരുന്നു എന്നാണ് എനിക്ക് തോന്നിയത്. ഡാവൻഹൈമിന്റെ ഭാര്യ സന്തോഷവതിയും, അതിലുപരി അവിവേകിയുമായിരുന്നു. ഒരു നിസ്സാരവനിത."

"എങ്കിൽ നമ്മൾ ദുരൂഹതയുടെ ചുരുളഴിക്കാൻ ശ്രമിക്കേണ്ടത് അവിടെ നിന്നുമല്ല. അദ്ദേഹത്തിന് ശത്രുക്കൾ ആരെങ്കിലുമുണ്ടോ?"

"സാമ്പത്തിക മേഖലയിൽ ഒരുപാട് ശത്രുക്കൾ അദ്ദേഹത്തിനുണ്ട്. അദ്ദേഹത്താൽ പിന്നിലാക്കപ്പെട്ട ഒരുപാട് പേർക്ക് അദ്ദേഹത്തെ തീരെ ഇഷ്ടമല്ലതാനും. പക്ഷേ കൊല്ലണമെന്ന ചിന്ത ആർക്കുമുണ്ടായിരുന്നില്ല എന്നാണ് തോന്നുന്നത്—അങ്ങനെ ഉണ്ടായിരുന്നെങ്കിൽ തന്നെ, മൃതശരീരം എവിടെ?"

"ശരിയാണ്. ഹേസ്റ്റിംഗ്സ് പറഞ്ഞതുപോലെ, വൈകിയാണെങ്കിലും വിധിവിഹിതമായി രംഗപ്രവേശം നടത്തുന്നവയാണ് 'ശരീരങ്ങൾ'."

"പിന്നെ, തോട്ടം സൂക്ഷിപ്പുകാരിൽ ഒരാൾ പറഞ്ഞു, വീടിന്റെ അരികിലൂടെ മറുവശത്തെ റോസാപ്പൂക്കളുടെ ഉദ്യാനത്തിലേക്ക് ഒരു രൂപം പോകുന്നതായി കണ്ടുവെന്ന്. വായനാമുറിയിലെ നീളമുള്ള ഫ്രഞ്ച് ജനാല വഴിയുറക്കുന്നത് ആ ഉദ്യാനത്തിലേക്കാണ്. ഡാവൻഹൈം ഇടയ്ക്കിടെ ആ വഴി വീടിനകത്തോട്ടും പുറത്തോട്ടും പോകാറുണ്ട്. പക്ഷേ വെള്ളരിച്ചെടികളുടെ പരിപാലനത്തിലായിരുന്ന അയാൾക്ക്, ആ രൂപം തന്റെ മുതലാളിയുടേതായിരുന്നോ എന്ന് ഉറപ്പില്ലായിരുന്നു. മാത്രമല്ല, കൃത്യമായ സമയവും അയാൾ ഓർക്കുന്നില്ല. വൈകുന്നേരം ആറിന് മുൻപായിരിക്കണം, ആറു മണിക്കാണല്ലോ തോട്ടത്തിലെ ജോലിക്കാർ ജോലി നിർത്തുന്നത്."

"അപ്പോൾ ഡാവൻഹൈം വീട്ടിൽ നിന്നുമിറങ്ങിയത്?"

"ഏകദേശം അഞ്ചര മണിയോ മറ്റോ."

"റോസാപ്പൂക്കളുടെ ഉദ്യാനത്തിനപ്പുറം എന്താണ്?"

"ഒരു തടാകം."

"ബോട്ട് ഹൗസ് ഉണ്ടോ?"

"അതെ, രണ്ട് തോണികളും അവിടെയുണ്ട്. പോയ്റോട്ട്, ആത്മഹത്യ നടന്നിരിക്കാമെന്നാണോ നിങ്ങൾ ചിന്തിക്കുന്നത്? എങ്കിൽ ഞാനൊന്ന് പറയാം, നാളെ മില്ലർ അങ്ങോട്ട് പോകുന്നുണ്ട്, വെള്ളത്തിൽ ഒരു തിരച്ചിൽ നടത്താൻ. അങ്ങനെയുള്ളൊരു മനുഷ്യനാണ് മില്ലർ!"

പോയ്റോട്ട് മന്ദഹസിച്ചു, എന്നിട്ട് എന്നോട് പറഞ്ഞു. "ഹേസ്റ്റിംഗ്സ്, *ഡെയ്‌ലി മെഗാഫോൺ* പത്രം ഒന്ന് തരാമോ? എന്റെ ഓർമ്മ ശരിയാണെങ്കിൽ, കാണാതായ വ്യക്തിയുടെ ചിത്രം, പതിവില്ലാത്ത വിധം അവ്യക്തമായിരുന്നു."

ഞാൻ എഴുന്നേറ്റു, എന്നിട്ടാ പത്രം തിരഞ്ഞു കണ്ടുപിടിച്ചു. പോയ്റോട്ട് ശ്രദ്ധയോടെ അതിലെ വിവരങ്ങൾ വായിച്ചു.

"ഹ്മ്മ്!" പോയ്റോട്ട് ഒന്ന് മൂളി. "നീണ്ടു ചുരുണ്ട മുടി, കട്ടി മീശ, കൂർത്ത താടി, ഇടതൂർന്ന കൺപുരികങ്ങൾ. കണ്ണുകൾ കറുത്തതാണോ?"

"അതെ."

"മുടിയും താടിയും നരച്ചു തുടങ്ങിയിട്ടുണ്ടോ?"

കുറ്റാന്വേഷകൻ തല കുലുക്കി. "ശരി, നിങ്ങൾക്ക് എന്താണ് പറയാനുള്ളത് പോയ്റോട്ട്? എല്ലാം പകൽ പോലെ വ്യക്തം, അല്ലേ?"

"മറിച്ച്, അസ്പഷ്ടം."

സ്കോട്ട്ലാൻഡ് യാർഡ് ഉദ്യോഗസ്ഥന്റെ മുഖം പ്രസന്നമായി.

"ഇനി ഇതെനിക്ക് തെളിയിക്കാനാകുമെന്ന് നല്ല പ്രതീക്ഷയുണ്ട്." പോയ്റോട്ട് ആത്മവിശ്വാസത്തോടെ പറഞ്ഞു.

"ഏഹ്?"

"കേസ് അസ്പഷ്ടമാകുമ്പോഴാണ് എന്നിൽ ശുഭാപ്തി വിശ്വാസമുണ്ടാകുന്നത്. ഒരു കാര്യം പകൽ പോലെ വ്യക്തമാണെങ്കിൽ, അതൊരിക്കലും വിശ്വസിക്കരുത്! ആരോ അങ്ങനെ വരുത്തിത്തീർത്തതാണ്."

ജാപ്പ് പരിതാപഭാവത്തോടെ അത് ശരിവെച്ചു. "ഓരോരുത്തർക്കും അവരവരുടെ തോന്നലുകൾ. പക്ഷേ നിങ്ങൾക്ക് മുന്നോട്ടുള്ള വഴി തെളിഞ്ഞതിൽ ഞാൻ സന്തോഷിക്കുന്നു."

"തെളിഞ്ഞിട്ടില്ല." പോയ്റോട്ട് സ്വരം താഴ്ത്തി. "ഞാൻ കണ്ണുകളടച്ചു—ചിന്തിക്കുകയാണ്."

ജാപ്പ് നിശ്വസിച്ചു. "ശരി, നിങ്ങൾക്ക് ചിന്തിക്കാൻ ഒരാഴ്ച മുഴുവനായുമുണ്ട്."

"അപ്പോൾ എന്തെങ്കിലും പുതിയ പുരോഗതി ഉണ്ടായാൽ, നിങ്ങൾ എന്നെ അറിയിക്കും—ഉദാഹരണത്തിന്, കഠിനാദ്ധ്വാനിയായ പൂച്ചക്കണ്ണൻ ഇൻസ്പെക്ടറുടെ ശ്രമഫലങ്ങൾ?"

"തീർച്ചയായും. പന്തയത്തിൽ അതും ഉൾപ്പെടുന്നുണ്ട്."

“നാണക്കേട്, അല്ലേ?” വാതിലിനടുത്തേക്ക് ചെല്ലും വഴി ജാപ്പ് എന്നോട് ചോദിച്ചു. “കുട്ടികളിൽ നിന്നും തട്ടിപ്പറിക്കുന്നതു പോലെ!”

ഒരു പുഞ്ചിരിയോടെ സമ്മതിക്കുവാനല്ലാതെ എനിക്ക് മറ്റൊന്നും ചെയ്യാനായില്ല. മുറിയിലേക്ക് തിരിച്ചു കയറുമ്പോഴും എന്റെ മുഖത്ത് ആ ചിരിയുണ്ടായിരുന്നു.

“ഓഹോ!” പോയ്റോട്ട് ഉടൻ പറഞ്ഞു. “എന്നെ കളിയാക്കുക യായിരുന്നല്ലേ?” എന്നെ നോക്കി വിരൽ ചൂണ്ടി. “എന്റെ ബുദ്ധിശക്തിയിൽ നിങ്ങൾക്ക് വിശ്വാസമില്ലല്ലേ? മ്മ്, ആശയക്കുഴപ്പം വേണ്ട! നമുക്കീ ചെറിയ പ്രശ്നത്തെക്കുറിച്ച് ചർച്ച ചെയ്യാം—ഇതിപ്പോൾ അപൂർണ്ണമാണ്, ഞാൻ സമ്മതിക്കുന്നു. പക്ഷേ വഴി തെളിക്കുന്ന ഒന്നോ രണ്ടോ കാര്യങ്ങൾ തെളിഞ്ഞു വന്നുകഴിഞ്ഞു.”

“തടാകം!” ഞാൻ ഉറപ്പിച്ചു പറഞ്ഞു.

“അതിനുമപ്പുറമായി, ബോട്ട് ഹൗസ്!”

ഞാൻ പോയ്റോട്ടിനെ ഒളികണ്ണിട്ടു നോക്കി. അദ്ദേഹം തന്റെ നിഗൂഢമായ ശൈലിയിൽ ചിരി വിടർത്തി. ആ സമയം എനിക്ക് തോന്നി, ഇനിയും അദ്ദേഹത്തെ സംശയിക്കുന്നത് അർത്ഥശൂന്യമാണെന്ന്.

പിറ്റേന്ന് വൈകുന്നേരം ഒമ്പത് മണിക്ക് നേരിൽ കാണുന്നതുവരെ, ജാപ്പിൽ നിന്നും ഒരു വിവരവും ലഭിച്ചില്ല. ജാപ്പിന്റെ മുഖത്തു നിന്നും, ഞങ്ങളെ അറിയിക്കാനുള്ള വലിയൊരു വാർത്ത വീർപ്പുമുട്ടി കിടക്കുന്നതായി എനിക്ക് മനസ്സിലായി.

“സുഹൃത്തെ” പോയ്റോട്ട് വരവേറ്റു. “സുഖമല്ലേ? പക്ഷേ ഡാവൻഹൈമിന്റെ ശരീരം തടാകത്തിൽ നിന്നും കണ്ടെടുത്തു എന്നു മാത്രം പറയരുത്, കാരണം ഞാനത് വിശ്വസിക്കില്ല.”

“ഞങ്ങൾക്ക് ശരീരമൊന്നും ലഭിച്ചില്ല, പക്ഷേ അദ്ദേഹത്തിന്റെ *വസ്ത്രങ്ങൾ* കിട്ടി—കാണാതായ അന്ന് അദ്ദേഹം ധരിച്ചതിനു സമാനമായ വസ്ത്രങ്ങൾ. അതിനെക്കുറിച്ച് എന്താണ് പറയാനുള്ളത്?”

“വീട്ടിൽ നിന്നും വേറെയും വസ്ത്രങ്ങൾ നഷ്ടപ്പെട്ടിട്ടുണ്ടോ?”

“ഇല്ല, അദ്ദേഹത്തിന്റെ സഹായിക്ക് അക്കാര്യത്തിൽ ഉറപ്പുണ്ട്. അദ്ദേഹത്തിന്റെ മറ്റു വസ്ത്രങ്ങളെല്ലാം അവിടെത്തന്നെയുണ്ട്. മറ്റൊരു വാർത്ത കൂടി ഉണ്ട്, ലോവനെ അറസ്റ്റ് ചെയ്തു. കിടപ്പറയിലെ ജനാലകൾ അടയ്ക്കുന്ന ചുമതലയുണ്ടായിരുന്ന ജോലിക്കാരിൽ ഒരാൾ, അന്ന് വൈകുന്നേരം ആറേകാലിന്, റോസ്-ഗാർഡനിൽ നിന്നും വായനാമുറി യിലേക്കു വരുന്ന ലോവനെ കണ്ടതായി മൊഴി നൽകി. അതായത്, അയാൾ വീട്ടിൽ നിന്നും ഇറങ്ങുന്നതിന്റെ പത്ത് മിനിറ്റ് മുൻപ്.”

“അതിനെക്കുറിച്ച് അയാൾക്കെന്താണ് പറയാനുള്ളത്?”

“അയാൾ വായനാമുറി വിട്ടു പോയിട്ടില്ലെന്നാണ് ആദ്യം പറഞ്ഞത്. പക്ഷേ ജോലിക്കാരി ഉറച്ചു നിന്നു. അപ്പോൾ അയാൾ, അപൂർവ്വ ഇനം റോസാപ്പൂക്കൾ ശ്രദ്ധയിൽ പെട്ടപ്പോൾ അതൊന്ന് കാണാനായി

ജനാലയിലൂടെ പുറത്തു പോയെന്നും, അക്കാര്യം മറന്നു പോയതാണെന്നും പറഞ്ഞൊപ്പിച്ചു. എത്ര ദുർബ്ബലമായ കഥ! കൂടാതെ അയാൾക്കെതിരെ പുതിയൊരു തെളിവ് കൂടെ ലഭിച്ചിട്ടുണ്ട്. ഡാവൻഹൈമിന്റെ വലതുകൈയ്യിലെ ചെറുവിരലിൽ, എപ്പോഴും ഒരു ഒറ്റക്കല്ല് വജ്രമോതിരമുണ്ടായിരുന്നു. ആ മോതിരം ശനിയാഴ്ച രാത്രി ലണ്ടനിലെ ഒരു കടയിൽ, ബില്ലി കെല്ലെറ്റ് എന്നൊരാൾ പണയപ്പെടുത്തിയിരിക്കുന്നു! അയാൾ നേരത്തെ തന്നെ പോലീസ് നോട്ടപ്പുള്ളിയാണ്, ഒരു വൃദ്ധന്റെ വാച്ച് മോഷ്ടിച്ചതിനായി കഴിഞ്ഞ ശരത്കാലത്ത് മൂന്ന് മാസം ശിക്ഷയനുഭവിച്ചിട്ടുണ്ട്. അഞ്ചിലധികം സ്ഥലങ്ങളിൽ പണയം വെക്കാൻ ശ്രമിച്ച അയാൾ, അവസാന ഇടത്താണ് വിജയിച്ചത്. ലഭിച്ച പണം കൊണ്ട് നല്ലവണ്ണം മദ്യപിക്കുകയും ഒരു പോലീസുകാരനെ കൈയ്യേറ്റം ചെയ്യാൻ ശ്രമിക്കുകയും ചെയ്യുന്നതിലൂടെ പിടിയിലുമായി. ഞാൻ മില്ലറുമൊത്ത് ബോ സ്ട്രീറ്റിൽ പോയി അയാളെ കണ്ടു. അയാളുടെ ബോധം തെളിഞ്ഞിരുന്നു. സത്യം പറഞ്ഞാൽ, കൊലക്കുറ്റം ചുമത്തുമെന്ന ഭീഷണിയിലൂടെ പേടിപ്പിച്ച് അയാളുടെ നല്ല ജീവൻ ഇങ്ങെടുത്തു എന്നുതന്നെ പറയാം. ഇതാണ് അയാളുടെ കഥ, വളരെ വിചിത്രമായ ഒന്ന്.

"എന്റ്ഫീൽഡിലെ മത്സരം കാണാൻ, ശനിയാഴ്ച അയാളുമുണ്ടായിരുന്നു. പക്ഷേ പന്തയമല്ല, മോഷണമായിരുന്നിരിക്കണം ലക്ഷ്യം. എന്തായാലും, അന്നത്തെ ദിവസം അയാൾക്ക് നല്ലതായിരുന്നില്ല, ഭാഗ്യമില്ലായിരുന്നു. ചിംഗ്സൈഡിലേക്കുള്ള വഴിയിലൂടെ നടക്കുകയായിരുന്ന അയാൾ, ഗ്രാമം എത്തുന്നതിനു മുൻപായി കുറച്ച നേരം വിശ്രമിക്കുന്നതിനായി ചാലിന്റെ ഓരത്ത് ഇരുന്നു. കുറച്ച മിനിറ്റുകൾക്കു ശേഷം, ഒരാൾ ആ വഴിയിലൂടെ ഗ്രാമത്തിലേക്കു പോകുന്നതു കണ്ടു. 'കറുത്ത പുരുഷൻ, വലിയ മീശ, കാഴ്ചയിൽ പരിഷ്കാരി,' ഇതായിരുന്നു ആ ആളെക്കുറിച്ചുള്ള അയാളുടെ വിവരണം.

"കൂട്ടിയിട്ടിരുന്ന കല്ലുകൾക്കു പിന്നിലായിരുന്നതിനാൽ, റോഡിൽ നിന്നും കെല്ലെറ്റിനെ മുഴുവനായും കാണാൻ കഴിയുമായിരുന്നില്ല. തനിക്ക് അരികിലെത്തുന്നതിനു മുൻപായി, ആ വ്യക്തി തനിക്ക് ചുറ്റുമൊന്ന് വീക്ഷിച്ച്, കീശയിൽ നിന്നും എന്തോ ഒരു ചെറിയ വസ്തുവെടുത്ത് കുറ്റിക്കാടിനപ്പുറത്തേക്കെറിഞ്ഞു. എന്നിട്ട് സ്റ്റേഷൻ ലക്ഷ്യമാക്കി നടന്നു. അയാൾ എറിഞ്ഞ വസ്തു താഴെ വീണപ്പോൾ ഒരു കിലുക്കമാണ് കേട്ടത്, അത് ചാലിനരികിലുള്ള കെല്ലെറ്റിന്റെ മനസ്സിലെ ആകാംക്ഷയെ തട്ടിയുണർത്തി. അയാൾ തിരച്ചിലാരംഭിച്ചു. അല്പ സമയത്തിനു ശേഷം, ഒരു മോതിരം കിട്ടി! ഇതാണ് കെല്ലെറ്റ് പറഞ്ഞ കഥ. ഇക്കഥ ലോവൻ നിശ്ശേഷം നിഷേധിച്ചു എന്നതാണ് സത്യം; കെല്ലെറ്റിനെ പോലെ തീർത്തും വിശ്വാസയോഗ്യനല്ലാത്ത ഒരാളുടെ കഥ അവിശ്വസിക്കുന്നതിൽ തെറ്റു പറയാനുമാവില്ല. ആ വഴിയിൽ വെച്ച് അയാൾ ഡാവൻഹൈമിനെ കാണാനും, കൊല ചെയ്ത് കവർച്ച നടന്നിരിക്കാനുമുള്ള സാധ്യതയും തള്ളിക്കളയാനാവില്ല."

പോയ്റോട്ട് നിഷേധിച്ചു.

“തീർത്തും അസംഭവ്യം, സുഹൃത്തെ. അയാൾക്ക് ശരീരം മറവ് ചെയ്യാൻ ഒരു ഉപാധിയുമില്ലായിരുന്നു. ഈ സമയംകൊണ്ട് കണ്ടെടുക്കപ്പെട്ടേനെ. മാത്രമല്ല, ഇത്രയും പ്രത്യക്ഷമായി ആ മോതിരം പണയപ്പെടുത്തിയിട്ടുണ്ടെങ്കിൽ, അയാൾ കൊല ചെയ്തിട്ടായിരിക്കില്ല അത് നേടിയിട്ടുണ്ടാവുക. മൂന്നാമതായി, നിങ്ങളുടെ കള്ളൻ തീർച്ചയായും ഒരു കൊലപാതകിയല്ല. നാലാമത്, ശനിയാഴ്ച മുതൽ അയാൾ ജയിലിലാണെങ്കിൽ, ലോവനെക്കുറിച്ച് ഇത്രയും കൃത്യമായ വിവരങ്ങൾ നൽകാൻ കഴിയുക എന്നത് അവിശ്വസനീയം തന്നെ.”

ജാപ്പ് തലയാട്ടിക്കൊണ്ട് പറഞ്ഞു, “നിങ്ങൾ പറയുന്നത് ശരിയല്ലെന്ന് ഞാൻ പറയുന്നില്ല. അതേസമയം, ഒരാളും ഒരു കള്ളന്റെ സാക്ഷിത്വത്തിന് വലിയ വില നൽകുകയില്ല. എനിക്ക് വിചിത്രമായി തോന്നുന്നത്, മോതിരം നശിപ്പിക്കുന്നതിനായി ഇതിലും നല്ല വഴിയൊന്നും ലോവനു കണ്ടെത്താൻ കഴിഞ്ഞില്ലേ എന്നതാണ്.”

പോയ്റോട്ട് തോൾ കുലുക്കി. “എന്നിരിക്കിലും, അത് അടുത്തെവിടെ നിന്നെങ്കിലുമാണ് കണ്ടെടുത്തിരുന്നതെങ്കിൽ, ഡാവൻഹൈം തന്നെയായിരിക്കും അത് നഷ്ടപ്പെടുത്തിയിട്ടുണ്ടാവുക എന്ന് നമുക്ക് ചിന്തിക്കാം.”

“പക്ഷേ എന്താണ് അത് ശരീരത്തിൽ നിന്നും മാറ്റേണ്ട ആവശ്യം?” ഞാൻ ചോദിച്ചു.

“അതിന് എന്തെങ്കിലും കാരണമുണ്ടാകും,” ജാപ്പ് പറഞ്ഞു. “ആ തടാകത്തിനപ്പുറം എന്താണെന്നറിയാമോ, കുന്നിലേക്ക് നയിക്കുന്ന ഒരു ചെറിയ ഗേറ്റ്. ഒരു മൂന്ന് മിനിറ്റ് കൂടി നടന്നാൽ എവിടെയെത്തുമെന്ന് ഊഹിക്കാമോ, എന്തായിരിക്കും അവിടെയെന്ന്?—ഒരു *ചുണ്ണാമ്പുചൂള!*”

“ദൈവമേ!” ഞാൻ ഞെട്ടിത്തരിച്ചു പോയി. “അതിനർത്ഥം, ശരീരത്തെ നശിപ്പിച്ചു കളഞ്ഞ ചുണ്ണാമ്പിന്റെ വീര്യത്തിന് മോതിരത്തെ നശിപ്പിക്കാൻ കഴിഞ്ഞില്ല എന്നാണോ?”

“അങ്ങനെതന്നെ.”

“എന്റെ അഭിപ്രായത്തിൽ, ഇതോടെ എല്ലാം തെളിയിക്കപ്പെട്ടിരിക്കുന്നു. എത്ര നീചമായ കൃത്യം!”

പരസ്പര സമ്മതത്തോടെ ഞങ്ങൾ രണ്ടുപേരും തിരിഞ്ഞ് പോയ്റോട്ടിനെ നോക്കി. അദ്ദേഹം എന്തോ ചിന്തയിലാണ്ടിരിക്കുകയായിരുന്നു; ഗാഢമായ ചിന്തയുടെ ഫലമായി, അദ്ദേഹത്തിന്റെ പുരികങ്ങൾ കൈകോർത്തു. അവസാനം, അദ്ദേഹത്തിന്റെ ബുദ്ധിശക്തി സ്വയം വിലയിരുത്തുന്നതായി എനിക്ക് തോന്നി. എന്തായിരിക്കും അദ്ദേഹം ആദ്യം പറയാൻ പോകുന്നത്? ഞങ്ങൾക്ക് അധികം കാത്തിരിക്കേണ്ടി വന്നില്ല. ഒരു നിശ്വാസത്തിലൂടെ സമ്മർദ്ദം ഒഴുക്കിക്കളഞ്ഞ അദ്ദേഹം, ജാപ്പിനോട് ചോദിച്ചു :

“ഡാവൻഹൈമും ഭാര്യയും ഒരേ മുറിയിലാണോ കിടന്നിരുന്നത് എന്നതിനെക്കുറിച്ച് എന്തെങ്കിലും അറിയാമോ, സുഹൃത്തെ ?”

അത്രയും അസംബന്ധവും അനുചിതവുമായ ചോദ്യം ഞങ്ങളെ അല്പനേരം നിശബ്ദരാക്കി. ജാപ്പ് പൊട്ടിച്ചിരിച്ചു. "ദൈവമേ. പോയ്റോട്ട്, നിങ്ങൾ അമ്പരപ്പിക്കുന്ന എന്തോ ഒന്നാണ് പറയാൻ പോകുന്നതെന്നാണ് ഞാൻ കരുതിയത്. നിങ്ങളുടെ ചോദ്യത്തിന്, ഉറപ്പായും എന്റെ പക്കൽ ഉത്തരമില്ല."

"നിങ്ങൾക്ക് കണ്ടെത്താൻ കഴിയുമോ?" പോയ്റോട്ടിന്റെ ചോദ്യത്തിൽ ശാഠ്യവും ആകാംക്ഷയും നിറഞ്ഞു.

"ഓഹ്, തീർച്ചയായും—നിങ്ങൾക്ക് അറിയണമെന്ന് നിർബന്ധ മാണെങ്കിൽ."

"നന്ദി, സുഹൃത്തെ, അതറിയാൻ കഴിഞ്ഞാൽ വളരെ ഉപകാര മായിരിക്കും." ജാപ്പ് കുറച്ചു നേരം കൂടി പോയ്റോട്ടിനെ തുറിച്ചു നോക്കി, പക്ഷേ അദ്ദേഹം ഞങ്ങൾ അവിടെയുള്ള കാര്യം തന്നെ മറന്നു. വിഷമം കൊണ്ട് തലതാഴ്ന്ന കുറ്റാന്വേഷകൻ പതിയെ എന്നോട് പറഞ്ഞു, "പാവം വൃദ്ധൻ! ഒരുപാട് അനുഭവിച്ചു!" സൗമ്യനായി മുറിയിൽ നിന്നുമിറങ്ങി.

പോയ്റോട്ട് പകൽക്കിനാവിൽ മുഴുകിയ നേരം, ഞാനൊരു പേപ്പറെടുത്ത് ലഭിച്ച വിവരങ്ങൾ കൂട്ടിവായിച്ച് എഴുതിവെച്ചു. സുഹൃത്തിന്റെ ശബ്ദമാണ് എന്റെ ശ്രദ്ധ തിരിച്ചത്. ദിവാസ്വപ്നത്തിൽ നിന്നും ഉണർന്ന അദ്ദേഹം, ഉന്മേഷവാനും ഉത്സാഹിയുമായിരുന്നു.

"എന്താണ് കൂട്ടുകാരാ ചെയ്യുന്നത്?"

"ഈ കേസിൽ എനിക്ക് പ്രധാനമെന്ന് തോന്നിയ കാര്യങ്ങൾ കുറിച്ചിടുകയായിരുന്നു."

"അങ്ങനെ അവസാനം, നിങ്ങളും തന്ത്രപരമായി ചിന്തിച്ചുതുടങ്ങി!" പോയ്റോട്ട് പ്രശംസിച്ചു.

ഞാനെന്റെ സന്തോഷം പുറത്തു കാണിച്ചില്ല. "ഞാൻ വായിച്ചു കേൾപ്പിക്കട്ടെ?"

"തീർച്ചയായും."

ഞാനെന്റെ ശബ്ദം ശരിയാക്കി.

"ഒന്ന് : അലമാര കുത്തിത്തുറന്നതിനാൽ, എല്ലാ തെളിവുകളും കൈ ചൂണ്ടുന്നത് ലോവന്റെ നേർക്കാണ്.

"രണ്ട് : അയാൾക്ക് ഡാവൻഹൈമിനു മേൽ വിദ്വേഷം ഉണ്ടായിരുന്നു.

"മൂന്ന് : അയാൾ ആദ്യം മൊഴി നൽകുമ്പോൾ, വായനാമുറിയിൽ നിന്നും പുറത്തു പോയിട്ടില്ലെന്ന് കള്ളം പറഞ്ഞു.

"നാല് : ബില്ലി കെല്ലെറ്റിന്റെ കഥ വിശ്വസിക്കുകയാണെങ്കിൽ, ലോവൻ കുടുങ്ങുമെന്നതിൽ സംശയമില്ല."

ഞാനൊന്ന് നിർത്തി. "എന്താണഭിപ്രായം?" ഞാൻ ചോദിച്ചു, എല്ലാ പ്രധാന വസ്തുതകളും ഉൾപ്പെടുത്തി എന്ന വിശ്വാസത്തിൽ.

പോയ്റോട്ട് വളരെ ദയയോടെ എന്നെ നോക്കി തലയാട്ടി. "പാവം എന്റെ സുഹൃത്ത്! പക്ഷേ നിങ്ങളിൽ ആ കഴിവില്ല! ഏറ്റവും പ്രധാനപ്പെട്ട കാര്യം, നിങ്ങളൊരിക്കലും അത് കാണുന്നില്ല! മാത്രമല്ല, നിങ്ങളുടെ അനുമാനങ്ങളും തെറ്റാണ്."

"എങ്ങനെ?"

"നിങ്ങളുടെ നാല് കുറിപ്പുകളും നോക്കാം."

"ഒന്ന് : അലമാര തുറക്കാനുള്ള അവസരമുണ്ടാകുമെന്ന് ലോവൻ നേരത്തെ അറിഞ്ഞിരിക്കാൻ സാധ്യതയില്ല. ബിസിനസ്സ് സംബന്ധമായ കൂടിക്കാഴ്ച്ചയ്ക്കാണ് അയാൾ വന്നത്. ഡാവൻഹൈം കത്തുകൾ അയക്കാനായി പുറത്തു പോകുമെന്നും, വായനാമുറിയിൽ തനിച്ചിരിക്കേണ്ടി വരുമെന്നും അയാൾ ഒരിക്കലും ചിന്തിച്ചുകാണില്ല!"

"അയാൾ അവസരം മുതലെടുത്തതായിരിക്കാം." എന്റെ ഊഹം പറഞ്ഞു.

"അപ്പോൾ അതിനുള്ള ആയുധങ്ങളോ? നഗരവാസികൾ ഒരിക്കലും വീട് കുത്തിത്തുറക്കാനുള്ള ആയുധങ്ങൾ അനവസരങ്ങളിൽ കൈയ്യിൽ കരുതാറില്ല! കൂടാതെ ഒരു പേനാക്കത്തി കൊണ്ട് അത്തരം അലമാര തുറക്കാൻ സാധിക്കുകയുമില്ല, ഒരിക്കലും!"

"ശരി, രണ്ടാമത്തേത്?"

"നിങ്ങൾ പറഞ്ഞു, ഡാവൻഹൈമിനുമേൽ ലോവനു വിദ്വേഷമുണ്ടെന്ന്. ലോവനല്ലേ ഒന്നോ രണ്ടോ തവണ ഡാവൻഹൈമിനെ പരാജയപ്പെടുത്തിയത്. അതിലൂടെ അയാൾക്ക് ലാഭമല്ലേ ഉണ്ടായിക്കാണുകയുള്ളൂ. എങ്ങനെയായാലും, വിജയിച്ച ആൾക്ക് പരാജയപ്പെട്ട ആളുടെ മേൽ വിദ്വേഷമുണ്ടാവുകയില്ലല്ലോ—നേരെ തിരിച്ചല്ലേ സംഭവിക്കേണ്ടത്. അങ്ങനെ വിദ്വേഷം വല്ലതുമുണ്ടെങ്കിൽ, അത് ഡാവൻഹൈമിനായിരിക്കണം."

"ശരി, വായനാമുറിയിൽ നിന്നും പുറത്തിറങ്ങിയില്ല എന്ന് കള്ളം പറഞ്ഞതിനെ ഒരിക്കലും അവഗണിക്കാനാവില്ല."

"ഇല്ല. പക്ഷേ അയാൾ ഭയന്നിട്ടാണെങ്കിലോ അങ്ങനെ പറഞ്ഞത്. ഓർത്തു നോക്കൂ, കാണാതായ ആളുടെ വസ്ത്രങ്ങൾ ഇപ്പോഴാണ് തടാകത്തിൽ നിന്നും കണ്ടുകിട്ടിയത്. ശരിയാണ്, സ്വാഭാവികമായും അയാൾ സത്യം പറഞ്ഞിരുന്നെങ്കിൽ അയാൾക്ക് പ്രശ്നം വരില്ലായിരുന്നു."

"അപ്പോൾ നാലാമത്തെ കുറിപ്പ്?"

"അത് ഞാൻ സമ്മതിച്ചിരിക്കുന്നു. കെല്ലെറ്റിന്റെ കഥ സത്യമാണെങ്കിൽ, തീർച്ചയായും ലോവൻ കുറ്റക്കാരൻ തന്നെയാണ്. അതാണ് കേസിനെ കൂടുതൽ രസകരമാക്കുന്നത്."

"അപ്പോൾ ഞാനെഴുതിയ ഒരു കുറിപ്പ് പ്രസക്തമാണ്?"

"അങ്ങനെയും പറയാം—പക്ഷേ പ്രധാനപ്പെട്ട രണ്ട് കാര്യങ്ങൾ

നിങ്ങൾ കാണാതെ പോയി. അവയിലാണ് മൊത്തം കേസിന്റെയും തുമ്പ് ഒളിഞ്ഞുകിടക്കുന്നതെന്ന് നിസ്സംശയം പറയാം."

"ദയവ് ചെയ്തു പറയൂ, എന്തൊക്കെയാണവ?"

"ഒന്ന്, കഴിഞ്ഞ കുറച്ച് വർഷങ്ങളായി ഡാവൻഹൈമിന് ആഭരണങ്ങൾ വാങ്ങുന്നതിനോട് വളർന്നുവന്ന താത്പര്യം. രണ്ട്, കഴിഞ്ഞ ശരത്കാലത്തെ അദ്ദേഹത്തിന്റെ ബ്യൂണസ് അയേഴ്സ് യാത്ര."

"പോയ്റോട്ട്, തമാശ കളിക്കുകയാണോ?"

"കാര്യമായി പറഞ്ഞതാണ്. നിർണ്ണായക തുമ്പ്. ജാപ്പ് എന്നോടേറ്റ ദൗത്യം പൂർത്തീകരിക്കാൻ മറക്കില്ലെന്ന് കരുതുന്നു."

തമാശയ്ക്കാണ് പറഞ്ഞതെങ്കിലും, ജാപ്പ് ദൗത്യം മറന്നിട്ടില്ലായിരുന്നു. അടുത്ത ദിവസം പതിനൊന്നു മണിയോടെ, പോയ്റോട്ടിന്റെ കൈയ്യിൽ ഒരു കമ്പിസന്ദേശം എത്തപ്പെട്ടു. അദ്ദേഹത്തിന്റെ ആവശ്യപ്രകാരം, ഞാനത് തുറന്നു വായിച്ചു :

"കഴിഞ്ഞ ശിശിരകാലം മുതൽ, ഭാര്യയും ഭർത്താവു വെവ്വേറെ മുറികളിലാണ് കഴിയുന്നത്."

"ആഹ്!" പോയ്റോട്ട് നിലവിളിച്ചു. "ഇപ്പോൾ നമ്മൾ ജൂൺ പകുതിയോടടുത്തിരിക്കുന്നു! എല്ലാം തെളിയിക്കപ്പെട്ടു കഴിഞ്ഞു!"

ഞാൻ അദ്ദേഹത്തെ തന്നെ നോക്കി.

"സുഹൃത്തെ, നിങ്ങൾ ഡാവൻഹൈം ആൻഡ് സാൽമൺ ബാങ്കിൽ പണം നിക്ഷേപിച്ചിട്ടുണ്ടോ?"

"ഇല്ല." ഞാൻ അദ്ഭുതത്തോടെ ചോദിച്ചു. "എന്തുപറ്റി?"

"കാരണം, അങ്ങനെയുണ്ടെങ്കിൽ പണം പിൻവലിക്കുന്നതാവും നല്ലത്—സമയം പാഴാക്കാനില്ല."

"കാരണം? എന്താണ് ഉദ്ദേശിക്കുന്നത്?"

"കുറച്ചു ദിവസങ്ങൾക്കകം വലിയൊരു തകർച്ച ഞാൻ പ്രതീക്ഷിക്കുന്നുണ്ട്—ചിലപ്പോൾ അതിലും നേരത്തെ. ഇപ്പോഴാണ് ഓർത്തത്, ജാപ്പിന് ഒരു പ്രത്യുപകാരം ചെയ്യണം. ഒരു പെൻസിലും പേപ്പറും തരാമോ? ഇതാ പിടിച്ചോ! 'കേസിൽ പെട്ടു കിടക്കുന്ന സ്ഥാപനത്തിൽ പണം വല്ലതും നിക്ഷേപിച്ചിട്ടുണ്ടെങ്കിൽ, പിൻവലിക്കുന്നതാവും നല്ലത്.' ഇത് സമർത്ഥനായ ജാപ്പിൽ ജിജ്ഞാസയുണർത്തും! അദ്ദേഹത്തിന്റെ കണ്ണു തള്ളും—ഞെട്ടും! തീർച്ചയായും അദ്ദേഹത്തിന് എന്താണ് കാര്യമെന്ന് ഒരു സൂചന പോലും ലഭിക്കില്ല—നാളെ വരെ, അല്ലെങ്കിൽ അതിനടുത്ത ദിവസം വരെ!"

എന്റെ മനസ്സ് ആകെ ആശയക്കുഴപ്പത്തിലായി. പക്ഷേ അടുത്ത ദിവസം, എനിക്കെന്റെ സുഹൃത്തിന്റെ സ്തുത്യർഹമായ കഴിവുകളെ

അംഗീകരിക്കാതിരിക്കാൻ കഴിഞ്ഞില്ല. എല്ലാ പത്രത്തിന്റെയും തലക്കെട്ട്, ഡാവൻഹൈം ബാങ്കിന്റെ അവിശ്വസനീയ പതനത്തെക്കുറിച്ചായിരുന്നു. ബാങ്കിന്റെ സാമ്പത്തിക സ്ഥിതിയുടെ നിജസ്ഥിതി വെളിച്ചത്തു വന്നപ്പോൾ, പ്രശസ്തനായ ഡാവൻഹൈമിന്റെ തിരോധാനക്കഥ പുതിയ മാനം കൈവരിച്ചു.

ഞങ്ങൾ പ്രാതൽ കഴിക്കുന്നതിനിടയിൽ, വാതിൽ തള്ളിത്തുറന്ന് ജാപ്പ് ധൃതിപ്പെട്ട് അകത്തുകയറി. അദ്ദേഹത്തിന്റെ ഇടതു കൈയിൽ പത്രവും, വലതു കൈയിൽ പോയ്റോട്ട് അയച്ച കമ്പിയും ആയിരുന്നു. കമ്പിസന്ദേശം പോയ്റോട്ടിന് മുന്നിൽ മേശയിൽ ശക്തിയിൽ വെച്ചു.

“പോയ്റോട്ട്, എങ്ങനെയാണ് നിങ്ങൾക്ക് മനസ്സിലായത്? എങ്ങനെയാണ് നിങ്ങൾ നേരത്തെ അറിഞ്ഞത്?”

പോയ്റോട്ട് ഒന്ന് പുഞ്ചിരിച്ചു. “സുഹൃത്തെ, നിങ്ങളുടെ സന്ദേശം ലഭിച്ച ശേഷം, എനിക്കുറപ്പായി! തുടക്കം മുതൽ തന്നെ, അലമാര കവർന്ന സംഭവത്തിൽ എനിക്കൊരു അസാധാരണത്വം തോന്നിയിരുന്നു. ആഭരണങ്ങൾ, പണം, കരാറുടമ്പടികൾ എല്ലാം സൗകര്യാർത്ഥം തയ്യാറാക്കിവെച്ചിരുന്നു—ആർക്കു വേണ്ടി? ഡാവൻഹൈം എന്ന വ്യക്തി, ‘സ്വന്തം കാര്യം സിന്ദാബാദ്’ എന്ന ചിന്താഗതിക്കാരനായിരുന്നു! എനിക്ക് ഏറെക്കുറെ ഉറപ്പായിരുന്നു, എല്ലാം ഒരുക്കിവെച്ചിരുന്നത്—അദ്ദേഹത്തിനു വേണ്ടിയായിരുന്നു! പിന്നെ ഈ വയസ്സാൻ കാലത്ത് ആഭരണത്തോടുള്ള അഭിനിവേശം! ലളിതമായിരുന്നു! അദ്ദേഹത്തിന്റെ ബാങ്കിൽ വിശ്വസിച്ച നിക്ഷേപിക്കപ്പെട്ട പണമെല്ലാം ആഭരണങ്ങളാക്കി മാറ്റി, മറ്റൊരിടത്തും വെക്കാൻ വിശ്വാസമില്ലാതെ, രഹസ്യമായൊരു സ്ഥലത്ത് സുരക്ഷിതമാക്കി. മറ്റൊരു തരത്തിൽ പറഞ്ഞാൽ, ബാക്കിയുള്ളവരെയെല്ലാം പറ്റിച്ച്, സ്വരൂപിച്ച സ്വത്തുക്കൾ സമയം വരുമ്പോൾ അനുഭവിക്കാനായിരുന്നു പദ്ധതി. എല്ലാം തയ്യാറാക്കിയ ശേഷം, ലോവനുമായി ഒരു കൂടിക്കാഴ്ച തീരുമാനിക്കുന്നു (ലോവനാണെങ്കിൽ, വിവേകമില്ലാതെ, കഴിഞ്ഞ കാലത്തിൽ, ഇദ്ദേഹവുമായി ഒന്നു രണ്ടു തവണ കൊമ്പുകോർത്തിട്ടുമുണ്ട്). അതിനുശേഷം അലമാരയിൽ ഒരു തുള സൃഷ്ടിച്ച ശേഷം, വരുന്ന അതിഥിയെ വായനാമുറിയിൽ ഇരിക്കാൻ ആവശ്യപ്പെടാനായി പറഞ്ഞേൽപ്പിക്കുകയും ചെയ്ത്, വീട്ടിൽ നിന്നും ഇറങ്ങുന്നു—എങ്ങോട്ട്?” പോയ്റോട്ട് ഇടവേളയിട്ടു. എന്നിട്ട് കൈ നീട്ടി ഒരു വേവിച്ച മുട്ട കൂടെ എടുത്തു. നെറ്റി ചുളിച്ചുകൊണ്ട് പിറുപിറുത്തു. “ഓരോ കോഴിയുമിടുന്ന മുട്ട ഓരോ വലുപ്പമാണ്, അസഹനീയം തന്നെ! പിന്നെങ്ങനെയാണ് തീന്മേശയിലൊരു ഒത്തൊരുമ ഉണ്ടാകുക? കടകളിൽ വിൽക്കാൻ വെക്കുമ്പോഴെങ്കിലും വലുപ്പത്തിനനുസരിച്ച് അടുക്കിവെക്കണ്ടേ!”

“മുട്ടയുടെ കാര്യം വിടൂ.” ജാപ്പ് സഹികെട്ടു. “അവയ്ക്കിഷ്ടമുള്ള പോലെ ചതുരത്തിലോ മറ്റോ ഇട്ടോട്ടെ. നമ്മളന്വേഷിക്കുന്നയാൾ ദി സെഡാർസിൽ നിന്നും ഇറങ്ങി എങ്ങോട്ടാണ് പോയതെന്ന് പറയൂ—അറിയുമെങ്കിൽ!”

"മ്ഹ്, അദ്ദേഹത്തിന്റെ ഒളിസ്ഥലത്തേക്ക്. ഡാവൻഹൈമിന്റെ പദ്ധതിയിൽ ചെറിയ ചില പിഴവുകളുണ്ടെങ്കിലും, അദ്ദേഹത്തിന്റെ ബുദ്ധിശക്തി അപാരം തന്നെ!"

"അദ്ദേഹം എവിടെയാണ് ഒളിഞ്ഞിരിക്കുന്നതെന്ന് നിങ്ങൾക്കറിയാമോ?"

"തീർച്ചയായും! തന്ത്രപരമായ ഒരു നീക്കം!"

"ദൈവത്തെയോർത്ത്, എവിടെയാണെന്ന് പറയൂ!"

പോയ്റോട്ട് തന്റെ പ്ലേറ്റിലെ മുട്ടത്തോടിന്റെ ഓരോ കഷണവും എടുത്ത് മുട്ടക്കോപ്പയിൽ വെച്ചു, എന്നിട്ട് കാലിയായ മുട്ടത്തോടെടുത്ത് അതിന്റെ മുകളിൽ തിരിച്ചുവെച്ചു. ആ ചെറു ദൗത്യം പൂർത്തിയായിരിക്കുന്നു, അതിന്റെ സന്തോഷത്തിൽ ഒന്ന് മന്ദഹസിച്ച ശേഷം, ഞങ്ങളിരുവരെയും നോക്കി സ്നേഹത്തോടെ ഒന്ന് പുഞ്ചിരിച്ചു.

"വരൂ, കൂട്ടുകാരേ, നിങ്ങൾ സമർത്ഥരാണ്. ഞാൻ എന്നോടുതന്നെ ചോദിച്ച ചോദ്യം നിങ്ങളും സ്വയം ചോദിക്കൂ. 'അദ്ദേഹത്തിന്റെ സ്ഥാനത്ത് ഞാനായിരുന്നുവെങ്കിൽ, എവിടെയായിരിക്കും ഞാൻ ഒളിക്കുക?' ഹേസ്റ്റിംഗ്സ്, എവിടെയായിരിക്കും?"

"ഞാൻ..." ഞാൻ പറഞ്ഞു. "ഞാൻ ഒളിച്ചോടാനൊന്നും ശ്രമിക്കുകയില്ല. ഞാൻ ലണ്ടനിൽ തന്നെയുണ്ടാകും—നഗരത്തിൽ തന്നെ, ബസ്സുകളിലും മറ്റും യാത്ര ചെയ്ത്; പകൽ സമയങ്ങളിൽ ഒരാൾക്കും എന്നെ കണ്ടുപിടിക്കാൻ കഴിയില്ല. ആൾക്കൂട്ടത്തിനിടയിൽ ഞാൻ സുരക്ഷിതനാണ്."

പോയ്റോട്ട് ചോദ്യഭാവേന ജാപ്പിനെ നോക്കി.

"എന്റെ അഭിപ്രായം മറ്റൊന്നാണ്. നാട് വിടുക—അതാണ് ഒരേയൊരു വഴി. ഒരുപാട് കാര്യങ്ങളിൽ നേരത്തെക്കൂട്ടി തീരുമാനമെടുക്കാൻ എന്റെ പക്കൽ ധാരാളം സമയമുണ്ടായിരിക്കും. എനിക്കായി ഒരു ഉല്ലാസബോട്ട് തയ്യാറായി നിൽക്കുന്നുണ്ടാകും. ഒച്ചയും ബഹളവും ഉണ്ടാകുന്നതിനു മുൻപുതന്നെ ഞാൻ ലോകത്തിന്റെ മറ്റൊരു കോണിലായിരിക്കും!"

ഞങ്ങൾ പോയ്റോട്ടിനെ നോക്കി. "നിങ്ങളുടെ മനസ്സിൽ എന്താണ്?"

ഒരു നിമിഷം നിശബ്ദനായി നിന്ന അദ്ദേഹം, ജിജ്ഞാസയുണർത്തുന്ന ഒരു ചിരി ചുണ്ടിൽ വിടർത്തി.

"കൂട്ടുകാരെ , പോലീസിൽ നിന്നും ഒളിച്ചു നടക്കാൻ ശ്രമിക്കുന്ന *ഞാൻ, എവിടെ*യായിരിക്കും ഒളിക്കുക എന്നറിയാമോ? *ജയിലിൽ!*"

"എന്ത്?"

"നിങ്ങൾ ഡാവൻഹൈമിനെ തിരയുന്നത് തുറങ്കലിലടയ്ക്കാനാണ്, അതുകൊണ്ടുതന്നെ അദ്ദേഹം ജയിലിനകത്തുണ്ടാകുമെന്ന് നിങ്ങൾ സ്വപ്നത്തിൽ പോലും വിചാരിക്കില്ല!"

"നിങ്ങളെന്താണ് ഉദ്ദേശിക്കുന്നത്?"

“ഡാവൻഹൈമിന്റെ ഭാര്യ അത്ര വിവേകിയായ ഒരു സ്ത്രീയല്ലെന്നാണ് നിങ്ങൾ പറഞ്ഞത്. എന്നിരിക്കിലും, നിങ്ങൾ അവരെ ബോ സ്ട്രീറ്റിലേക്കു കൊണ്ടുപോയി ബില്ലി കെല്ലെറ്റിനു മുന്നിൽ നിർത്തിനോക്കു; അവർക്ക് അയാളെ തിരിച്ചറിയാനാകും! താടിയും മീശയും വടിച്ചു കളഞ്ഞാലും, കട്ടിയേറിയ പുരികങ്ങളും തലമുടിയും വെട്ടിയാലും, കാര്യമില്ല. മറ്റേതൊരാൾക്കും മനസ്സിലായില്ലെങ്കിലും, ഒരു സ്ത്രീക്ക് തന്റെ ഭർത്താവിനെ ഏതു രൂപത്തിലും തിരിച്ചറിയാനാകും.”

“ബില്ലി കെല്ലെറ്റ്? പക്ഷേ അയാൾ പോലീസിന്റെ നോട്ടപ്പുള്ളിയല്ലേ?”

“ഞാൻ പറഞ്ഞിരുന്നില്ലേ, ഡാവൻഹൈം ബുദ്ധിമാനാണെന്ന്? അദ്ദേഹം രക്ഷപ്പെടാനുള്ള വഴി നേരത്തെ കണ്ടുവെച്ചിരുന്നു. അദ്ദേഹം കഴിഞ്ഞ ശരത്കാലത്ത് ബ്യൂണസ് അയേഴ്സിൽ ആയിരുന്നില്ല—ബില്ലി കെല്ലെറ്റ് എന്ന വ്യക്തിയെ സൃഷ്ടിച്ചെടുത്ത് ശിക്ഷയനുഭവിക്കുകയായിരുന്നു. അതിനാൽത്തന്നെ പോലീസിന് അദ്ദേഹത്തിനുമേൽ സംശയമൊന്നും തോന്നുകയുമില്ല. അദ്ദേഹത്തിന്റെ പദ്ധതി സ്വത്ത് മാത്രം അനുഭവിക്കലല്ല, സ്വാതന്ത്ര്യവും. കാര്യങ്ങൾ പൂർണ്ണമായി ചെയ്യുമ്പോൾ, അത് ഫലമുണ്ടാക്കുന്നു. അപ്പോൾ മാത്രം—”

“അതെയോ?”

“അതെ, അതിനുശേഷം വെപ്പുതാടിയും മുടിയും ഉപയോഗിച്ച് *വീണ്ടും ഡാവൻഹൈമായി രൂപപ്പെടുന്നു.* പക്ഷേ വെപ്പുതാടി വെച്ച് ഉറങ്ങുന്നത് ദുഷ്കരമായിരുന്നു—അത് സംശയമുളവാക്കും! അതിനാൽത്തന്നെ ഭാര്യയുമായി ഒരേ മുറിയിൽ കഴിയാൻ അദ്ദേഹം ഒരുങ്ങിയില്ല. കഴിഞ്ഞ ആറു മാസമായി, അല്ലെങ്കിൽ അദ്ദേഹം ബ്യൂണസ് അയേഴ്സിൽ നിന്നും തിരിച്ചു വന്നുവെന്ന് പറയപ്പെടുന്ന സമയം മുതൽ, അദ്ദേഹവും ഭാര്യയും ഒരേ മുറിയിലല്ല കഴിഞ്ഞിരുന്നത്—ഇത് നിങ്ങൾ എനിക്കായി അന്വേഷിച്ചതന്നിരുന്നു. പിന്നീട് എനിക്കെല്ലാം വ്യക്തമായി! എല്ലാം യോജിച്ചു പോകുന്നുണ്ടായിരുന്നു. തന്റെ മുതലാളി വീടിനരികിലൂടെ പോകുന്നതു കണ്ടുവെന്ന് തോട്ടത്തിലെ ജോലിക്കാരൻ പറഞ്ഞത് ശരിയായിരുന്നു. അദ്ദേഹം ബോട്ട് ഹൗസിലേക്ക് പോകുന്നു, വേലക്കാരന്റെ കണ്ണിൽ പെടാതെ കരുതിയതെന്ന് നിങ്ങൾക്കുറപ്പുള്ള വസ്ത്രങ്ങൾ ധരിക്കുന്നു, മറ്റുള്ളവ തടാകത്തിലുപേക്ഷിക്കുന്നു, പിന്നീട് സാധാരണ രീതിയിൽ മോതിരം പണയം വെക്കാമെന്ന പദ്ധതിയിലേക്കു നീങ്ങുന്നു, ശേഷം പോലീസുകാരനെ കയ്യേറ്റം ചെയ്യുന്നു, ബോ സ്ട്രീറ്റിലെ സുരക്ഷിതമായൊരിടത്തു അഭയം തേടുന്നു—ആ സ്ഥലത്ത് ഒരാളും അദ്ദേഹത്തെ സ്വപ്നത്തിൽ പോലും പ്രതീക്ഷിക്കുകയില്ല!”

“അസാധ്യം.” ജാപ്പ് സയം മന്ത്രിച്ചു.

“ഡാവൻഹൈമിന്റെ ഭാര്യയോട് ചോദിക്കു,” പോയ്റോട്ട് ചിരിച്ചുകൊണ്ട് പറഞ്ഞു.

പിറ്റേ ദിവസം, പോയ്റോട്ടിന്റെ പ്ലേറ്റിനടുത്ത് ഒരു രജിസ്റ്റേഡ് കത്ത് കിടപ്പുണ്ടായിരുന്നു. അദ്ദേഹം അത് തുറന്നു നോക്കിയപ്പോൾ, അതിൽ അഞ്ച് പൗണ്ട്. അദ്ദേഹത്തിന്റെ കണ്ണ് വിടർന്നു.

"ഈശ്വരാ! പക്ഷേ, ഈ പണംകൊണ്ട് ഞാൻ എന്തു ചെയ്യും? എനിക്ക് പശ്ചാത്താപമുണ്ട്. പാവം ജാപ്പ്. ഹാ, ഒരു കാര്യം ചെയ്യാം! നമുക്കൊരു ചെറിയ അത്താഴ വിരുന്നായാലോ, നമ്മൾ മൂന്നുപേർ! എനിക്കൊരു ആശ്വാസമാവുകയും ചെയ്യും. വളരെ എളുപ്പമായിരുന്നു ഈ കേസ്. എനിക്കതിൽ ലജ്ജയുണ്ട്. ഞാൻ, ഒരിക്കലും കുഞ്ഞുങ്ങളിൽ നിന്നും തട്ടിപ്പറിക്കുകയില്ല—ദൈവമേ! സുഹൃത്തേ, ഇത്രയും ചിരിക്കാൻ എന്താണുണ്ടായത്?"

രാജാവിന്റെ മരതകം

ബുദ്ധിമുട്ടിയാണെങ്കിലും, ജെയിംസ് ബോണ്ട് തന്റെ കൈയിലെ കുഞ്ഞ് മഞ്ഞ പുസ്തകത്തിലേക്ക് ഒരിക്കൽ കൂടി ശ്രദ്ധിച്ചു. അതിന്റെ പുറത്ത്, ലളിതവും ഹൃദ്യവുമായ ഒരു വാക്യമുണ്ടായിരുന്നു, 'നിങ്ങൾക്ക് വാർഷിക വരുമാനത്തിൽ 300 പൗണ്ടിന്റെ വർദ്ധനവുണ്ടാകണോ?' പുസ്തകത്തിന്റെ വില ഒരു ഷില്ലിംഗായിരുന്നു. ചെറിയ ഖണ്ഡികകളുള്ള രണ്ട് പേജുകൾ ജെയിംസ് വായിച്ചു തീർത്തതേയുള്ളൂ. അതിലുള്ള നിർദ്ദേശങ്ങൾ ഇതായിരുന്നു: ഊർജ്ജസ്വലമായ വ്യക്തിത്വം വളർത്തിയെടുക്കുന്നതിനായി മേലുദ്യോഗസ്ഥന്റെ മുഖത്തുനോക്കി സംസാരിക്കുക, അതിലൂടെ കാര്യക്ഷമമായ അന്തരീക്ഷം സൃഷ്ടിച്ചെടുക്കുക. അവൻ അതിൽ നിന്നും സൂക്ഷ്മമായ അർത്ഥം ഗ്രഹിച്ചെടുത്തു. 'സത്യസന്ധതയ്ക്ക് ഒരു സമയമുണ്ട്, വിവേകത്തിനും ഒരു സമയമുണ്ട്,' ആ ചെറിയ മഞ്ഞ പുസ്തകം അയാളെ അറിയിച്ചു. 'ശക്തനായ ഒരു മനുഷ്യൻ, തനിക്കറിയാവുന്നത് *മുഴുവൻ* എല്ലായ്പ്പോഴും വെളിപ്പെടുത്തുകയില്ല.' ജെയിംസ് പുസ്തകം അടച്ചു, തലയുയർത്തി നീലക്കടലിന്റെ വിശാലതയിലേക്ക് നോക്കി. താനൊരു *ശക്തനല്ല* എന്ന സംശയം അവനെ ഭയങ്കരമായി ബാധിച്ചു. ശക്തനായ ഒരാൾ വർത്തമാന സാഹചര്യങ്ങളെ നിയന്ത്രിക്കുന്നവനായിരിക്കും, അതിന്റെ ഇരയായിരിക്കില്ല. ആ പ്രഭാതത്തിൽ അറുപതാം തവണയാണ് ജെയിംസ് തന്റെ തെറ്റുകളെയോർത്ത് പരിതപിക്കുന്നത്.

ഇത് അവന്റെ അവധിക്കാലമായിരുന്നു. അവന്റെ അവധിക്കാലമോ? ഹ, ഹ! ഒരു കൃത്രിമ ചിരി. കിംപ്ടൺ-ഓൺ-സീ എന്ന ആഡംബര കടലോര റിസോർട്ടിലേക്ക് അവനെ വരാൻ നിർബന്ധിതനാക്കിയതാരാണ്? ഗ്രേസ്. അവന് താങ്ങാവുന്നതിലുമധികം ചെലവ് ചെയ്യാൻ പ്രേരിപ്പിച്ചതാരാണ്? ഗ്രേസ്. ആ പദ്ധതിയിലേക്ക് അവൻ അറിഞ്ഞുകൊണ്ട് തന്നെ വീഴുകയും ചെയ്തു. അവൾ അവനെ ഇവിടെയെത്തിച്ചു, എന്നിട്ടെന്തായി? കടൽതീരത്തു നിന്നും ഒന്നര മൈൽ ദൂരെയുള്ള ഒരു പഴയ വീട് വാടകയ്ക്കെടുത്ത് ഞാൻ താമസിക്കുമ്പോൾ, അതുപോലൊരു വീട്ടിൽ താമസിക്കേണ്ട ഗ്രേസ് (അതേ വീട്ടിൽ വേണ്ട, കാരണം ജെയിംസ് പെരുമാറ്റത്തിൽ കർക്കശമായ സഭ്യത പുലർത്തുന്നവനാണ്), ജെയിംസിനെ ഒഴിവാക്കി താമസ സൗകര്യം ഒരുക്കിയത് മറ്റെവിടെയുമല്ല, കടൽത്തീരത്തെ എസ്പ്ലനേഡ് ഹോട്ടലിൽ.

അവിടെ അവൾക്ക് സുഹൃത്തുക്കളുണ്ടെന്ന് തോന്നുന്നു. സുഹൃത്തുക്കൾ! ജെയിംസ് വീണ്ടുമൊരു കൃത്രിമച്ചിരി വിടർത്തി. കഴിഞ്ഞ മൂന്ന് കൊല്ലത്തെ, ഗ്രേസുമായുള്ള തന്റെ സുന്ദര പ്രണയകാലത്തെ ജെയിംസ് അയവിറക്കി. ജെയിംസ് അവളെ ആദ്യമായി പുറത്തു കൊണ്ടുപോയപ്പോൾ, അവൾ അത്യധികം സന്തോഷവതിയായിരുന്നു. ഹൈ സ്ട്രീറ്റിലെ ബാർട്ടിൽസ് ബ്യൂട്ടി പാർലറിൽ വെച്ച് അവൾ ഉയരങ്ങൾ കീഴടക്കുന്നതിനു മുൻപായിരുന്നു അത്. അന്ന് ജെയിംസായിരുന്നു എല്ലാം, പക്ഷേ ഇപ്പോൾ! എല്ലാം മാറിമറിഞ്ഞിരിക്കുന്നു. സത്യം പറഞ്ഞാൽ, ഗ്രേസ് വലിയ തുകയാണ് സമ്പാദിക്കുന്നത്. അതവളിൽ ഗർവ്വുണ്ടാക്കി. അതെ, അമിതമായ ഗർവ്. ഒരു കവിതാപുസ്തകത്തിലെ ഒരു ശകലം ജെയിംസിന്റെ മനസ്സിൽ വന്നു, 'നല്ലവനായ ഒരുവന്റെ സ്നേഹത്തിന്, സ്വർഗ്ഗത്തോട് നന്ദി പറയുന്നു'. പക്ഷേ അത്തരത്തിലൊന്നും തന്നെ ഗ്രേസിന്റെ ഭാഗത്തു നിന്നുമുണ്ടായില്ല. എസ്പ്ലനേഡ് ഹോട്ടലിലെ സുഭിക്ഷമായ പ്രാതലിന്റെ ബലത്തിൽ, നല്ലവനായ ഒരുവന്റെ സ്നേഹത്തെ അവൾ പൂർണ്ണമായും തള്ളിക്കളയുകയാണ്. തിന്മ നിറഞ്ഞവനും വിഡ്ഢിയുമായ ക്ലൗഡ് സോപർത്തിന്റെ ശ്രദ്ധയാകർഷിക്കുകയാണവൾ. ധാർമ്മിക മൂല്യം തൊട്ടുതീണ്ടിയിട്ടില്ലാത്ത ഒരുവനാണ് ക്ലൗഡ് എന്ന് ജെയിംസ് മനസ്സിലുറപ്പിച്ചു.

കോപം കൊണ്ട് മുഖം ചുവന്ന ജെയിംസ്, പാദങ്ങളാൽ ശക്തമായി ചവിട്ടി ഭൂമിയുടെ മേൽ അത് പ്രകടിപ്പിച്ചു. കിംപ്ടൺ-ഓൺ-സീ. ഇങ്ങനൊരു സ്ഥലത്തേക്ക് തനിക്ക് വരാൻ തോന്നാനുള്ള കാരണമെന്താണ്? അത്രയും ആഡംബരവും പുതുമയും നിറഞ്ഞ പ്രമുഖ റിസോർട്ട് ആയിരുന്നു അത്. രണ്ട് വലിയ ഹോട്ടലുകളും, മൈലുകളോളം ദൂരം വരെ പ്രശസ്ത നടിമാരുടെയും ധനികരായ ജൂതന്മാരുടെയും പണക്കാരികളായ സ്ത്രീകളെ കല്യാണം കഴിച്ച ഇംഗ്ലീഷ് പ്രഭുക്കന്മാരുടെയും മനോഹരമായ ബംഗ്ലാവുകളുള്ള ഒരിടം. അടിസ്ഥാന സൗകര്യങ്ങളുള്ള, ഏറ്റവും ചെറിയ ബംഗ്ലാവിന്റെ വാടക, ആഴ്ചയിൽ ഇരുപത്തിയഞ്ച് ഗിനി ആയിരുന്നു. അപ്പോൾ വലിയ ബംഗ്ലാവുകളുടെ വാടകയെന്തായിരിക്കും എന്ന് ചിന്തിച്ചപ്പോൾതന്നെ ജെയിംസിന്റെ കണ്ണു തള്ളിപ്പോയി. ജെയിംസ് ഇരുന്നിടത്തിന്റെ പിന്നിലായി അതിലൊരു ബംഗ്ലാവുണ്ടായിരുന്നു. പ്രശസ്ത കായികതാരമായ എഡ്വാർഡ് കാംപിയോണിന്റേതായിരുന്നു അത്. ആ സമയം അവിടെ പല ഉന്നതരായ വ്യക്തികളും താമസിക്കുന്നുണ്ടായിരുന്നു. അവരിൽ മാരപ്പുട്നയിലെ രാജാവും ഉണ്ടായിരുന്നു, വിശ്വസിക്കാനാവാത്തവണ്ണം ധനികനായിരുന്നു അദ്ദേഹം. അന്ന് രാവിലെ പത്രത്തിൽ ജെയിംസ് അദ്ദേഹത്തെക്കുറിച്ച് വായിച്ചിരുന്നു; ഇന്ത്യയിലെ സമ്പത്ത്, കൊട്ടാരങ്ങൾ, ആഭരണ ശേഖരങ്ങൾ, കൂടാതെ പത്രത്തിൽ എടുത്തുപറഞ്ഞ, പ്രാവിന്റെ മുട്ടയോളം വലിപ്പമുള്ള പ്രശസ്തമായ ഒരു മരതകക്കല്ല്. പട്ടണത്തിൽ ജനിച്ചുവളർന്ന ജെയിംസിന് പ്രാവിന്റെ മുട്ടയുടെ വലിപ്പത്തെക്കുറിച്ച് വലിയ അറിവില്ലായിരുന്നു, പക്ഷേ അതിന്റെ മൂല്യത്തെക്കുറിച്ച് നല്ലൊരു ധാരണ മനസ്സിലുണ്ടായി.

"അതുപോലൊരു മരതകം എന്റെ കൈയ്യിലുണ്ടായിരുന്നെങ്കിൽ," വിദൂരതയിലേക്ക് ഈർഷ്യയോടെ നോക്കി ജെയിംസ് പറഞ്ഞു, "ഗ്രേസിനെ ഒരു പാഠം പഠിപ്പിക്കാമായിരുന്നു."

നടക്കുന്ന കാര്യമല്ലെങ്കിലും, ആ ചിന്ത ജെയിംസിന്റെ മനസ്സിനെ അല്പമെങ്കിലും സാന്ത്വനിപ്പിച്ചു. അവനു പിന്നിൽ നിന്നും ആരൊക്കെയോ ചിരിക്കുന്നതായി കേട്ടു. തിരിഞ്ഞുനോക്കിയപ്പോൾ, മുന്നിൽ ഗ്രേസ്. അവൾക്കൊപ്പം ക്ലാര സോപ്വർത്ത്, ആലീസ് സോപ്വർത്ത്, ഡോറോത്തി സോപ്വർത്ത്, കൂടാതെ ആ ക്ലൗഡ് സോപ്വർത്തുമുണ്ടായിരുന്നു. ആ കുമാരിമാർ കൈകോർത്ത് കുണുങ്ങിച്ചിരിക്കുകയായിരുന്നു.

"എന്താണ് ഒരു അപരിചതനെപ്പോലെ?" ഗ്രേസ് ഒരു കള്ളച്ചിരി ചിരിച്ചു.

"അതെ." ജെയിംസ് പറഞ്ഞു.

അതിലും കടുത്തതായി ഒരു മറുപടി നൽകാമായിരുന്നു എന്ന് ജെയിംസ് പിന്നീട് മനസ്സിലോർത്തു. 'അതെ' എന്ന ഒറ്റ വാക്കുകൊണ്ട് ഒരാളുടെ വ്യക്തിത്വത്തെ പ്രതിഫലിപ്പിക്കാൻ കഴിയില്ല. അങ്ങേയറ്റം വെറുപ്പോടെയാണ് അവൻ ക്ലൗഡ് സോപ്വർത്തിനെ നോക്കിയത്. സംഗീത-ഹാസ്യ നാടകത്തിലെ നായകനെന്നോണം ഭംഗിയായി വസ്ത്രം ധരിച്ചിരുന്നു ക്ലൗഡ് സോപ്വർത്ത്. ബീച്ചിലെ ഒരു നായ അതിന്റെ നനവും അഴുക്കും പുരണ്ട മുൻകാലുകൾ, ക്ലൗഡിന്റെ തിളങ്ങുന്ന വെള്ള കമ്പിളി ട്രൗസറിനു മേൽ പതിപ്പിക്കണമെന്ന് ജെയിംസ് അതിയായി ആഗ്രഹിച്ചു. ജെയിംസ് ധരിച്ചിരുന്നത് ചാര നിറത്തിലുള്ള പഴകിയ ഒരു കമ്പിളി ട്രൗസറായിരുന്നു.

"നല്ല കാലാവസ്ഥ, അല്ലെ ?" ക്ലാര കാറ്റിന്റെ ഗന്ധം നുകർന്നു കൊണ്ട് പറഞ്ഞു . "ഒരു ഉത്തേജനം തരുന്നുണ്ട്, അല്ലെ ?"

അവൾ കുണുങ്ങിച്ചിരിച്ചു.

"അത് ഓസോൺ ആണ്." ആലീസ് സോപ്വർത്ത് പറഞ്ഞു. "മരുന്നിനോളം ഗുണം ചെയ്യുമത്." അവളും കുണുങ്ങിച്ചിരിച്ചു.

ജെയിംസ് മനസ്സിലോർത്തു :

"അവരുടെ തല രണ്ടും കൂട്ടിയിടിപ്പിക്കണം. എന്തിനാണ് എപ്പോഴുമിങ്ങനെ ചിരിച്ചു കൊണ്ടിരിക്കുന്നത്? എന്താണിതിലിത്ര തമാശ?"

ഇതൊന്നും ശ്രദ്ധിക്കാത്ത ക്ലൗഡ് ഉത്സാഹപൂർവ്വം പറഞ്ഞു :

"നമുക്കൊന്ന് കളിച്ചാലോ, അതോ ഇങ്ങനെ വെറുതെ നിന്നാൽ മതിയോ?"

അതിനോട് എല്ലാവരും യോജിച്ചു. ജെയിംസിനും സമ്മതിക്കേണ്ടി വന്നു. മറ്റുള്ളവരിൽ നിന്നും ഗ്രേസിനെ കുറച്ചു പിന്നിലാക്കാൻ തന്ത്രപരമായി അവൻ ശ്രമിക്കുകയും ചെയ്തു.

"ഇവിടെ നോക്കു!" അവൻ പരാതിപ്പെട്ടു. "എനിക്ക് നിന്നെ കാണാൻ പോലും പറ്റുന്നില്ല."

"ഹേയ്, നമ്മളെല്ലാം ഇപ്പോൾ ഒരുമിച്ചല്ലെ." ഗ്രേസ് പറഞ്ഞു. "നിനക്ക് ഞങ്ങൾക്കൊപ്പം ഹോട്ടലിൽ ഉച്ചഭക്ഷണത്തിന് പങ്കുചേരാം. കുറഞ്ഞപക്ഷം..."

"എന്താണ് പ്രശ്നം?" ജെയിംസിന്റെ മുഖം ചുവന്നു. "ഞാൻ കാണാൻ കൊള്ളില്ലെന്ന് നിനക്കു തോന്നുന്നുണ്ടോ?"

"തോന്നുന്നുണ്ട് ജെയിംസ്, ഒന്നുകൂടെ നിനക്ക് ശ്രദ്ധിക്കാമായിരുന്നു." ഗ്രേസ് പറഞ്ഞു. "ഇവിടെ വന്നിരിക്കുന്നവരെയെല്ലാം ഒന്ന് നോക്കു, എത്ര വൃത്തിയായാണ് വന്നിരിക്കുന്നത്. ക്ലൗഡ് സോപ്വർത്തിനെ നോക്കു!"

"ഞാൻ കണ്ടു. ഇത്രയും ലക്ഷണം കെട്ട ഒരുത്തനെ ഞാൻ ഇതിനു മുൻപ് കണ്ടിട്ടില്ല." ജെയിംസ് രൂക്ഷമായി പറഞ്ഞു.

ഗ്രേസിന്റെ മുഖം കറുത്തു.

"എന്റെ കൂട്ടുകാരെ കുറ്റം പറയരുത്, ജെയിംസ്. അത് മര്യാദയല്ല. ഹോട്ടലിലെ ഏതൊരു മാന്യവ്യക്തിയെയും പോലെതന്നെയാണ് അവനും വസ്ത്രം ധരിച്ചിരിക്കുന്നത്."

"ഓഹ്!" ജെയിംസ് പുച്ഛിച്ചു. "ഞാൻ കഴിഞ്ഞ ദിവസം സോഷ്യൽ സ്നിപ്പെറ്റ്സിൽ വായിച്ചതെന്താണെന്നറിയാമോ? ഒരിടത്തെ പ്രഭു, എവിടുത്തെയായിരുന്നു... ഓർമ്മ കിട്ടുന്നില്ലല്ലോ, സ്ഥലമേതോ ആവട്ടെ, ഒരു പ്രഭു, അദ്ദേഹമാണ് ഇംഗ്ലണ്ടിലെ തന്നെ ഏറ്റവും മോശമായി വസ്ത്രം ധരിക്കുന്ന വ്യക്തി!"

"എനിക്ക് തോന്നുന്നില്ല." ഗ്രേസ് പറഞ്ഞു. "പക്ഷേ ഒരു കാര്യം ശ്രദ്ധിച്ചോ, അദ്ദേഹം ഒരു പ്രഭുവാണ്."

"ആണെങ്കിൽ?" ജെയിംസ് ചോദിച്ചു. "ഞാനും ഒരുനാൾ ഒരു പ്രഭു ആകില്ലെന്ന് എന്താണുറപ്പ്? പ്രഭു ആയില്ലെങ്കിലും, സമൂഹത്തിലൊരു സ്ഥാനമുണ്ടാക്കും."

ജെയിംസ് ബോണ്ട് കൈയിലെ മഞ്ഞ പുസ്തകമെടുത്ത്, തന്നെക്കാൾ മോശം അവസ്ഥയിൽ ജീവിതമാരംഭിച്ച് വലിയ നിലയിലെത്തിയ വ്യക്തികളുടെ പേരുകളുടെ നീണ്ട നിര തന്നെ അവളെ വായിച്ചു കേൾപ്പിച്ചു. ഗ്രേസിന് ചിരിയാണ് വന്നത്.

"ഇത്രയും ബാലിശമായി സംസാരിക്കല്ലെ, ജെയിംസ്." അവൾ പറഞ്ഞു. "കിംപ്ടൺ-ഓൺ-സീയുടെ പ്രഭുവാകുമെന്ന് സ്വപ്നം കണ്ടോ!"

ജെയിംസ് അവളെ നോക്കി, ആ നോട്ടത്തിൽ രോഷവും നിരാശയും നിറഞ്ഞിരുന്നു. കിംപ്ടൺ-ഓൺ-സീയുടെ അന്തരീക്ഷം ഗ്രേസിനെ പൂർണ്ണമായും മാറ്റിയിരിക്കുന്നു.

വളരെ നീളമേറിയ ബീച്ചായിരുന്നു കിംപ്ടണിലേത്, കണ്ണെത്താദൂരം വരെ മണൽപരപ്പ്. ഒന്നര മൈൽ ദൂരത്തോളം കൃത്യമായി നിരത്തിവെച്ച, വസ്ത്രം മാറാനുള്ള ചെറു കൂടാരങ്ങൾ അതിന്റെ ഓരത്തായി കാണപ്പെട്ടു.

ഞങ്ങളുടെ സംഘം, 'എസ്പ്ലനേഡ് ഹോട്ടലിലെ താമസക്കാർക്ക് മാത്രം' എന്നെഴുതിയ ആറ് കൂടാരങ്ങൾക്കു മുന്നിലെത്തിയപ്പോൾ നിന്നു.

"ഇതാ," ഗ്രേസിന്റെ മുഖം പ്രസന്നമായി, "പക്ഷേ ജെയിംസ്, നിനക്ക് ഞങ്ങൾക്കൊപ്പം ഇതിനകത്ത് വരാൻ കഴിയില്ല. അവിടെയുള്ള പൊതുവായ കൂടാരങ്ങളിലേക്കു പോകേണ്ടിവരും. നമുക്ക് കടലിൽ വെച്ചു കാണാം, പോയി വരൂ!"

"അവിടെ വെച്ചു കാണാം!" ജെയിംസ് പൊതുകൂടാരങ്ങളുടെ ഭാഗത്തേക്ക് വേഗം നടന്നു.

കടലിനെ അഭിമുഖീകരിച്ചുകൊണ്ട്, പന്ത്രണ്ട് ജീർണ്ണിച്ച കൂടാരങ്ങൾ അവിടെയുണ്ടായിരുന്നു. ഒരു വയസ്സൻ നാവികൻ, കൈയിൽ നീലപ്പേപ്പറിന്റെ ഒരു ചുരുളുമായി അവയ്ക്ക് കാവലായുണ്ട്. ജെയിംസിൽ നിന്നും ഒരു നാണയത്തുട്ട് വാങ്ങിയ അയാൾ, കൈയിലെ ചുരുളിൽ നിന്നും ഒരു നീല ടിക്കറ്റും ഒരു തോർത്തും കൊടുത്ത്, ജെയിംസിന്റെ തോളിൽ കൈവെച്ചു.

"നിന്റെ ഊഴം വരുന്നതുവരെ കാത്തിരിക്കൂ." അയാൾ കർക്കശമായി പറഞ്ഞു.

അപ്പോഴാണ് ജെയിംസ് താൻ നേരിടേണ്ട മത്സരത്തെക്കുറിച്ച് ബോധവാനാകുന്നത്. തനിക്കു ചുറ്റും നിൽക്കുന്നവരും കടലിൽ ഇറങ്ങാമെന്ന ആഗ്രഹവുമായി കാത്തിരിക്കുകയാണ്. എല്ലാ കൂടാരങ്ങളിലും ആളുകളുണ്ടെന്ന് മാത്രമല്ല, അതിനെല്ലാം മുന്നിലായി പരസ്പരം നോക്കി അവസരത്തിനായി കാത്തിരിക്കുന്ന വലിയ ജനക്കൂട്ടവുമുണ്ട്. അതിലെ ഏറ്റവും ചെറിയ കൂട്ടത്തിൽ ജെയിംസ് സ്ഥാനമുറപ്പിച്ചു. കൂടാരത്തിന്റെ മറ നീക്കി, അതിനകത്തുനിന്നും അല്പവസ്ത്രധാരിയായ സുന്ദരിയായ ഒരു യുവതി, കുളിക്കുമ്പോഴുപയോഗിക്കുന്ന തൊപ്പിയും ധരിച്ച് പുറത്തുവന്നു. അന്നത്തെ പകൽ മുഴുവനും അവർക്ക് നേരം കളയാനുള്ളതായിരുന്നു എന്നവരുടെ ഭാവം വ്യക്തമാക്കി. അവർ പതിയെ നടന്ന് തീരത്തെ മണലിൽ ആലസ്യത്തോടെ ഇരിപ്പുറപ്പിച്ചു.

"ഇത് ശരിയാവില്ല." ജെയിംസ് സ്വയം പറഞ്ഞു, എന്നിട്ട് മറ്റൊരു കൂട്ടത്തിലേക്ക് തന്റെ സ്ഥാനം മാറ്റി.

അഞ്ച് മിനിറ്റിന്റെ കാത്തിരിപ്പിനു ശേഷം, രണ്ടാമത്തെ കൂടാരത്തിൽ നിന്നും എന്തൊക്കെയോ ശബ്ദങ്ങൾ കേട്ടുതുടങ്ങി. നിശ്വാസങ്ങളുടെയും ഞരക്കങ്ങളുടെയുമൊടുവിൽ, കൂടാരത്തെ മറച്ച തുണി വകഞ്ഞുമാറ്റി നാല് കുട്ടികളും അവരുടെ അച്ഛനും അമ്മയും പ്രത്യക്ഷപ്പെട്ടു. അത്രയും ചെറിയ കൂടാരത്തിൽ നിന്നും ഇത്രയും പേർ വരുന്നതു കണ്ടപ്പോൾ, ജാലവിദ്യയാണെന്ന് തോന്നിപ്പോയി. ഉടൻ തന്നെ, രണ്ട് സ്ത്രീകൾ ചാടിപ്പുറപ്പെട്ട് മുന്നോട്ട് ചെന്ന് കൂടാരത്തിനു മുന്നിൽ നിലയുറപ്പിച്ചു.

"എന്റെ ഊഴമാണ്." ആദ്യത്തെ സ്ത്രീ അല്പം കിതയ്ക്കുന്നുണ്ടായിരുന്നു.

"എന്റേതാണ്." രണ്ടാമത്തെ സ്ത്രീ എതിർത്തു.

"നിങ്ങൾ വരുന്നതിനു പത്ത് മിനിറ്റ് മുൻപ് മുതൽ തന്നെ ഞാനിവിടെ നിൽക്കുന്നുണ്ട്, അറിയാമോ?" ആദ്യ സ്ത്രീ പെട്ടെന്ന് പറഞ്ഞു.

"പതിനഞ്ച് മിനിറ്റിലധികമായി ഞാനിവിടെ വന്നിട്ട്, ആരോട് വേണമെങ്കിലും ചോദിച്ചു നോക്കൂ." രണ്ടാമത്തെ സ്ത്രീ ധിക്കാരത്തോടെ പറഞ്ഞു.

"ഇവിടെ നോക്കൂ, ശ്രദ്ധിക്കൂ." ആ വയസ്സൻ നാവികൻ അവർക്കരികിലേക്കു ചെന്നു.

ആ രണ്ട് സ്ത്രീകളും അയാളോട് പരുഷമായി സംസാരിച്ചു. അവരുടെ വാദങ്ങൾക്കൊടുവിൽ, അയാൾ രണ്ടാമത്തെ സ്ത്രീയെ ചൂണ്ടിക്കാണിച്ചു പറഞ്ഞു :

"നിങ്ങളുടെ ഊഴമാണ്."

പരാതികൾക്കു ചെവികൊടുക്കാതെ, അയാൾ നടന്നകന്നു. ആരാണ് ആദ്യം വന്നതെന്ന് അയാൾക്ക് അറിയുകയും ഇല്ല, അറിയേണ്ട കാര്യവുമില്ല, അയാൾ പറയുന്നതാണ് തീരുമാനം; പത്രങ്ങളിൽ കൊടുക്കുന്ന മത്സരനിയമം പോലെ, സംഘാടകരുടെ തീരുമാനം അന്തിമമായിരിക്കും. നിന്നു മടുത്ത ജെയിംസ് അയാളുടെ കൈയിൽ പിടിച്ചു.

"ഇവിടെ നോക്കൂ! ഇവിടെ!"

"പറയൂ, എന്താണ്?"

"എനിക്കൊരു കൂടാരം ലഭിക്കാൻ ഇനിയും എത്ര നേരമാകും?"

അയാൾ അവിടെ കാത്തിരിക്കുന്ന ആൾക്കൂട്ടത്തിലേക്ക് നിസ്സംഗമായ ഒരു നോട്ടം പായിച്ചു. "ഒരു മണിക്കൂറാകാം, ചിലപ്പോൾ ഒന്നര മണിക്കൂർ, പറയാൻ കഴിയില്ല."

അപ്പോഴാണ് ഗ്രേസും മറ്റു പെൺകുട്ടികളും മണലിലൂടെ കടലിലേക്ക് ഓടുന്നതു ജെയിംസ് കാണാനിടയായത്.

"നാശം!" ജെയിംസ് സ്വയം പറഞ്ഞു. "ഓഹ്, നാശം!"

അവൻ അയാളെ ഒന്നുകൂടെ തടഞ്ഞു.

"വേറെയെവിടെയെങ്കിലും ഒരു കൂടാരം കിട്ടാൻ വഴിയുണ്ടോ? ആ കാണുന്ന കുടിലുകളിലൊന്ന്? അവയിലൊന്നും ആരുമില്ലല്ലോ."

"കുടിലുകൾ പൊതുവായുള്ളതല്ല." അയാൾ അല്പം ഗൗരവം ഭാവിച്ചു.

താക്കീത് നൽകിയ ശേഷം, അയാൾ പോയി. തരംതാഴ്ത്തപ്പെട്ടതിൽ രോഷാകുലനായ ജെയിംസ്, ആൾക്കൂട്ടത്തിൽ നിന്നും പുറത്തുകടന്ന്, ബീച്ചിലേക്കു ധൃതിയിൽ നടന്നു. എല്ലാത്തിനും ഒരു അതിരുണ്ട്! ഇതിനപ്പുറം സഹിച്ചു നിൽക്കാനാകില്ല! അവൻ ദേഷ്യത്തോടെ കൂടാരങ്ങളിലേക്കു നോക്കി. ആ നിമിഷം, സ്വതന്ത്രനായ പുരോഗമനവാദിയിൽ നിന്നും, അവനൊരു തിളയ്ക്കുന്ന സ്ഥിതിസമത്വവാദിയായി മാറി. എന്തുകൊണ്ടാണ് പണക്കാർക്കു മാത്രം സ്വന്തമായി കൂടാരങ്ങൾ നൽകുന്നത്; ആൾക്കൂട്ടത്തിൽ കാത്തിരിക്കാതെ ഇഷ്ടമുള്ളപ്പോൾ കടലിലിറങ്ങി കുളിക്കാൻ സൗകര്യ

മൊരുക്കിക്കൊടുക്കുന്നത്? “നമ്മുടെയീ വ്യവസ്ഥിതി അങ്ങേയറ്റം *അബദ്ധമാണ്*.” ജെയിംസ് പിറുപിറുത്തു.

കടലിന്റെ അലകൾക്കിടയിൽ നിന്നും കാമം സ്ഫുരിക്കുന്ന ശബ്ദം കേട്ടു. ഗ്രേസിന്റെ ശബ്ദം! അവളുടെ നിലവിളിക്കു മുകളിലായി, ക്ലൗഡ് സോപ്വർത്തിന്റെ അപക്വമായ “ഹ ഹ ഹ” ശബ്ദം.

“നാശം!” ജെയിംസ് പല്ലിറുമ്മി. കെട്ടുകഥകളിൽ മാത്രം വായിച്ചിട്ടുള്ളതും, താനിതുവരെ ശ്രമിക്കാത്തതുമായ പ്രവൃത്തി.

അവൻ അവിടെ നിന്നു, അടിവസ്ത്രം നേരെയാക്കി, കടലിനെതിരെ പുറം കാണിച്ചു നിന്നു. എന്നിട്ട്, തീർത്തും അവജ്ഞയോടെ ഈഗിൾസ് നെസ്റ്റ്, ബ്വേന വിസ്റ്റ, മോൻ ഡെസിർ എന്നിവയിലേക്ക് നോക്കിനിന്നു. കിംപ്ടൺ-ഓൺ-സീയിലെ അന്തേവാസികളുടെ ഒരു ശീലമായിരുന്നു, വസ്ത്രം മാറാനുള്ള കുടിലുകൾക്ക് കാല്പനികമായ പേരുകൾ നൽകുന്നത്. ഈഗിൾസ് നെസ്റ്റ് എന്നത് വളരെ ബാലിശമായ പേരാണെന്ന് ജെയിംസിനു തോന്നി, ബ്വേന വിസ്റ്റയുടെ അർത്ഥം മനസ്സിലാക്കാൻ മാത്രമുള്ള ഭാഷാപാണ്ഡിത്യം അവനുണ്ടായിരുന്നില്ല. പക്ഷേ ഫ്രഞ്ച് ഭാഷയിലുള്ള അവന്റെ അറിവ്, മൂന്നാമത്തെ പേരിന്റെ അർത്ഥം ഗ്രഹിച്ചെടുക്കാൻ ധാരാളമായിരുന്നു.

അപ്പോഴാണവൻ ശ്രദ്ധിച്ചത്, ബാക്കി രണ്ട് കുടിലുകളുടെയും വാതിലുകൾ അടഞ്ഞുകിടന്നപ്പോൾ, മോൻ ഡെസിറിന്റെ വാതിൽ അല്പം തുറന്നു കിടന്നിരുന്നു. ജെയിംസ് തനിക്കു ചുറ്റുമൊന്ന് കണ്ണോടിച്ചു. തങ്ങളുടെ മക്കളെ നിയന്ത്രിച്ചു നിർത്തുന്നതിൽ വ്യാപൃതരായ, വലിയ കുടുംബങ്ങളിലെ അമ്മമാരാണ് സാധാരണയായി ഈ കുടിലുകൾ തിരഞ്ഞെടുക്കാറുള്ളത്. പത്ത് മണിയായിട്ടേയുള്ളൂ. കിംപ്ടൺ-ഓൺ-സീയിലെ പ്രമുഖർ കുളിക്കാൻ വരാനുള്ള സമയമാകുന്നതേയുള്ളൂ.

“പരിചാരകന്മാർ തളികകളിലാക്കി വിനയപൂർവ്വം കൊണ്ടുവന്നുതരുന്ന കാടയും കൂണും കിടക്കയിൽ ഇരുന്നുകൊണ്ടുതന്നെ കഴിക്കുന്നുണ്ടാകും, ഹ്മ്! പന്ത്രണ്ട് മണിയാകാതെ ഒരാളും താഴെയിറങ്ങി വരാൻ പോകുന്നില്ല.” ജെയിംസ് മനസ്സിൽ കുറിച്ചു.

പശ്ചാത്തല സംഗീതമെന്നോണം, ഗ്രേസിന്റെ നിലവിളി കാറ്റിലുയർന്നു. അതിന് അകമ്പടിയായി ക്ലൗഡ് സോപ്വർത്തിന്റെ ‘ഹ, ഹ, ഹ’.

“ഞാനവനെ...” ജെയിംസ് പല്ലിറുമ്മി.

അവൻ മോൻ ഡെസിറിന്റെ വാതിൽ തള്ളിത്തുറന്നു. അകത്തു കേറിയതും ആണിയിൽ തൂങ്ങിക്കിടക്കുന്ന വസ്ത്രങ്ങൾ കണ്ട് അവൻ ഒരു നിമിഷത്തേക്ക് ഞെട്ടിത്തരിച്ചു, പക്ഷേ ഉടൻതന്നെ ധൈര്യം വീണ്ടെടുക്കുകയും ചെയ്തു. ആ കുടിൽ രണ്ടായി തരം തിരിക്കപ്പെട്ടിരുന്നു. വലതു ഭാഗത്തായി, സ്ത്രീകൾ ധരിക്കുന്ന ഒരു മഞ്ഞ സ്വെറ്റർ, പഴകിയ പനാമ തൊപ്പി, പിന്നെ ഒരു ജോഡി ബീച്ചിലിടുന്ന ചെരുപ്പ്. ഇടതു ഭാഗത്തായി, ചാര നിറത്തിലുള്ള പഴയൊരു കമ്പിളി ട്രൗസർ, ഒരു കുപ്പായം,

വെള്ളം കടക്കാത്ത ഒരു തൊപ്പിയും. സ്ത്രീയ്ക്കും പുരുഷനും വെവ്വേറെ ഭാഗങ്ങളാണെന്ന് അതിൽ നിന്നും അവനു മനസ്സിലായി. ജെയിംസ് സമയം പാഴാക്കാതെ, പുരുഷന്മാരുടെ ഭാഗത്ത് ചെന്ന്, തന്റെ വസ്ത്രം അഴിച്ചുമാറ്റി. മൂന്ന് മിനിറ്റിനകം, ഒരു നീന്തൽ വിദഗ്ധനെപ്പോലെ, ശ്വസനവും മറ്റും ക്രമീകരിച്ച കടലിലേക്കു ചാടി നീന്തിത്തുടങ്ങി; തല വെള്ളത്തിലാഴ്ത്തി, കൈകളാൽ ജലത്തെ വകഞ്ഞുമാറ്റി—ആ രീതിയിൽ.

"ആഹ്, നീ വന്നോ!" ഗ്രേസ് പറഞ്ഞു. "അത്രയും ആൾക്കാർക്കിടയിൽ നീ കാത്തുനിൽക്കുന്നതു കണ്ടപ്പോൾ അടുത്തെങ്ങാനുമൊന്നും നീ വരില്ലെന്നാണ് ഞാൻ കരുതിയത്."

"ആണോ?" ജെയിംസ് ചോദിച്ചു.

അവൻ സ്നേഹത്തോടെയും ദൃഢവിശ്വാസത്തോടെയും മഞ്ഞ പുസ്തകത്തെ ഓർത്തു. 'ശക്തനായ വ്യക്തി അവസരം വരുമ്പോൾ വിവേകപൂർവ്വം പെരുമാറും.' ഗ്രേസിന് നീന്തൽ പാഠങ്ങൾ പഠിപ്പിച്ചു കൊടുക്കുന്ന ക്ലൗഡ് സോപ്വർത്തിനെ നോക്കി, പുഞ്ചിരിയോടെയും എന്നാൽ ഉറച്ച ശബ്ദത്തിലും അവനു പറയാൻ കഴിഞ്ഞു :

"അല്ല, അങ്ങനെയല്ല മനുഷ്യാ, നിങ്ങൾ ചെയ്യുന്നതെല്ലാം തെറ്റാണ്. *ഞാൻ* പഠിപ്പിച്ചു കൊടുത്തോളാം."

ജെയിംസിന്റെ ശബ്ദത്തിലെ ഗൗരവത്തിനു മുന്നിൽ, ക്ലൗഡ് പിൻവാങ്ങി. പക്ഷേ ജെയിംസിന്റെ ആ വിജയത്തിന് അധികനേരം ആയുസ്സുണ്ടായിരുന്നില്ല എന്നതാണ് സങ്കടം. ഇംഗ്ലണ്ടിലെ കടൽവെള്ളത്തിന്റെ താപനില, കുളിക്കാൻ ഇറങ്ങുന്നവരെ ദീർഘനേരം ആനന്ദിക്കാൻ അനുവദിക്കുകയില്ല. ഗ്രേസിന്റെയും മറ്റു പെൺകുട്ടികളുടെയും കവിളുകൾ നീല നിറമാകാനും, പല്ലുകൾ കൂട്ടിയിടിക്കാനും തുടങ്ങിയിരുന്നു. അവർ കരയ്ക്കു കയറി, ജെയിംസ് മോൻ ഡെസിറിലേക്ക് തിരിക്കുകയും ചെയ്തു. തോർത്തുകയും വസ്ത്രമൂരുകയും ചെയ്യുന്നതിനിടയിലും, ജെയിംസ് സ്വയം അഭിമാനിച്ചു. തന്റെ ഊർജ്ജസ്വലമായ വ്യക്തിത്വം പ്രദർശിപ്പിക്കാനായി എന്നവൻ വിശ്വസിച്ചു.

പെട്ടെന്ന്, അവൻ അനങ്ങാതെ നിന്നു, മനസ്സിൽ ഭയമുദിച്ചു. പുറത്തു നിന്നും സ്ത്രീശബ്ദങ്ങൾ കേൾക്കുന്നു, ഗ്രേസിന്റെയും കൂട്ടുകാരികളുടെയുമല്ല അത്. അവൻ സത്യം മനസ്സിലാക്കി, മോൻ ഡെസിറിന്റെ യഥാർത്ഥ ഉടമസ്ഥർ വരുന്നു. ജെയിംസ് പൂർണ്ണമായും വസ്ത്രം ധരിച്ച ശേഷമാണ് അവർ വരുന്നതെങ്കിൽ, അവരുടെ വരവിനെ മാന്യമായ രീതിയിൽ എതിരേൽക്കുകയും വിശദീകരണം നൽകാൻ ശ്രമിക്കാമായിരുന്നു. അവൻ ഭയത്താൽ ധൃതി കൂട്ടി. മോൻ ഡെസിറിന്റെ ജനാലകൾ കരിമ്പച്ച കർട്ടനുകളാൽ മറയ്ക്കപ്പെട്ടിരുന്നു. ജെയിംസ് പെട്ടെന്നു തന്നെ വാതിലിനടുത്തേക്ക് ചെന്ന്, വാതിൽ പിടിയിൽ ശക്തമായി പിടിച്ചു. വാതിൽ പുറത്തു നിന്നും തുറക്കാൻ കഴിയാത്ത വിധം അവൻ പിടിമുറുക്കി.

"ഇത് പൂട്ടിയിരിക്കുകയാണല്ലോ." പുറത്ത് വീണ്ടും സ്ത്രീ ശബ്ദം. "തുറന്നിട്ടുണ്ടെന്നാണല്ലോ പെഗ് എന്നോട് പറഞ്ഞത്."

"അല്ല, വോഗിൾ ആണ് പറഞ്ഞത്."

"വോഗിളാണല്ലോ എല്ലാം. എന്തു കഷ്ടമാണ്. ഇനിയിപ്പോൾ താക്കോൽ എടുക്കുന്നതിനായി നമ്മൾ തിരിച്ചു പോകണ്ടേ." മറ്റൊരു സ്ത്രീ പറഞ്ഞു.

അവരുടെ ചുവടുവയ്പ്പിന്റെ ശബ്ദത്തിൽ നിന്നും അവർ തിരികെ പോയതായി ജെയിംസ് മനസ്സിലാക്കി. അവൻ ദീർഘമായൊന്ന് നിശ്വസിച്ചു. എന്നിട്ട് ബാക്കിയുള്ള വസ്ത്രം ധരിക്കാൻ തിടുക്കം കൂട്ടി. രണ്ട് മിനിറ്റിനു ശേഷം, ഒന്നും അറിയാത്ത പാവത്താനെപ്പോലെ, അവൻ ബീച്ചിലൂടെ നടന്നു. പതിനഞ്ച് മിനിറ്റിനു ശേഷം, ഗ്രേസും കൂട്ടുകാരികളും അവനൊപ്പം ബീച്ചിൽ ഒത്തുചേർന്നു. മിച്ചമുള്ള പകൽനേരം, കല്ലുകളെറിഞ്ഞും മണലിൽ ചിത്രം വരച്ചും നർമ്മ സംഭാഷണങ്ങൾ പങ്കുവെച്ചും അവർ തള്ളിനീക്കി. ക്ലൗഡ് തന്റെ വാച്ചിൽ നോക്കി.

"ഉച്ചഭക്ഷണത്തിനുള്ള സമയമായിരിക്കുന്നു." അവൻ പറഞ്ഞു. "നമുക്ക് തിരിച്ചു പോകാം."

"എനിക്ക് നല്ല വിശപ്പുണ്ട്." ആലീസ് സോപ്വർത്ത് പറഞ്ഞു.

മറ്റുള്ള പെൺകുട്ടികളും അതു തന്നെ പറഞ്ഞു.

"ജെയിംസ്, നീ വരുന്നുണ്ടോ?" ഗ്രേസ് ചോദിച്ചു.

ആ ചോദ്യം ജെയിംസിനെ ചൊടിപ്പിച്ചു. അവൻ പ്രതികരിക്കാൻ തന്നെ തീരുമാനിച്ചു.

"നിനക്കിഷ്ടമല്ലാത്ത ഈ വസ്ത്രം ധരിച്ചുകൊണ്ട് ഞാൻ വരുന്നില്ല." അവൻ വിദ്വേഷത്തോടെ പറഞ്ഞു. "ഇത്രയും വേർതിരിവ് കാണിക്കുന്ന നിന്റെ കൂടെ ഞാൻ വരാതിരിക്കുന്നതാകും നല്ലത്."

ഇത്തരം സന്ദർഭങ്ങളിൽ ഗ്രേസ് പിറുപിറുത്തുകൊണ്ട് എതിർക്കുകയാണ് ചെയ്യാറുള്ളത്, പക്ഷേ കടലോരക്കാറ്റ് അവളിൽ വരുത്തിയ മാറ്റം മറ്റൊരു മറുപടിയാണ് തന്നത് :

"എങ്കിൽ ശരി, നിന്റെ ഇഷ്ടം പോലെ. ഉച്ചയ്ക്കു ശേഷം കാണാം."

ജെയിംസ് സ്തംഭിച്ചുപോയി.

"ശരി!" തിരിഞ്ഞു നടക്കുന്ന സംഘത്തെ നോക്കി അവൻ പറഞ്ഞു. "എന്നാൽ എല്ലാവർക്കും..."

അവൻ ചിന്താമൂകനായി നഗരത്തിലേക്കു നടന്നു. കിംപ്ടൺ-ഓൺ-സീയിൽ രണ്ട് ലഘുഭക്ഷണശാലകളാണുള്ളത്. അവ രണ്ടിലും തന്നെ ബഹളവും തിരക്കുമായിരുന്നു. നേരത്തെ അനുഭവിച്ച അവസ്ഥ തന്നെയായിരുന്നു ജെയിംസിന് ഇവിടെയും, തന്റെ ഊഴത്തിനായി കാത്തിരിക്കണം. പക്ഷേ തനിക്കു ശേഷം വന്ന വിവാഹിതയായ ഒരു സ്ത്രീ കാലിയായ ഒരു ഇരിപ്പിടം കണ്ടപ്പോൾ ചാടിക്കയറി ഇരുന്നതിനാൽ,

ജെയിംസിന് കുറച്ചധികം സമയംകൂടെ കാത്തിരിക്കേണ്ടി വന്നു. അവസാനം അവന്റെ ഊഴം വന്നെത്തി, ചെറിയ മേശയിൽ സ്ഥാനമുറപ്പിച്ചു. അവന്റെ അടുത്തായി, ഇടതുവശത്ത്, മുടി വെട്ടികുറുക്കിയ മൂന്ന് സ്ത്രീകൾ ഇറ്റാലിയൻ ഓപ്പെറ എന്ന പേരിൽ സംഗീതത്തെ വധിക്കുന്നുണ്ടായിരുന്നു. ഭാഗ്യവശാൽ, ജെയിംസ് സംഗീത തത്പരനായിരുന്നില്ല. വിഭവങ്ങളുടെ വിലവിവരപ്പട്ടികയിലേക്ക് അവൻ നിസ്സംഗമായൊരു നോട്ടം പായിച്ചു, എന്നിട്ട് കീശയിൽ കൈയിട്ടു. അവൻ സ്വയം പറഞ്ഞു :

"ഞാൻ എന്താവശ്യപ്പെട്ടാലും അതിവിടെ ഉണ്ടാകാൻ പോകുന്നില്ല. അത്ര നല്ല സമയാണ് എന്റേത്."

വലതു കൈ കീശയുടെ ആഴത്തിലേക്കെത്തിയപ്പോൾ, അപരി ചിതമായ എന്തോ ഒന്ന് കൈയ്യിൽ തടഞ്ഞു. ഒരു കല്ല് പോലെ, ഒരു വലിയ ഉരുളൻകല്ല്.

"ഞാനെന്തിനാണ് ഒരു കല്ലെടുത്ത് പോക്കറ്റിലിട്ടത്?" ജെയിംസ് ഓർത്തു.

അവൻ വിരലുകളാൽ അതിൽ പിടുത്തമിട്ടു. ഒരു ഹോട്ടൽ ജീവനക്കാരി അവനരികിലേക്കു വന്നു.

"വറുത്ത പ്ലൈസ് മത്സ്യവും, ഉരുളക്കിഴങ്ങും." ജെയിംസ് പറഞ്ഞു.

"പ്ലൈസ് തീർന്നിരിക്കുന്നു." അവൾ മറ്റെവിടെയോ നോക്കി പിറുപിറുത്തു.

"എന്നാൽ ബീഫ് കറി കൊണ്ടുവരൂ." ജെയിംസ് പറഞ്ഞു.

"ബീഫ് കറി തീർന്നിരിക്കുന്നു."

"ഇതിൽ പറഞ്ഞ എന്തെങ്കിലുമുണ്ടോ തീരാത്തതായിട്ട്?" ജെയിംസിന്റെ സഹികെട്ടു.

അവളുടെ മുഖം മാറി. അവളുടെ വിളറിയ ചൂണ്ടുവിരൽ പട്ടികയിൽ ഫ്രഞ്ച് അമരയിട്ട മട്ടൺ കറി കാണിച്ചുകൊടുത്തു. ജെയിംസ് മറ്റൊന്നും നോക്കാതെ അതുതന്നെ കൊണ്ടുവരാൻ ആവശ്യപ്പെട്ടു. ഭക്ഷണശാലകളിലെ പെരുമാറ്റരീതിയോടുള്ള വെറുപ്പ് അവന്റെ മനസ്സിൽ തിളച്ചുമറിഞ്ഞു. അവൻ കീശയിൽ നിന്നും കൈ പുറത്തെടുത്തു, അപ്പോഴും കല്ല് കൈയിലുണ്ടായിരുന്നു. വിരലുകൾ തുറന്ന്, ഉള്ളംകൈയിലെ സാധനം അല്പശ്രദ്ധയോടെ നോക്കി. പെട്ടെന്നുണ്ടായ ഞെട്ടലിൽ, ചുറ്റുമുള്ളതെല്ലാം മറന്ന്, അവന്റെ കണ്ണുകളും ശ്രദ്ധയും അതിൽ പതിഞ്ഞു. അവന്റെ കൈയിലുണ്ടായിരുന്നത് കല്ലായിരുന്നില്ല, അത്—അവന് വിശ്വസിക്കാനായില്ല—അതൊരു മരതക മായിരുന്നു, വലിപ്പമുള്ള ഹരിതവർണ്ണ മരതകം. അവന്റെ കണ്ണുകളെ അവന് വിശ്വസിക്കാനായില്ല. അല്ല, മരതകമൊന്നും ആയിരിക്കില്ല, നിറം കൊടുത്ത ചില്ലുകഷണമോ മറ്റോ ആവാം. ഇത്രയും വലിപ്പമൊന്നും മരതകത്തിനു ണ്ടാകില്ല. പക്ഷേ പത്രത്തിൽ കണ്ട അക്ഷരങ്ങൾ അവന്റെ കണ്ണിൽ തിളങ്ങി, 'മാരപ്പൂട്ന രാജാവ്—പ്രാവിന്റെ മുട്ടയുടെ വലിപ്പമുള്ള പ്രശസ്ത മരതകക്കല്ല്.' ഇതായിരിക്കുമോ അത്—തന്റെ കൈയ്യിലിരിക്കുന്ന

മരതകത്തെക്കുറിച്ചാണോ ഞാൻ പത്രത്തിൽ വായിച്ചത്? ഹോട്ടൽ ജീവനക്കാരി ഭക്ഷണവുമായി വന്നതും, ജെയിംസ് പെട്ടെന്നുതന്നെ തന്റെ കൈ മറച്ചുപിടിച്ചു. ഒരേസമയം അകമേ കുളിരാനും പുറമേ വിയർക്കാനും തുടങ്ങി. എന്താണ് ചെയ്യേണ്ടതെന്ന അവസ്ഥയിൽ കുടുങ്ങിപ്പോയി ജെയിംസ്. ഇതാണ് ആ മരതകമെങ്കിൽ—പക്ഷേ ഇതു തന്നെയാണോ? ഇതായിരിക്കുമോ? ആകാംക്ഷ സഹിക്കവയ്യാതെ, വിരലുകൾ മാറ്റി ഒന്നുകൂടെ നോക്കി. അമൂല്യ രത്നങ്ങളെപ്പറ്റി വലിയ അറിവൊന്നുമില്ലെങ്കിലും, കൈയ്യിലെ കല്ലിന്റെ തിളക്കവും വലിപ്പവും കണ്ടപ്പോൾ അത് രാജാവിന്റെ മരതകം തന്നെയാണെന്ന് ജെയിംസ് ഉറപ്പിച്ചു. അവൻ രണ്ടു കൈയ്യും മേശമേൽ കുത്തി, മുന്നിലിരിക്കുന്ന ഭക്ഷണത്തിലേക്ക് നോക്കി എന്തോ ചിന്തിച്ചിരുന്നു. ഒരു വഴി കണ്ടെത്തേണ്ടിയിരിക്കുന്നു. ഇത് രാജാവിന്റെ മരതകം തന്നെയാണെങ്കിൽ, എന്താണ് താൻ ചെയ്യാൻ പോകുന്നത്? പോലീസ് എന്ന വാക്ക് അവന്റെ മനസ്സിൽ മിന്നി. മൂല്യമുള്ള എന്തെങ്കിലു മൊന്ന് കണ്ടുകിട്ടുകയാണെങ്കിൽ, അത് പോലീസ് സ്റ്റേഷനിൽ ഏല്പിക്കണം. ആ ഒരു മാർഗ്ഗമാണ് ജെയിംസിനു മുന്നിൽ തെളിഞ്ഞത്.

ശരി, പക്ഷേ—എങ്ങനെയാണ് ഈ കല്ല് തന്റെ ട്രൗസറിന്റെ കീശയിൽ വന്നത്? അങ്ങനൊരു ചോദ്യം പോലീസിന്റെ ഭാഗത്തു നിന്നും ഉണ്ടാകുമെന്നുള്ളത് തീർച്ചയാണ്. ആ ചോദ്യം തന്നെ കുഴപ്പത്തിലാക്കും, മാത്രമല്ല, അതിനുള്ള ഉത്തരം കണ്ടെത്താൻ ജെയിംസിനിതുവരെ കഴിഞ്ഞിട്ടുമില്ല. എങ്ങനെയാണ് അത് കീശയിൽ വന്നത്? നിരാശയോടെ അവൻ കാലുകളിലേക്കു നോക്കി, അപ്പോഴാണ് എന്തോ ഒരു മാറ്റമുണ്ടെന്ന് അവനു തോന്നിയത്. ജെയിംസ് ശ്രദ്ധിച്ചു നോക്കി. ചാര നിറത്തിലുള്ള, പഴകിയ ഒരു കമ്പിളി ട്രൗസർ, അതേപോലെതന്നെ മറ്റൊരെണ്ണവും, പക്ഷേ ജെയിംസ് ധരിച്ചിരിക്കുന്ന ട്രൗസർ തന്റേതല്ല എന്ന സംശയം അവനിലുദിച്ചു. അപ്പോഴാണ് സത്യാവസ്ഥ അവന് മനസ്സിലായത്, അവൻ ഞെട്ടലോടെ കസേരയിൽ ചാഞ്ഞിരുന്നു. സംഭവമിതാണ്, കുടിലിൽ നിന്നിറങ്ങുന്ന തത്രപ്പാടിനിടയിൽ, വേറെ ആരുടെയോ ട്രൗസറാണ് അവൻ എടുത്തിട്ടത്. അവൻ ഓർത്തുനോക്കി, തന്റെ ട്രൗസർ തൂക്കിയിട്ടതിനടുത്തായി അതേപോലുള്ള മറ്റൊരു ട്രൗസറും ഉണ്ടായിരുന്നു. അതെ, ഇപ്പോൾ എല്ലാം വ്യക്തമായി, ട്രൗസർ മാറിപ്പോയി. പക്ഷേ എന്നാലും, ആയിരക്കണക്കിന് പൗണ്ടുകൾ വിലവരുന്ന മരതകം എങ്ങനെയാണ് ഇതിൽ വന്നത്? ചിന്തിക്കുംതോറും അവനിലെ ജിജ്ഞാസ വളർന്നു. അവന് പോലീസിനോട് വിശദീകരിക്കാൻ കഴിയും...

എന്തോ കുഴപ്പമുണ്ട്, അതുറപ്പാണ്, കുഴപ്പം തന്നെയാണ്. താൻ ബോധപൂർവ്വം മറ്റൊരാളുടെ കുടിലിലേക്ക് കയറി എന്ന കാര്യം പറയേണ്ടി വരും. അത് അത്ര വലിയ കുറ്റമൊന്നുമല്ല, എങ്കിലും ജെയിംസിനത് ശരിയായി തോന്നിയില്ല.

"ഇനിയെന്തെങ്കിലും വേണോ, സർ?"

ആ ഹോട്ടൽ ജീവനക്കാരിതന്നെയായിരുന്നു. ജെയിംസ് തൊട്ടുപോലും നോക്കിയിട്ടില്ലാത്ത ഭക്ഷണത്തിലേക്ക് അവൾ ശ്രദ്ധിച്ചു. ധൃതിപ്പെട്ട് കുറച്ചെടുത്ത് കഴിച്ച ശേഷം, ജെയിംസ് ബില്ല് ആവശ്യപ്പെട്ടു. ശേഷം, പണം നൽകി അവിടെ നിന്നുമിറങ്ങി. ഇനിയെന്താണ് എന്ന് ചിന്തിച്ചുനിന്ന ജെയിംസ്, തെരുവിന്റെ എതിർവശത്ത് ഒരു പരസ്യം കണ്ടു. അടുത്ത പട്ടണമായ ഹാർചെസ്റ്ററിലെ ഒരു സായാഹ്ന പത്രത്തിലെ തലക്കെട്ടായിരുന്നു അതിൽ. ഞെട്ടിപ്പിക്കുന്ന വാർത്തയായിരുന്നു കുറഞ്ഞ വാക്കുകളിൽ എഴുതിയിരുന്നത് : 'രാജാവിന്റെ മരതകം മോഷ്ടിക്കപ്പെട്ടു.' "ദൈവമേ!" ജെയിംസിന് തല കറങ്ങുന്നതുപോലെ തോന്നി, അവനൊരു തൂണിൽ ചാരി നിന്നു. സംയമനം തിരിച്ചുകൊണ്ടുവന്ന ശേഷം, കീശയിലെ നാണയമെടുത്ത് ഒരു പത്രം വാങ്ങി. അവന്റെ സംശയങ്ങൾക്കുള്ള ഉത്തരം അധികം വൈകാതെ കിട്ടി. പ്രാദേശിക പത്രങ്ങളിൽ ഇത്തരം വലിയ വാർത്തകൾ വിരളമായേ വരാറുള്ളൂ. അതുകൊണ്ടുതന്നെ, ഈ വാർത്തയുടെ തലക്കെട്ട് പത്രത്തിന്റെ മുൻപേജിൽ നിറഞ്ഞുനിന്നു. 'എഡ്വാർഡ് കാംപിയോണിന്റെ വസതിയിൽ കവർച്ച. ഐതിഹാസിക മൂല്യമുള്ള പ്രശസ്ത മരതകം കളവ് പോയി. മാരപ്പൂട്ന രാജാവിന് താങ്ങാനാവാത്ത നഷ്ടം.' വിവരങ്ങൾ കുറഞ്ഞ വാക്കുകളിൽ ലളിതമായി എഴുതപ്പെട്ടിരുന്നു. തലേദിവസം വൈകുന്നേരം, എഡ്വാർഡ് കാംപിയോണിന്റെ ഒരുപാട് സുഹൃത്തുക്കൾ അവിടെ താമസിച്ചിരുന്നു. അവിടെയുണ്ടായിരുന്ന സ്ത്രീകളിൽ ഒരാൾക്ക് കാണിച്ചു കൊടുക്കുവാനായി നോക്കുമ്പോഴാണ്, മരതകം നഷ്ടപ്പെട്ട വിവരം അറിയുന്നത്. പോലീസിനെ വിളിച്ചുവരുത്തിയെങ്കിലും, ഇതുവരെയും ഒരു തുമ്പും ലഭിച്ചില്ല. ജെയിംസിന്റെ കൈയിൽ നിന്നും പത്രം നിലത്തുവീണു. ഒരു കടിലിൽ തൂക്കിയിട്ടിരുന്ന പഴകിയ കമ്പിളി ട്രൗസറിന്റെ കീശയിൽ എങ്ങനെയാണ് ആ മരതകം എത്തിപ്പെട്ടിട്ടുണ്ടാവുക എന്ന് ജെയിംസിന് ഒട്ടും പിടികിട്ടിയില്ല, പക്ഷേ ഒരു കാര്യം ഉറപ്പായിരുന്നു, തന്റെ കഥ പോലീസിനോട് പറഞ്ഞാൽ അവർക്ക് എന്തായാലും തന്റെ മേൽ സംശയം തോന്നും. ഇനി എന്തു ചെയ്യും? അവനിതാ, കിംപ്ടൺ-ഓൺ-സീയിലെ പ്രധാന തെരുവിൽ നിൽക്കുന്നു; ഒരു രാജാവിന്റെ കൈയിൽ നിന്നും അപഹരിക്കപ്പെട്ട അമൂല്യ ശേഖരങ്ങളിലൊന്ന് തന്റെ കീശയിൽ സ്വസ്ഥമായി വിശ്രമിക്കുന്നു. അതേസമയം, അതേ വസ്തുവിനായി സകല പോലീസുകാരും ജില്ല മുഴുവനും അരിച്ചുപെറുക്കുന്നു. തന്റെ മുന്നിൽ രണ്ട് മാർഗ്ഗങ്ങളേയുള്ളൂ. ഒന്ന്, നേരെ പോലീസ് സ്റ്റേഷനിലേക്കു ചെന്ന് നടന്നതെല്ലാം പറയുക—പക്ഷേ ജെയിംസിന് അങ്ങനെ ചെയ്യുന്നതിൽ നല്ല ഭയമുണ്ട്. രണ്ടാമത്തെ മാർഗ്ഗം, എങ്ങനെയെങ്കിലും മരതകം കൈയ്യിൽ നിന്നും ഒഴിവാക്കുക. വൃത്തിയായി പൊതിഞ്ഞ് രാജാവിന് അയച്ചുകൊടുക്കാം എന്നായിരുന്നു ജെയിംസിന്റെ മനസ്സിൽ. അല്ലെങ്കിൽ വേണ്ട, ഇത്തരം സന്ദർഭങ്ങളുള്ള ഒരുപാട് കുറ്റാന്വേഷണ കഥകൾ ജെയിംസ് വായിച്ചിട്ടുണ്ട്. ഒരു കുറ്റാന്വേഷകൻ ഭൂതക്കണ്ണാടിയും മറ്റു ഉപകരണങ്ങളുമായി ഇറങ്ങിപ്പുറപ്പെടാൻ മറ്റെന്തു വേണം. ജെയിംസ് അയക്കുന്ന പൊതിയിൽ

നിരീക്ഷണമാരംഭിച്ചാൽ, ഏതൊരു കുറ്റാന്വേഷണം അരമണിക്കൂർ കൊണ്ട് അത് അയച്ചയാളുടെ ജോലിയും വയസ്സും രൂപവും നേരമ്പോക്കുകളും വരെ അറിയാൻ കഴിയും. പിന്നെ മണിക്കൂറുകൾ കൊണ്ട് താൻ പിടിക്കപ്പെടും. അപ്പോഴാണ് ഒരു തകർപ്പൻ ആശയം ജെയിംസിന്റെ മനസ്സിൽ തെളിഞ്ഞത്.

ഉച്ചഭക്ഷണത്തിന്റെ സമയമായതിനാൽത്തന്നെ, താരതമ്യേന ബീച്ചിൽ ആളുകൾ കുറവായിരിക്കും. മോൻ ഡെസിറിൽ തിരികെ ചെന്ന്, ഇപ്പോൾ ധരിച്ചിരിക്കുന്ന ട്രൗസർ പഴയ സ്ഥലത്തുതന്നെ വെച്ചശേഷം, തന്റെ ട്രൗസർ ധരിച്ച് മടങ്ങാം. ജെയിംസ് ഉടൻ തന്നെ അങ്ങോട്ടേക്ക് നടന്നു.

എന്നിരുന്നാലും, അവന്റെ മനസ്സാക്ഷി തടസ്സം നിന്നു. മരതകം രാജാവിനു തിരികെ നൽകേണ്ടതാണ്. ചെറിയൊരു കുറ്റാന്വേഷണ ശ്രമം നടത്തിനോക്കാമെന്ന തീരുമാനത്തിൽ ജെയിംസ് എത്തി, ശേഷം തന്റെ വസ്ത്രം എടുത്ത് മറ്റേ ട്രൗസർ തിരികെ വെക്കാമെന്നും. അന്വേഷണം ആരംഭിക്കുന്നതിനായി ജെയിംസ് നേരെ ചെന്നത് വയസ്സൻ നാവികന്റെ അടുത്തേക്കായിരുന്നു. കിംപ്ടണിലെ കാര്യങ്ങളറിയാനുള്ള മികച്ച മാർഗ്ഗമായിരിക്കും അയാളെന്ന് ജെയിംസിന് ഉറപ്പായിരുന്നു.

"ഒരു നിമിഷം!" ജെയിംസ് ഭവ്യതയോടെ പറഞ്ഞു. "എന്റെ ഒരു സുഹൃത്ത് ഈ ബീച്ചിലെ ഒരു കുടിലിലുണ്ടെന്നാണ് പറഞ്ഞത്. മിസ്റ്റർ ചാൾസ് ലാംപ്ടൺ. മോൻ ഡെസിർ എന്നോ മറ്റോ ആണ് അതിന്റെ പേര്."

അയാൾ പുകയും വലിച്ച് കടലിൽ നോക്കി കസേരയിലിരിക്കുകയായിരുന്നു. അയാൾ പുകവലി നിർത്താതെ, കടലിലേക്കുള്ള തന്റെ നോട്ടം മാറ്റാതെയും മറുപടി നൽകി.

"മോൻ ഡെസിർ എഡ്വാർഡ് കാംപിയോൺ പ്രഭുവിന്റേതാണ്, അതെല്ലാവർക്കുമറിയാം. ചാൾസ് ലാംപ്ടണെക്കുറിച്ച് ഞാൻ കേട്ടിട്ടില്ലല്ലോ, പുതിയതായി വന്നതായിരിക്കും."

"നന്ദി." ജെയിംസ് തിരിഞ്ഞു നടന്നു.

അയാൾ പറഞ്ഞ കാര്യം ജെയിംസിനെ ആശയക്കുഴപ്പത്തിലാക്കി. എന്തായാലും രാജാവിന്റെ കൈയിൽ നിന്നും മരതകം ഇതിലേക്കു വരാൻ ഒരു സാധ്യതയുമില്ല. ജെയിംസ് ആലോചിച്ചു. അങ്ങനെയാവില്ല, പക്ഷേ സൽക്കാരച്ചടങ്ങിൽ പങ്കെടുത്ത ആരോ മോഷ്ടിച്ചതായിരിക്കാം. ജെയിംസ് വായിച്ച ഇഷ്ടകഥകളിലെ സാഹചര്യങ്ങൾ മനസ്സിൽ മിന്നിമറഞ്ഞു.

എന്തുതന്നെയായാലും, എടുത്ത തീരുമാനത്തിൽ നിന്നും വ്യതിചലിച്ചില്ല. കാര്യങ്ങൾ തടസ്സങ്ങളില്ലാതെ നീങ്ങിത്തുടങ്ങി. പ്രതീക്ഷിച്ചതു പോലെതന്നെ ബീച്ചിൽ അധികമാളുകൾ ഉണ്ടായിരുന്നില്ല. ഭാഗ്യവശാൽ, മോൻ ഡെസിറിന്റെ വാതിൽ പാതി തുറന്നുമിരുന്നു. നിമിഷനേരം കൊണ്ട് അവൻ അകത്തു കടന്നു. ആണിയിൽ തൂക്കിയിട്ട തന്റെ ട്രൗസർ എടുത്തതും, പിന്നിൽ നിന്നും ഒരു ശബ്ദം കേട്ടു. അവൻ ഞെട്ടിത്തരിച്ചു തിരിഞ്ഞു നോക്കി.

“നീ പിടിക്കപ്പെട്ടിരിക്കുന്നു, സുഹൃത്തെ!” ഒരു പുരുഷശബ്ദം.

ജെയിംസ് അന്തം വിട്ടു നിന്നുപോയി. മോൻ ഡെസിറിന്റെ വാതിൽക്കൽ ഒരു അപരിചിതൻ; നല്ല രീതിയിൽ വസ്ത്രം ധരിച്ച, കൂർത്ത മുഖവും സൂക്ഷ്മ ദൃഷ്ടിയുമുള്ള, നാൽപതു വയസ്സു തോന്നിക്കുന്ന ഒരാൾ.

“നീ പിടിക്കപ്പെട്ടിരിക്കുന്നു!” അപരിചിതൻ ആവർത്തിച്ചു.

“ആരാ—ആരാണ് നിങ്ങൾ?” ജെയിംസിന്റെ ശബ്ദമിടറി.

“ഡിറ്റക്ടീവ്—സ്കോട്ട് ലാൻഡ് യാർഡിൽ നിന്നും ഇൻസ്പെക്ടർ മെറിലീസ്.” അയാൾ വ്യക്തമാക്കി. “നിന്റെ കൈയിലെ മരതകം എന്നെ ഏല്പിക്കൂ.”

“എന്ത്—മരതകമോ?”

ജെയിംസ് മനസ്സിൽ കഥ മെനയാൻ സമയം കണ്ടെത്തുകയായിരുന്നു.

“ഞാൻ പറഞ്ഞതു കേട്ടില്ലേ?” ഇൻസ്പെക്ടർ മെറിലീസ് ശബ്ദം കനപ്പിച്ചു.

അയാളുടെ ഉച്ചാരണത്തിന് ആജ്ഞയുടെ സ്വരമായിരുന്നു. ജെയിംസ് ധൈര്യം വീണ്ടെടുക്കാൻ ശ്രമിച്ചു.

“നിങ്ങൾ പറയുന്നതൊന്നും എനിക്ക് മനസ്സിലാകുന്നില്ല.” മാന്യത കൈവിടാതെതന്നെ ജെയിംസ് പറഞ്ഞു.

“നിനക്ക് മനസ്സിലാകുന്നുണ്ട്, മോനെ. അതെനിക്കറിയാം.”

“നിങ്ങൾ തെറ്റിദ്ധരിച്ചിരിക്കുകയാണ്. ഞാൻ എല്ലാം വിശദമായി പറയാം.” ജെയിംസ് ഒന്ന് നിർത്തി.

അയാളുടെ മുഖത്ത് വിരസത പടർന്നു.

“കേട്ടു തഴമ്പിച്ച വാക്കുകൾ.” ഇൻസ്പെക്ടർ പിറുപിറുത്തു. “ബീച്ചിലൂടെ നടന്നുവരുമ്പോൾ കളഞ്ഞുകിട്ടിയതാണെന്നല്ലേ പറയാൻ പോകുന്നത്, അല്ലേ? സ്ഥിരം വിശദീകരണം.”

അവന്റെ കഥയുമായി അതിനു സാമ്യമുണ്ടായിരുന്നു, ജെയിംസ് ഒന്ന് പരുങ്ങി. പക്ഷേ അപ്പോഴും തന്റെ ന്യായം വാദിക്കാനുള്ള വഴി കണ്ടെത്താൻ ശ്രമിക്കുകയായിരുന്നു.

“നിങ്ങൾ ഇൻസ്പെക്ടർ ആണെന്നതിന് എന്താണ് തെളിവ്?” ജെയിംസിന്റെ ആ ചോദ്യത്തിന് ബലം കുറവായിരുന്നു.

മെറിലീസ് കോട്ടിന്റെ കീശയിൽ നിന്നും ഒരു ബാഡ്ജെടുത്തു കാണിച്ചു. ജെയിംസിന്റെ കണ്ണു തള്ളിപ്പോയി.

“നീയിനി അറിയാൻ പോകുന്നതേയുള്ളൂ നീ ചെയ്ത തെറ്റിന്റെ ഗൗരവം!” അയാൾ സൗമ്യമായി പറഞ്ഞു. “നീ തുടക്കക്കാരനാണല്ലേ, എനിക്ക് മനസ്സിലായി. ഇത് നിന്റെ ആദ്യ ശ്രമമാണോ?”

ജെയിംസ് സമ്മതിച്ചു.”

എനിക്ക് തോന്നിയിരുന്നു. ഇനി, മോനെ, നീയാ മരതകം എന്റെ കൈയ്യിൽ തരുന്നോ, അതോ ഞാൻ നിന്നെ പരിശോധിക്കണോ?”

ജെയിംസ് പതർച്ചയോടെ പറഞ്ഞു.

"അത്—അതെന്റെ കൈയ്യിൽ ഇല്ല." അവൻ പറഞ്ഞു.

അവൻ രക്ഷപ്പെടാനുള്ള വഴി ചിന്തിക്കുകയായിരുന്നു.

"താമസസ്ഥലത്താണോ?" മെറിലീസ് അന്വേഷിച്ചു.

ജെയിംസ് അതെ എന്ന് തല കുലുക്കി.

"എങ്കിൽ ശരി, നമുക്ക് അങ്ങോട്ടേക്ക് ഒരുമിച്ചു പോകാം." ഡിറ്റക്ടീവ് പറഞ്ഞു.

അയാൾ ജെയിംസിന്റെ കൈയിൽ പിടിമുറുക്കി.

"നിനക്ക് എന്റെ കൈയിൽ നിന്നും രക്ഷപ്പെടാൻ ഒരു വഴിയുമില്ല." അയാൾ ശാന്തമായി പറഞ്ഞു. "നമ്മൾ നിന്റെ താമസസ്ഥലത്തേക്ക് പോകുന്നു, നീ മരതകമെടുത്ത് എനിക്ക് തരുന്നു."

ജെയിംസിന് വാക്കുകൾ കിട്ടുന്നുണ്ടായിരുന്നില്ല.

"അങ്ങനെ ചെയ്താൽ, എന്നെ വെറുതെ വിടുമോ?" ജെയിംസ് വിറയ്ക്കുന്നുണ്ടായിരുന്നു.

മെറിലീസ് അസ്വസ്ഥനായി.

"ആ കല്ല് മോഷ്ടിക്കപ്പെട്ടത് എങ്ങനെയാണെന്ന് ഞങ്ങൾക്കെല്ലാവർക്കുമറിയാം," അയാൾ വിശദീകരിച്ചു തുടങ്ങി. "പിന്നെയതിൽ ഉൾപ്പെട്ട സ്ത്രീയെക്കുറിച്ചും. രാജാവിനെ സംബന്ധിച്ചിടത്തോളം, ഇക്കാര്യം ഒത്തുതീർപ്പാക്കാനാണ് അദ്ദേഹം ആഗ്രഹിക്കുന്നത്. ഇന്ത്യൻ രാജാക്കന്മാരെക്കുറിച്ച് നിനക്കറിയാമോ?"

പണ്ടെങ്ങോ ഒരിക്കൽ വിവാദപരമായ ഒരു വാർത്ത കേട്ടിട്ടുണ്ടെന്നല്ലാതെ, ഇന്ത്യൻ ഭരണാധികാരികളെക്കുറിച്ച് മറ്റൊന്നും തന്നെ ജെയിംസിന് അറിയില്ലായിരുന്നു. അവൻ വളരെ ആകാംക്ഷയോടെ ഇല്ല എന്ന് തല കുലുക്കി.

"നീ ചെയ്തത് വലിയൊരു കുറ്റമാണെങ്കിലും, തടവു ശിക്ഷ ലഭിക്കാതെ രക്ഷപ്പെട്ടേക്കാം." ഡിറ്റക്ടീവ് പറഞ്ഞു.

ജെയിംസ് വീണ്ടു തലയാട്ടി. അവർ എസ്പ്ലനേഡിന്റെ ദൂരം മൊത്തം നടന്ന്, പട്ടണത്തിലേക്കുള്ള വഴിയിലെത്തി. ജെയിംസ് എതിർക്കാതെ കൂടെ നടന്നുവെങ്കിലും, മെറിലീസ് അവന്റെ കൈ വിടാൻ കൂട്ടാക്കിയില്ല.

പെട്ടെന്ന് ജെയിംസ് ശങ്കിച്ചു നിന്നു, എന്തോ പറയാനൊരുങ്ങി. മെറിലീസ് അവനെ സൂക്ഷിച്ചു നോക്കി, എന്നിട്ട് ചിരിച്ചു. അവർ പോലീസ് സ്റ്റേഷനും കടന്നു പോവുകയായിരുന്നു. ജെയിംസ് അവിടേക്ക് തീവ്രമായി നോക്കുന്നത് അയാളുടെ ശ്രദ്ധയിൽ പെട്ടു.

"ഞാൻ നിനക്കൊരു അവസരം തരുന്നു." അയാൾ മന്ദഹസിച്ചു.

അപ്പോൾ മുതലാണ് നാടകീയ രംഗങ്ങൾ അരങ്ങേറിത്തുടങ്ങിയത്. ജെയിംസിന്റെ ശബ്ദം ഉയർന്നുതുടങ്ങി, അവൻ മെറിലീസിന്റെ കൈയിൽ പിടുത്തമിട്ടു, എന്നിട്ട് ഉച്ചത്തിൽ വിളിച്ചുപറഞ്ഞു :

"രക്ഷിക്കണേ! കള്ളൻ. രക്ഷിക്കണേ! കള്ളൻ."

നിമിഷനേരം കൊണ്ട് അവർക്കു ചുറ്റും ആളുകൂടി. ജെയിംസിന്റെ പിടിയിൽ നിന്നും രക്ഷപ്പെടാൻ മെറിലീസ് ശ്രമിക്കുന്നുണ്ടായിരുന്നു.

"ഞാനിയാളെ പിടികൂടി." ജെയിംസ് ഉറക്കെ പറഞ്ഞു. "ഞാനിയാളെ പിടികൂടി, ഇയാളെന്റെ പോക്കറ്റടിച്ചു."

"എന്തു മണ്ടത്തരമാണ് നീ പറയുന്നത്?" അയാൾ ചോദിച്ചു.

ഒരു കോൺസ്റ്റബിൾ വന്ന് കാര്യങ്ങൾ ഏറ്റെടുത്തു. മെറിലീസിനെയും ജെയിംസിനെയും പോലീസ് സ്റ്റേഷനിലേക്ക് കൊണ്ടുപോയി. ജെയിംസ് തന്റെ പരാതി വീണ്ടും ബോധിപ്പിച്ചു.

"ഇയാളെന്റെ പോക്കറ്റടിച്ചു." അവൻ ഉറക്കെ പറഞ്ഞു. "എന്റെ പഴ്സ് അയാളുടെ വലതു കീശയിലുണ്ട്, അവിടെ!"

"ഇവന് ഭ്രാന്താണ്." മെറിലീസ് ഒന്ന് മുരണ്ടു. "നിങ്ങൾക്കെന്നെ പരിശോധിക്കാം, ഇൻസ്പെക്ടർ. അപ്പോൾ മനസ്സിലാകും ഇവൻ പറയുന്നത് സത്യമാണോ എന്ന്."

ഇൻസ്പെക്ടറുടെ നിർദ്ദേശപ്രകാരം, കോൺസ്റ്റബിൾ മെറിലീസിന്റെ കീശ പരിശോധിച്ചു. അതിൽ നിന്നും എന്തോ കൈയിലെടുത്ത കോൺസ്റ്റബിൾ ആശ്ചര്യപ്പെട്ടു നിന്നു.

"ദൈവമേ!" ഇൻസ്പെക്ടർ സ്ഥലകാലബോധം മറന്ന് വിളിച്ചുപോയി. "ഇത് രാജാവിന്റെ മരതകമായിരിക്കാനാണ് സാധ്യത."

മറ്റാരെക്കാളും ഞെട്ടിയത് മെറിലീസാണ്.

"ഇത് അനീതിയാണ്," അയാൾ പതറി, "അനീതി. ഞങ്ങൾ ഒരുമിച്ച് നടന്നു വരുന്നതിനിടെ ഇത് ഇവൻ എന്റെ പോക്കറ്റിൽ ഇട്ടതായിരിക്കാം. കരുതിക്കൂട്ടി ചെയ്തതാണിവൻ."

മെറിലീസിന്റെ വാക്കുകളിലെ ദൃഢത ഇൻസ്പെക്ടറെ ആശയക്കുഴപ്പത്തിലാക്കി. സംശയത്തിന്റെ കണ്ണുകൾ ജെയിംസിനു നേരെ തിരിഞ്ഞു. അദ്ദേഹം കോൺസ്റ്റബിളിന്റെ ചെവിയിൽ എന്തോ മന്ത്രിച്ചു, കോൺസ്റ്റബിൾ പുറത്തുപോയി.

"ഇവിടെ നോക്കൂ. നിങ്ങൾ ഓരോരുത്തരായി സ്വന്തം മൊഴികൾ രേഖപ്പെടുത്തൂ." ഇൻസ്പെക്ടർ പറഞ്ഞു.

"തീർച്ചയായും." ജെയിംസ് പറഞ്ഞു. "ഞാൻ ബീച്ചിലൂടെ നടന്നു പോകുമ്പോഴാണ് ഇയാളെ കണ്ടത്, അയാൾ പരിചയം ഭാവിച്ച് എന്റെ കൂടെക്കൂടി. എനിക്ക് അയാളെ അതിനു മുൻപ് കണ്ടതായി ഓർമ്മയില്ല, പക്ഷേ അങ്ങനെ മുഖത്തടിച്ചപോലെ പറയാനും ഞാൻ മടിച്ചു. പിന്നെ ഞങ്ങൾ ഒരുമിച്ചു നടന്നു. എനിക്ക് സംശയം തോന്നി. ഞങ്ങൾ പോലീസ് സ്റ്റേഷനിനു മുന്നിലെത്തിയതും, അയാൾ എന്റെ പോക്കറ്റിൽ കൈയിട്ടു. ഉടൻ തന്നെ ഞാൻ അയാളെ പിടിച്ചു നിർത്തി, സഹായത്തിനായി വിളിച്ചു."

അടുത്ത മെറിലീസിന്റെ ഊഴമായിരുന്നു.

"ഇനി നിങ്ങൾ പറയൂ."

മെറിലീസ് അല്പം പരുങ്ങി.

"അവൻ പറഞ്ഞ കഥ ഏറെക്കുറെ ശരിയാണ്," അയാൾ പറഞ്ഞുതുടങ്ങി. "പക്ഷേ മുഴുവനായുമല്ല. ഞാനല്ല പരിചയം ഭാവിച്ച് കൂടെക്കൂടിയത്, അവനാണ് എന്റെ കൂടെ കൂടിയത്. അവൻ അവന്റെ കൈയ്യിൽ നിന്നും ഒഴിവാക്കാൻ ശ്രമിച്ച മരതകം, സംസാരിക്കുന്നതിനിടയിൽ എന്റെ കീശയിൽ ഇടുകയായിരുന്നു, എനിക്കുറപ്പുണ്ട്."

ഇൻസ്പെക്ടർ എഴുതുന്നത് നിർത്തി.

"ഹാ!" ഇൻസ്പെക്ടർ ഒന്ന് മൂളി. "ശരി, കുറച്ചു സമയത്തിനകം ഒരാൾ ഇവിടെ എത്തിച്ചേരും, അദ്ദേഹത്തിന് ഈ പ്രശ്നം പരിഹരിക്കാനാകും."

മെറിലീസ് നെറ്റി ചുളിച്ചു.

"എനിക്ക് കാത്തിരിക്കാനൊന്നും സമയമില്ല." അയാൾ വാച്ച് നോക്കി പിറുപിറുത്തു. "എനിക്കൊരാളെ കാണാനുണ്ട്. നിങ്ങൾക്ക് തോന്നുന്നുണ്ടോ ഇൻസ്പെക്ടർ, മോഷ്ടിച്ച മരതകം കീശയിലിട്ടു നടക്കാൻ മാത്രം മണ്ടത്തരം ഞാൻ കാണിക്കുമെന്ന്?"

"നിങ്ങൾ പറയുന്നത് ശരിയാണ്, സംശയമുണ്ടായിട്ടല്ല." ഇൻസ്പെക്ടർ മറുപടി പറഞ്ഞു. "പക്ഷേ ഒരു അഞ്ച് മിനിറ്റ്, കൂടിപ്പോയാൽ ഒരു പത്തു മിനിറ്റിനകം ഈ പ്രശ്നത്തിന് തീർപ്പു കാണാം. ഹാ! പ്രഭു വന്നല്ലോ."

നാൽപതു വയസ്സുള്ള ഒരാൾ മുറിയിലേക്കു പ്രവേശിച്ചു. ജീർണ്ണിച്ചു തുടങ്ങിയ ട്രൗസറും പഴയ സ്വറ്ററുമാണ് അദ്ദേഹം ധരിച്ചിരുന്നത്.

"പറയൂ ഇൻസ്പെക്ടർ, എന്താണ് പ്രശ്നം?" അദ്ദേഹം ചോദിച്ചു. "മരതകം കിട്ടിയെന്ന് താങ്കൾ പറഞ്ഞു, അല്ലെ ? നന്നായി, മികച്ച കാര്യമാണ് താങ്കൾ ചെയ്തത്. നിങ്ങൾ പിടിച്ചുവെച്ചവർ ആരൊക്കെയാണ്?"

ജെയിംസിനെ ഒരു നോക്ക് കണ്ട ശേഷം, അദ്ദേഹത്തിന്റെ കണ്ണുകൾ മെറിലീസിൽ ഉടക്കിനിന്നു. ദൃഢമായ പെരുമാറ്റം കാഴ്ച വെച്ചിരുന്ന മെറിലീസിന്റെ ഗൗരവം ചോർന്നു തുടങ്ങി.

"ജോനസ്—എന്താണിതൊക്കെ?" എഡ്വാർഡ് കാംപിയോൺ പ്രഭുവിന് വിശ്വസിക്കാനായില്ല.

"നിങ്ങൾക്കിയാളെ അറിയാമോ, എഡ്വാർഡ് പ്രഭു?" ഇൻസ്പെക്ടർ ചോദിച്ചു.

"തീർച്ചയായും, എനിക്കറിയാം." പ്രഭു വിരസമായി പറഞ്ഞു. "ഇയാളെന്റെ സഹായിയാണ്, ഒരു മാസം മുൻപാണ് എന്റെയടുത്ത് വന്നത്. ലണ്ടനിൽ നിന്നും ഉദ്യോഗസ്ഥർ ഇയാളുടെ മേൽ സംശയം പ്രകടിപ്പിച്ചിരുന്നു, പക്ഷേ പരിശോധന നടത്തിയതിൽ നിന്നും ഇയാളുടെ പക്കൽ മരതകം ഉണ്ടായിരുന്നില്ല."

"ഇയാൾ കോട്ടിന്റെ പോക്കറ്റിൽ കൊണ്ടുനടക്കുകയായിരുന്നു."

ഇൻസ്പെക്ടർ പ്രസ്താവിച്ചു. “ഇദ്ദേഹമാണ് ഇയാളെ കുടുക്കിയത്.” ഇൻസ്പെക്ടർ ജെയിംസിനെ ചൂണ്ടിക്കാണിച്ചു.

ഉടൻ തന്നെ പ്രഭു ജെയിംസിനെ പ്രശംസിക്കുകയും ഹസ്തദാനം ചെയ്യുകയും ചെയ്തു.

“സുഹൃത്തെ , താങ്കൾക്ക് ഇയാളുടെ മേൽ ആദ്യം മുതൽ തന്നെ സംശയം തോന്നിയിരുന്നോ?” പ്രഭു ചോദിച്ചു.

“അതെ.” ജെയിംസ് പറഞ്ഞു. “ഇയാളെ പോലീസ് സ്റ്റേഷനിൽ എത്തിക്കാനായി ഇയാളെന്റെ പോക്കറ്റടിച്ചു എന്നെനിക്ക് കളവു പറയേണ്ടി വന്നു.”

“അതെയോ നന്നായി, വളരെ നന്നായി.” എഡ്വാർഡ് പ്രഭു പറഞ്ഞു. “താങ്കൾ ഭക്ഷണം കഴിച്ചിട്ടില്ല എങ്കിൽ, തീർച്ചയായും ഞങ്ങൾക്കൊപ്പം ഉച്ചഭക്ഷണത്തിന് പങ്കെടുക്കണം. വൈകിയെന്നറിയാം, സമയം രണ്ടായിരിക്കുന്നു.”

“ഇല്ല, കഴിച്ചിട്ടില്ല—പക്ഷേ...” ജെയിംസ് മടിച്ചുനിന്നു.

“ഇനിയൊന്നും പറയണ്ട, ഒന്നും.” പ്രഭു ഇടയ്ക്കുകയറി. “നിങ്ങൾക്കറിയാമോ, മരതകം തിരിച്ചു കിട്ടിയതിൽ രാജാവ് എത്ര സന്തോഷവാനാണെന്ന്. താങ്കളോട് നന്ദി അറിയിക്കാനും അദ്ദേഹം താത്പര്യപ്പെട്ടു. എനിക്കിനിയും കഥയുടെ പൂർണ്ണരൂപം അറിയാൻ കഴിഞ്ഞിട്ടില്ല.”

അവർ പോലീസ് സ്റ്റേഷനിൽ നിന്നുമിറങ്ങി പുറത്തെ പടിക്കെട്ടിൽ നിൽക്കുകയായിരുന്നു.

“വാസ്തവത്തിൽ, ഞാൻ നിങ്ങളോട് കഥയുടെ സത്യാവസ്ഥ പറയാൻ ആഗ്രഹിക്കുന്നു.” ജെയിംസ് പറഞ്ഞു.

അവൻ സംഭവിച്ചത് മുഴുവനും വിശദീകരിച്ചു. പ്രഭുവിന് വളരെ കൗതുകം തോന്നി.

“ഞാൻ ജീവിതത്തിൽ കേട്ടതിൽ വെച്ച് ഏറ്റവും മികച്ചത്.” അദ്ദേഹം പറഞ്ഞു. “എനിക്കിപ്പോൾ എല്ലാം മനസ്സിലായിരിക്കുന്നു. “പോലീസിന്റെ തിരച്ചിൽ ശക്തമായിരിക്കും എന്നറിയാവുന്നതുകൊണ്ടുതന്നെ, മരതകം മോഷ്ടിച്ച ഉടൻ തന്നെ ജോനസ് കുടിലിലേക്കു വന്നിട്ടുണ്ടാകും. ഞാൻ മീൻപിടിക്കാനായി പോകുമ്പോൾ വല്ലപ്പോഴും ധരിക്കാറുള്ള പഴകിയ ട്രൗസറുണ്ട്, അത് സ്പർശിക്കാൻ ആരും ധൈര്യപ്പെടില്ല. അതുകൊണ്ടുതന്നെ സമയം പോലെ, അതിൽ നിന്നും മരതകം തിരിച്ചെടുക്കാമെന്ന് അയാൾ കരുതിയിരിക്കാം. അതെടുക്കാനായി അയാളിന്ന് വന്നപ്പോൾ, അത് നഷ്ടമായതറിഞ്ഞ് ഞെട്ടിപ്പോയിട്ടുണ്ടാകും. താങ്കളുടെ വരവോടെ അയാൾ മനസ്സിലാക്കി, താങ്കളാവും കല്ല് അവിടെ നിന്നും മാറ്റിയതെന്ന്. താങ്കൾ എങ്ങനെയാണ് അയാളുടെ ഡിറ്റക്ടീവ് വേഷം കപടമാണെന്ന് മനസ്സിലാക്കിയതെന്നാണ് എനിക്ക് ആശ്ചര്യം!”

ജെയിംസ് ചിന്തിച്ചു. “ശക്തമായ ഒരു വ്യക്തിക്ക് അറിയാം,

എപ്പോഴാണ് സത്യസന്ധത കാണിക്കേണ്ടതെന്നും, എപ്പോഴാണ് വിവേകപൂർവ്വം പെരുമാറേണ്ടതെന്നും."

അല്പം അവജ്ഞയോടെ ചിരിച്ചുകൊണ്ട് കോട്ടിന്റെ മടക്കിലൂടെ വിരലോടിച്ച അദ്ദേഹത്തിന്റെ കൈയിൽ ഒരു വെള്ളി ബാഡ്ജ് തടഞ്ഞു. അധികം അറിയപ്പെടാത്ത, മെർട്ടൺ പാർക്ക് സൂപ്പർ സൈക്ലിംഗ് ക്ലബ്ബിന്റേതായിരുന്ന ആ ബാഡ്ജ്. ആശ്ചര്യമുളവാക്കുന്ന യാദൃശ്ചികതയെന്തെന്നാൽ, ജോനസും അതിലൊരു അംഗമായിരുന്നിരിക്കണം, പക്ഷേ ഇതാ!

"ഹലോ ജെയിംസ്!"

ജെയിംസ് തിരിഞ്ഞുനോക്കി. റോഡിന്റെ മറുവശത്തു നിന്നിരുന്ന ഗ്രേസും കൂട്ടുകാരികളുമായിരുന്നു അത്. അവൻ എഡ്വാർഡ് പ്രഭുവിനോട് അനുവാദം ചോദിച്ചു :

"ഒരു നിമിഷം?"

അവൻ റോഡ് മുറിച്ചുകടന്നു.

"ഞങ്ങൾ സിനിമ കാണാൻ പോവുകയാണ്. നീ വരുന്നുണ്ടോ എന്നറിയാനായിരുന്നു." ഗ്രേസ് പറഞ്ഞു.

"എന്നോട് ക്ഷമിക്കു." ജെയിംസ് പറഞ്ഞു. "ഞാൻ എഡ്വാർഡ് കാംപിയോൺ പ്രഭുവിനൊപ്പം ഉച്ചഭക്ഷണത്തിനു പങ്കുചേരാൻ പോവുകയാണ്. അതെ, ആ നിൽക്കുന്ന, പഴയ വസ്ത്രം ധരിച്ച ആൾ തന്നെ. ഞാൻ മാരപ്പട്നയിലെ രാജാവിനെ കാണാനായി ചെല്ലണമെന്നാണ് അദ്ദേഹം ആഗ്രഹിക്കുന്നത്."

അവൻ വിനയപൂർവ്വം അവരിൽ നിന്നും വിടവാങ്ങി, എഡ്വാർഡ് പ്രഭുവിനൊപ്പം.

ഡെൽഫിയിലെ ദേവാലയം

വില്ലാർഡ് ജെ. പീറ്റർസിന്റെ ഭാര്യക്ക് ഗ്രീസിനോട് അത്ര നല്ല അഭിപ്രായമുണ്ടായിരുന്നില്ല. പ്രത്യേകിച്ച്, ഡെൽഫി, അവൾക്ക് തീരെ ഇഷ്ടമല്ലായിരുന്നു.

അവൾക്ക് മാനസികമായി അടുപ്പമുണ്ടായിരുന്നത്, പാരീസ്, ലണ്ടൻ, പിന്നെ മെഡിറ്ററേനിയൻ തീരപ്രദേശങ്ങളായ ദക്ഷിണ ഫ്രാൻസും ഇറ്റലിയുടെ വടക്കൻ മേഖലയുമാണ്. ഹോട്ടൽ ജീവിതം ഇഷ്ടപ്പെടുന്ന ഒരു സ്ത്രീയായിരുന്നു അവർ; പക്ഷേ അവളുടെ കാഴ്ചപ്പാടിലെ ഹോട്ടലിലെ കിടപ്പുമുറിയിൽ, താഴെ മാർദ്ദവമുള്ള പരവതാനി, സൗകര്യപ്രദമായ കിടക്ക, മുറിക്കുള്ളിൽ ധാരാളം വെളിച്ചം, കട്ടിലിനടുത്ത് മിതവെളിച്ചം ഉള്ള ലൈറ്റ്, ആവശ്യത്തിന് ചൂടു വെള്ളവും തണുത്ത വെള്ളവും, ചായയും ഭക്ഷണവും കുടിവെള്ളവും കോക്ക്ടെയിലും ഓർഡർ ചെയ്യാനും കൂട്ടുകാരോട് സംസാരിക്കുവാനുമായി കിടക്കയ്ക്കരികിൽ തന്നെ ടെലിഫോൺ എന്നിവയെല്ലാം വേണം.

ഡെൽഫിയിലെ ഹോട്ടലിൽ ഇതൊന്നും തന്നെയില്ലായിരുന്നു. ജനാലയിലൂടെ നോക്കിയാൽ മനോഹരമായ ദൃശ്യം, വൃത്തിയുള്ള കിടക്ക, വെള്ള പൂശിയ മുറി. ഒരു കസേര, ഒരു മേശ, വലിപ്പുകളുള്ള ഒരു ചെറിയ അലമാര. പിന്നെ ഇഷ്ടമുള്ള സമയത്ത് കുളിക്കാമെന്നുവെച്ചാൽ നടക്കില്ല, പോരാത്തതിന് ചൂടുവെള്ളവും ആവശ്യാനുസരണം ലഭിക്കില്ല.

ഡെൽഫിയിലെ സൗകര്യങ്ങൾ കുറച്ചുകൂടെ മെച്ചപ്പെട്ടതാകാമായിരുന്നു എന്നവൾ ആശിച്ചു. പുരാതന ഗ്രീസിനെ ഇഷ്ടപെടാനും നന്നേ ശ്രമിച്ചെങ്കിലും, അവൾക്കതിനായില്ല. അവിടുത്തെ ശിൽപങ്ങൾ പലതും അപൂർണ്ണമായിരുന്നു; തലയോ കൈയോ കാലോ എന്തെങ്കിലുമൊക്കെ നഷ്ടപ്പെട്ടവ. വില്ലാർഡ് പീറ്റർസിന്റെ കല്ലറയ്ക്കു മുകളിൽ സ്ഥാപിച്ച, ചിറകുകളാൽ പൂർണ്ണമായ സുന്ദരനായ മാലാഖയുടെ വെണ്ണക്കല്ല് പ്രതിമയോട് അവൾക്ക് രഹസ്യമായൊരു ഇഷ്ടമുണ്ടായിരുന്നു.

പക്ഷേ, മകനായ വില്ലാർഡിന്റെ വെറുപ്പ് സമ്പാദിക്കേണ്ടി വരുമെന്ന ഭയത്താൽ, തന്റെ ഈ അഭിപ്രായങ്ങളെല്ലാം അവൾ മനസ്സിൽ തന്നെ സൂക്ഷിച്ചു. വില്ലാർഡിനെ ഓർത്താണ്, അസൗകര്യപൂർണ്ണമായ ഈ

തണുപ്പൻ മുറിയിൽ താമസിക്കുന്നതും, ദുർമുഖിയായ വേലക്കാരിയെയും പുറത്തു നിൽക്കുന്ന മുഷിപ്പുളവാക്കുന്ന ഡ്രൈവറെയും സഹിക്കുന്നതും.

പതിനെട്ട് വയസ്സുള്ള മകൻ വില്ലാർഡിനോടുള്ള സ്നേഹമാണ് പീറ്റർസിന്റെ ഭാര്യയെ അതെല്ലാം സഹിക്കാൻ പ്രേരിപ്പിച്ചത്. വില്ലാർഡിന് പഴയകാല കലകളോട് വിചിത്രമായ ഒരു ആരാധനയുണ്ടായിരുന്നു. മെലിഞ്ഞ്, വിളറി വെളുത്ത, കണ്ണട ധരിച്ച, അജീർണ്ണരോഗിയായ വില്ലാർഡാണ്, സ്നേഹമയിയായ അമ്മയെ ഗ്രീസ് യാത്രയിൽ കൂടെ കൂട്ടിയത്.

അവർ ഒളിമ്പിയ സന്ദർശിക്കാൻ പോയിരുന്നു, അതൊരു മോശം അനുഭവമായിരുന്നു. വില്ലാർഡിന്റെ അമ്മയ്ക്ക് പാർത്തെനോൺ ഇഷ്ടമായി, പക്ഷേ ഏതൻസ് യാത്ര പ്രതീക്ഷയ്ക്കൊത്തു നന്നായില്ല. കോറിന്ത്, മൈസീനീ സന്ദർശനം അവളെയും ഡ്രൈവറെയും ഒരുപോലെ കഷ്ടപ്പെടുത്തി.

വില്ലാർഡിന്റെ അമ്മ ദുഃഖപൂർവ്വം ഓർത്തു, ഡെൽഫി നഗരം അവശിഷ്ടങ്ങൾ മാത്രമാണ്. അവശേഷിപ്പുകൾ നടന്നു കാണുകയല്ലാതെ മറ്റൊന്നും അവിടെ ചെയ്യാനില്ല. വില്ലാർഡ് മണിക്കൂറുകളോളം മുട്ടിലിരുന്ന്, ശിലാലിഖിതങ്ങളെ വായിച്ചു മനസ്സിലാക്കിയിട്ട് പറയും, "അമ്മേ, ഇതൊന്ന് നോക്കൂ! എത്ര മനോഹരം, അല്ലേ?" എന്നിട്ട് താൻ മനസ്സിലാക്കിയ കാര്യം, അമ്മയ്ക്ക് വിവരിച്ചു കൊടുക്കും. അമ്മയ്ക്കാണെങ്കിൽ ഇത്രയും മടുപ്പുളവാക്കുന്ന ഒന്ന് വേറെയില്ലതാനും.

ഇന്ന് രാവിലെ മുതൽ, വില്ലാർഡിന്റെ ശ്രദ്ധ കുറച്ച് ബൈസാന്റൈൻ ശിൽപങ്ങളിന്മേലായിരുന്നു. ബൈസാന്റൈൻ ശിൽപങ്ങൾ തനിക്ക് ആരോഗ്യപരമായി പ്രിയമുള്ളതാകില്ല (അക്ഷരാർത്ഥത്തിലും ആത്മീയ അർത്ഥത്തിലും) എന്ന് ഊഹിച്ച വില്ലാർഡിന്റെ അമ്മ, ഒഴികഴിവ് പറഞ്ഞു.

"എനിക്ക് മനസ്സിലാകും, അമ്മേ." വില്ലാർഡ് പറഞ്ഞു. "തിയേറ്ററിലോ മൈതാനത്തോ ഒറ്റയ്ക്കിരുന്ന്, അവിടുത്തെ പരിപാടികൾ കണ്ട് മതിമറക്കുന്നതാണല്ലോ അമ്മയ്ക്കിഷ്ടം."

"ശരിയാണ്, മോനെ." അവൾ പറഞ്ഞു.

"എനിക്കറിയാം അമ്മയ്ക്ക് ഇഷ്ടമാവില്ലെന്ന്." വില്ലാർഡ് അവിടെ നിന്നുമിറങ്ങി.

ഒരു നിശ്വാസത്തോടെ, അമ്മ എഴുന്നേറ്റ് പ്രാതൽ കഴിക്കാനായി പോയി.

അവൾ അവിടെ ചെല്ലുമ്പോൾ, നാല് പേർക്കിരിക്കാവുന്ന തീന്മേശ കാലിയായിരുന്നു. വ്യത്യസ്തമായ രീതിയിൽ വസ്ത്രം ധരിച്ച ഒരു അമ്മയും മകളും (ഗ്രീസ് വസ്ത്രമായ പെപ്ലം അല്ല ധരിച്ചിരിക്കുന്നത്), അവർ നൃത്തകലയിലെ ഭാവാഭിനയത്തെക്കുറിച്ചാണ് ചർച്ച ചെയ്യുന്നത്; ട്രെയിനിൽ നിന്നും ഇറങ്ങുമ്പോൾ തന്റെ പെട്ടി വീണ്ടെടുത്തു തന്ന മധ്യവയസ്കനായ ഒരു തടിച്ച പുരുഷൻ, തോംപ്സൺ എന്നാണ് അയാളുടെ

പേര്; പിന്നൊരു നവാഗതൻ, കഴിഞ്ഞ ദിവസം വൈകുന്നേരം എത്തിയ കഷണ്ടിയുള്ള ഒരു മധ്യവയസ്കൻ.

പ്രാതൽ കഴിക്കുന്ന മുറിയിൽ നവാഗതൻ മാത്രമേ അവശേഷിച്ചിരുന്നുള്ളൂ. വില്ലാർഡിന്റെ അമ്മ അയാളോട് സംസാരിച്ചുതുടങ്ങി. സൗഹൃദമനോഭാവമുള്ള സ്ത്രീയായ്തിനാൽത്തന്നെ, ആളുകളോട് സംസാരിക്കാൻ അവൾ ഇഷ്ടപ്പെട്ടിരുന്നു. തോംപ്സൺ അത്ര പ്രോത്സാഹിപ്പിച്ചിരുന്നില്ല (ബ്രിട്ടിഷ് ഗർവ്വ് എന്നാണവർ അതിനെ വിളിച്ചത്), അമ്മയും മോളുമാണെങ്കിൽ, കാഴ്ചയിലും സംസാരത്തിലും ഉന്നത മനോഭാവം പുലർത്തിയിരുന്നു, എങ്കിലും മോൾ വില്ലാർഡിനോട് നല്ലപോലെ സംസാരിക്കുമായിരുന്നു.

നവാഗതൻ പ്രസന്നസ്വഭാവിയായ ഒരാളാണെന്ന് വില്ലാർഡിന്റെ അമ്മയ്ക്ക് മനസ്സിലായി. അയാൾ അറിവുള്ളവനും, എന്നാൽ അതിന്റെ ഗർവ്വ് കാണിക്കാത്തവനുമായിരുന്നു. അയാൾ ഗ്രീക്കുകാരെക്കുറിച്ചുള്ള കൗതുകകരമായ പല വിശേഷങ്ങളും വിവരിച്ചു കൊടുത്തു. അയാളുടെ വിവരണ ശൈലി, പുസ്തകത്തിലെ മടുപ്പിക്കുന്ന ചരിത്രമായിട്ടല്ല, മറിച്ച് മുന്നിൽ നടക്കുന്ന നാടകമെന്നോണം അവൾ രസിച്ചു.

അവൾ തന്റെ പുതിയ സുഹൃത്തിനോട്, വില്ലാർഡിനെക്കുറിച്ചും അവന്റെ ബുദ്ധിസാമർത്ഥ്യത്തെ കുറിച്ചുമെല്ലാം സംസാരിച്ചു, കൂടാതെ വില്ലാർഡ് എത്രത്തോളം ചരിത്രത്തെയും സംസ്കാരങ്ങളെയും ഇഷ്ടപ്പെടുന്നുവെന്നും. തന്നെ സംസാരിക്കാൻ പ്രേരിപ്പിക്കുന്ന എന്തോ ഒന്ന് ഉദാര മനസ്കയും സൗമ്യയുമായ ആ വനിതയിലുണ്ടെന്ന് നവാഗതനു തോന്നി.

അയാളുടെ പേരോ, ചെയ്യുന്ന ജോലിയോ ഒന്നും വില്ലാർഡിന്റെ അമ്മ അറിഞ്ഞില്ല. ബിസിനസ്സിൽ (എന്ത് ബിസിനസ്സ്?) നിന്നും പൂർണ്ണവിശ്രമം എടുത്തെന്നും, യാത്രകൾ മാത്രമാണ് ഇപ്പോൾ ചെയ്യുന്നതെന്നും അല്ലാതെ, മറ്റൊന്നും തന്നെ അയാൾ പറഞ്ഞില്ല.

എന്നിരുന്നാലും, വിചാരിച്ചതിലും വേഗം ആ ദിവസം കടന്നുപോയി. ആ അമ്മയും മകളും തോംപ്സണും സംസാരപ്രിയരല്ലാതെ തുടർന്നു. തോംപ്സൺ മ്യൂസിയത്തിൽ നിന്നും പുറത്തുവന്നു, ഉടൻ തന്നെ എതിർദിശയിലേക്ക് തിരിയുകയും ചെയ്തു.

നവാഗതൻ സംശയദൃഷ്ടിയോടെ അയാളെ നോക്കി.

“അത് ആരാണെന്നാണ് എനിക്ക് മനസ്സിലാകാത്തത്!” അയാൾ പറഞ്ഞു.

വില്ലാർഡിന്റെ അമ്മ അയാളുടെ പേര് പറഞ്ഞുകൊടുത്തു, പക്ഷേ മറ്റൊന്നും അറിയില്ലായിരുന്നു.

“തോംപ്സൺ—തോംപ്സൺ. ഇല്ല, ഞാനയാളെ മുൻപ് പരിചയപ്പെട്ടിട്ടില്ല, എന്നാലും എവിടെയോ കണ്ടുമറന്ന മുഖം. പക്ഷേ ഓർത്തെടുക്കാൻ കഴിയുന്നില്ല.”

ഉച്ചയ്ക്കു ശേഷം, തണലുള്ള ഒരിടത്ത് വില്ലാർഡിന്റെ അമ്മ

ചെറുതായൊന്ന് മയങ്ങി. മകൻ നിർദ്ദേശിച്ച ഒരു പുസ്തകമായിരുന്നു അവൾ വായിക്കാനായി എടുത്തിരുന്നത്, *ദി റിവർ ലോഞ്ച് മിസ്റ്ററി.* ഉദ്വേഗജനകമായ പേരാണ് പുസ്തകത്തിനെങ്കിലും, അത്ര മികച്ച ഗ്രീക്ക് രചനയൊന്നുമായിരുന്നില്ല അത്. അതിൽ നാല് കൊലപാതകങ്ങൾ, മൂന്ന് തട്ടിക്കൊണ്ടുപോകൽ, പിന്നെ വലിയ പല ക്രിമിനൽ സംഘങ്ങളും. ആ പുസ്തകത്തിലെ ഉദ്വേഗം നിറഞ്ഞ ഭാഗങ്ങളിലൂടെയെന്ന പോലെ, തണുപ്പൻ ഭാഗങ്ങളിലൂടെയും അവൾ കടന്നുപോയി.

അവർ ഹോട്ടലിലേക്ക് തിരിക്കുമ്പോൾ നാല് മണിയായിരുന്നു. അപ്പോഴേക്കും വില്ലാർഡ് തിരിച്ചെത്തിയിട്ടുണ്ടാകും എന്നവൾ ഉറപ്പിച്ചിരുന്നു. ആശങ്കയുണർത്തുന്നതായി ഒന്നും ഇല്ലാത്തതിനാൽതന്നെ, ഒരു അപരിചിതനിൽ നിന്നും തരാനേൽപിച്ചതാണെന്നും പറഞ്ഞ് ഹോട്ടലുടമ ഉച്ചയ്ക്ക് നൽകിയ കത്ത് അവൾ ഇത്രനേരം തുറന്ന നോക്കിയില്ലായിരുന്നു.

തീർത്തും വൃത്തിഹീനമായ ഒരു കത്ത്. അവളത് അലസമായി തുറന്നു നോക്കി. ആദ്യത്തെ കുറച്ചു വരികൾ വായിച്ചപ്പോഴേക്കും അവളുടെ മുഖം വിളറി, ശരീരം തളർന്നു. കൈയ്യക്ഷരം പരിചിതമല്ലെങ്കിലും, ഇംഗ്ലീഷിലായിരുന്നു സന്ദേശം.

> *സ്ത്രീയേ (കത്ത് തുടങ്ങുന്നു),—ഈ കത്തിലൂടെ നിങ്ങളെ അറിയിക്കാൻ ആഗ്രഹിക്കുന്നത്, നിങ്ങളുടെ മകൻ വളരെ സുരക്ഷിതമായൊരു സ്ഥലത്ത് ഞങ്ങൾ പിടിച്ചുവെച്ചിട്ടുണ്ട്. ഞങ്ങൾ പറയുന്നതുപോലെ അനുസരിക്കുകയാണെങ്കിൽ, നിങ്ങളുടെ മകന് ഒരു ആപത്തും വരികയില്ല. ഞങ്ങൾ ആവശ്യപ്പെടുന്നത് പതിനായിരം ഇംഗ്ലീഷ് പൗണ്ട് സ്റ്റെർലിംഗാണ്. ഹോട്ടലുടമയോടോ പോലീസിനോടോ അല്ലെങ്കിൽ മറ്റാരെങ്കിലുമോടോ നിങ്ങൾ വിവരം അറിയിക്കുകയാണെങ്കിൽ, നിങ്ങളുടെ മകൻ കൊല്ലപ്പെടും. ചിന്തിച്ച് പെരുമാറുക. എങ്ങനെയാണ് പണം കൈമാറേണ്ടത് എന്നതിനെക്കുറിച്ചുള്ള വിവരങ്ങൾ നാളെ നൽകുന്നതായിരിക്കും. അനുസരിച്ചില്ലെങ്കിൽ, മകന്റെ ചെവികൾ അറുത്ത് നിങ്ങൾക്ക് അയച്ചുതരും. അടുത്ത ദിവസവും അനുസരിക്കാതെ വന്നാൽ, അവൻ ജീവനോടെയുണ്ടാകില്ല. വെറുമൊരു ഭീഷണിയായി കരുതരുത്. പറഞ്ഞതു മനസ്സിലാക്കുമല്ലോ— എല്ലാത്തിലുമുപരി—ആരോടും പറയാതിരിക്കുക.*
>
> *ഡിമിട്രിയസ് ദി ബ്ലാക്ക് ബ്രോഡ്*

ആ പാവം സ്ത്രീയുടെ മാനസികാവസ്ഥ ഊഹിക്കാവുന്നതെയുള്ളൂ. അന്യായവും ബാലിശവുമായ ആവശ്യമാണ് അവർ ഉന്നയിച്ചിരിക്കു

ന്നതെങ്കിലും, അത്രയും മതിയായിരുന്ന അവളുടെയുള്ളിലെ അപകടഭീതിക്ക് ആളിക്കത്താൻ. വില്ലാർഡ്, അവളുടെ മകൻ, പൊന്നോമന, പാവം വില്ലാർഡ്.

അവൾക്ക് പോലീസിനോട് പരാതിപ്പെടണമെന്നുണ്ടായിരുന്നു; അയൽപക്കക്കാരെ അറിയിക്കണമെന്നുണ്ടായിരുന്നു. പക്ഷേ അങ്ങനെ ചെയ്താൽ—അവൾ ഭയന്നു വിറച്ചു.

പിന്നെ, ധൈര്യം സംഭരിച്ച്, മുറി വിട്ട് പുറത്തിറങ്ങി ഹോട്ടലുടമയെ അന്വേഷിച്ചു. ഹോട്ടലിൽ ഇംഗ്ലീഷ് അറിയാവുന്ന ഒരേയൊരു വ്യക്തി അയാളായിരുന്നു.

"സമയമേറെ വൈകിയിരിക്കുന്നു. എന്റെ മോൻ ഇതുവരെ തിരിച്ചെത്തിയിട്ടില്ല." അവൾ പറഞ്ഞു.

അയാൾ അവളെ നോക്കി മന്ദഹസിച്ചു. "അതെ. അദ്ദേഹം വാഹനം വേണ്ടെന്ന് പറഞ്ഞു. നടന്നു വരാമെന്നാണ് അറിയിച്ചത്. ഈ സമയം കൊണ്ട് എത്തേണ്ടതാണ്, പക്ഷേ പേടിക്കേണ്ട, വഴിയിൽ എന്തെങ്കിലും കാര്യമുണ്ടാകുമായിരിക്കും." അയാൾ പുഞ്ചിരിച്ചു കൊണ്ട് പറഞ്ഞു.

"പറയൂ," വില്ലാർഡിന്റെ അമ്മ ഉടൻ ചോദിച്ചു, "അടുത്ത് എവിടെയെങ്കിലും മോശം വ്യക്തികൾ ആരെങ്കിലുമുണ്ടോ?"

മോശം വ്യക്തികൾ എന്നതുകൊണ്ട് എന്താണ് ഉദ്ദേശിച്ചതെന്ന്, അയാളുടെ പരിമിതമായ ഇംഗ്ലീഷ് പരിജ്ഞാനത്തിന് കണ്ടെത്താൻ കഴിഞ്ഞില്ല. അവൾ അത് വ്യക്തമാക്കിക്കൊടുത്തു. ഡെൽഫിയിലെ അന്തേവാസികൾ നല്ലവരാണെന്നും സമാധാനപ്രിയരാണെന്നും, കൂടാതെ വിദേശികളോട് സ്നേഹത്തോടെ പെരുമാറുന്നവരാണെന്നും അയാൾ മറുപടി നൽകി.

കാര്യം അവതരിപ്പിക്കാനായി അവളുടെ മനസ്സ് വെമ്പി, പക്ഷേ ഭയം അതിനെ മറികടന്നു. അപകടഭീതി അവളുടെ നാവിന് ചങ്ങലയിട്ടു. ചിലപ്പോൾ അതൊരു വ്യാജ ഭീഷണിയായിരിക്കാം. പക്ഷേ, ചിലപ്പോൾ സത്യമാണെങ്കിലോ? അമേരിക്കയിലെ അവളുടെ ഒരു സുഹൃത്തിന്റെ കുഞ്ഞിനെയും ഇതുപോലെ ആരോ തട്ടിക്കൊണ്ടു പോയിരുന്നു, പക്ഷേ അവർ അക്കാര്യം പോലീസിനെ അറിയിച്ചു; ആ കുഞ്ഞ് കൊല്ലപ്പെടുകയും ചെയ്തു. അങ്ങനെ സംഭവിക്കാറുണ്ട്.

എന്താണ് ചെയ്യേണ്ടതെന്നറിയാത്ത അവസ്ഥയിലായിരുന്നു അവൾ. അവളെന്താണ് ചെയ്യേണ്ടത്? പതിനായിരം പൗണ്ട്—എന്നുവെച്ചാൽ? —ഡോളറിൽ കണക്കാക്കുമ്പോൾ നാൽപ്പതിനായിരത്തിനും അമ്പതിനായിരത്തിനും ഇടയ്ക്കു വരും! വില്ലാർഡിന്റെ ജീവനു മുന്നിൽ അതൊക്കെ ഒരു തുകയാണോ? പക്ഷേ അത്രയും തുക എങ്ങനെ സംഘടിപ്പിക്കും? പണം എങ്ങനെ സ്വരൂപിക്കാം എന്ന കാര്യത്തിൽ ഒരുപാട് തടസ്സങ്ങളുണ്ടായിരുന്നു. നൂറ് പൗണ്ട് വിലമതിക്കുന്ന പത്രങ്ങൾ കുറച്ചെണ്ണം മാത്രമേ അവളുടെ പക്കൽ അന്നേരം ഉണ്ടായിരുന്നുള്ളൂ.

തട്ടിക്കൊണ്ടുപോയവർക്ക് ഇത് മനസ്സിലാകുമോ? അവളുടെ അവസ്ഥ അവർ മനസ്സിലാക്കുമോ? അവർ *സമയം അനുവദിക്കുമോ?*

ജോലിക്കാരി അവൾക്കരികിൽ വന്നപ്പോൾ, അവൾ ദേഷ്യപ്പെട്ടു പറഞ്ഞയച്ചു. അത്താഴം കഴിക്കാനുള്ള മണിയടിച്ചു, അവൾ ഭക്ഷണം കഴിക്കാനായി ചെന്നു. യാന്ത്രികമായിരുന്നു അവളുടെ പ്രവർത്തികളെല്ലാം. അവൾ ഭയന്നതുപോലെ തന്നെ ഭക്ഷണം കഴിക്കാൻ ചെന്ന മുറി വിജനമായിരുന്നു. ആരും തന്നെ അവിടെയുണ്ടായിരുന്നില്ല.

ശേഷം, പഴങ്ങൾ കൊണ്ടുവന്ന താലത്തിൽ, അവളൊരു കുറിപ്പ് കണ്ടു. അവളിലെ ഭയം അതികരിച്ചു. പക്ഷേ അവൾ ഭയന്ന കൈയ്യക്ഷരമായിരുന്നില്ല കുറിപ്പിൽ, തീർത്തും വ്യത്യസ്തം; വൃത്തിയുള്ള, എഴുത്തുകുത്തുകൾ തൊഴിലാക്കിയ ഇംഗ്ലീഷ് കൈപ്പട. അവൾ വലിയ താത്പര്യം കാണിക്കാതെ അത് തുറന്നു, പക്ഷേ അതിലെ ഉള്ളടക്കം അത്ര നിസ്സാരമായിരുന്നില്ല :

> *ഡെൽഫിയിലെ ദേവാലയത്തിന് നിങ്ങളെയിനി സഹായിക്കാനാവില്ല* (സന്ദേശത്തിൽ പറയുന്നു), *പക്ഷേ നിങ്ങൾക്ക് പാർക്കർ പൈനിനെ സന്ദർശിക്കാം.*

അതിനു താഴെയായി, ഒരു പരസ്യത്തിന്റെ പേപ്പർകഷണം കുറിപ്പോട് ചേർത്തു വച്ചിരുന്നു, കൂടാതെ, ഏറ്റവും അവസാനം ഒരാളുടെ ചിത്രവും ഉണ്ടായിരുന്നു. അത് അവൾ രാവിലെ പരിചയപ്പെട്ട, കഷണ്ടിയുള്ള സുഹൃത്തിന്റെ ചിത്രമായിരുന്നു.

അവൾ ആ പരസ്യം രണ്ട് തവണ വായിച്ചു.

> *നിങ്ങൾ സന്തോഷവാനാണോ? അല്ലെങ്കിൽ, പാർക്കർ പൈനിനെ കാണൂ.*

സന്തോഷമോ? സന്തോഷമോ? ഇത്രയും ദുഃഖമനുഭവിക്കുന്ന ആരെങ്കിലുമുണ്ടാകുമോ? പ്രാർത്ഥനയ്ക്കുള്ള മറുപടിയെന്നോണമായിരുന്നു അത്.

അവൾ ഉടൻ തന്നെ, ബാഗിൽ നിന്നും ഒരു പേപ്പർ എടുത്ത്, കുത്തിക്കുറിക്കാൻ തുടങ്ങി :

> *ദയവായി രക്ഷിക്കണം. പത്ത് മിനിറ്റിനകം ഹോട്ടലിനു പുറത്തുവെച്ച് ഒന്ന് കാണാമോ?*

അതൊരു കവറിലിട്ട്, ജനാലയ്ക്കടുത്തുള്ള മേശയ്ക്കു മുന്നിലിരിക്കുന്ന പുരുഷനു കൊടുക്കാനായി ഹോട്ടൽ ജീവനക്കാരനെ ഏൽപിച്ചു. പത്ത് മിനിറ്റിനു

ശേഷം, കോട്ടും ധരിച്ച്, തണുത്തുറഞ്ഞ ആ രാത്രിയിൽ, ഹോട്ടലിൽ നിന്നുമിറങ്ങി, അവൾ റോഡിനരികിലൂടെ അവശേഷിപ്പുകൾക്കരികിലേക്ക് നടന്നു. പാർക്കർ പൈൻ അവൾക്കായി അവിടെ കാത്തുനിൽക്കുന്നുണ്ടായിരുന്നു.

"നിങ്ങൾ ഇവിടെ ഉള്ളത് എന്റെ ഭാഗ്യമാണ്." അവൾ കിതച്ചുകൊണ്ട് പറഞ്ഞു. "പക്ഷേ ഞാൻ പ്രതിസന്ധി ഘട്ടത്തിലാണെന്ന് നിങ്ങളെങ്ങനെയാണ് മനസ്സിലാക്കിയത്? അതാണ് ഞാൻ ചിന്തിക്കുന്നത്."

"മുഖത്തു നിന്നും വായിച്ചെടുക്കാൻ കഴിയും, പ്രിയപ്പെട്ട മാഡം." പാർക്കർ പൈൻ സൗമ്യമായി പറഞ്ഞു. "ഒറ്റ നോട്ടത്തിൽ തന്നെ എനിക്ക് മനസ്സിലായി എന്തോ പ്രശ്നമുണ്ടെന്ന്, പക്ഷേ അതെന്താണെന്ന് നിങ്ങൾ പറയേണ്ടിയിരിക്കുന്നു."

പിന്നെ അവൾക്ക് വികാരങ്ങൾക്ക് കടിഞ്ഞാണിടാനായില്ല. അവൾ തന്റെ കൈയിലെ കത്ത് അയാളെയേൽപിച്ചു. കീശയിലെ ടോർച്ചിന്റെ വെളിച്ചത്തിൽ, അയാളത് വായിച്ചു.

"മ്മ്." അയാളൊന്ന് മൂളി. "വളരെ വ്യക്തമായ കത്ത്. സ്പഷ്ടമായി വിവരിച്ചിട്ടുണ്ട്. ഇതിലെ ചില കാര്യങ്ങൾ..."

പക്ഷേ വില്ലാർഡിന്റെ അമ്മയ്ക്ക് കത്തിലെ കാര്യങ്ങളെക്കുറിച്ച് ചർച്ച ചെയ്യാൻ താത്പര്യമില്ലായിരുന്നു. വില്ലാർഡിനെ രക്ഷിക്കാൻ ഇനി എന്തു ചെയ്യും? അവളുടെസ്വന്തം ചോര, പാവം വില്ലാർഡ്.

പാർക്കർ പൈൻ ആശ്വസിപ്പിച്ചു. ഗ്രീക്കിലെ കൊള്ളക്കാരെപ്പറ്റി അയാൾ വിശദമായി വിവരിച്ചു കൊടുത്തു. തട്ടിക്കൊണ്ടുപോയി പിടിച്ചുവെക്കപ്പെട്ടവരെ അവർ ഭദ്രമായി നോക്കും, പ്രത്യേകിച്ച് വില്ലാർഡ് ഒരു പൊന്മുട്ടയിടുന്ന താറാവാണ് അവർക്കു മുന്നിൽ.

"പക്ഷേ ഞാനെന്താണ് ചെയ്യേണ്ടത്?" അവൾ കരഞ്ഞു.

"നാളെവരെ കാത്തിരിക്കാം." പാർക്കർ പൈൻ പറഞ്ഞു. "അല്ലെങ്കിൽ, നേരെ പോലീസ് സ്റ്റേഷനിൽ പോയി പരാതി നൽകണം."

അവളുടെ ഉള്ളിലെ ഭയം അയാളുടെ വാക്കുകളെ തടസ്സപ്പെടുത്തി. അവളുടെ പുന്നാരമോന്റെ ജീവൻ അപഹരിക്കപ്പെടും!

"നിങ്ങൾക്ക് തോന്നുന്നുണ്ടോ വില്ലാർഡ് സുരക്ഷിതമായി തിരിച്ചെത്തുമെന്ന്?"

"അതിൽ ഒരു സംശയവും വേണ്ട." പാർക്കർ പൈൻ സാന്ത്വനിപ്പിച്ചു. "നിങ്ങൾക്ക് അവനെ പതിനായിരം പൗണ്ട് നൽകാതെ തിരിച്ചു കൊണ്ടുവരാൻ സാധിക്കുമോ എന്നതാണിവിടെ ചോദ്യം."

"എനിക്കെന്റെ മകനെ തിരികെ വേണം."

"അതെ, മനസ്സിലായി." പാർക്കർ പൈൻ അവളെ ആശ്വസിപ്പിക്കാൻ ശ്രമിച്ചു. "ശരി, ആരാണ് കത്ത് കൊണ്ടുവന്നു നൽകിയത്?"

"അയാളെ ഹോട്ടലുടമയ്ക്ക് അറിയില്ല. ഒരു അപരിചിതൻ."

"ഹാ! അപ്പോൾ സാധ്യതയുണ്ട്. നാളെ കത്തുമായി വരുന്ന ആളെ പിന്തുടരാം. നിങ്ങളുടെ മകന്റെ അഭാവത്തെക്കുറിച്ച് ഹോട്ടലിലെ ആളുകളോട് എന്താണ് പറയാൻ പോകുന്നത്?"

"ഞാൻ അതിനെപ്പറ്റി ചിന്തിച്ചിട്ടില്ല."

"എങ്കിൽ ഒരു കാര്യം ചെയ്യൂ. എന്റെ അഭിപ്രായത്തിൽ, നിങ്ങൾ മകനെ കാണാനില്ല എന്ന കാര്യം ഹോട്ടലിൽ അറിയിക്കൂ, അവർക്ക് നിങ്ങളുടെ മാനസികാവസ്ഥ മനസ്സിലാകും. അവർ മകനെ തിരയുന്നതിനായുള്ള ഏർപ്പാടുകൾ ചെയ്യും." പാർക്കർ പൈൻ നിർദ്ദേശിച്ചു.

"അങ്ങനെ ചെയ്താൽ, ആ ദുഷ്ടന്മാരെന്റെ മോനെ..." അവളുടെ വാക്കുകൾ ഇടറി.

"ഇല്ല, പേടിക്കണ്ട. തട്ടിക്കൊണ്ടുപോകലിനെയോ പണത്തെയോ കുറിച്ച് ഒന്നും പറയാതിരിക്കുന്ന പക്ഷം, ഒരു പ്രശ്നവും ഉണ്ടാവുകയില്ല. മാത്രമല്ല, സ്വന്തം മോനെ കാണാതായിട്ടും ഒന്നും ചെയ്യാതിരിക്കുന്നതിൽ അവർക്ക് സംശയം തോന്നുകയില്ലേ?"

"എനിക്കുവേണ്ടി നിങ്ങൾ എല്ലാം ചെയ്യാമോ?"

"തീർച്ചയായും." പാർക്കർ പൈൻ സമ്മതിച്ചു.

അവർ ഹോട്ടലിലേക്ക് തിരിച്ചു. അവർ വീണ്ടും ആ തടിച്ച ശരീരമുള്ളയാളെ കണ്ടു.

"അതാരാണ്?" പാർക്കർ പൈൻ നെറ്റി ചുളിച്ചുകൊണ്ട് ചോദിച്ചു.

"തോംപ്സൺ ആണെന്ന് തോന്നുന്നു."

"ഓഹ്!" പാർക്കർ പൈൻ ചിന്താകുലനായി.

"തോംപ്സൺ, അല്ലെ ? തോംപ്സൺ – ഹ്മ്."

പാർക്കർ പൈൻ മുന്നോട്ടുവെച്ച ആശയം നല്ലതായിരുന്നു എന്ന്, ഉറങ്ങാൻ കിടന്ന വില്ലാർഡിന്റെ അമ്മ ആശ്വസിച്ചു. കത്ത് കൊണ്ടുവന്ന ആൾക്ക് കൊള്ളക്കാരുമായി ബന്ധമുണ്ടാകും. അവൾ സ്വയം സമാധാനിച്ചു. ഉറങ്ങാൻ കഴിയില്ലെന്ന് കരുതിയെങ്കിലും, അവൾ വിചാരിച്ചതിലും വേഗം ഉറക്കത്തിലേക്ക് വഴുതിവീണു.

അടുത്ത ദിവസം രാവിലെ വസ്ത്രം മാറുന്നതിനിടയിൽ, ജനാലയ്ക്കു താഴെയായി നിലത്ത് എന്തോ കിടക്കുന്നത് കണ്ടു. അവൾ അതെടുത്തു– അവളുടെ ഹൃദയമിടിപ്പിന്റെ വേഗത കൂടി. അതെ വൃത്തികെട്ട, വില കുറഞ്ഞ കത്ത്; വെറുപ്പുളവാക്കിയ അതെ കൈയ്യക്ഷരം. അവളത് തുറന്നു.

ഗുഡ് മോർണിംഗ്, ലേഡീ. തീരുമാനം എടുത്തുകഴിഞ്ഞോ?
നിങ്ങളുടെ മകൻ സുഖമായിരിക്കുന്നു, പോറൽപോലു
മേൽക്കാതെ—ഇതുവരേയ്ക്കും. പക്ഷേ ഞങ്ങൾക്ക് പണം
ലഭിക്കണം. ഇത്രയും പെട്ടെന്ന് ഇത്രയും വലിയൊരു തുക

സ്വരൂപിക്കുക എന്നത് ദുഷ്കരം തന്നെയാണ്, പക്ഷേ നിങ്ങളുടെ പക്കൽ ഒരു വജ്രമാല ഉണ്ടെന്ന് ഞങ്ങൾക്കറിയാൻ കഴിഞ്ഞു. അമൂല്യമായ വജ്രങ്ങൾ പതിച്ചത്. പണത്തിനു പകരം, ആ മാല നൽകിയാലും ഞങ്ങൾക്ക് സ്വീകാര്യമാണ്. ശ്രദ്ധിക്കൂ, നിങ്ങൾ ചെയ്യേണ്ടത് ഇതാണ്. നിങ്ങളോ, അല്ലെങ്കിൽ നിങ്ങൾ തീരുമാനിക്കുന്ന ഒരാളോ മാലയുമായി മൈതാനത്തിലേക്ക് വരണം. അവിടെ നിന്നും വലിയ പാറയ്ക്കടുത്തായി നിൽക്കുന്ന മരത്തിനടുത്തേക്ക് പോകണം. ആരായാലും വരുന്നത് ഒറ്റയ്ക്കായിരിക്കണം, ഞങ്ങൾ വീക്ഷിക്കുന്നുണ്ടാകും. ശേഷം, മാലയ്ക്കു പകരമായി നിങ്ങളുടെ മകനെ തിരികെയേൽപിക്കും. നാളെ സൂര്യോദയത്തിന് ശേഷം, ആറ് മണിയാണ് സമയം. മകനെ കൈമാറിയ ശേഷം പോലീസിനെ അറിയിക്കാനാണ് ഭാവമെങ്കിൽ, സ്റ്റേഷനിലേക്ക് കാറിൽ പോകുന്ന വഴിക്ക് നിങ്ങളുടെ മകൻ വെടിയേറ്റ് മരിക്കും.

ഇത് ഞങ്ങളുടെ അവസാന വാക്കാണ്. നാളെ രാവിലെ മാല കൈയിലെത്തിയില്ലെങ്കിൽ, മകന്റെ ചെവികൾ നിങ്ങളെ തേടിയെത്തും. അടുത്ത ദിവസം മകന് കൊല്ലപ്പെടും.

അഭിവാദ്യങ്ങളോടെ, ഡിമിട്രിയസ്

അവൾ ഉടൻ തന്നെ പാർക്കർ പൈനിനെ അന്വേഷിച്ചു. അയാൾ കത്ത് ശ്രദ്ധയോടെ വായിച്ചു.

"മാലയെക്കുറിച്ച് അവർ പറഞ്ഞത് ശരിയാണോ?" അയാൾ ചോദിച്ചു.

"അതെ. എന്റെ ഭർത്താവ് വാങ്ങിത്തന്നതാണ് ഒരു ലക്ഷം ഡോളർ വിലയുള്ള ആ മാല."

"കാര്യവിവരമുള്ള കള്ളന്മാർ." പാർക്കർ പൈൻ സ്വയം പറഞ്ഞു.

"എന്താണ് പറഞ്ഞത്?"

"ഈ ഇടപാടിലെ മറ്റു വശങ്ങളെക്കുറിച്ച് ഞാൻ ചിന്തിക്കുക യായിരുന്നു."

"ഞാൻ പറയുന്നത് കേൾക്കൂ, പൈൻ. മറ്റൊന്നും ആലോചിക്കാൻ സമയമില്ല. എനിക്കെന്റെ മകനെ തിരികെ വേണം."

"പക്ഷേ നിങ്ങൾ ആദർശവാദിയായ ഒരു വനിതയാണ്. ഭീഷണിക്ക് വഴങ്ങി, ഒരു ലക്ഷം ഡോളർ നഷ്ടപ്പെടുത്തണോ? അത്രയും വിലയുള്ള വജ്രമാല വെറുതെ ഒരു കൂട്ടം കൊള്ളക്കാർക്ക് ദാനം ചെയ്യണോ?"

"ശരി, അങ്ങനെയെങ്കിൽ അങ്ങനെ. നിങ്ങൾ എന്തുവേണമെങ്കിലും കരുതിക്കോളൂ!" ആദർശവാദിയായ സ്ത്രീയും അമ്മയും തമ്മിലുള്ള പോരാട്ടമായിരുന്നു അവൾക്കുള്ളിൽ. "വേറെന്താണ് ഞാൻ ചെയ്യേണ്ടത്

—ഭീരുക്കളായ ക്രൂരന്മാർ! പൈൻ, എന്റെ മകനെ തിരികെ ലഭിച്ച അടുത്ത നിമിഷം തന്നെ, നാട്ടിലെ സകല പോലീസുകാരെയും ഞാൻ വിവരമറിയിക്കും. ഇനി, ആവശ്യമെങ്കിൽ, രക്ഷാ കവചമുള്ള കാർ സജ്ജീകരിച്ച്, ഞാനെന്റെ മകനെ റയിൽവേ സ്റ്റേഷനിലേക്ക് കൊണ്ടുപോകും!" അവളിലെ രോഷവും പകയും നുരഞ്ഞു പൊന്തി.

"ശ—രി." പാർക്കർ പൈൻ പറഞ്ഞു. "നോക്കൂ മാഡം. നിങ്ങളിൽ നിന്നും ഇങ്ങനൊരു കാര്യമുണ്ടാകുമെന്ന് അവർ ഊഹിച്ചിരിക്കുമെന്നാണ് എനിക്ക് തോന്നുന്നത്. വില്ലാർഡ് നിങ്ങളുടെ അടുത്തെത്തിയ ഉടൻ തന്നെ നിങ്ങൾ എല്ലാവരെയും വിവരമറിയിക്കും എന്നവർക്ക് അറിയാം. അതിനർത്ഥം, അവർ അതിനുള്ള തയ്യാറെടുപ്പുകൾ ചെയ്തിരിക്കാമെന്നാണ്."

"പിന്നെ ഞാനെന്താണ് ചെയ്യേണ്ടത്?"

പാർക്കർ പൈൻ പുഞ്ചിരിച്ചു. "എനിക്കൊരു ചെറിയ ബുദ്ധി തോന്നുന്നുണ്ട്." അയാൾ ഭക്ഷണ മുറി ചുറ്റമൊന്ന് നോക്കി. ആരും തന്നെയില്ല, രണ്ട് വശത്തെയും വാതിലുകളും അടച്ച നിലയിലാണ്. "എനിക്കൊരാളെ പരിചയമുണ്ട്, ഏതൻസിൽ. ആഭരണ വ്യാപാരിയാണ്. അയാൾ കൃത്രിമ രത്നങ്ങൾ നിർമ്മിക്കുന്നതിൽ വിദഗ്ധനാണ്. യഥാർത്ഥ രത്നങ്ങളെ വെല്ലുന്നവ." അയാളുടെ സ്വരം താഴ്ന്ന് സ്വകാര്യം പറയുന്നതു പോലെയായി. "ഞാൻ അയാളുമായി ടെലിഫോണിലൂടെ ബന്ധപ്പെടാം. നല്ല തരം കല്ലുകളുമായി, അയാൾക്ക് ഉച്ചയ്ക്ക് ഇവിടെ എത്താൻ സാധിക്കും."

"നിങ്ങൾ ഉദ്ദേശിക്കുന്നത്?"

"അയാൾ മാലയിൽ നിന്നും യഥാർത്ഥ വജ്രങ്ങൾ മാറ്റി, അയാൾ നിർമ്മിച്ചവ വെക്കും."

"ആണോ, ഞാൻ ഇതുവരെ കേട്ടതിൽ ഏറ്റവും മികച്ച കാര്യമാണിത്!" അവൾ അയാളെ ആരാധനയോടെ കണ്ണെടുക്കാതെ നോക്കി.

"ശ്! പതുക്കെ പറയൂ. നിങ്ങൾ ഒരു സഹായം ചെയ്യാമോ?"

"തീർച്ചയായും."

"ടെലിഫോണിൽ സംസാരിക്കുന്നതിനിടയിൽ ആരും ഈ വഴി വരാതെ നോക്കാമോ?"

അവൾ തലകുലുക്കി സമ്മതിച്ചു.

മാനേജറുടെ മുറിയിലായിരുന്നു ടെലിഫോൺ. നമ്പർ കണ്ടെടുക്കുന്നതിനായി പാർക്കർ പൈനിനെ സഹായിച്ച ശേഷം, മാനേജർ മര്യാദപൂർവ്വം മുറിയിൽ നിന്നും പുറത്തിറങ്ങി. പുറത്ത് വില്ലാർഡിന്റെ അമ്മ നിൽക്കുന്നുണ്ടായിരുന്നു.

"ഞാൻ പാർക്കർ പൈനിനായി കാത്തുനിൽക്കുകയാണ്." അവൾ പറഞ്ഞു. "ഞങ്ങൾ ഒന്ന് നടക്കാനിറങ്ങുകയാണ്."

"ഓഹ്, അതെയോ മാഡം."

തോംപ്സണും ഹാളിൽ ഉണ്ടായിരുന്നു. അയാൾ അവർക്കരികിലെത്തി, മാനേജറുമായി സംഭാഷണത്തിലേർപ്പെട്ടു.

“ഡെൽഫിയിൽ എവിടെയെങ്കിലും വീടുകൾ വിൽപ്പനയ്ക്കായുണ്ടോ? ഇല്ലേ? പക്ഷേ ഹോട്ടലിന് അപ്പുറത്തായി ഒന്നില്ലേ?”

“അതൊരു ഗ്രീക്കുകാരന്റെയാണ്, സർ. പക്ഷേ, അയാളത് വിൽക്കുന്നില്ല.”

“മറ്റു വീടുകൾ ഒന്നും തന്നെയില്ലേ?”

“പിന്നൊന്ന് ഒരു അമേരിക്കൻ വനിതയുടേതാണ്. അത് ഗ്രാമത്തിന്റെ മറ്റൊരു അറ്റത്താണ്. ഇപ്പോൾ അടച്ചിട്ടിരിക്കുകയാണ്. പിന്നെയൊരു ഇംഗ്ലീഷുകാരന്റെ വീടുണ്ട്, ഒരു കലാകാരനാണയാൾ. മലഞ്ചെരിവിന്നരികിൽ നിന്ന് ഐറ്റിയ നഗരത്തെ നോക്കുന്നതാണത്.”

വില്ലാർഡിന്റെ അമ്മ അവരുടെ ഒപ്പം കൂടി. അവളുടെ സംസാരത്തിന് സ്വാഭാവികമായും ശബ്ദം അധികമായിരുന്നു, അവൾ മനഃപൂർവ്വം വീണ്ടും ഉച്ചത്തിൽ പറഞ്ഞു, “ആണോ, അതുപോലൊരു സ്ഥലത്തൊരു വീട് എന്റെ സ്വപ്നമാണ്! പ്രകൃതിയോട് ഇണങ്ങിനിൽക്കുന്ന ഇടം. ഓർക്കുമ്പോൾ തന്നെ മനസ്സ് നിറയുന്നു, അല്ലെ തോംപ്സൺ? നിങ്ങളൊരു വീട് ആഗ്രഹിക്കുന്നുണ്ടെങ്കിൽ, അതുപോലൊന്ന് നിങ്ങളെ എന്തായാലും ആകർഷിക്കും. നിങ്ങൾ ആദ്യമായാണോ ഇവിടം സന്ദർശിക്കുന്നത്? കാണുമ്പോൾ തോന്നുന്നില്ല.”

പാർക്കർ പൈൻ മുറിയിൽ നിന്നും പുറത്തു വരുന്നതുവരെയും അവൾ സംഭാഷണം ദീർഘിപ്പിച്ചു കൊണ്ടിരുന്നു. പൈൻ പുറത്തുവന്ന ശേഷം, സൂചനയെന്നോണം അവൾക്കൊരു പുഞ്ചിരി സമ്മാനിച്ചു.

തോംപ്സൺ പതിയെ പടികളിറങ്ങി, പുറത്ത് റോഡിൽ കാത്തു നിൽക്കുന്ന, നേരത്തെ ഭക്ഷണം കഴിക്കുന്ന മുറിയിലുണ്ടായിരുന്ന അമ്മയുടെയും മകളുടെയും അടുത്തേക്ക് ചെന്നു. അവർ പ്രദർശിപ്പിക്കപ്പെട്ട കൈകളിലേറ്റ കുളിർക്കാറ്റിന്റെ തണുപ്പിനെ പഴിച്ചു കൊണ്ടിരിക്കുകയായിരുന്നു.

എല്ലാം നല്ല രീതിയിൽ മുന്നോട്ടു പോകുന്നു. ഒരു കാർ നിറയെ മറ്റു വിനോദസഞ്ചാരികളുമായി, ആഭരണ വ്യാപാരി അത്താഴത്തിനു മുൻപായി എത്തിച്ചേർന്നു. വില്ലാർഡിന്റെ അമ്മ തന്റെ മാലയുമായി അയാളുടെ മുറിയിലേക്ക് ചെന്നു. അയാൾ സമ്മതം മൂളി. ശേഷം ഫ്രഞ്ചിൽ പറഞ്ഞു.

“മാഡം വിശ്രമിച്ചോളൂ, ഞാനിതേറ്റു.” ബാഗിൽ നിന്നും കുറച്ച് പണിയായുധങ്ങളെടുത്ത് അയാൾ ജോലിയാരംഭിച്ചു.

പതിനൊന്ന് മണിക്ക്, പാർക്കർ പൈൻ, വില്ലാർഡിന്റെ അമ്മയുടെ കതകിൽ മുട്ടി. “ഇതാ!”

അയാൾ ചെറിയൊരു തുകൽ സഞ്ചി അവളെയേൽപ്പിച്ചു. അവളത് അഴിച്ചു നോക്കി.

“എന്റെ വജ്രങ്ങൾ!”

“ശ്! ഇതാ കൃത്രിമ വജ്രങ്ങൾ വെച്ച മാല! നന്നായിരിക്കുന്നു, അല്ലേ?”

“വളരെ മനോഹരം!”

“അരിസ്റ്റോപൗലോസ് സമർത്ഥനാണ്.”

“അവർക്ക് സംശയമൊന്നും തോന്നില്ലെന്ന് ഉറപ്പാണോ?”

“എങ്ങനെ തോന്നാൻ? നിങ്ങളുടെ കൈയ്യിൽ മാലയുള്ളത് അവർക്കറിയാം. നിങ്ങളത് കൈമാറാൻ പോകുന്നു. ഈ തന്ത്രം അവരെങ്ങനെ അറിയാനാണ്?”

“ശരി, ഇത് വളരെ മനോഹരമായിരിക്കുന്നു.” മാല തിരികെ നൽകുന്നതിനിടയിൽ അവൾ ആവർത്തിച്ചു. “അവരുടെ അടുത്തേക്ക് നിങ്ങൾ പോകാമോ? വീണ്ടുമൊരു സഹായം ചോദിക്കുന്നത് ബുദ്ധിമുട്ടാകുമോ?”

“ഞാൻ കൊണ്ടുപൊയ്ക്കൊള്ളാം. കത്ത് എനിക്ക് തരൂ, അവർ പറഞ്ഞ കാര്യങ്ങൾ വ്യക്തമായി പിന്തുടരാമല്ലോ. നന്ദി. ഇനി, ശുഭരാത്രി, *ധൈര്യമായിരിക്കൂ.* നാളത്തെ പ്രാതലിന്, നിങ്ങളുടെ മകൻ ഒപ്പമുണ്ടാകും.”

“ഓഹ്! ഞാനും അങ്ങനെ വിശ്വസിക്കുന്നു!”

“വിഷമിക്കണ്ട. എല്ലാം നോക്കിക്കോളാം.”

നല്ലൊരു രാത്രിയായിരുന്നില്ല അവൾക്ക്. ഉറക്കത്തിൽ, ദുഃസ്വപ്നങ്ങൾ അവളെ അലട്ടി. അതിൽ, വില്ലാർഡ് കുന്നിലൂടെ തന്റെ നിശാവസ്ത്രം ധരിച്ച് ഓടുകയായിരുന്നു. കൊള്ളക്കാർ കവചം ഘടിപ്പിച്ച കാറിൽ അവനെ പിന്തുടർന്നു തുടരെത്തുടരെ നിറയൊഴിക്കുന്നു.

ഭാഗ്യത്തിന് അവൾ ഉണർന്നു. അവസാനം, സൂര്യന്റെ ആദ്യകിരണം ഭൂമിയിൽ പതിച്ചു. അവൾ എഴുന്നേറ്റ് വസ്ത്രം മാറ്റി. അവൾ കാത്തിരുന്നു.

ഏഴ് മണിക്ക്, വാതിലിൽ ആരോ മുട്ടുന്നത് കേട്ടു. ഒന്നും പറയാനാകാത്തവിധം അവളുടെ തൊണ്ട വരണ്ടിരുന്നു.

“അകത്തേക്ക് വരൂ.” അവൾ പറഞ്ഞു.

കതക് തുറന്ന് തോംപ്സൺ അകത്തേക്ക് വന്നു. അവൾ അയാളെ തുറിച്ചുനോക്കി. വാക്കുകൾ ശബ്ദങ്ങളായില്ല. എന്തോ ഒരു അനിഷ്ടം സംഭവിച്ചതായി അവൾ ആശങ്കപ്പെട്ടു. എന്നാലും, അയാളുടെ ശബ്ദത്തിൽ സ്വാഭാവികതയും കാര്യപ്രസക്തിയും ഉണ്ടായിരുന്നു. അത് കേൾക്കാനിമ്പമുള്ളതും സൗമ്യവുമായിരുന്നു.

“ശുഭദിനം, മിസ്സിസ് പീറ്റർസ്.” അയാൾ അഭിവാദ്യം ചെയ്തു.

“എന്തു ധൈര്യത്തിലാണ്, സർ! എന്തു ധൈര്യത്തിലാണ് നിങ്ങൾ...”

“ഇത്രയും രാവിലെ നിങ്ങളെ കാണാൻ വരേണ്ടിവന്നതിൽ ഞാൻ ക്ഷമ ചോദിക്കുന്നു.” തോംപ്സൺ പറഞ്ഞു. “പക്ഷേ മനസ്സിലാക്കൂ, എനിക്ക് അത്യാവശ്യമായി നിങ്ങളുമായി ഒരു കച്ചവടം ചെയ്തു തീർക്കേണ്ട ആവശ്യമുണ്ട്.”

വില്ലാർഡിന്റെ അമ്മ സംശയദൃഷ്ടിയോടെ മുന്നോട്ടാഞ്ഞു. "അപ്പോൾ നീയാണല്ലെ എന്റെ മോനെ തട്ടിക്കൊണ്ടുപോയത്! കൊള്ളക്കാരൊന്നു മായിരുന്നില്ല!"

"തീർച്ചയായും കൊള്ളക്കാരായിരുന്നില്ല. എന്റെ അഭിപ്രായത്തിൽ, അത്ര മോശമായാണ് അവർ അക്കാര്യം നിർവ്വഹിച്ചത്. അത്രയും ബോധമില്ലാതെ."

വില്ലാർഡിന്റെ അമ്മയുടെ മനസ്സിൽ ഒരൊറ്റ ചിന്തയെ ഉണ്ടായിരുന്നുള്ളൂ. "എന്റെ മോനെവിടെ?" അവൾ അന്വേഷിച്ചു, കണ്ണുകളിൽ കോപത്തിന്റെ തീക്ഷ്ണത കത്തി.

"സത്യം പറഞ്ഞാൽ, അവൻ വാതിലിന് പുറത്ത് നിൽപുണ്ട്." തോംപ്സൺ പറഞ്ഞു.

"വില്ലാർഡ്"!"

വാതിൽ തള്ളിത്തുറക്കപ്പെട്ടു. വിളറി വെളുത്ത, കണ്ണട ചൂടിയ, കൗമാരത്തിന്റെ ലക്ഷണം ചെറു രോമങ്ങളായി മുഖത്ത് ധരിച്ച, വില്ലാർഡിനെ, അമ്മ മാറിലേക്ക് മുറുകെ പുണർന്നു. തോംപ്സണിന്റെ കണ്ണുകളിൽ വാത്സല്യം നിറഞ്ഞു.

"എന്തൊക്കെ പറഞ്ഞാലും," അവൾ സ്വബോധം വീണ്ടെടുത്ത് തോംപ്സണിനു നേരെ തിരിഞ്ഞു. "ഞാൻ നിങ്ങൾക്കെതിരെ പരാതി കൊടുക്കും. ഉറപ്പായും കൊടുക്കും."

"അമ്മ തെറ്റിദ്ധരിച്ചിരിക്കുകയാണ്. ഇദ്ദേഹമാണ് എന്നെ രക്ഷിച്ചത്." വില്ലാർഡ് പറഞ്ഞു.

"നീ എവിടെയായിരുന്നു?"

"മലഞ്ചെരിവിലെ ഒരു വീട്ടിൽ. ഇവിടെ നിന്നും ഒരു മൈൽ ദൂരം മാത്രം."

"നിങ്ങളുടെ വസ്തു തിരികെ നൽകാൻ എന്നെ അനുവദിക്കു, മിസ്സിസ് പീറ്റർസ്." തോംപ്സൺ പറഞ്ഞു.

ടിഷ്യൂ പേപ്പറിൽ പൊതിഞ്ഞ ഒരു ചെറു പൊതി അയാൾ അവൾക്കു നൽകി. പേപ്പറിന്റെ മറ നീക്കിയപ്പോൾ, അവളുടെ വജ്രമാല.

"കല്ലുകളടങ്ങിയ മറ്റൊരു ചെറിയ സഞ്ചി നിങ്ങളിനി സൂക്ഷിക്കേണ്ടതില്ല. യഥാർത്ഥ വജ്രങ്ങൾ മാലയിൽ തന്നെയുണ്ട്. ആ തുകൽ സഞ്ചിയിലുള്ളത് കൃത്രിമ വജ്രങ്ങളാണ്. നിങ്ങളുടെ സുഹൃത്ത് പറഞ്ഞതു പോലെ, അരിസ്റ്റോപൗലോസ് സമർത്ഥനാണ്." തോംപ്സൺ പുഞ്ചിരിച്ചു.

"എനിക്കൊന്നും മനസ്സിലാകുന്നില്ല." അവൾ ആകാംക്ഷാഭരിതയായി.

"എന്റെ കാഴ്ചപ്പാടിൽ നിന്നും നിങ്ങൾ സംഭവത്തെ നോക്കിക്കാണൂ." തോംപ്സൺ പറഞ്ഞുതുടങ്ങി. "ഒരു പേരാണ് എന്റെ ശ്രദ്ധ പിടിച്ചുപറ്റിയത്. വാതിലിന് പുറത്തിറങ്ങിയ നിങ്ങളെയും നിങ്ങളുടെ തടിച്ച സുഹൃത്തിനെയും പിന്തുടരാനുള്ള സ്വാതന്ത്ര്യം ഞാനെടുത്തു. നിങ്ങളുടെ സംഭാഷണവും ഞാൻ

ശ്രദ്ധിച്ചു. വളരെ കൗതുകകരമായ സംഭാഷണമായിരുന്നു അത് എന്നത് സമ്മതിക്കാതെ വയ്യ. എന്റെ ഊഹം ശരിയാണെന്ന ഉറപ്പിൽ, ഞാൻ മാനേജറെയും വിശ്വാസത്തോടെ കൂടെക്കൂട്ടി. പുറമേ മാന്യനായ നിങ്ങളുടെ സുഹൃത്ത് ബന്ധപ്പെട്ട നമ്പർ കുറിച്ചുവെക്കുവാനും, അയാളും നിങ്ങളും തമ്മിലുള്ള ഭക്ഷണ മുറിയിലെ രാവിലത്തെ ചർച്ച ചോർത്തിയെടുക്കുവാൻ ഒരു ഹോട്ടൽ ജീവനക്കാരനെ ഏർപ്പാടാക്കുവാനും മാനേജർ സഹായിച്ചു.

"പദ്ധതി കൃത്യമായി തന്നെ മുന്നോട്ടുപോയി. സമർത്ഥരായ രണ്ട് ആഭരണ മോഷ്ടാക്കളുടെ വലയിൽ നിങ്ങൾ കുടുങ്ങുകയായിരുന്നു. അവർക്ക് നിങ്ങളുടെ വജ്രമാലയെക്കുറിച്ച് അറിയാം; അവർ നിങ്ങളെ പിന്തുടരുന്നു; നിങ്ങളുടെ മകനെ പിടിച്ചുകൊണ്ടുപോയി, 'കൊള്ളക്കാർ' എന്ന പേരിൽ ബാലിശമായ ഒരു കത്ത് തയ്യാറാക്കുന്നു. ആ പദ്ധതിയുടെ പ്രധാന സൂത്രധാരനിൽ തന്നെ നിങ്ങൾ വിശ്വാസമർപ്പിച്ച് ചുമതലയേൽപ്പിക്കും തരത്തിൽ അവർ കാര്യങ്ങളെത്തിക്കുന്നു.

"അതിനു ശേഷം, പിന്നീടെല്ലാം എളുപ്പമായി. അയാൾ കൃത്രിമ വജ്രങ്ങൾ നിങ്ങളുടെ കൈയിൽ വെച്ച്, കൂട്ടുകാരനുമായി സ്ഥലം വിടുന്നു. ഇന്ന് രാവിലെയും നിങ്ങളുടെ മകൻ വരാതിരിക്കുമ്പോൾ, നിങ്ങളുടെ ഭയം വർദ്ധിക്കും. നിങ്ങളുടെ സുഹൃത്തിനെയും കാണാതാകുമ്പോൾ, നിങ്ങൾ കരുതും അയാളെയും അവർ പിടിച്ചുവെച്ചുവെന്ന്. മകനെ ഒളിപ്പിച്ചുവെച്ച വീട്ടിലേക്ക് നാളെ ആരോ ഒരാളെ അയക്കാനുള്ള ഒരുക്കത്തിലായിരുന്നു അവരെന്ന് ഞാനറിഞ്ഞു. ആ പോകുന്ന ആൾ നിങ്ങളുടെ മകനെ കാണുകയും, അയാളും നിങ്ങളും ചേർന്ന് മോഷ്ടാക്കളുടെ പദ്ധതി എന്താണെന്ന് മനസ്സിലാക്കിത്തുടങ്ങുകയും ചെയ്യുന്നതിനുള്ളിൽ, വില്ലന്മാർ കടന്നു കളഞ്ഞിട്ടുണ്ടാകും."

"എന്നിട്ട് ഇപ്പോഴോ?"

"ആഹ്, അവരെ ഭദ്രമായി പൂട്ടിയിട്ടിട്ടുണ്ട്. ഞാൻ അതിനുള്ള ഏർപ്പാടുകൾ ചെയ്തിട്ടുണ്ട്."

"വില്ലൻ" തന്റെ വിശ്വാസ്യതയെ അമർഷത്തോടെ ഓർത്തുകൊണ്ട് അവൾ പറഞ്ഞു. "പുറമെ മാധുര്യവും മാന്യതയും പ്രകടിപ്പിക്കുന്ന വില്ലൻ."

"തീർത്തും നല്ലവനല്ല." തോംപ്സൺ ശരിവെച്ചു.

"നിങ്ങൾക്കെങ്ങനെയാണ് ഇതെല്ലാം കണ്ടെത്താനായത് എന്നത് എന്നെ അതിശയിപ്പിക്കുന്നു." വില്ലാർഡിന് ആരാധന അടക്കി വെക്കാനായില്ല. "താങ്കളൊരു ബുദ്ധിമാൻ തന്നെ."

അയാൾ വിനയത്തോടെ അല്ലെന്ന് തലയാട്ടി. "അല്ലല്ല." അയാൾ പറഞ്ഞു. "നിങ്ങൾ ആൾമാറാട്ടത്തിൽ യാത്ര ചെയ്യുമ്പോൾ നിങ്ങളുടെ സ്വന്തം പേര് വെറുതെ എടുക്കുന്നത് കേൾക്കുമ്പോൾ—"

വില്ലാർഡിന്റെ അമ്മ അയാളെ തുറിച്ചു നോക്കി. "ആരാണ് നിങ്ങൾ?" അവൾ സമയം കളഞ്ഞില്ല.

"ഞാനാണ് പാർക്കർ പൈൻ." അയാൾ സ്വയം പരിചയപ്പെടുത്തി.

വഞ്ചകനായ അപരിചിതന്റെ സാഹസം

"വളരെ വിരസമായ ദിനം," ടോമി കോട്ടുവായിട്ടു.

"ചായയ്ക്കുള്ള സമയമായി." പറഞ്ഞിട്ട് ടപ്പെൻസും കോട്ടുവായിട്ടു.

അന്താരാഷ്ട്ര കുറ്റാന്വേഷണ ഏജൻസിയിലെ ജോലി അത്ര ഊർജ്ജസ്വലമായിരുന്നില്ല. ഇറച്ചി വ്യാപാരിയിൽ നിന്നും പ്രതീക്ഷിച്ച കത്ത് ഇതുവരെ വന്നെത്തിയില്ല. വരുന്ന മറ്റു കേസുകളൊന്നും തന്നെ വിശ്വാസയോഗ്യവുമല്ല.

ഓഫീസിലെ സഹായിയായ ആൽബർട്ട്, ഭദ്രമായ അടച്ച ഒരു പൊതി കൊണ്ടുവന്ന് മേശമേൽ വെച്ചു.

"ഭദ്രമായടച്ച പൊതിയിലെ നിഗൂഢത," ടോമി മന്ത്രിച്ചു. "റഷ്യയിലെ മഹാപ്രഭ്വിയുടെ മനോഹരമായ പവിഴമുത്തുകളാണോ? അതോ ബ്ലന്റ്സ് ബ്രില്യന്റ് ഡിറ്റക്ടീവ്സിനെ തകർത്തു തരിപ്പണമാക്കാനുള്ള മാരകമായ സ്ഫോടകവസ്തുക്കളോ?"

"അതൊന്നുമല്ല," ടപ്പെൻസ് പൊതി തുറന്നു. "ഫ്രാൻസിസ് ഹാവിലാണ്ടിനുള്ള എന്റെ വിവാഹസമ്മാനമാണിത്. നന്നായിട്ടുണ്ട്, അല്ലേ?"

അവളുടെ നീട്ടിയ കൈയിൽ നിന്നും, വെള്ളിയിൽ തീർത്ത, നേർത്ത സിഗരറ്റ് കേസ് ടോമി എടുത്തു. അവളുടെ കൈയ്യക്ഷരത്തിൽ തന്നെ അതിൽ മുദ്രണം ചെയ്യപ്പെട്ടിരുന്നു, *'ഫ്രാൻസിസ്, ടപ്പെൻസിൽ നിന്നും'*. അതൊന്നു തുറന്നു നോക്കിയ ശേഷം, അടച്ച് തിരികെ നൽകുമ്പോൾ അവൻ അതെ എന്ന് തലകുലുക്കി.

"നീ വെറുതെ പണം ചെലവഴിക്കുകയാണ്, ടപ്പെൻസ്." അവൻ വിമർശിച്ചു. "അടുത്ത മാസം എന്റെ പിറന്നാളിന്, ഇതുപോലൊരെണ്ണം എനിക്ക് വേണം, സ്വർണ്ണത്തിൽ. ഫ്രാൻസിസ് ഹാവിലാണ്ടിനു വേണ്ടി ആരെങ്കിലും ഇത്രയും പണം കളയുമോ ഇത്രയും ഭോഷനായൊരാളെ ഇതുവരെ കണ്ടിട്ടില്ല, ഇനി കാണാനൊട്ടു സാധ്യതയുമില്ല!"

"അദ്ദേഹം ഒരു ജനറൽ ആയിരുന്ന കാലത്ത്, യുദ്ധസമയങ്ങളിൽ

എന്റെ വാഹനത്തിൽ ഞങ്ങളൊരുമിച്ച് യാത്ര ചെയ്യാറുണ്ടായിരുന്നു. ആഹ്! സുവർണ്ണ കാലഘട്ടമായിരുന്നു അത്."

"ശരിയാണ്," ടോമി ശരിവെച്ചു. "ആശുപത്രിയിൽ വെച്ച് സുന്ദരിയായ സ്ത്രീകൾ വന്ന് എന്റെ കൈകളിൽ പിടിക്കുമായിരുന്നു, എല്ലാം ഓർമ്മകൾ. പക്ഷേ അവർക്കൊന്നും ഞാൻ വിവാഹ സമ്മാനങ്ങൾ അയയ്ക്കാറില്ല. നീ അയക്കുന്ന സമ്മാനം കല്യാണപ്പെണ്ണിന് അത്ര ഇഷ്ടമാകുമെന്ന് എനിക്ക് തോന്നുന്നില്ല ടപ്പെൻസ്."

"ഇത് കാണാനും അഴകുണ്ട്, പോക്കറ്റിൽ വെക്കാനും സൗകര്യമുണ്ട്, അല്ലേ?" അവന്റെ വിമർശനങ്ങളെ അവഗണിച്ച് അവൾ ചോദിച്ചു.

ടോമി അതവന്റെ കീശയിൽ ഇട്ടു.

"അതെ, ശരിയാണ്." ടോമി സമ്മതിച്ചു. "വരൂ. ഉച്ചയ്ക്കു ശേഷമുള്ള കത്തുകളുമായി ആൽബർട്ട് എത്തിയിരിക്കുന്നു. "പെർത്ത്ഷൈറിലെ പ്രഭ്വിയുടെ വിലമതിക്കാനാകാത്ത പീക്കിനെ (Peke - ഒരിനം നായ) കണ്ടെത്താനായി നമ്മളെ ചുമതലപ്പെടുത്താനുള്ള കത്തായിരിക്കാനാണ് സാധ്യത."

അവർ കത്തുകളിലൂടെ പരതി. ടോമി പെട്ടെന്ന് നീളത്തിലൊരു ചൂളമടിച്ചു, അവന്റെ കൈയിൽ ഒരു കത്തുണ്ടായിരുന്നു.

"റഷ്യൻ സ്റ്റാമ്പ് പതിച്ച ഒരു നീല കത്ത്. നമ്മുടെ മേലുദ്യോഗസ്ഥൻ പറഞ്ഞതോർമ്മയുണ്ടല്ലോ? ഇത്തരം കത്തുകൾ നന്നായി നിരീക്ഷിക്കണം."

"കൊള്ളാം, അല്ലേ ?" ടപ്പെൻസ് പറഞ്ഞു. "അവസാനം, അത് സംഭവിച്ചിരിക്കുന്നു. തുറക്കൂ, എന്നിട്ട് അതിലെ കാര്യങ്ങൾ നിർദ്ദേശിച്ചതു പ്രകാരം തന്നെയാണോ എന്ന് നോക്കൂ. ഇറച്ചി വ്യാപാരി, അല്ലേ? ഒരു മിനിറ്റ്. ചായയ്ക്ക് പാൽ വാങ്ങണം, രാവിലെ അവർ കൊണ്ടുവരാൻ മറന്നുപോയി. വാങ്ങാനായി ആൽബർട്ടിനെ അയക്കാം."

അവൾ പുറത്തെ മുറിയിൽ ചെന്ന് ആൽബർട്ടിനെ പാൽ വാങ്ങാനായി ഏൽപിച്ച് തിരികെ വരുമ്പോൾ, ടോമി ആ നീല കത്തുമായി ഇരിക്കുകയായിരുന്നു.

"നമ്മൾ കരുതിയതു പോലെതന്നെ, ടപ്പെൻസ്," അവൻ പറഞ്ഞു. "ചീഫ് പറഞ്ഞത് അക്ഷരം പ്രതി ശരിയാണ്."

അവനിൽ നിന്നും കത്ത് വാങ്ങി, ടപ്പെൻസ് വായിച്ചു.

ശ്രദ്ധാപൂർവ്വം എഴുതിയ ഒരു ഇംഗ്ലീഷ് കത്തായിരുന്നു അത്. ഭാര്യയെക്കുറിച്ചുള്ള വാർത്തകൾക്കായി ഉത്കണ്ഠാകുലനായിരിക്കുന്ന ഗ്രിഗൊർ ഫിയൊഡോർസ്കി എന്നൊരാളിൽ നിന്നും. ആ സ്ത്രീയെ കണ്ടെത്താനുള്ള പരിശ്രമത്തിന്റെ ചെലവിനായുള്ള തുക അന്താരാഷ്ട്ര കുറ്റാന്വേഷന ഏജൻസിയുടെ പക്കലുണ്ടായിരുന്നില്ല. പന്നിയിറച്ചി വ്യാപാരം വിഷമഘട്ടത്തിലായിരുന്നതിനാൽത്തന്നെ, ഫിയൊഡോർസ്കിക്ക് ഇപ്പോൾ റഷ്യയിൽ നിന്നും വരാനും കഴിയുകയില്ല.

"എന്തായിരിക്കും ഇതിന്റെ അർത്ഥമെന്നാണ് ഞാനാലോചിക്കുന്നത്." ടപ്പെൻസ് ചിന്തയിൽ മുഴുകി, തനിക്ക് മുന്നിലെ മേശയിൽ നിന്നും ഒരു പേപ്പർ എടുത്തു.

"എന്തെങ്കിലും സൂചനയായിരിക്കുമെന്നാണ് ഞാൻ കരുതുന്നത്," ടോമി പറഞ്ഞു. "അത് നമുക്കറിയേണ്ടതില്ല. എത്രയും പെട്ടെന്ന് ചീഫിനെ ഏൽപ്പിക്കുക എന്നതാണ് നമ്മുടെ ദൗത്യം. സ്റ്റാമ്പ് ഇളക്കി മാറ്റി, അതിനു താഴെയായി നമ്പർ 16 എന്നെഴുതിയിട്ടുണ്ടോ എന്ന് നോക്കുന്നത് ഗുണം ചെയ്യും."

"ശരി." ടപ്പെൻസ് പറഞ്ഞു. "പക്ഷേ എനിക്ക് തോന്നുന്നു..."

അവൾ പെട്ടെന്ന് സ്തബ്ധയായി നിന്നു. അവളുടെ വാക്കുകൾ പെട്ടെന്ന് നിലച്ചപ്പോൾ നോക്കിയ ടോമി കണ്ടത്, വാതിൽക്കൽ വഴി മറച്ച് നിൽക്കുന്ന ഒരു വലിയ പുരുഷ രൂപമാണ്.

കയറിവന്ന ആൾ കാഴ്ചയിൽ ഗൗരവമുള്ള രൂപമായിരുന്നു; വിരിഞ്ഞ മാറിടവും, വൃത്താകൃതിയിലുള്ള തലയും, ബലിഷ്ഠമായ താടിയെല്ലും. നാൽപത്-നാൽപത്തിയഞ്ച് വയസ്സ് തോന്നിക്കും.

"ക്ഷമിക്കണം." മുറിക്കകത്തേക്ക് കടന്ന അയാൾ തൊപ്പിയൂരി കൈയ്യിൽ പിടിച്ചു. "പുറത്തെ മുറിയിൽ ആളില്ലായിരുന്നു. ഈ വാതിൽ തുറന്നു കണ്ടപ്പോൾ, കയറിവരാമെന്ന് കരുതി. ഇത് ബ്ലന്റ്സ് അന്താരാഷ്ട്ര കുറ്റാന്വേഷണ ഏജൻസി അല്ലേ?"

"അതെ."

"അപ്പോൾ നിങ്ങൾ, നിങ്ങളായിരിക്കും ബ്ലന്റ്? മിസ്റ്റർ തിയൊഡോർ ബ്ലന്റ്, അല്ലെ?"

"ഞാനാണ് ബ്ലന്റ്. എന്നെ കാണാൻ വന്നതാണോ? ഇതെന്റെ സെക്രട്ടറി, മിസ്സ് റോബിൻസൺ."

ടപ്പെൻസ് പുഞ്ചിരിച്ചുകൊണ്ട് തലകുലുക്കി, പക്ഷേ അയാളുടെ ശ്രദ്ധ പിടിച്ചുപറ്റാതെ തന്നെ ആ അപരിചിതനെ നിരീക്ഷിക്കുന്നത് തുടരാനും അവൾ മറന്നില്ല. അയാൾ എത്ര നേരമായിക്കാണും വാതിൽക്കൽ നിൽക്കാൻ തുടങ്ങിയിട്ട്, എത്രത്തോളം കാര്യങ്ങൾ കണ്ടിട്ടും കേട്ടിട്ടുമുണ്ടാകും എന്നൊക്കെയാണ് അവൾ ചിന്തിച്ചുകൊണ്ടിരുന്നത്. അയാൾ ടോമിയോട് സംസാരിച്ചുകൊണ്ടിരിക്കുന്നതിനിടയിലും, അവളുടെ കൈയിലെ നീല പേപ്പറിലേക്ക് അയാൾ ഇടയ്ക്കിടെ നോക്കുന്നത് അവളുടെ ശ്രദ്ധയാകർഷിച്ചു.

സൂചനയോടു കൂടിയ ടോമിയുടെ ഉറച്ച സ്വരം അവളെ ഉണർത്തി.

"മിസ്സ് റോബിൻസൺ, ദയവായി കാര്യങ്ങൾ കുറിച്ചെടുക്കൂ. ഇനി പറയൂ സർ, എന്തു കാര്യത്തിലാണ് താങ്കൾക്കെന്റെ സഹായം ആവശ്യമായുള്ളത്?"

ടപ്പെൻസ് പേപ്പറും പെൻസിലുമെടുത്തു.

ആ വലിയ പുരുഷരൂപത്തിൽ നിന്നും പരുക്കൻ ശബ്ദം പുറത്തുവന്നു.

“എന്റെ പേര് ബോവർ. ഡോ. ചാൾസ് ബോവർ. ഞാൻ ഹാംപ്സ്റ്റെഡിലാണ് താമസിക്കുന്നത്, ജോലിയും അവിടെത്തന്നെ. ഈയിടെയായി എന്റെ വീട്ടിൽ പല അസാധാരണ സംഭവങ്ങളും നടക്കുന്നുണ്ട്, അതിനായാണ് ഞാൻ നിങ്ങളെ കാണാൻ വന്നത് ബ്ലന്റ്.”

“അതെയോ, ഡോ. ബോവർ?”

“കഴിഞ്ഞ ആഴ്ച തന്നെ, രണ്ട് തവണ എന്നെ ടെലിഫോണിൽ വിളിച്ച് രോഗി അത്യാസന്ന നിലയിലാണെന്നും, അത്യാവശ്യമായി വരണമെന്നും അറിയിച്ചു. പക്ഷേ പിന്നീടാണ് മനസ്സിലായത്, അത് രണ്ടും വ്യാജമായിരുന്നു എന്ന്. ആദ്യ തവണ ഞാൻ കരുതിയത്, എന്നെ പറ്റിക്കാൻ വേണ്ടി ആരെങ്കിലും തമാശയ്ക്ക് ചെയ്തതാവും എന്നാണ്. പക്ഷേ രണ്ടാമത്തെ തവണ വീട്ടിലേക്കു തിരിച്ചുവന്നപ്പോൾ കണ്ടത്, ഞാൻ എടുത്തുവെച്ചിരുന്ന പ്രധാനപ്പെട്ട പേപ്പറുകൾ സ്ഥലം മാറ്റിവെക്കപ്പെട്ടിരിക്കുന്നു. എനിക്കിപ്പോൾ തോന്നുന്നു, ആദ്യത്തെ പ്രാവശ്യവും ഇങ്ങനെ സംഭവിച്ചിട്ടുണ്ടാകാമെന്ന്. നന്നായി നോക്കിയപ്പോഴാണ് മനസ്സിലായത്, ആരൊക്കെയോ എന്റെ മേശയിലെ സാധനങ്ങൾ മുഴുവനും വലിച്ചുവാരിയിട്ടു തിരച്ചിൽ നടത്തിയിട്ടുണ്ടെന്നും, പല പേപ്പറുകളും ധൃതിയിൽ മാറ്റിവെക്കപ്പെട്ടിരിക്കുന്നുവെന്നും.”

ബോവർ ഒന്ന് നിർത്തി, ടോമിയെ നോക്കി.

“മിസ്റ്റർ ബ്ലന്റ്?”

“പറയൂ, ഡോ. ബോവർ.” ടോമി പുഞ്ചിരിച്ചു.

“നിങ്ങൾ എന്താണ് കരുതുന്നത്?”

“ആദ്യം, എനിക്കറിയേണ്ടത് വിശദാംശങ്ങളാണ്. എന്തായിരുന്നു നിങ്ങൾ മേശയിൽ സൂക്ഷിച്ചിരുന്നത്?”

“എന്റെ പ്രധാനപ്പെട്ട കുറിപ്പുകൾ.”

“അതുതന്നെ. എന്തായിരുന്നു അതിലെ ഉള്ളടക്കം? ഒരു സാധാരണ വ്യക്തിക്കോ കള്ളനോ അവ മോഷ്ടിക്കുന്നതിൽ നിന്നും എന്താണ് നേട്ടം?”

“ഒരു സാധാരണ മോഷ്ടാവിന് അതുകൊണ്ട് ഉപകാരമൊന്നും ഉണ്ടാകില്ല. പക്ഷേ അതിൽ സങ്കീർണ്ണമായ ക്ഷാരഗുണമുള്ള വസ്തുക്കളെക്കുറിച്ചുള്ള വിവരങ്ങളായതിനാൽത്തന്നെ, ആ വിഷയത്തിൽ സാങ്കേതികമായി അറിവുള്ള ഒരാൾക്ക് അത് ഗുണം ചെയ്യും. കഴിഞ്ഞ കുറച്ച് വർഷങ്ങളായി ഞാൻ ഈ വിഷയത്തിൽ പഠനം നടത്തിക്കൊണ്ടിരിക്കുകയാണ്. ആ വസ്തുക്കളിൽ കൊടിയ വിഷാംശം അടങ്ങിയിട്ടുള്ളവയാണ്, മാത്രമല്ല, അവ എന്തിലെങ്കിലും ചേർക്കുന്നതിലൂടെ അവയുടെ സാന്നിധ്യം കണ്ടെത്തുന്നതും ദുഷ്കരമാണ്. അവയുടെ രാസപ്രവർത്തനങ്ങളെക്കുറിച്ചുള്ള അറിവുകൾ പരിമിതമാണ്.”

“അപ്പോൾ അവയെപ്പറ്റിയുള്ള രഹസ്യങ്ങൾ വിലമതിക്കുന്നതാണല്ലേ?”

“എന്തും ചെയ്യാൻ മടിയില്ലാത്തൊരാൾക്ക്, അതെ.”

"നിങ്ങൾക്ക് ആരെയെങ്കിലും സംശയമുണ്ടോ?"

ഡോക്ടർ തന്റെ വലിയ തോളുകൾ കുലുക്കി.

"എന്റെ അറിവിൽ, വീട് കുത്തിത്തുറന്ന് പുറത്തു നിന്നുള്ളവരാരും അതിക്രമിച്ചു കയറിയിട്ടില്ല. അതിനർത്ഥം എന്റെ വീട്ടിനകത്തുള്ള ആരെയോ ആണ് സംശയിക്കേണ്ടിയിരിക്കുന്നത്, അതെനിക്ക് ഉൾക്കൊള്ളാൻ പോലും കഴിയുന്നില്ല..." അയാൾ പെട്ടെന്ന് ഒരു ഇടവേളയിട്ടു. ശേഷം തുടർന്നു, അയാളുടെ ശബ്ദത്തിൽ ഗൗരവം നിറഞ്ഞു.

"ബ്ലന്റ്, നിങ്ങളെ പൂർണ്ണമായി വിശ്വസിച്ചുകൊണ്ട് ഞാൻ എന്നെ മൊത്തമായും നിങ്ങളുടെ കൈകളിൽ ഏല്പിക്കുകയാണ്. ഇക്കാര്യം പോലീസിനെ അറിയിക്കാനുള്ള ധൈര്യമെനിക്കില്ല. എന്റെ മൂന്ന് ജോലിക്കാരിൽ ഒരാളാണെന്ന് എനിക്കുറപ്പാണ്. അവരെല്ലാം പക്ഷേ, എന്റെ കൂടെ നിൽക്കാൻ തുടങ്ങിയിട്ട് ഒരുപാട് നാളായി, വിശ്വസ്തരുമാണ്. എന്നിരുന്നാലും, ഒരാളെയും പൂർണ്ണമായും മനസ്സിലാക്കാൻ കഴിയില്ലല്ലോ. പിന്നെ എന്റെ കൂടെ താമസിക്കുന്നത് എന്റെ രണ്ട് മരുമക്കളാണ്; ബെർട്രാം, ഹെൻറി. ഹെൻറി നല്ല പയ്യനാണ്, വളരെ നല്ല പയ്യൻ, ഇതുവരെ എനിക്ക് ഒരു വിഷമവും അവനുണ്ടാക്കിയിട്ടില്ല, കഠിനാദ്ധ്വാനിയുമാണ്. പക്ഷേ ബെർട്രാമിനെക്കുറിച്ചു പറയുന്നതിൽ വിഷമമുണ്ട്, അവന്റെ സ്വഭാവം അല്പം വ്യത്യസ്തമാണ്; തീരെ ഇണക്കമില്ലാത്തവനും, ധൂർത്തനും, പോരാത്തതിന് മടിയനും."

"ആണല്ലേ." ടോമി ഒരു നിമിഷം ചിന്തിച്ചു. "നിങ്ങളുടെ മരുമകൻ ബെർട്രാമിന് ഈ സംഭവത്തിൽ പങ്കുണ്ടെന്ന് നിങ്ങൾ സംശയിക്കുന്നു. എനിക്കതിനോട് യോജിപ്പില്ല. എനിക്ക് ആ നല്ല പയ്യനെയാണ് സംശയം—ഹെൻറി."

"അതെന്തുകൊണ്ട്?"

"അനുഭവങ്ങൾ. മുൻകാല സംഭവങ്ങൾ." ടോമി അലസമായി പറഞ്ഞു. "എന്റെ അനുഭവത്തിൽ, സംശയമുളവാക്കുന്നവരെല്ലാം നിഷ്കളങ്കരായിരിക്കും—അല്ലാത്തവർ തിരിച്ചും, സർ. അതെ, എനിക്ക് ഹെൻറിയിലാണ് സംശയം."

"ഒരു നിമിഷം, മിസ്റ്റർ ബ്ലന്റ്." ടപ്പെൻസ് വിനയപൂർവ്വം ഇടപെട്ടു. "ഡോ. ബോവർ പറഞ്ഞതിൻ പ്രകാരം, പ്രധാനപ്പെട്ട ആ പേപ്പറുകൾ—ക്ഷാരഗുണമുള്ള വസ്തുക്കളെക്കുറിച്ചുള്ളവ—എല്ലാം മറ്റു പേപ്പറുകൾക്കൊപ്പമാണോ മേശയിൽ സൂക്ഷിച്ചിരുന്നത്?"

"മേശയിൽ തന്നെയാണ് വെച്ചിരുന്നത്, എന്നാൽ ഒരു രഹസ്യ അറയിലായിരുന്നു എന്നു മാത്രം. അതിന്റെ സ്ഥാനങ്ങൾ എനിക്ക് മാത്രമെ അറിയുകയുള്ളൂ. പക്ഷേ അതെല്ലാം ഇപ്പോൾ താറുമാറായിരിക്കുന്നു."

"ഡോ. ബോവർ നിങ്ങൾ എന്ത് സഹായമാണ് എന്നിൽ നിന്നും പ്രതീക്ഷിക്കുന്നത്?" ടോമി ചോദിച്ചു. "ഇനിയുമൊരു തിരച്ചിൽ നടക്കാൻ സാധ്യതയുണ്ടെന്നാണോ നിങ്ങൾ അനുമാനിക്കുന്നത്?"

"അതെ, മിസ്റ്റർ ബ്ലന്റ്. അങ്ങനെ കരുതാനുള്ള കാരണവുമുണ്ട്. കുറച്ച് ആഴ്ചകൾക്കു മുൻപ് ഞാൻ ബോണ്മൌത്തിലേക്ക് നിർദ്ദേശിച്ച ഒരു രോഗിയിൽ നിന്നും, ഇന്നെനിക്കൊരു കമ്പി കിട്ടി. അതിൽ പറഞ്ഞിരിക്കുന്നത്, അസുഖബാധിതന്റെ അവസ്ഥ ഗുരുതരമാണെന്നും, ഞാൻ ഉടൻ തന്നെ അങ്ങോട്ടു ചെല്ലണമെന്നുമാണ്. കഴിഞ്ഞ രണ്ട് തവണ ഉണ്ടായ സംഭവങ്ങളാൽ സംശയം തോന്നിയതിനാൽ, ഞാൻ ആ രോഗിക്ക് കാര്യങ്ങൾ അന്വേഷിച്ച് ഒരു സന്ദേശമയച്ചു. അപ്പോഴാണ് അറിയാൻ കഴിഞ്ഞത്, അയാളുടെ ആരോഗ്യനില തൃപ്തികരമാണെന്നും, എനിക്ക് ഒരു സന്ദേശവും അയാൾ അയച്ചിട്ടില്ലെന്നും. അപ്പോൾ എനിക്ക് തോന്നി, ആ സന്ദേശം വിശ്വസിച്ചതായി ഭാവിച്ച് ബോണ്മൌത്തിലേക്ക് പോകുന്നതായി നടിച്ചാൽ, വില്ലന്മാരെ കണ്ടുപിടിക്കാനുള്ള നല്ലൊരു അവസരം നമുക്ക് ലഭിക്കും. അവർ, അല്ലെങ്കിൽ അവൻ, തിരച്ചിൽ തുടങ്ങുന്നതിനു മുൻപായി വീട്ടിലുള്ളവരെല്ലാം ഉറങ്ങി എന്ന് ഉറപ്പു വരുത്താതിരിക്കില്ല. നിങ്ങൾ ഇന്നു രാത്രി പതിനൊന്നു മണിയോടെ എന്റെ വീടിന്റെ പുറത്തുവെച്ച് എന്നെ കാണണമെന്ന് ഞാൻ അഭ്യർത്ഥിക്കുന്നു. ശേഷം നമുക്ക് ഒരുമിച്ച് കാര്യങ്ങൾ അന്വേഷിക്കാം."

"അവരെ കൈയോടെ പിടികൂടാമെന്ന് വിശ്വസിക്കുന്നു." ടോമി എന്തോ ആലോചിച്ചുകൊണ്ട്, പേനക്കത്തി കൊണ്ട് മേശയിൽ താളമിട്ടു. "ഡോ. ബോവർ, നല്ലൊരു പദ്ധതിയാണ് നിങ്ങളുടേത്. മറ്റ് പ്രശ്നങ്ങളൊന്നും കാണുന്നില്ല. നമുക്ക് ശ്രമിക്കാം. നിങ്ങളുടെ വിലാസം...?"

"ദി ലാർച്ചസ്, ഹാംഗ്മാൻ തെരുവ്—അല്പം ആളൊഴിഞ്ഞ പ്രദേശമാണ്. പക്ഷേ കുറ്റിച്ചെടികൾക്കിടയിൽ നിന്നും നമുക്ക് വീക്ഷിക്കാൻ കഴിയും."

"അങ്ങനെയാവട്ടെ." ടോമി സമ്മതിച്ചു.

സന്ദർശകൻ എഴുന്നേറ്റു.

"അപ്പോൾ ഇന്നു രാത്രി ഞാൻ നിങ്ങളെ പ്രതീക്ഷിക്കുന്നു, ബ്ലന്റ്. ദി ലാർച്ചസിനു പുറത്ത്—ഏകദേശം, പതിനൊന്നു മണിക്ക് അഞ്ച് മിനിറ്റുള്ളപ്പോൾ—നേരത്തെ എത്തുന്നത് നല്ലതല്ലേ?"

"തീർച്ചയായും. പതിനൊന്നു മണിക്ക് അഞ്ച് മിനിറ്റുള്ളപ്പോൾ. എങ്കിൽ ശരി, ഡോ. ബോവർ."

ടോമി എഴുന്നേറ്റു, മേശയിലെ ബെല്ലമർത്തി, ആൽബർട്ട് വന്ന് സന്ദർശകനെ പുറത്തേക്ക് വഴി നയിച്ചു. ചെറിയൊരു മുടന്തുണ്ടെന്നതൊഴിച്ചാൽ, ആരോഗ്യദൃഢഗാത്രനായിരുന്നു ഡോക്ടർ.

"അല്പം സൂക്ഷിച്ചു കൈകാര്യം ചെയ്യേണ്ട ആളാണ്." ടോമി സ്വയം പറഞ്ഞു. "ടപ്പെൻസ്, നിന്റെ അഭിപ്രായമെന്താണ്?"

"ഒറ്റവാക്കിൽ പറയുകയാണെങ്കിൽ," ടപ്പെൻസ് പറഞ്ഞു, "ചുരുട്ടുകാൽ!"

"എന്ത്?"

"ചുരുട്ടുകാൽ! എന്റെ വായനയും പഠനങ്ങളുമൊന്നും വെറുതെയായില്ല. ടോമി, ഇതൊരു ചതിയാണ്. ക്ഷാരവസ്തുക്കൾ പോലും—ഇത്രയും ദുർബ്ബലമായൊരു കഥ ഞാൻ വേറെ കേട്ടിട്ടില്ല."

"എനിക്ക് അയാളുടെ കഥ അത്ര ഉൾക്കൊള്ളാനായില്ല." അവളുടെ ഭർത്താവും അതിനോട് ശരിവെച്ചു.

"കത്തിലേക്കുള്ള അയാളുടെ നോട്ടം ശ്രദ്ധിച്ചോ? ടോമി, അയാളും സംഘത്തിലൊരാളാണ്. നീയല്ല ബ്ലന്റ് എന്ന് അവർക്ക് നന്നായറിയാം, അവർ ഉന്നംവെച്ചിരിക്കുന്നത് നമ്മളെയാണ്."

"അങ്ങനെയാണെങ്കിൽ," ടോമി അരികിലെ ചെറിയ അലമാര തുറന്ന്, അതിലെ പുസ്തകനിരയിലൂടെ സ്നേഹപൂർവ്വം കണ്ണോടിച്ച്, "നമുക്ക് കഥാപാത്രങ്ങൾ തിരഞ്ഞെടുക്കുന്നത് എളുപ്പമായി. നമ്മളാണ് ഓക്കേവുഡ് സഹോദരന്മാർ! ഞാൻ ഡെസ്മണ്ട്." അവൻ ഉറപ്പിച്ചു പറഞ്ഞു.

ടപ്പെൻസ് തോൾ വെട്ടിച്ചു.

"ശരി. നിന്റെ ഇഷ്ടം. ഞാൻ ഫ്രാൻസിസ്. ഫ്രാൻസിസ് ആണ് താരതമ്യേന ബുദ്ധിമാൻ. ഡെസ്മണ്ട് എല്ലയ്പ്പോഴും കുഴപ്പങ്ങളിൽ ചെന്നു ചാടും, പിന്നീട് ഫ്രാൻസിസ് ആണ് തോട്ടം സൂക്ഷിപ്പുകാരനോ അല്ലെങ്കിൽ മറ്റാരെങ്കിലുമായോ ഉടൻ വന്ന് രക്ഷിക്കുക."

"ഹാ!" ടോമി പറഞ്ഞു. "എങ്കിലും ഞാൻ തന്നെ സൂപ്പർ ഡെസ്മണ്ട്. ഞാൻ ദി ലാർച്ചസിൽ എത്തിയതും..."

ടപ്പെൻസ് പെട്ടെന്ന് ഇടയ്ക്കുകയറി.

"നീയിന്ന് രാത്രി ഹാംപ്സ്റ്റെഡിൽ പോകുന്നില്ല."

"അതെന്താ?"

"കണ്ണുമടച്ച് കുരുക്കിൽ ചെന്ന് ചാടാൻ പോവുകയാണോ?"

"അല്ല, പ്രിയേ, കണ്ണുകൾ തുറന്നു തന്നെയാണ് ഞാൻ തലവെച്ചു കൊടുക്കാൻ പോകുന്നത്. രണ്ടും തമ്മിൽ ഒരുപാട് വ്യത്യാസമുണ്ട്. നമ്മുടെ സുഹൃത്ത് ഡോ. ബോവർ ഒന്ന് ഞെട്ടട്ടെ."

"എനിക്കതിൽ താത്പര്യമില്ല." ടപ്പെൻസ് പറഞ്ഞു. "ചീഫിന്റെ ആജ്ഞകൾ അനുസരിക്കാതെ തന്നിഷ്ട പ്രകാരം ഓരോന്നു ചെയ്താൽ, ഡെസ്മണ്ടിനു എന്താണ് സംഭവിക്കാൻ പോകുന്നതെന്നറിയാമോ. നമുക്ക് കിട്ടിയ നിർദ്ദേശങ്ങൾ വ്യക്തമാണ്. ഉടൻ തന്നെ കത്തയച്ചുകൊടുക്കുക, എന്നിട്ട് സംഭവങ്ങൾ കൃത്യമായി കുറിച്ചുവെക്കുക."

"നിനക്ക് ശരിക്കും മനസ്സിലായിട്ടില്ല." ടോമി പറഞ്ഞു. "ആരെങ്കിലും കയറിവന്ന് നമ്പർ 16 എന്ന് സൂചിപ്പിക്കുകയാണെങ്കിൽ, അപ്പോൾ തന്നെ അറിയിക്കണം എന്നാണ് നമുക്ക് കിട്ടിയ നിർദ്ദേശം. അങ്ങനെ ആരും തന്നെ വന്നു പറഞ്ഞിട്ടില്ല."

"ഓരോ ഒഴിവ് കഴിവ് പറയല്ലെ." ടപ്പെൻസ് എതിർത്തു.

"ഇത് ശരിയല്ല. ഞാൻ ഒറ്റയ്ക്കൊരു ശ്രമം നടത്താൻ ആഗ്രഹിക്കുന്നു.

എന്റെ പൊന്ന് ടപ്പെൻസ്, എനിക്കൊന്നും സംഭവിക്കുകയില്ല. അത്രയും മുൻകരുതലുകളോടെയാണ് ഞാൻ പോകാനുദ്ദേശിക്കുന്നത്. മൊത്തത്തിൽ പറഞ്ഞാൽ, ഞാൻ പൂർണ്ണ സജ്ജനായിരിക്കും, എന്നാൽ അവർ അതൊട്ട് അറിയാനും പോകുന്നില്ല. മികച്ചൊരു ഉദ്യമം പൂർത്തീകരിച്ചതിനായി ചീഫ് എന്നെ തോളിൽ തട്ടി അഭിനന്ദിക്കും."

"ശരി." ടപ്പെൻസ് പറഞ്ഞു. "എന്നാലും എനിക്ക് ഇഷ്ടമാകുന്നില്ല. അയാൾക്ക് ഗൊറില്ലയുടെ ശക്തിയുണ്ട്."

"ഹാ!" ടോമി പറഞ്ഞു. "എന്റെ വിശ്വസ്തനായ തോക്ക് എന്നെ രക്ഷിക്കും."

പുറത്തെ മുറിയുടെ വാതിൽ തുറന്ന് ആൽബർട്ട് പ്രത്യക്ഷപ്പെട്ടു. വാതിലടച്ച് അകത്തുകടന്ന ആൽബർട്ട്, ഒരു കത്തിന്റെ കവറുമായാണ് വന്നത്.

"ഒരാൾ നിങ്ങളെ കാണാൻ വന്നിട്ടുണ്ട്." ആൽബർട്ട് അറിയിച്ചു. "പതിവുപോലെ, ഞാൻ നിങ്ങൾ സ്കോട്ട്ലാൻഡ് യാർഡിലെ ഉദ്യോഗസ്ഥരുമായി ചർച്ചയിലാണെന്ന് പറഞ്ഞു തുടങ്ങുമ്പോഴേക്കും, അദ്ദേഹം പറഞ്ഞു തനിക്കെല്ലാം അറിയാമെന്ന്. അദ്ദേഹം സ്കോട്ട്ലാൻഡ് യാർഡിൽ നിന്നുമാണെന്ന് പറഞ്ഞു! ശേഷം ഒരു കാർഡിൽ എന്തോ എഴുതിയശേഷം, കവറിലിട്ട് തന്നയച്ചു."

ടോമി കവർ തുറന്നു നോക്കി. കാർഡിലെ വാക്യം വായിച്ചതും, അവന്റെ ചുണ്ടിൽ ചിരി വിടർന്നു.

"അദ്ദേഹം പറഞ്ഞത് സത്യം തന്നെയാണ്, ആൽബർട്ട്." അവൻ പറഞ്ഞു. "അദ്ദേഹത്തോട് അകത്തേക്ക് വരാൻ പറയൂ."

അവൻ കാർഡ് ടപ്പെൻസിനു നൽകി. ഡിറ്റക്ടീവ് ഇൻസ്പെക്ടർ ഡിംചർച്ച് എന്നായിരുന്നു അദ്ദേഹത്തിന്റെ പേര്, കൂടെ പെൻസിലിൽ ഒരു കുറിപ്പും—'മാരിയറ്റിന്റെ സുഹൃത്ത്.'

അടുത്ത നിമിഷം തന്നെ, സ്കോട്ട്ലാൻഡ് യാർഡിലെ ഡിറ്റക്ടീവ് ഓഫീസിനകത്ത് വന്നു. കാഴ്ചയിൽ, ഇൻസ്പെക്ടർ മാരിയറ്റുമായി സാമ്യമുണ്ടായിരുന്നു അദ്ദേഹത്തിന്; കുറുകിയതെങ്കിലും ദൃഢമായ ശരീരം, കൂർത്ത കണ്ണുകൾ.

"നമസ്കാരം." ഡിറ്റക്ടീവ് അഭിവാദ്യമർപ്പിച്ചു. "മാരിയറ്റ് സൗത്ത് വേൽസിലാണിപ്പോൾ. പക്ഷേ പോകുന്നതിനു മുൻപ്, നിങ്ങൾ രണ്ടു പേരുടെയും മേൽ ഒരു കണ്ണുവെക്കാൻ ആവശ്യപ്പെട്ടിരുന്നു, പിന്നെ ഈ സ്ഥലത്തിനുമേലും. ഞാൻ പറയാം, സർ," ടോമി ഇടയ്ക്കുകയറാൻ മുതിർന്നപ്പോൾ അദ്ദേഹം തുടർന്നു, "ഞങ്ങൾക്ക് എല്ലാം വിശദമായി അറിയാം. ഇതു ഞങ്ങളെ സംബന്ധിക്കുന്ന കാര്യമല്ല, ഞങ്ങൾ ഇങ്ങനുള്ള വിഷയത്തിൽ ഇടപെടാറുമില്ല. പക്ഷേ, കാര്യങ്ങൾ വിചാരിക്കുന്നതു പോലെ നിസ്സാരമല്ല എന്ന് മനസ്സിലാക്കാൻ കഴിഞ്ഞു. ഉച്ചയ്ക്ക് ഒരാൾ ഇവിടെ വന്നിരുന്നു. അയാൾ നിങ്ങളോട് പറഞ്ഞ പേരോ, അയാളുടെ

ശരിയായ പേരോ എനിക്കറിയില്ല, പക്ഷേ അയാളെക്കുറിച്ച് ചില കാര്യങ്ങൾ എനിക്ക് ബോധ്യമുണ്ട്. കൂടുതൽ അറിയാൻ ജിജ്ഞാസ യുണർത്തുന്ന ചില കാര്യങ്ങൾ. ഇന്നു രാത്രി എവിടെയോ വെച്ച് നിങ്ങളുമായി അയാളൊരു കൂടിക്കാഴ്ച തീരുമാനിച്ചിട്ടുണ്ട്, അല്ലേ?"

"ശരിയാണ്."

"എനിക്ക് തോന്നി. 16 വെസ്റ്റർഹാം റോഡ്, ഫിൻസ്ബറി പാർക്ക് —അവിടെയാണോ?"

"നിങ്ങൾക്ക് തെറ്റി." ടോമി പുഞ്ചിരിച്ചു. "അവിടെയല്ല. ദി ലാർച്ചസ്, ഹാംപ്സ്റ്റെഡ്."

ഡിംചർച്ച് ഞെട്ടിത്തരിച്ചു. അദ്ദേഹമത് തീർത്തും പ്രതീക്ഷിച്ചിരുന്നില്ല.

"എനിക്ക് മനസ്സിലാകുന്നില്ല." പിറുപിറുത്തു. "പുതിയ പദ്ധതിയാ യിരിക്കാം. ദി ലാർച്ചസ്, ഹാംപ്സ്റ്റെഡ്, അല്ലേ?"

"അതെ. ഇന്നു രാത്രി പതിനൊന്നു മണിക്ക് ഞാൻ അയാളെ കാണാനിരിക്കുകയാണ്."

"അത് വേണ്ട, സർ."

"കണ്ടില്ലേ!" ടപ്പെൻസും അത് ശരിവെച്ചു.

ടോമിയുടെ മുഖം ചുവന്നു.

"ഇൻസ്പെക്ടർ, നിങ്ങൾ കരുതുന്നതുപോലെ..." അവൻ അല്പം കോപത്തോടെ പറഞ്ഞുതുടങ്ങി.

പക്ഷേ ഇൻസ്പെക്ടർ ശാന്തമായി ഇടപെട്ടു.

"എന്റെ അഭിപ്രായമെന്താണെന്ന് ഞാൻ പറയാം, മിസ്റ്റർ ബ്ലന്റ്. നിങ്ങൾ പതിനൊന്ന് മണിക്ക് ഉണ്ടാവേണ്ട സ്ഥലം ഈ ഓഫീസാണ്."

"എന്ത്?" ടപ്പെൻസ് ആശ്ചര്യപ്പെട്ടു.

"ഈ ഓഫീസിൽ. ഞാൻ എങ്ങനെ അറിഞ്ഞു എന്നതിനെക്കുറിച്ച് ആലോചിക്കേണ്ട, പക്ഷേ നിങ്ങൾക്ക് ഇന്ന് പ്രസിദ്ധമായ 'നീല' കത്തുകളിലൊന്ന് ലഭിച്ചിട്ടുണ്ട്. ചില വാർത്തകൾ ഡിപ്പാർട്ട്മെന്റുകൾ ക്കതീതമായി സഞ്ചരിക്കാറുണ്ട്. പഴയ—എന്തായിരുന്നു അയാളുടെ പേര്— അത് അവസാനവും. അയാളാണ് നിങ്ങളെ കബളിപ്പിച്ച് ഹാംപ്സ്റ്റെഡി ലേക്ക് പോകാൻ പ്രേരിപ്പിക്കുന്നത്. നിങ്ങൾ അങ്ങോട്ടേക്ക് പോയെന്ന് ഉറപ്പു വരുത്തിയ ശേഷം, ആരുമില്ലാത്ത ഈ കെട്ടിടത്തിൽ കയറി അയാളുടെ ഇഷ്ടാനുസരണം വിശദമായ തിരച്ചിൽ നടത്തും."

"പക്ഷേ, ആ കത്ത് ഇവിടെത്തന്നെയുണ്ടാകുമെന്ന് അയാൾ കരുതുമെന്നുറപ്പുണ്ടോ? ഒന്നുകിൽ എന്റെ കൈയ്യിലായിരിക്കും, അല്ലെങ്കിൽ ആരെയെങ്കിലും ഏൽപ്പിച്ചിട്ടുണ്ടാകുമെന്ന് അയാൾക്കറിയാം."

"ക്ഷമിക്കണം സർ, അക്കാര്യം അയാൾക്കറിയാൻ വഴിയില്ല. നിങ്ങളല്ല ശരിയായ ബ്ലന്റ് എന്ന കാര്യം അയാൾക്കറിയില്ലായിരിക്കാം, പക്ഷേ നിങ്ങൾ ജോലിയുടെ കാര്യത്തിൽ സത്യസന്ധനാണെന്നതിൽ

അയാൾക്ക് സംശയമൊന്നുമുണ്ടാകില്ല. അതിനാൽത്തന്നെ, ആ കത്ത് സാധാരണ ചെയ്യുന്നതുപോലെ, സൂക്ഷിച്ച ഫയലിൽ എടുത്തുവെച്ച കാണുമെന്ന് അയാൾ ഊഹിക്കും."

"ആണല്ലേ." ടപ്പെൻസ് പറഞ്ഞു.

"അയാൾ അങ്ങനെ ചിന്തിക്കാനുള്ള സാഹചര്യമാണ് നാം ഒരുക്കേണ്ടത്. ഇന്ന് രാത്രി അയാളെ കൈയോടെ പിടികൂടുകയും ചെയ്യാം."

"അപ്പോൾ അതാണ് പദ്ധതി, അല്ലെ?"

"അതെ, ഇത്രയും നല്ലൊരവസരം പിന്നീട് ലഭിക്കില്ല. ഇപ്പോൾ സമയമെത്രയായി? ആറ് മണി. എത്ര മണിക്കാണ് സാധാരണ നിങ്ങൾ ഇവിടെ നിന്നും ഇറങ്ങാറുള്ളത്?"

"ഏകദേശം ആറ് മണിക്ക്."

"എന്നത്തേയും പോലെ, നിങ്ങൾ ഇവിടെ നിന്നും ഇറങ്ങണം. വാസ്തവത്തിൽ, അധികം വൈകാതെ തന്നെ നമ്മൾ ഇവിടേക്ക് ആരുമറിയാതെ തിരിച്ച വരും. പതിനൊന്ന് മണിക്ക് മുൻപായി അവരിവിടെ വരുമെന്ന് എനിക്ക് തോന്നുന്നില്ല, പക്ഷേ അങ്ങനെ ഉറപ്പിക്കാനും കഴിയില്ല. ഒരു മിനിറ്റ്, ഞാൻ ഒന്ന് പുറത്തു പോയി ചുറ്റുപാടൊന്ന് നോക്കട്ടെ, ആരെങ്കിലും ഈ സ്ഥലം നിരീക്ഷിക്കുന്നുണ്ടോ എന്ന്."

ഡിംചർച്ച് പോയ ശേഷം, ടോമിയും ടപ്പെൻസും തർക്കിക്കാൻ തുടങ്ങി.

കുറച്ച നേരം നീണ്ടു നിന്ന വാഗ്വാദം, ചൂടുപിടിക്കുകയും പരുഷമാവുകയും ചെയ്തു. അവസാനം, ടപ്പെൻസ് അടിയറവ് പറഞ്ഞു.

"ശരി." അവൾ പറഞ്ഞു. "ഞാൻ തോറ്റിരിക്കുന്നു. നിങ്ങൾ കുറ്റവാളികളെ പിടികൂടുകയും, കുറ്റാന്വേഷകരുമായി കൂട്ടുകൂടുകയും ചെയ്യുമ്പോൾ, ഞാൻ അടങ്ങി ഒതുങ്ങി വീട്ടിലിരുന്നുകൊള്ളാം. പക്ഷേ ഒന്നോർത്തോളൂ, ഇതിൽ നിന്നുമൊക്കെ എന്നെ ഒഴിവാക്കുന്നതിനു പകരമെന്നോണം, എനിക്കും ഒരു സമയം വരും."

അപ്പോഴേക്കും ഡിംചർച്ച് തിരികെ വന്നു.

"അടുത്തെങ്ങും ആരും തന്നെയില്ല." അദ്ദേഹം പറഞ്ഞു. "പക്ഷേ പറയാനാകില്ല. സാധാരണ പോലെ ഇറങ്ങുന്നതാണ് നല്ലത്. നിങ്ങൾ ഇറങ്ങിക്കഴിഞ്ഞാൽ, പിന്നെയവർ ഇവിടെ ചുറ്റിപ്പറ്റി നിൽക്കില്ല."

ടോമി ആൽബർട്ടിനെ വിളിച്ച് ഓഫീസ് പൂട്ടാനായി പറഞ്ഞു.

പിന്നെ അവർ നാലുപേരും കൂടെ, എന്നും കാർ നിർത്തിയിടുന്നിടത്തേക്ക് ചെന്നു. ടപ്പെൻസാണ് വാഹനമോടിച്ചത്, അരികിലായി ആൽബർട്ടും. പിന്നിലെ സീറ്റുകളിൽ ടോമിയും ഡിറ്റക്ടീവും.

അവരൊരു ഗതാഗതക്കുരുക്കിൽ പെട്ടുപോയി. ടപ്പെൻസ് ചുറ്റുമൊന്ന് നോക്കിയശേഷം, തലയാട്ടി സൂചന നൽകി. ടോമിയും ഡിറ്റക്ടീവും

വലതുവശത്തെ ഡോർ തുറന്ന് ഓക്സ്ഫോർഡ് തെരുവിൽ ഇറങ്ങി. ഒന്നു രണ്ടു മിനിറ്റിനകം, ടപ്പെൻസ് കാറുമായി പോയി.

"ഉടൻ തന്നെ അങ്ങോട്ടു പോകേണ്ട," ടോമിയും ഡിചർച്ചും ഹേൽഹാം തെരുവിലേക്ക് കടക്കുന്നതിനിടെ ഡിംചർച്ച് നിർദ്ദേശിച്ചു. "നിങ്ങളുടെ കൈയ്യിൽ താക്കോലുണ്ടല്ലോ, അല്ലേ?"

ടോമി തലകുലുക്കി.

"എന്നാൽ അത്താഴം കഴിച്ചാലോ? നേരത്തെയാണ്, പക്ഷേ ഇവിടെ എതിർവശത്തായി നല്ലൊരു സ്ഥലമുണ്ട്. ജനാലയ്ക്കടുത്തുള്ള ഇടം ലഭിക്കുകയാണെങ്കിൽ, നമുക്ക് ഓഫീസ് പരിസരം എപ്പോഴും നിരീക്ഷിക്കുകയും ചെയ്യാം."

ഡിറ്റക്ടീവ് പറഞ്ഞതുപോലെ, ഭക്ഷണം തൃപ്തികരമായിരുന്നു. ഇൻസ്പെക്ടർ ഡിംചർച്ച് നല്ലൊരു കൂട്ടാണെന്ന് ടോമിക്കു തോന്നി. അദ്ദേഹത്തിന്റെ ഔദ്യോഗിക പ്രവർത്തനങ്ങളിൽ ഭൂരിഭാഗവും, അന്താരാഷ്ട്ര ചാരന്മാർക്കൊപ്പമായിരുന്നു. മാത്രമല്ല, നല്ലൊരു ശ്രോതാവായ ടോമിക്ക് അദ്ദേഹത്തിന്റെ കഥകളെല്ലാം അദ്ഭുതമുണ്ടാക്കി.

എട്ട് മണി വരെ അവിടെത്തന്നെയിരുന്ന അവർ, ഡിംചർച്ചിന്റെ നിർദ്ദേശമനുസരിച്ച് അടുത്ത നീക്കത്തിലേക്ക് കടന്നു.

"നല്ലവണ്ണം ഇരുട്ടിത്തുടങ്ങിയിട്ടുണ്ട്, സർ. ആരുടെയും ശ്രദ്ധയിൽ പെടാതെ, നമുക്കിപ്പോൾ അകത്തു കടക്കാൻ സാധിക്കും." അദ്ദേഹം വിശദീകരിച്ചു.

അദ്ദേഹം പറഞ്ഞതുപോലെ, നല്ലപോലെ ഇരുട്ടിയിരുന്നു. റോഡ് മുറിച്ചു കടന്ന ശേഷം, വിജനമായ തെരുവിലൂടെ ഒരിക്കൽ കൂടി കണ്ണോടിച്ച അവർ, പടിവാതിൽ കടന്നുചെന്നു. അവർ പടികൾ കയറി. പുറത്തെ മുറിയുടെ വാതിലിലെ പൂട്ട് തുറക്കാനായി ടോമി താക്കോലെടുത്തു.

അവൻ പൂട്ട് തുറക്കാൻ ശ്രമിക്കുന്നതിനിടെ, ഡിംചർച്ച് ചൂളമടിക്കുന്നതായി അവന് തോന്നി.

"നിങ്ങൾ എന്തിനാണ് ചൂളമടിക്കുന്നത്?" അവൻ സംശയിച്ചു.

"*ഞാൻ* ചൂളമടിച്ചില്ല." ഡിംചർച്ച് അതിശയിച്ചു. "ഞാൻ കരുതി *നിങ്ങളാണെന്ന്.*"

"ചിലപ്പോൾ മറ്റാരെങ്കിലും..." ടോമി പറഞ്ഞുതുടങ്ങി.

അധികം പറഞ്ഞുതീർന്നില്ല. ബലിഷ്ഠമായ കരങ്ങൾ അവനെ പിന്നിൽ നിന്നും വരിഞ്ഞുമുറുക്കി. നിലവിളിക്കാനൊരുങ്ങിയ അവന്റെ വായിലും മൂക്കിലുമായി, മധുരമുള്ളതും സ്നിഗ്ദ്ധവുമായ എന്തോ ഒന്ന് അടങ്ങിയ തുണി അമർത്തിവെക്കപ്പെട്ടു.

അവൻ കുതറിമാറാൻ നന്നേ പരിശ്രമിച്ചെങ്കിലും, ഫലമുണ്ടായില്ല. ക്ലോറോഫോം അതിന്റെ ജോലി ഭംഗിയായി ചെയ്തു. അവന് തല കറങ്ങാൻ

തുടങ്ങി, മുന്നിലെ നിലം തിരമാലയെന്നോണം ഉയർന്ന് പൊങ്ങുന്നതായി തോന്നി. വീർപ്പുമുട്ടലിനു ശേഷം, അവനു ബോധം നഷ്ടമായി...

അവനുണരുമ്പോൾ ശരീരമാസകലം വേദനിക്കുന്നുണ്ടായിരുന്നു, പക്ഷേ ബോധം വീണ്ടെടുക്കാൻ കഴിഞ്ഞു. ക്ലോറോഫോം അല്പം മാത്രമെ ഉപയോഗിച്ചിരുന്നുള്ളൂ. പക്ഷേ അവൻ ഉറക്കെ കരയില്ലെന്ന് ഉറപ്പുവരുത്തക്കവണ്ണം വായിൽ തുണി തിരുകാനുള്ള സമയം ലഭിക്കാനായി അവർക്ക് അത്രയും മതിയായിരുന്നു.

ബോധം തിരിച്ചു കിട്ടുമ്പോൾ, സ്വന്തം ഓഫീസിന്റെ കോണിൽ കിടക്കുകയുമല്ല ഇരിക്കുകയുമല്ല എന്ന അവസ്ഥയിലായിരുന്നു അവൻ. രണ്ടു പേർ മേശയിലെയും അലമാരയിലെയും സാധനങ്ങൾ കീഴ്മേൽ മറിച്ചിടുകയായിരുന്നു, ഇടയ്ക്ക് ആരെയൊക്കെയോ പ്രാകുന്നുമുണ്ട്.

"ഞങ്ങളെ സഹായിക്കൂ, മുതലാളി." രണ്ടു പേരിൽ ഉയരം കൂടിയ ആൾ തന്റെ പരുക്കൻ ശബ്ദത്തിൽ സഹായമഭ്യർത്ഥിച്ചു. "ഞങ്ങൾ ഈ നാശം പിടിച്ച സ്ഥലം തലകീഴായി മറിച്ചിട്ടിട്ടും, ഒന്നും തന്നെ ലഭിച്ചില്ല."

"അതിവിടെത്തന്നെയുണ്ടാകും." മറ്റേയാൾ മുരണ്ടു. "അത് ഇവന്റെ കൈയ്യിലില്ല. ഇവിടെയല്ലാതെ മറ്റെവിടെ ഉണ്ടാകാനാണ്."

അത് പറയുന്നതിനിടയിൽ മുഖം തിരിച്ച അയാളെ കണ്ട ടോമി ഞെട്ടിത്തരിച്ചുപോയി, ആ സംസാരിച്ചത് മറ്റാരുമായിരുന്നില്ല, ഇൻസ്പെക്ടർ ഡിംചർച്ച്. ടോമിയുടെ ആശ്ചര്യം കണ്ട് അയാൾ ചിരിച്ചു.

"നമ്മുടെ സുഹൃത്ത് വീണ്ടും ഉണർന്നിരിക്കുന്നു." അയാൾ പറഞ്ഞു. "ചെറിയൊരു ഞെട്ടലും, അതെ, ഒന്നു ഞെട്ടിയിട്ടുണ്ട്. പക്ഷേ ഞെട്ടേണ്ട കാര്യമൊന്നുമില്ല. അന്താരാഷ്ട്ര കുറ്റാന്വേഷണ ഏജൻസിയിലെ കാര്യങ്ങൾ അത്ര മുറയ്ക്കല്ല നടക്കുന്നത് എന്ന കാര്യത്തിൽ ഞങ്ങൾക്ക് സംശയം തോന്നിയിരുന്നു. അത് ശരിയാണോ എന്നറിയാനായി ഞാൻ മുൻകൈയെടുത്തു. പുതിയ ബ്ലന്റ് ശരിക്കുമൊരു രഹസ്യാന്വേഷകനായിരുന്നെങ്കിൽ, അദ്ദേഹത്തിന് സംശയം തോന്നും, അതിനാൽത്തന്നെ ഞാൻ ആദ്യം എന്റെ പഴയ സുഹൃത്തായ കാൾ ബോവറിനെ ഇങ്ങോട്ടയച്ചു. കാളിനോട് സംശയാസ്പദമായി അഭിനയിക്കാനും, അവിശ്വസനീയമായ ഒരു കഥ അവതരിപ്പിക്കാനും പറഞ്ഞു. അത് വൃത്തിയായി അവതരിപ്പിച്ച ശേഷം, ഞാൻ വന്നു. വിശ്വാസം പിടിച്ചുപറ്റുന്നതിനായി, ഞാൻ ഇൻസ്പെക്ടർ മാരിയറ്റിന്റെ പേര് ഉപയോഗപ്പെടുത്തി. ബാക്കിയെല്ലാം എളുപ്പമായിരുന്നു."

അയാൾ പൊട്ടിച്ചിരിച്ചു.

ടോമിയുടെ മനസ്സിൽ എന്തെല്ലാമൊക്കെയോ പറയണമെന്നുണ്ടായിരുന്നു, പക്ഷേ അവന്റെ വായിലെ തുണി അതിനനുവദിച്ചില്ല. പലതും ചെയ്യണമെന്നും അവനാഗ്രഹിച്ചു, പക്ഷേ കൈകളും കാലുകളും കെട്ടിയിടപ്പെട്ടിരുന്നു. അടങ്ങിയിരിക്കുകയല്ലാതെ, അവന് മറ്റൊരു വഴിയുമുണ്ടായിരുന്നില്ല.

അവനെ ഏറ്റവുമധികം ഞെട്ടിച്ചത്, അവനു മുന്നിൽ നിൽക്കുന്ന

ആളിലെ അമ്പരപ്പിക്കുന്ന മാറ്റമായിരുന്നു. ഇൻസ്പെക്ടർ ഡിംചർച്ച് ആയിരുന്ന സമയത്ത്, അയാളൊരു സാധാരണം ഇംഗ്ലീഷുകാരനെപ്പോലെ തോന്നിച്ചു. എന്നാൽ ഇപ്പോൾ, ഒരു പഴുത് പോലുമില്ലാതെ അക്ഷരശുദ്ധിയോടെ ഇംഗ്ലീഷ് സംസാരിക്കുന്ന വിദ്യാസമ്പന്നനായ ഒരു വിദേശിയാണെന്നേ ആരു കണ്ടാലും പറയൂ.

"കോഗ്ഗിൻസ്, എന്റെ സുഹൃത്തേ," കാഴ്ചയിൽ ഗുണ്ടയെപ്പോലുള്ള തന്റെ കൂട്ടാളിയോട്, കുറച്ചു മുൻപുവരെ ഇൻസ്പെക്ടറായിരുന്ന ആൾ പറഞ്ഞു. "ആ വലിയ വടിയെടുത്ത് അവന്റെ അരികിൽ നിൽക്കൂ. ഞാൻ അവന്റെ വായിൽനിന്ന് തുണി മാറ്റാൻ പോവുകയാണ്. നോക്കൂ, മിസ്റ്റർ ബ്ലന്റ്, ഉറക്കെ നിലവിളിക്കുകയോ മറ്റോ പോലുള്ള മണ്ടത്തരങ്ങൾ നിങ്ങൾ ചെയ്യില്ല എന്ന് ഞാൻ വിശ്വസിക്കുന്നു. എനിക്കറിയാം നിങ്ങളങ്ങനെയൊന്നും ചെയ്യില്ലെന്ന്. നിങ്ങളുടെ പ്രായത്തിനുള്ള ബുദ്ധി നിങ്ങൾക്കുണ്ട്."

അയാൾ തുണി മാറ്റിയ ശേഷം, പിന്നോട്ടു മാറി നിന്നു.

ടോമി താടിയെല്ലുകൾക്ക് വ്യായാമം നൽകി, വായ്ക്കകത്ത് നാവ് കൊണ്ട് വട്ടം വരച്ചു, ഒന്നു രണ്ടു തവണ ഉമിനീരു കൊണ്ട് തൊണ്ട നനച്ചു— പക്ഷേ ഒന്നും മിണ്ടിയില്ല.

"നിന്റെ ആത്മനിയന്ത്രണത്തെ ഞാൻ പ്രശംസിക്കുന്നു," അയാൾ പറഞ്ഞു. "ഇപ്പോൾ എല്ലാം സൗകര്യമായില്ലേ? ഇനിയൊന്നും പറയാനില്ലേ നിങ്ങൾക്ക്?"

"എനിക്ക് പറയാനുള്ളത് സുരക്ഷിതമായിത്തന്നെയിരിക്കും," ടോമി പറഞ്ഞു. "കാത്തിരിക്കുന്നതുകൊണ്ട് അതിന് മാറ്റമൊന്നുമുണ്ടാകില്ല."

"ഹാ! എനിക്ക് പറയാനുള്ളത് അങ്ങനെയായിരിക്കില്ല. മിസ്റ്റർ ബ്ലന്റ്, വ്യക്തമായി ചോദിക്കാം, ആ കത്ത് എവിടെയാണുള്ളത്?"

"എനിക്കറിയില്ല സുഹൃത്തേ," ടോമി പുഞ്ചിരിച്ചു. "എന്റെ കൈയ്യിലില്ല. അത് നിങ്ങൾക്കുമറിയാം. നിങ്ങളുടെ സ്ഥാനത്ത് ഞാനായിരുന്നുവെങ്കിൽ, ഞാൻ തിരച്ചിൽ നിർത്തുകയില്ലായിരുന്നു. നിങ്ങളും നിങ്ങളുടെ സുഹൃത്ത് കോഗ്ഗിൻസും ഒളിച്ചുകളിക്കുന്നതു കാണാൻ ഞാൻ ആഗ്രഹിക്കുന്നു."

മറ്റെയാളുടെ മുഖം കറുത്തു.

"നിങ്ങൾ സംസാരപ്രിയനാണ്. അവിടിരിക്കുന്ന പെട്ടി കണ്ടോ? അത് കോഗ്ഗിൻസിന്റെയാണ്. അതിനകത്ത് തുരിശ് ഉണ്ട്... അതെ, തുരിശ്... തീയിൽ ചൂടാക്കാൻ കഴിയുന്ന ഇരുമ്പും, അവ ചുട്ടുപഴുപ്പിച്ചാൽ പൊള്ളും..."

ടോമി വിഷമത്താൽ തലതാഴ്ത്തി.

"കണക്കുകൂട്ടൽ തെറ്റിയിരിക്കുന്നു," അവൻ പിറുപിറുത്തു. "ഞാനും ടപ്പെൻസും കരുതിയപോലെ, ഇതൊരു ചുരുട്ടുകാൽ കഥയല്ല. ബുൾ-ഡോഗ് ഡ്രമ്മോണ്ട് ആണ്, നിങ്ങളാണ് അനുകരണീയനായ കാൾ പീറ്റർസൺ."

"എന്തൊക്കെ പിച്ചും പേയുമാണ് നിങ്ങൾ പറയുന്നത്?" അയാൾ ഒന്ന് മുരണ്ടു.

“ആഹ്! നിങ്ങൾക്ക് മികച്ച കൃതികളുമായി അടുപ്പമില്ലെന്ന് തോന്നുന്നു. മോശം,” ടോമി മന്ദഹസിച്ചു.

“വിഡ്ഢീ! ഞങ്ങളോട് സഹകരിക്കുമോ, ഇല്ലയോ? കോഗ്ഗിൻസിനോട് ആയുധങ്ങളെടുത്ത് ആരംഭിക്കാൻ പറയട്ടെ?”

“അക്ഷമനാകാതിരിക്കൂ,” ടോമി പറഞ്ഞു. “തീർച്ചയായും ഞാൻ നിങ്ങൾക്കു വേണ്ടത് ചെയ്യാം; എന്താണ് വേണ്ടതെന്ന് പറയൂ. ഒരു മത്സ്യത്തെപ്പോലെ മുറിക്കപ്പെട്ട്, തീയിൽ ചുടപ്പെടാൻ ആരാണ് താത്പര്യപ്പെടുക? എനിക്ക് വേദനിക്കുന്നത് ഇഷ്ടമല്ല.”

ഡിംചർച്ച് അവനെ പുച്ഛത്തോടെ നോക്കി.

“ദൈവമേ! ഈ ഇംഗ്ലീഷുകാർ എത്ര ഭീരുക്കളാണ്.”

“സാമാന്യ ബോധം, സുഹൃത്തേ, വെറും സാമാന്യ ബോധം. തുരിശ് അവിടെത്തന്നെ ഇരുന്നോട്ടെ, നമുക്ക് കാര്യങ്ങളിലേക്കു കടക്കാം.”

“എനിക്കാ കത്ത് വേണം.”

“അതെന്റെ കൈയ്യിൽ ഇല്ലെന്ന് ഞാൻ പറഞ്ഞതല്ലേ.”

“അത് ഞങ്ങൾക്കുമറിയാം—അതാരുടെ കൈയ്യിലാണെന്നും ഞങ്ങൾക്കറിയാം. ആ പെൺകുട്ടിയുടെ.”

“നിങ്ങളുടെ ഊഹം ശരിയാണ്.” ടോമി പറഞ്ഞു. “നിങ്ങളുടെ കൂട്ടുകാരൻ കാളിന്റെ കഥ പറച്ചിലിനിടയിൽ അവൾ ആ കത്തെടുത്ത് ഹാൻഡ്ബാഗിലിട്ടു കാണും.”

“ഓഹ്, അപ്പോൾ നിങ്ങളത് നിഷേധിക്കുന്നില്ല. ബുദ്ധിപരമായ നീക്കം. നന്നായി, നിങ്ങൾ ടപ്പെൻസിനു ഒരു എഴുത്തെഴുതണം; അവരോട് ആ കത്തുമായി ഉടൻ തന്നെ ഇങ്ങോട്ടു വരാൻ പറയണം.”

“ഞാനത് ചെയ്യില്ല.” ടോമി പറഞ്ഞു തുടങ്ങി.

അവന്റെ വാക്കുകൾ പൂർത്തിയാകുന്നതിനു മുൻപേ തന്നെ അയാൾ ഇടയ്ക്കുകയറി.

“ആഹ്! ചെയ്യില്ലേ? ശരി, നമുക്ക് നോക്കാം. കോഗ്ഗിൻസ്!”

“ധൃതി പിടിക്കല്ലെ,” ടോമി പറഞ്ഞു. “പറയുന്നത് മുഴുവൻ കേൾക്കൂ. എന്റെ കൈയ്യിലെ കെട്ടഴിക്കാതെ എനിക്ക് എഴുതാൻ കഴിയില്ലെന്ന് പറയാൻ തുടങ്ങുകയായിരുന്നു. ഒന്ന് മനസ്സിലാക്കണം, മൂക്കു കൊണ്ടോ കൈമുട്ടു കൊണ്ടോ എഴുതാൻ കഴിയുന്ന ജാലവിദ്യക്കാരനൊന്നുമല്ല ഞാൻ.”

“അപ്പോൾ, എഴുതാൻ തയ്യാറാണ്, അല്ലെ?”

“ഉറപ്പായും. അതല്ലെ ഞാനിത്രയും നേരം പറഞ്ഞുകൊണ്ടിരിക്കുന്നത്? എനിക്കതിൽ സമ്മതവും സന്തോഷവുമാണ്. ടപ്പെൻസിനെ നിങ്ങൾ ഉപദ്രവിക്കാൻ പാടില്ല. നിങ്ങൾ ചെയ്യില്ലെന്ന് എനിക്കുറപ്പുമാണ്. അവൾ നല്ലൊരു പെൺകുട്ടിയാണ്.”

“ഞങ്ങൾക്ക് വേണ്ടത് കത്ത് മാത്രമാണ്,” ഡിംചർച്ച് പറഞ്ഞു. പക്ഷേ അയാളുടെ മുഖത്തെ ചിരിയിൽ ഒരു നിഗൂഢത ഒളിഞ്ഞു കിടന്നിരുന്നു.

അയാളുടെ നിർദ്ദേശമനുസരിച്ച്, നിഷ്ഠുരനായ കോഗ്ഗിൻസ് മുട്ടുകുത്തിയിരുന്ന് കെട്ടുകളഴിച്ചു. ടോമി കൈകാലുകൾ വീശി സൗകര്യപ്പെടുത്തി.

"സന്തോഷം," ടോമി ചിരിച്ചു. "ദയാലുവായ കോഗ്ഗിൻസ്, എന്റെ പേനയൊന്ന് എടുത്തുതരാമോ? മേശമേൽ, മറ്റു വസ്തുക്കളുടെ കൂടെ ഉണ്ടെന്നാണ് തോന്നുന്നത്."

അല്പം ഈർഷ്യയോടെ, അയാൾ പേനയും ഒരു പേപ്പറും എടുത്തുകൊടുത്തു.

"എഴുതുമ്പോൾ വാക്കുകൾ സൂക്ഷിച്ചെഴുതണം," ഡിംചർച്ച് ഭീഷണി സ്വരത്തിൽ നിർദ്ദേശിച്ചു. "നിന്റെ കൈയ്യിലാണ് ഇനിയെല്ലാം, പക്ഷേ എന്തെങ്കിലും പ്രശ്നമുണ്ടായാൽ മരണമാണ് ഫലം—പതിയെ പതിയെ മരണത്തിലേക്ക്."

"അങ്ങനെയാണെങ്കിൽ," ടോമി പറഞ്ഞു. "എന്നാൽ കഴിയുംവിധം ഞാൻ ഭംഗിയാക്കാം."

ഒന്നു രണ്ടു നിമിഷത്തെ ആലോചനയ്ക്കു ശേഷം, അവൻ വേഗത്തിൽ കുത്തിക്കുറിക്കാൻ തുടങ്ങി.

"എന്താണ് നിങ്ങളുടെ പദ്ധതി?" എഴുത്ത് തിരിച്ചു നൽകുന്നതിനിടെ അവൻ ചോദിച്ചു.

പ്രിയപ്പെട്ട ടപ്പെൻസ്,

ഉടൻ തന്നെ ഇവിടം വരെ വരാമോ? കൂടെ ആ നീല കത്തും കൈയ്യിൽ കരുതിക്കോളൂ.

നമുക്കതിന്റെ അർത്ഥം ഇപ്പോൾ, ഇവിടെ വെച്ച് കണ്ടെത്തണം.

പെട്ടെന്ന് വരൂ.

ഫ്രാൻസിസ്.

"ഫ്രാൻസിസ്?" കപട ഇൻസ്പെക്ടർ പുരികം ചുളിച്ചു. "ആ പേരിലാണോ അവൾ നിങ്ങളെ വിളിച്ചത്?"

"എന്റെ മാമോദീസ സമയത്ത് നിങ്ങൾ അവിടെ ഇല്ലാതിരുന്നതിനാൽ, അതെന്റെ പേരാണോ അല്ലയോ എന്ന് നിങ്ങൾക്കറിയാൻ വഴിയില്ല. പക്ഷേ എന്റെ പോക്കറ്റിൽ നിന്നും നിങ്ങളെടുത്ത സിഗരറ്റ് കേസിൽ നോക്കിയാൽ മനസ്സിലാകും, ഞാൻ പറഞ്ഞതിലെ സത്യം."

അയാൾ മേശയ്ക്കടുത്ത് ചെന്ന് സിഗരറ്റ് കേസ് എടുത്തുനോക്കി. 'ഫ്രാൻസിസ്, ടപ്പെൻസിൽ നിന്നും'. അയാളൊന്ന് മന്ദഹസിച്ചു, ശേഷം അത് മേശമേൽ തിരികെ വെച്ചു.

"നിന്റെ അവസരോചിതമായ പെരുമാറ്റത്തിൽ എനിക്ക് സന്തോഷമുണ്ട്." അയാൾ പറഞ്ഞു. "കോഗ്ഗിൻസ്, ഈ കുറിപ്പ് വാസിലില്ലിക്ക്

കൊട്ടുക്ക്. അവൻ പുറത്ത് കാവൽ നിൽപ്പുണ്ട്. ഇപ്പോൾ തന്നെ കൊണ്ടുപോകാൻ പറയൂ."

അടുത്ത ഇരുപത് മിനിറ്റ് പതുക്കെയാണ് നീങ്ങിയത്, പിന്നീടുള്ള പത്ത് മിനിറ്റ് അതിലും പതുക്കെ. ഡിംചർച്ച് അങ്ങോട്ടുമിങ്ങോട്ടും നടന്നുകൊണ്ടിരുന്നു, അയാളുടെ മുഖം ദേഷ്യം കൊണ്ട് ചുവന്നുകൊണ്ടിരുന്നു. അയാൾ ടോമിയെ നോക്കി കണ്ണു തുറിപ്പിച്ചു.

"ഞങ്ങളെ പറ്റിക്കാനെങ്ങാനും നീ നോക്കിയിരുന്നെങ്കിൽ..." അയാൾ മുറുമുറുത്തു.

"ഒരു കെട്ട് ചീട്ടുണ്ടായിരുന്നെങ്കിൽ, ചീട്ടുകളിച്ചെങ്കിലും സമയം കളയാമായിരുന്നു," ടോമി ഒതുക്കിച്ചിരിച്ചു. "സ്ത്രീകൾ എപ്പോഴും ഇങ്ങനെയാണ്, മറ്റുള്ളവർ അവർക്കായി കാത്തുനിൽക്കണം. ഈ കാരണവും പറഞ്ഞ്, അവൾ വരുമ്പോൾ നിങ്ങൾ മോശമായി പെരുമാറില്ലെന്ന് വിശ്വസിച്ചോട്ടെ?"

"ഹേയ്, അങ്ങനൊന്നും പേടിക്കേണ്ട," ഡിംചർച്ച് പറഞ്ഞു. "നിങ്ങളെ രണ്ടു പേരെയും ഒരേ സ്ഥലത്തേക്ക് പറഞ്ഞയക്കാനുള്ള ഏർപ്പാടുകൾ ഞങ്ങൾ ഒരുക്കിത്തരാം—ഒരുമിച്ച്."

"എന്താ പറഞ്ഞത്? ദുഷ്ടാ." ടോമിക്ക് വാക്കുകൾ പുറത്തു വന്നില്ല.

പെട്ടെന്ന് പുറത്തെ മുറിയിൽ ഒരു അനക്കം കേട്ടു. ഒരാൾ പിന്നിൽ വന്ന് ടോമിയുടെ തലയിൽ ഒരു തട്ട് കൊടുത്തു, എന്നിട്ട് റഷ്യനിൽ എന്തൊക്കെയോ പിറുപിറുത്തു.

"നന്നായി," ഡിംചർച്ച് പറഞ്ഞു. "അവൾ വരുന്നുണ്ട്—ഒറ്റയ്ക്ക്."

ഒരു നിമിഷത്തേക്ക്, ടോമിയുടെ നെഞ്ചിടിപ്പ് ഇരട്ടിച്ചു.

അടുത്ത നിമിഷം, അവൻ ടപ്പെൻസിന്റെ ശബ്ദം കേട്ടു.

"ഓഹ്! ഇതാ, ഇൻസ്പെക്ടർ ഡിംചർച്ച്. ഞാൻ കത്ത് കൊണ്ടുവന്നിട്ടുണ്ട്. ഫ്രാൻസിസ് എവിടെ?"

അവൾ ചോദ്യവുമായി വാതിൽ കടന്നതും, വാസില്ലി പിന്നിൽ നിന്നും അവളെ ചുറ്റിപ്പിടിച്ച് അവളുടെ വായ പൊത്തി. ഡിംചർച്ച് അവളിൽ നിന്നും ഹാൻഡ്ബാഗ് പിടിച്ചുവാങ്ങി, ധൃതിയിൽ തിരച്ചിൽ തുടങ്ങി.

ഉടൻ തന്നെ അയാൾ സന്തോഷം കൊണ്ട് പൊട്ടിച്ചിരിച്ചു, അയാളുടെ കൈയിൽ റഷ്യൻ സ്റ്റാമ്പ് പതിപ്പിച്ച നീല കത്തിന്റെ കവറുണ്ടായിരുന്നു. കോഗ്ഗിൻസ് പരുക്കൻ ശബ്ദത്തിൽ നിലവിളിച്ചു.

വിജയാഹ്ലാദത്തിന്റെ അതേ നിമിഷത്തിൽ, മറ്റൊരു വാതിൽ, ടപ്പെൻസിന്റെ ഓഫീസ് മുറിയിലേക്കുള്ള വാതിൽ ശബ്ദമില്ലാതെ തുറന്ന്, ഇൻസ്പെക്ടർ മാരിയറ്റും മറ്റു രണ്ടു പേരും തോക്കുമായി മുന്നോട്ടുവന്നു. അദ്ദേഹം ആജ്ഞാപിച്ചു : "കൈകൾ ഉയർത്തൂ."

എതിർപ്പൊന്നുമുണ്ടായില്ല. ഡിംചർച്ച് തന്റെ തോക്ക് മേശമേൽ

അടിയറവ് വെച്ചു. അയാളുടെ കൂട്ടാളികൾ നിരായുധരായിരുന്നതിനാൽത്തന്നെ, നിസ്സഹരായരായിരുന്നു.

"ചെറിയൊരു ചാകര തന്നെയാണല്ലോ," കുറ്റവാളികളുടെ കൈയ്യിൽ വിലങ്ങു ധരിപ്പിക്കുന്നതിനിടയിൽ, ഇൻസ്പെക്ടർ മാരിയറ്റ് അഭിപ്രായപ്പെട്ടു. "കാലക്രമേണ, കൂടുതൽ പേരെ പിടിക്കാൻ കഴിയുമെന്ന് പ്രതീക്ഷിക്കുന്നു."

ഡിംചർച്ച് അത്യധികം രോഷത്തോടെ ടപ്പെൻസിനെ നോക്കി.

"വഞ്ചകി." അയാൾ മുരണ്ടു. "നീയാണല്ലെ ഇവരെ വിളിച്ചു വരുത്തിയത്."

ടപ്പെൻസ് ചിരിച്ചു.

"ഞാൻ ഒറ്റയ്ക്കല്ല ഇതെല്ലാം ചെയ്തത്. ഉച്ചയ്ക്ക് നിങ്ങൾ സംസാരിക്കുന്നതിനിടയിൽ നമ്പർ 16 എന്നു സൂചിപ്പിച്ചപ്പോൾ എന്റെയുള്ളിൽ സംശയം തോന്നി എന്നത് സത്യം തന്നെയാണ്. പക്ഷേ ടോമിയുടെ കുറിപ്പാണ് കാര്യങ്ങൾ വ്യക്തമാക്കിയത്. ഞാൻ ഇൻസ്പെക്ടർ മാരിയറ്റിനെ വിളിച്ചു. ആൽബർട്ടിനോട് ഓഫീസിന്റെ മറ്റൊരു താക്കോലുമായി അദ്ദേഹത്തെ കാണാൻ പറഞ്ഞു. പിന്നീട്, കാലിയായ നീലക്കവറുമായി ഞാൻ ഇവിടെ വന്നു. ഉച്ചയ്ക്ക് ഞാൻ നിങ്ങളെ കണ്ട് പിരിഞ്ഞ ശേഷം തന്നെ, എന്റെ അഭിപ്രായപ്രകാരം, കത്ത് ഏൽപ്പിക്കേണ്ടിടത്ത് എത്തിച്ചു."

പക്ഷേ ഒരു വാക്ക് മറ്റെല്ലാവരുടെയും ശ്രദ്ധയാകർഷിച്ചു.

"ടോമി?" അദ്ദേഹം അന്വേഷിച്ചു.

സ്വതന്ത്രനാക്കപ്പെട്ട ടോമി, അവർക്കരികിലേക്ക് വന്നു.

"അനുമോദനങ്ങൾ, ഫ്രാൻസിസ് സഹോദരാ." അവൻ ടപ്പെൻസിന്റെ കൈകൾ ചേർത്തുപിടിച്ചു. ശേഷം, ഡിംചർച്ചിനോട് പറഞ്ഞു : "ഞാൻ നേരത്തെ പറഞ്ഞതുപോലെ, സുഹൃത്തെ, നിങ്ങൾ മികച്ച രചനകൾ വായിക്കേണ്ടിയിരിക്കുന്നു."

അവിശ്വസനീയമായ മോഷണം

പാചകക്കാരൻ പലഹാരം കൊണ്ടുവന്നു നൽകി. മേയ്ഫീൽഡ് പ്രഭു തന്റെ വലതുഭാഗത്തുള്ള ലേഡി ജൂലിയ കേറിംഗ്ടണിനരികിലേക്ക് രഹസ്യമായി ചാഞ്ഞു. മികച്ച ആതിഥേയൻ എന്ന് പേരുകേട്ട മേയ്ഫീൽഡ് പ്രഭു, ആ പേർ നിലനിർത്തുന്നതിനായി നന്നേ കഷ്ടപ്പെട്ടു. കല്യാണം കഴിഞ്ഞിട്ടില്ലെങ്കിലും, സ്ത്രീകൾക്ക് എപ്പോഴും അദ്ദേഹം ആകർഷണീയനായിരുന്നു.

നാൽപ്പത് വയസ്സുള്ള, ഉയർന്ന്, ഇരുണ്ട നിറമുള്ള, ഉന്മേഷവതിയായ സ്ത്രീയായിരുന്നു ലേഡി ജൂലിയ കേറിംഗ്ടൺ. തീരെ മെലിഞ്ഞിട്ടാണെങ്കിലും, സുന്ദരിയായിരുന്നു. പ്രത്യേകിച്ച്, അവരുടെ കൈകളും കാലുകളും അതിമനോഹരമായിരുന്നു. വിഷമങ്ങളും ഉത്കണ്ഠകളും നിറഞ്ഞ അവരുടെ ജീവിതം, അശാന്തവും പരുഷവുമായ പെരുമാറ്റത്തിലും പ്രകടമായിരുന്നു.

വട്ടമേശയിൽ, അവരുടെ എതിർവശത്തായി, ഭർത്താവ് വ്യോമസേനാമേധാവി സർ ജോർജ് കേറിംഗ്ടൺ ഇരിപ്പുണ്ട്. നാവികസേനയിൽ ഔദ്യോഗികജീവിതം തുടങ്ങിയ അദ്ദേഹം, അവിടെ നിന്നും വിരമിച്ചെങ്കിലും, വീമ്പ് പറച്ചിലും ഉന്മേഷവും വിട്ടുപോയിരുന്നില്ല. ആതിഥേയന്റെ മറുവശത്തായി ഇരിക്കുന്ന സുന്ദരിയായ മിസ്സിസ് വാൻഡെർലൈനിനോട് സംസാരിച്ചും ചിരിച്ചും ഇരിക്കുകയായിരുന്നു അയാൾ.

അതീവ സുന്ദരിയായ സ്വർണ്ണത്തലമുടിക്കാരിയായിരുന്നു വാൻഡെർലൈൻ. സംസാരത്തിൽ കലർന്നിരുന്ന അല്പം അമേരിക്കൻ ശൈലി, അവളുടെ ശബ്ദത്തെ അതിശയോക്തിയില്ലാത്തവണ്ണം മധുരിതമാക്കി.

സർ ജോർജ് കേറിംഗ്ടണിന്റെ മറുവശത്തായി ഇരുന്നിരുന്നത് മിസ്സിസ് മക്കാറ്റ ആയിരുന്നു. എം.പി. കൂടിയായിരുന്ന അവർ, ഹൗസിംഗ് ആൻഡ് ഇൻഫന്റ് വെൽഫെയർ ഡിപ്പാർട്ട്മെന്റിൽ വലിയ അധികാരത്തിലായിരുന്നു. ഹ്രസ്വമായ വാക്യങ്ങളടങ്ങിയ സംസാരരീതിയായിരുന്നു അവരുടേത്, മാത്രമല്ല സംസാരവിഷയങ്ങളും ഗൗരവമുള്ളവയായിരുന്നു. അതുകൊണ്ടുതന്നെ, എയർ മാർഷലിന് തന്റെ വലതുവശത്തുള്ള ആളോടുള്ള സംഭാഷണം ഹൃദ്യമായി തോന്നിയതിൽ അദ്ഭുതമില്ല.

ഏത് സദസ്സിലാണെങ്കിലും, സംസാരപ്രിയയായിരുന്ന മക്കാറ്റ, തന്റെ ഇഷ്ടവിഷയങ്ങളെക്കുറിച്ച് വായ തോരാതെ സംസാരിച്ചിരുന്നു. ഇത്തവണത്തെ കേൾവിക്കാരൻ, അവരുടെ ഇടതുവശത്തുണ്ടായിരുന്ന, യുവാവായ റെഗ്ഗി കേറിംഗ്ടൺ ആയിരുന്നു.

ഹൗസിംഗ്, ഇൻഫന്റ് വെൽഫെയർ മാത്രമല്ല, ഏതൊരു രാഷ്ട്രീയ കാര്യങ്ങളിലും തീരെ താത്പര്യമില്ലാത്ത, ഒരു ഇരുപത്തിയൊന്നു കാരനായിരുന്നു റെഗ്ഗി കേറിംഗ്ടൺ. അവന്റെ മനസ്സ് വേറെ എവിടെയോ ആയിരുന്നെങ്കിലും, ഇടയ്ക്കിടെ, "ഹോ, ഭയങ്കരം!", "നിങ്ങൾ പറഞ്ഞത് ശരിയാണ്" എന്നിങ്ങനെ മറുപടി കൊടുത്തുകൊണ്ടിരുന്നു. റെഗ്ഗിയുടെയും അമ്മയുടെയും ഇടയിലായിരുന്നു, മേയ്ഫീൽഡ് പ്രഭുവിന്റെ സ്വകാര്യ സെക്രട്ടറി കാർലൈലിന്റെ സ്ഥാനം. കാലുകളില്ലാത്ത കണ്ണട ധരിച്ചിരുന്ന വെളുത്ത മുഖമുള്ള ആ യുവാവ്, കാഴ്ചയിൽ ഒരു ബുദ്ധിശാലിയുടെ കണക്കെ കാണപ്പെട്ടു. മിതഭാഷിയായിരുന്ന അയാൾ, പക്ഷേ ഏതൊരു വിഷയത്തെക്കുറിച്ചും സംസാരിക്കാൻ സദാ തയ്യാറായിരുന്നു. മക്കാറ്റയുടെ സംസാരത്തിൽ മടുത്ത് കോട്ടുവായിടുന്ന റെഗ്ഗിയെ കണ്ട കാർലൈൽ, വിവേകപൂർവ്വം ഇടപെട്ട്, മക്കാറ്റയുടെ 'കുട്ടികളുടെ ആരോഗ്യം' എന്ന പദ്ധതിയെക്കുറിച്ച് അന്വേഷിച്ചു.

മുറിയ്ക്കകത്തെ മങ്ങിയ വെളിച്ചത്തിൽ, മേശയ്ക്കു ചുറ്റും, ഭക്ഷണ പദാർത്ഥങ്ങളും വൈനുമായി പാചകക്കാരനും, രണ്ട് പരിചാരകരും നടക്കുന്നുണ്ടായിരുന്നു. വൈനുണ്ടാക്കുന്നതിൽ വിദഗ്ധനായിരുന്ന തന്റെ പാചകക്കാരന്, വളരെ വലിയ തുകയായിരുന്നു ശമ്പളമായി മേയ്ഫീൽഡ് പ്രഭു നൽകിയിരുന്നത്.

മേശ വൃത്താകൃതിയിലായിരുന്നെങ്കിലും, ആരാണ് ആതിഥേയൻ എന്ന കാര്യത്തിൽ സംശയമില്ലായിരുന്നു. മേയ്ഫീൽഡ് പ്രഭു ഇരിക്കുന്നിടം തന്നെയായിരുന്നു മേശയുടെ ശിരസ്സ്. വലിയ ആകാരം, വീതിയേറിയ തോളുകൾ, ഇടതൂർന്ന വെള്ളിവർണ്ണ മുടിയിഴകൾ, വലിയ നീണ്ട മൂക്ക്, അല്പം മുന്നോട്ടുന്തിയ താടി. കാർട്ടൂൺ ചിത്രം വരയ്ക്കാൻ പറ്റിയ മുഖമായിരുന്നു അദ്ദേഹത്തിന്. വലിയൊരു എഞ്ചിനീയറിംഗ് സ്ഥാപനത്തിന്റെ തലപ്പത്തിരിക്കുമ്പോൾ തുടങ്ങിയതായിരുന്നു, സർ ചാൾസ് ലാഫ്ലിനുമായുള്ള മേയ്ഫീൽഡിന്റെ രാഷ്ട്രീയ ജീവിതം. മികച്ച എഞ്ചിനീയറായിരുന്നു അദ്ദേഹം. ഒരു വർഷം മുൻപാണ് അദ്ദേഹത്തിന് പ്രഭുസ്ഥാനം ലഭിച്ചത്, മാത്രമല്ല, അപ്പോൾതന്നെ അദ്ദേഹം പുതിയൊരു മന്ത്രിസഭയ്ക്കു രൂപം നൽകി ത്തുടങ്ങിയിരുന്നു; ഈയിടെയാണ് അത് പ്രാബല്യത്തിൽ വന്നത്, യുദ്ധസജ്ജീകരണങ്ങൾക്കായി മാത്രമുള്ള മന്ത്രിസഭ.

മേശയിൽ പലഹാരം വിളമ്പി. മദ്യം ഒരു വട്ടം വിളമ്പി. വാൻഡെർലിന്റെ കണ്ണുകൾ വായിച്ച ലേഡി ജൂലിയ എഴുന്നേറ്റു. മൂന്ന് സ്ത്രീകളും ആ മുറി വിട്ടിറങ്ങി.

ഒരിക്കൽ കൂടി മദ്യം എല്ലാവരിലേക്കും പകർന്നുകൊടുക്കപ്പെട്ടു.

മേയ്ഫീൽഡ് പ്രഭു പക്ഷികളെക്കുറിച്ച് പരാമർശിച്ചു. അടുത്ത അഞ്ച് മിനിറ്റ്, ഗൗരവകരമായ സംഭാഷണമാണ് അരങ്ങേറിയത്. ശേഷം സർ ജോർജ് പറഞ്ഞു :

"മോനെ റെഗ്ഗി, നിനക്ക് സ്വീകരണ മുറിയിലെ മറ്റുള്ളവരുടെ അടുത്തേക്ക് പോകണോ? മേയ്ഫീൽഡ് പ്രഭുവിന് അനിഷ്ടമൊന്നും തോന്നുകയില്ല."

അവൻ കാര്യഗൗരവം മനസ്സിലാക്കി.

"നന്ദി മേയ്ഫീൽഡ് പ്രഭു. ഞാൻ വിട വാങ്ങുന്നു."

കാർലൈൽ പതിയെ പറഞ്ഞു :

"ക്ഷമിക്കണം, മേയ്ഫീൽഡ് പ്രഭു. ചില കുറിപ്പുകളും മറ്റു ജോലികളും ചെയ്തുതീർക്കാനുണ്ട്..."

പ്രഭു അനുവാദം നൽകി. ആ രണ്ട് യുവാക്കളും മുറിയിൽ നിന്നുമിറങ്ങി. അതിനും മുൻപേ തന്നെ ജോലിക്കാരും പോയിരുന്നു. വ്യോമസേനാ മേധാവിയും, യുദ്ധസജ്ജീകരണങ്ങളുടെ മന്ത്രിയും മാത്രമേ അവിടെ ഇപ്പോഴുള്ളൂ.

ഒന്ന്-രണ്ട് മിനിറ്റ് കഴിഞ്ഞ്, കേറിംഗ്ടൺ പറഞ്ഞു :

"ശരി... ഇനി സംസാരിക്കാം?"

"തീർച്ചയായും! യൂറോപ്പിലെ ഒരു രാജ്യത്തിനും നമ്മുടെ പുതിയ യുദ്ധവിമാനത്തെ തൊടാൻ പോലും കഴിയില്ല."

"അതായിരുന്നു എന്റെ ആഗ്രഹവും."

"ആകാശത്തെ സമ്പൂർണ്ണാധിപത്യം." മേയ്ഫീൽഡ് പ്രഭു തറപ്പിച്ചു പറഞ്ഞു.

സർ ജോർജ് കേറിംഗ്ടൺ ദീർഘമായൊന്ന് നിശ്വസിച്ചു.

"നേരത്തെ സജ്ജമാകേണ്ടതായിരുന്നു! ചാൾസിന് അറിയാമോ, എത്ര ദുർഘടമായ സാഹചര്യത്തിലൂടെയാണ് നമ്മൾ കടന്നുപോയത്. യൂറോപ്പ് മുഴുവനും വെടിമരുന്നുകൾ നിറഞ്ഞു. എന്നിട്ടും നമ്മൾ തയ്യാറായിരുന്നില്ല, നാശം! തലനാരിഴയ്ക്കാണ് നമ്മൾ രക്ഷപ്പെട്ടത്. ഇപ്പോഴും അപകടസാധ്യത പൂർണ്ണമായും ഒഴിഞ്ഞിട്ടില്ല, തയ്യാറെടുപ്പുകൾ വേഗത്തിലാക്കേണ്ടിയിരിക്കുന്നു."

പ്രഭു സ്വകാര്യമായി പറഞ്ഞു :

"എന്നിരുന്നാലും, ജോർജ്, വൈകിത്തുടങ്ങുന്നതിലും ചില ഗുണങ്ങളുണ്ട്. പല യൂറോപ്യൻ യുദ്ധോപകരണങ്ങളും പഴഞ്ചനായിത്തുടങ്ങിയിരിക്കുന്നു—മാത്രമല്ല, അവരെല്ലാം തന്നെ ദാരിദ്ര്യം രുചിച്ചു തുടങ്ങിയിരിക്കുന്നു."

"അതുകൊണ്ടൊന്നും കാര്യമില്ല." സർ ജോർജ് വിഷമിച്ചു. "നമ്മൾ ഏത് രാജ്യത്തെക്കുറിച്ച് കേൾക്കുമ്പോഴും അറിയുന്നത് അവർ പാപ്പരായി എന്നാണ്! പക്ഷേ അവർ പഴയപോലെതന്നെ എല്ലാം തുടരുന്നുമുണ്ട്.

സാമ്പത്തിക മേഖല എനിക്കിപ്പോഴും അന്യമായ ഒരു നിഗൂഢത തന്നെയാണ്."

മേയ്ഫീൽഡിന്റെ കണ്ണുകൾ ചെറുതായൊന്ന് തിളങ്ങി. സർ ജോർജ് കേറിംഗ്ടണും പ്രഭുവിനെപ്പോലെതന്നെ പഴഞ്ചനും കേമത്തം വിളമ്പുന്നവനും തുറന്നു പറയുന്നവനുമായിരുന്നു. ആ സ്വഭാവം അദ്ദേഹം മന:പൂർവ്വം ഉണ്ടാക്കിയെടുത്തതാണെന്ന് പറയുന്നവരുമുണ്ട്.

വിഷയം മാറ്റിയ കേറിംഗ്ടൺ, അല്പം ഉദാസീനതയോടെ പറഞ്ഞു :

"മിസ്സിസ് വാൻഡെർലൈൻ, ആകർഷണീയയായ വനിതയാണ്, അല്ലെ ?"

മേയ്ഫീൽഡ് പ്രഭു പറഞ്ഞു:

"അവർക്കെന്താണ് ഇവിടെ കാര്യമെന്ന് അറിയാൻ താൽപ്പര്യമുണ്ടോ?"

അദ്ദേഹത്തിന്റെ കണ്ണുകളിൽ വിനോദം തെളിഞ്ഞു.

കേറിംഗ്ടൺ അല്പം ആശയക്കുഴപ്പത്തിലായി.

"അതിന്റെ ആവശ്യമൊന്നുമില്ല—അതൊന്നും വേണ്ട."

"ഓഹ്, നിങ്ങൾ അറിയാനാഗ്രഹിച്ചു! കള്ളം പറയല്ലേ, ജോർജ്. ഞാനാണോ ഇപ്പോഴത്തെ ഇര എന്ന് നിങ്ങൾ അല്പമെങ്കിലും ആകുലപ്പെട്ടു!"

കേറിംഗ്ടൺ പതിയെ പറഞ്ഞു :

"അവരിവിടെ ഉണ്ടാവണം എന്ന് ഞാൻ ചെറുതായെങ്കിലും ആഗ്രഹിച്ചിരുന്നു എന്ന് സമ്മതിക്കുന്നു—പ്രത്യേകിച്ച്, ഈ വാരാന്ത്യത്തിൽ."

മേയ്ഫീൽഡ് പ്രഭു തലകുലുക്കി.

"എവിടെ മൃതദേഹമുണ്ടോ, അവിടെ കഴുകന്മാർ കൂട്ടമായി വരും. നമ്മുടെ പക്കൽ ഒരു മൃതദേഹമുണ്ട്, വാൻഡെർലൈനിനെ ഒന്നാമത്തെ കഴുകനായിത്തന്നെ പ്രതീക്ഷിക്കാം."

വ്യോമസേനാ മേധാവി ഉടൻ പറഞ്ഞു :

"വാൻഡെർലിനിനെ കുറിച്ച് എന്തെങ്കിലും അറിയാമോ?"

മേയ്ഫീൽഡ് പ്രഭു ചുരുട്ടിന്റെ അഗ്രം മുറിച്ചു കളഞ്ഞ ശേഷം, അതിന് തീ പകർന്നു. അല്പനേരം തലചായ്ച്ച് ആലോചിച്ച അദ്ദേഹം, ശ്രദ്ധാപൂർവ്വം പറഞ്ഞു.

"വാൻഡെർലൈനിനെക്കുറിച്ച് എനിക്കെന്തറിയാമെന്നോ? അവളൊരു അമേരിക്കക്കാരിയാണെന്നറിയാം. അവൾക്ക് മൂന്ന് ഭർത്താക്കന്മാരുണ്ടായിരുന്നു എന്നറിയാം, ഒരാൾ ഇറ്റലിക്കാരൻ, ഒരാൾ ജർമ്മനിയിൽ നിന്നും, പിന്നൊരാൾ റഷ്യക്കാരൻ; അതിലൂടെ മൂന്ന് രാജ്യങ്ങളിലേക്കുമായി അവൾ വളർത്തിയ ബന്ധങ്ങളാണ് പ്രധാനമെന്നാണ് ഞാൻ കരുതുന്നത്. വില കൂടിയ വസ്തുങ്ങളാണ് അവൾ വാങ്ങിക്കുന്നതെന്നും, ആഢംബര ജീവിതമാണ് നയിക്കുന്നതെന്നും

എനിക്കറിയാം, പക്ഷേ ഇതിനൊക്കെയുള്ള വരുമാനം അവൾക്കെവിടെ നിന്നുമാണെന്ന കാര്യത്തിലാണ് അല്പം ദുരൂഹത."

ഒരു പുഞ്ചിരിയോടെ, സർ ജോർജ് കേറിംഗ്ടൺ മന്ത്രിച്ചു :

"നിങ്ങളുടെ ചാരന്മാരെല്ലാം തന്നെ സമർത്ഥരാണല്ലോ, ചാൾസ്."

"അതെ." പ്രഭു തുടർന്നു. "വശീകരിക്കുന്ന സൗന്ദര്യം മാത്രമല്ല അവളുടെ പ്രത്യേകത, വാൻഡെർലൈൻ നല്ലൊരു ശ്രോതാവ് കൂടിയാണ്, കൂടാതെ ഒരാളിൽ നിന്നും വിവരങ്ങൾ ചോർത്തിയെടുക്കാനും മിടുക്കിയാണവൾ. ഒരു പുരുഷനെ അവളിലേക്ക് ആകർഷിക്കാനും, അയാളുടെ ഔദ്യോഗിക ജീവിതത്തെക്കുറിച്ച് എല്ലാം അയാളെക്കൊണ്ടുതന്നെ പറയിപ്പിക്കാനും അവൾക്ക് സാധിക്കും! ചെറുപ്പക്കാരായ അനേകം ഓഫീസർമാർ അവളുടെ വലയിൽ വീഴുകയും, തങ്ങളുടെ ഔദ്യോഗിക ജീവിതം തുലാസ്സിലാക്കുകയും ചെയ്തിട്ടുണ്ട്. വെളിപ്പെടുത്താൻ പാടില്ലാത്ത പല കാര്യങ്ങളും അവർ അവളുടെ മുന്നിൽ തുറന്നുകാട്ടി. അവളുടെ സുഹൃത്തുക്കളിൽ ഭൂരിഭാഗം പേരും പ്രതിരോധ സേനയിലുള്ളവരാണ്. പക്ഷേ കഴിഞ്ഞ ശൈത്യ കാലത്ത്, നമ്മുടെ ഏറ്റവും വലിയ ആയുധ നിർമ്മാണശാലകളിലൊന്നിന്റെ അരികിലുള്ള പ്രദേശത്ത് അവൾ വേട്ടയ്ക്കായി പോയിരുന്നു. അവിടെ അവൾ പല സുഹൃത്ത്ബന്ധങ്ങൾ ഉണ്ടാക്കിയെങ്കിലും, അവരാരും തന്നെ അത്ര സാഹസിക സ്വഭാവമുള്ളവരായിരുന്നില്ല. ചുരുക്കിപ്പറഞ്ഞാൽ, അവളെക്കൊണ്ടുള്ള ഏറ്റവും വലിയ ഉപകാരം..." ചുരുട്ട് കൊണ്ട് വായുവിൽ ഒരു വട്ടം വരച്ചു. "നമ്മൾ ആരോടും പറയാതിരിക്കുന്നതാവും നല്ലത്! അല്ലെങ്കിൽ ഒരു യൂറോപ്യൻ ശക്തിയോട് മാത്രം പറയുക—അതുമല്ലെങ്കിൽ, ഒന്നിലധികം യൂറോപ്യൻ ശക്തികളോട്."

കേറിംഗ്ടൺ ദീർഘശ്വാസമെടുത്തു.

"എന്റെ മനസ്സിലെ വലിയൊരു ഭാരമാണ് നിങ്ങൾ ഇറക്കിവെച്ചത്, ചാൾസ്."

"ചാപല്യങ്ങളിൽ ഞാൻ വീണുപോയെന്ന് കരുതിയോ? എന്റെ സുഹൃത്തേ! എന്നെപ്പോലെ ശ്രദ്ധയും പക്വതയും ഉള്ള ഒരാൾക്ക്, വാൻഡെർലൈനിന്റെ പദ്ധതികളെല്ലാം വ്യക്തമായി ഊഹിച്ചെടുക്കാൻ കഴിയും. മാത്രമല്ല, എല്ലാരും പറയുന്നതുപോലെ, അവളുടെ പണ്ടത്തെ യുവത്വമൊന്നും ഇപ്പോഴവൾക്കില്ല. നിങ്ങളുടെ ചെറുപ്പക്കാരായ സൈനികോദ്യോഗസ്ഥർക്ക് അത് മനസ്സിലാകണമെന്നില്ല. പക്ഷേ എനിക്ക് പ്രായം അമ്പത്തിയാറായി. അടുത്ത നാല് വർഷത്തിൽ, ഒരുപക്ഷേ, സമൂഹത്തിലേക്ക് ആദ്യമായി മുഖം കാണിക്കാൻ വിമുഖത കാണിക്കുന്ന സ്ത്രീകളെ സ്ഥിരമായി വേട്ടയാടുന്ന ഒരു മോശം വൃദ്ധനായി മാറിയേക്കാം."

"ഞാനെന്തൊരു മണ്ടനാണ്." കേറിംഗ്ടൺ ക്ഷമാപണ സ്വരത്തിൽ പറഞ്ഞു. "പക്ഷേ അല്പം വിചിത്രമായി..."

"വ്യോമസേനയുടെ മുഴുവൻ പ്രശ്നത്തിലും വിപ്ലവം സൃഷ്ടിച്ചേക്കാവുന്ന

ഒരു കണ്ടുപിടിത്തത്തെക്കുറിച്ച് ഞാനും നിങ്ങളും ഒരു അനൗദ്യോഗിക ചർച്ച നടത്താനായി ഒരുക്കിയ, അടുത്ത കുടുംബാംഗങ്ങൾ മാത്രം പങ്കെടുക്കുന്ന ഈ ചടങ്ങിൽ, അവളും ഉണ്ടായിരുന്നത് വിചിത്രമായി തോന്നിയോ?"

സർ ജോർജ് കേറിംഗ്ടൺ അതെ എന്ന് ആംഗ്യം കാണിച്ചു.

മേയ്ഫീൽഡ് പുഞ്ചിരിച്ചുകൊണ്ട് പറഞ്ഞു :

"അതാണ്. അതാണ് ചൂണ്ടയിൽ കോർത്ത ഇര."

"ഇരയോ?"

"നോക്കു, ജോർജ്. നമുക്ക് ആ സ്ത്രീയോട് ഒന്നും തന്നെയില്ല. പക്ഷേ ചില ആവശ്യങ്ങളുണ്ട്! അവൾ പണ്ട് പല സാഹചര്യങ്ങളിൽ നിന്നും ഭാഗ്യത്തിന് രക്ഷപ്പെട്ടിട്ടുണ്ട്. പക്ഷേ അവൾ ശ്രദ്ധയോടെയാണ് നീങ്ങുന്നത്–അതീവ ശ്രദ്ധയോടെ. അവളുടെ ഉദ്ദേശ്യമെന്താണെന്ന് *നമുക്കറിയാം*, പക്ഷേ അത് തെളിയിക്കാൻ സഹായിക്കുന്ന ഒന്നും നമ്മുടെ പക്കലില്ല. അവളെ മറ്റേതെങ്കിലും വഴിയിൽ പ്രലോഭിപ്പിച്ച് കുഴിയിൽ വീഴ്ത്തണം."

"നമ്മുടെ പുതിയ യുദ്ധവിമാനത്തെക്കുറിച്ചുള്ള വിവരങ്ങളാണോ പ്രലോഭനമായി നൽകാൻ ഉദ്ദേശിക്കുന്നത്?"

"അതെ. അത്രയും ഗൗരവകരമായ ഒന്നിനു മാത്രമേ അവളെ കുരുക്കിൽ പെടുത്താൻ സാധിക്കുകയുള്ളൂ–അവളെ വെളിച്ചത്തു കൊണ്ടുവരണം. ശേഷം–*അവൾ പിടിക്കപ്പെടും!*"

സർ ജോർജ് ഒന്ന് മുരണ്ടു.

"ഹാ, ശരിയാണ്." അദ്ദേഹം പറഞ്ഞു. "പദ്ധതിയൊക്കെ നല്ലതാണ്. പക്ഷേ അവൾ മുന്നോട്ടു വരാൻ തയ്യാറായില്ലെങ്കിലോ?"

"അത് തോൽവി തന്നെയാകും," പ്രഭു തുടർന്നു. "പക്ഷേ അവൾ വീഴുമെന്ന് എനിക്കുറപ്പുണ്ട്."

അദ്ദേഹം എഴുന്നേറ്റു.

"സ്വീകരണ മുറിയിലുള്ള സ്ത്രീകൾക്കൊപ്പം ചേർന്നാലോ? നിങ്ങളുടെ ഭാര്യയുടെ സന്തോഷം നശിപ്പിക്കണ്ട."

ജോർജ് സമ്മതം മൂളി :

"ജൂലിയക്ക് ചീട്ടുകളിയിൽ അതീവ താൽപര്യമാണ്. പക്ഷേ അവൾ ആഗ്രഹിക്കുന്നത്ര കളിക്കാൻ പാടില്ല, ഞാനത് പറഞ്ഞിട്ടുമുണ്ട്. പ്രശ്നമെന്തെന്നാൽ, ജൂലിയ ജന്മനാ ഒരു ചൂതാട്ടക്കാരിയാണ്."

ആതിഥേയനൊപ്പം പോകാനായി മേശയ്ക്കരികിലൂടെ അദ്ദേഹം വന്നു.

"ശരി, നിങ്ങളുടെ പദ്ധതി വിജയിക്കട്ടെ, ചാൾസ്."

സ്വീകരണ മുറിയിലെ സംഭാഷണങ്ങൾ ഒന്നിലധികം തവണ നിശബ്ദത കൈവരിച്ചു. മറ്റു സ്ത്രീകൾക്കിടയിൽ ഒറ്റയ്ക്ക് പെട്ടാൽ, വാൻഡെർലൈൻ

തീരെ ഉത്സാഹിയല്ലാതാകും. അവളുടെ വശീകരിക്കുന്ന പെരുമാറ്റത്തിൽ ആകൃഷ്ടരാകുന്നത് പുരുഷൻമാരാണ്, അവർക്ക് അവളെ സ്തുതിക്കാൻ എന്നും കാരണങ്ങളുണ്ടാകും. ലേഡി ജൂലിയയുടെ സ്വഭാവം അത്ര മികച്ചതുമല്ല, തീരെ മോശവുമല്ല. ഈ അവസരത്തിൽ, അവർക്ക് വാൻഡെർലൈനിനോട് അനിഷ്ടവും, മക്കാറ്റയോട് മുഷിവും തോന്നിയിരുന്നു; അതവർ മറച്ചുവെച്ചതുമില്ല. മക്കാറ്റയുടെ സംഭാഷണങ്ങൾ നേർത്തതായി, തീരെ ചുരുങ്ങി എന്നുതന്നെ പറയാം.

മക്കാറ്റ, ചെയ്യുന്ന കാര്യത്തിൽ ആത്മാർത്ഥതയുള്ളവളായിരുന്നു. വാൻഡെർലൈനിനെ അവർ ഇത്തിൾക്കണ്ണിയായും ഉപകാരശൂന്യയായും എഴുതിത്തള്ളി. താൻ സംഘടിപ്പിക്കുന്ന, ധർമ്മസ്ഥാപനത്തിന്റെ പരിപാടിയിലേക്ക് ജൂലിയയെ മക്കാറ്റ ക്ഷണിച്ചു. അതിന് ചെവി കൊടുക്കാതെ, ഒന്ന്-രണ്ട് തവണ കോട്ടുവായിട്ട ശേഷം, ജൂലിയ തന്റെ ചിന്തകളിലേക്ക് തിരികെ ചെന്നു. ജോർജും ചാൾസും എന്താണ് വരാത്തത്? പുരുഷൻമാരെന്താ ഇങ്ങനെ. അവളുടെ വിമർശനങ്ങൾ, അവളുടെ തന്നെ ചിന്തകൾക്കും വിഷമങ്ങൾക്കുമിടയിൽ നേർത്തില്ലാതായി.

പുരുഷൻമാർ മുറിയിലേക്ക് കടക്കുമ്പോൾ, മൂന്ന് സ്ത്രീകളും നിശബ്ദത പൂണ്ടിരിക്കുകയായിരുന്നു.

മേയ്ഫീൽഡ് പ്രഭു സ്വയം ചിന്തിച്ചു :

'ജൂലിയയ്ക്ക് വയ്യെന്ന് തോന്നുന്നു. എന്തൊരു പെരുമാറ്റമാണ് അവരുടേത്.'

അദ്ദേഹം ഉറക്കെ പറഞ്ഞു :

"ഒരു ചീട്ടുകളിയായാലോ?"

ജൂലിയയുടെ മുഖം പ്രകാശിച്ചു. ചീട്ടുകളിയായിരുന്നു അവളുടെ ജീവവായു.

റെഗ്ഗി കേറിംഗ്ടണും മുറിയ്ക്കകത്തേക്ക് പ്രവേശിച്ചു. അങ്ങനെ നാല് പേർ തയ്യാറായി. ലേഡി ജൂലിയ, വാൻഡെർലൈൻ, സർ ജോർജ്, റെഗ്ഗി എന്നിവർ മേശയ്ക്കു മുന്നിലിരുന്നു. മേയ്ഫീൽഡ് പ്രഭു മക്കാറ്റയ്ക്ക് കൂട്ടിരുന്നു.

രണ്ട് കളികൾ കഴിഞ്ഞ ശേഷം, ജോർജ് ചുമരിൽ തൂങ്ങുന്ന ഘടികാരത്തിലേക്ക് തലയുയർത്തി നോക്കി.

"ഇനിയും കളിച്ച് സമയം കളയണോ." അദ്ദേഹം പറഞ്ഞു.

അദ്ദേഹത്തിന്റെ ഭാര്യയുടെ മുഖം കറുത്തു.

"പത്തേമുക്കാൽ ആയിട്ടേയുള്ളൂ. പെട്ടെന്ന് കളിച്ചുതീർക്കാം."

"പെട്ടെന്ന് തീരുന്നതല്ലല്ലോ, പ്രിയേ." ജോർജ് മന്ദഹസിച്ചു. "എന്തായാലും, എനിക്കും ചാൾസിനും അല്പം ജോലിയുണ്ട്."

വാൻഡെർലൈൻ പിറുപിറുത്തു.

"അല്പം ഗൗരവമുള്ളതാണെന്ന് തോന്നുന്നല്ലോ! ഉന്നത തലത്തിലിരിക്കുന്ന സമർത്ഥരായ പുരുഷൻമാർക്ക് വിശ്രമിക്കാൻ പോലും സമയം കിട്ടില്ല, അല്ലേ?"

"ആഴ്ചയിൽ നാൽപത്തിയെട്ട് മണിക്കൂർ മാത്രം ചെയ്യേണ്ടുന്ന ജോലിയല്ല ഞങ്ങളുടേത്," സർ ജോർജ് പറഞ്ഞു.

വാൻഡെർലൈൻ പതിയെ പറഞ്ഞു :

"നിങ്ങൾക്കറിയാമോ, അപക്വയായ അമേരിക്കൻ വനിതയായതിൽ എനിക്ക് ലജ്ജയുണ്ട്. പക്ഷേ ഒരു രാജ്യത്തിന്റെ തന്നെ തലവര മാറ്റാൻ കഴിവുള്ള വ്യക്തിത്വങ്ങളുമായി സമയം ചെലവിടുന്നത് *ഇഷ്ടപ്പെടുന്ന* വ്യക്തിയാണ് ഞാൻ. സർ ജോർജ്, ഞാൻ പറഞ്ഞത് താങ്കൾക്ക് അപമര്യാദയായി തോന്നിയോ?"

"മിസ്സിസ് വാൻഡെർലൈൻ, നിങ്ങൾ അപക്വയാണെന്നോ അപമര്യാദയായി പെരുമാറിയെന്നോ എനിക്ക് തോന്നിയിട്ടില്ല."

അദ്ദേഹം അവളുടെ കണ്ണുകളിലേക്ക് നോക്കി പുഞ്ചിരിച്ചു. അദ്ദേഹത്തിന്റെ വാക്കുകളിലെ കാപട്യം അവൾ മനസ്സിലാക്കിയിട്ടുണ്ടാകും. സമർത്ഥയായ അവൾ, റെഗ്ഗിയെ നോക്കി മധുരമായി പുഞ്ചിരിച്ചു.

"ക്ഷമിക്കണം, എനിക്കിനി കളി തുടരാനാകില്ല. അത്രയും ബുദ്ധിപരമായ നീക്കങ്ങളാണ് നിങ്ങൾ നടത്തിയത്."

ആ വാക്കുകൾ അവനെ സന്തോഷിപ്പിച്ചു, അവൻ ഭവ്യതയോടെ പറഞ്ഞു :

"അല്പം ഭാഗ്യവും കൂടെയുണ്ടായിരുന്നു."

"ഹേയ്, അല്ല. നിങ്ങൾ വളരെ നന്നായിത്തന്നെയാ കളിച്ചത്. ഏത് കാർഡ് എപ്പോൾ എങ്ങനെ കളിക്കണം എന്ന് കൃത്യമായി അറിയാമായിരുന്നു നിങ്ങൾക്ക്. സമർത്ഥമായ നീക്കങ്ങൾ."

ജൂലിയ പെട്ടെന്ന് എഴുന്നേറ്റു.

'ഇവൾ ഒരാളെയും വെറുതെവിടുന്നില്ലല്ലോ,' അവർ വെറുപ്പോടെ ചിന്തിച്ചു.

അവളുടെ കണ്ണുകൾ മകനിലേക്ക് തിരിഞ്ഞു, അതിൽ വാത്സല്യം നിറഞ്ഞു. അവൻ കേൾക്കുന്നതെല്ലാം വിശ്വസിക്കും. എന്തൊരു കൗതുകമാണ് അവന്റെ കണ്ണുകളിൽ. എന്തൊരു നിഷ്കളങ്കത. അവൻ കബളിപ്പിക്കപ്പെടുന്നതിൽ അത്ഭുതപ്പെടാനില്ല. കളങ്കമില്ലാത്തവൻ. സത്യത്തിൽ, അവനെല്ലാവരോടും സ്നേഹമാണ്. ജോർജ് അവനെ തീരെ മനസ്സിലാക്കുന്നില്ല. പുരുഷൻമാർ തീരുമാനങ്ങളെടുക്കുമ്പോൾ, ദയ കാണിക്കാറില്ല. അവരും ഒരിക്കൽ യുവാക്കളായിരുന്നു എന്നു ചിന്തിക്കുകയില്ല. റെഗ്ഗിയോട് തീർത്തും പരുഷമായാണ് ജോർജ് പെരുമാറുന്നത്.

മക്കാറ്റ എഴുന്നേറ്റു. എല്ലാവരും പരസ്പരം ശുഭരാത്രി നേർന്നു.

മൂന്ന് സ്ത്രീകളും മുറിയിൽ നിന്നുമിറങ്ങി. മേയ്ഫീൽഡ് പ്രഭു, തനിക്കും സർ ജോർജിനും മദ്യം പകർന്ന ശേഷം, വാതിൽക്കൽ വന്നുനിന്ന കാർലൈലിനെ നോക്കി.

"ഫയലുകളും പേപ്പറുകളുമെല്ലാം എടുത്ത് തയ്യാറാക്കിവെക്കൂ,

കാർലൈൽ; പദ്ധതികളും മറ്റും ഉൾപ്പെടെ. ഞാനും വ്യോമയാന മേധാവിയും അല്പ സമയത്തിനകം വരാം. ഒന്നു നടക്കാനിറങ്ങണം, അല്ലേ ജോർജ്? മഴ തോർന്നിരിക്കുന്നു."

തിരിച്ചു നടക്കാനൊരുങ്ങിയ കാർലൈൽ, എതിരെ വന്ന വാൻഡെർലൈനുമായി കൂട്ടിയിടിക്കേണ്ടതായിരുന്നു. കാർലൈൽ ക്ഷമ പറഞ്ഞു.

വാൻഡെർലൈൻ ധൃതിയിൽ മുറിയ്ക്കകത്ത് കയറി. അവൾ പറഞ്ഞു :

"എന്റെ പുസ്തകം, അത്താഴത്തിനു മുൻപ് വായിച്ചുകൊണ്ടിരുന്നതാണ്."

റെഗ്ഗി ഒരു പുസ്തകവുമായി മുന്നോട്ടു വന്നു.

"ഇതാണോ ആ പുസ്തകം? സോഫയിലുണ്ടായിരുന്നത്?"

"ആഹ്, അതെ. വളരെ നന്ദി."

ഒന്നു പുഞ്ചിരിച്ച ശേഷം, ഒരിക്കൽ കൂടെ ശുഭരാത്രി നേർന്നു മുറി വിട്ടിറങ്ങി.

സർ ജോർജ് ഫ്രഞ്ച് ജനാലകളിലൊന്ന് തുറന്നിട്ടു.

"മനോഹരമായ രാത്രി. നീ കിടക്കാൻ പോകുന്നില്ലേ?" അദ്ദേഹം ചോദിച്ചു.

"അതെ, ശുഭരാത്രി. ഞാൻ എന്റെ മുറിയിലേക്ക് പോകുന്നു," റെഗ്ഗി പറഞ്ഞു.

"ശുഭരാത്രി, മോനെ," മേയ്ഫീൽഡ് പ്രഭു പറഞ്ഞു.

വൈകുന്നേരം വായിച്ചു തുടങ്ങിയ കുറ്റാന്വേഷണ കഥയുമായി റെഗ്ഗി അവിടെ നിന്നും പോയി.

പ്രഭുവും സർ ജോർജും മട്ടുപ്പാവിലേക്ക് പോയി.

സുന്ദരമായ രാത്രി, നക്ഷത്രങ്ങൾ നിറഞ്ഞ ആകാശം.

സർ ജോർജ് ദീർഘശ്വാസമെടുത്തു.

"ഹോ, ആ സ്ത്രീ ഒരുപാട് സുഗന്ധദ്രവ്യങ്ങൾ ഉപയോഗിക്കുന്നുണ്ട്." അദ്ദേഹം പറഞ്ഞു.

മേയ്ഫീൽഡ് പ്രഭു ചിരിച്ചു.

"എന്തായാലും, വിലകുറഞ്ഞതൊന്നുമല്ല. എനിക്കു തോന്നുന്നു, കിട്ടാവുന്നതിൽ ഏറ്റവും വിലകൂടിയ സുഗന്ധദ്രവ്യങ്ങളിൽ ഒന്നാണ്."

സർ ജോർജ് വികൃതിച്ചിരി ചിരിച്ചു.

"അതിന് ഒരാൾ നന്ദിയുള്ളവനായിരിക്കുമെന്ന് ഞാൻ കരുതുന്നു."

"തീർച്ചയായും അത് നിങ്ങൾ തന്നെയാവും. വിലകുറഞ്ഞ മണം പൂശിയ ഒരു സ്ത്രീ, മനുഷ്യരാശിക്കു തന്നെ ഏറ്റവും വലിയ നാണക്കേടാണെന്ന് ഞാൻ കരുതുന്നു."

സർ ജോർജ് ആകാശത്തേക്ക് നോക്കി.

"തെളിഞ്ഞ ആകാശം എത്ര മനോഹരമാണ്. നമ്മൾ അത്താഴം കഴിക്കുമ്പോൾ മഴ ചാറുന്നുണ്ടായിരുന്നു."

രണ്ടുപേരും മട്ടുപ്പാവിലൂടെ മെല്ലെ നടന്നു.

വീടിന്റെ അതേ നീളമുണ്ടായിരുന്നു മട്ടുപ്പാവിനും. അവിടെ നിന്നും നോക്കിയാൽ, സസ്സെക്സിലെ കാട്ടുപ്രദേശത്തിന്റെ മനോഹാരിത ദൃശ്യമായിരുന്നു.

സർ ജോർജ് ഒരു ചുരുട്ട് കത്തിച്ചു.

"ഈ ലോഹസങ്കരത്തെക്കുറിച്ച്..." അദ്ദേഹം പറഞ്ഞുതുടങ്ങി.

സംസാരം സാങ്കേതിക രീതിയിൽ ഗൗരവകരമായി പുരോഗമിച്ചു.

അവർ അഞ്ചാം തവണയും മട്ടുപ്പാവിന്റെ നീളം നടന്നുതീർത്തപ്പോൾ, മേയ്ഫീൽഡ് പ്രഭു നെടുവീർപ്പോടെ പറഞ്ഞു :

"ഹാ, നമ്മൾ അത് പ്രാവർത്തികമാക്കുന്നതാണ് നല്ലത് എന്ന് ഞാൻ കരുതുന്നു."

"അതെ, കുറച്ചധികം കഷ്ടപ്പെടേണ്ടിവരും."

രണ്ടുപേരും തിരിഞ്ഞു, മേയ്ഫീൽഡ് പ്രഭു ഞെട്ടലോടെ പറഞ്ഞു.

"ഹേയ്! അത് കണ്ടോ?"

"എന്ത്?" സർ ജോർജ് ചോദിച്ചു.

"എന്റെ വായനാമുറിയുടെ ജനാലയിൽ നിന്ന് ആരോ മട്ടുപ്പാവിനു മുകളിലൂടെ തെന്നി വീഴുന്നതായി തോന്നി."

"വെറുതെ പറയല്ലേ. ഞാനൊന്നും കണ്ടില്ല."

"പക്ഷേ ഞാൻ കണ്ടു... കണ്ടതായി തോന്നി."

"തോന്നിയതാകും. ഞാനും മട്ടുപ്പാവിലേക്കു തന്നെയാണ് നോക്കുന്നുണ്ടായിരുന്നത്, അവിടെ അങ്ങനൊന്ന് സംഭവിച്ചാൽ ഞാനും കാണേണ്ടതല്ലേ. എന്റെ ദൃഷ്ടിയിൽ നിന്നും അങ്ങനൊന്നും ഒന്നിനും രക്ഷപ്പെടാൻ കഴിയില്ല—ഞാനൊരു പത്രം വായിക്കുകയാണെങ്കിൽ പോലും എനിക്ക് ചുറ്റുമുള്ള കാഴ്ചകൾ ഞാൻ കാണും."

മേയ്ഫീൽഡ് പ്രഭു ചിരിച്ചു.

"അക്കാര്യത്തിൽ ഞാനാണ് മിടുക്കൻ, ജോർജ്. കണ്ണടയില്ലാതെ എനിക്ക് എളുപ്പത്തിൽ വായിക്കാൻ കഴിയും."

"പക്ഷേ, നിങ്ങൾക്ക് പലപ്പോഴും മറുവശത്തിരിക്കുന്ന സഹ പ്രവർത്തകനെ പോലും തിരിച്ചറിയാൻ കഴിയില്ല. അതോ നിങ്ങളുടെ കണ്ണടയുടെ പ്രശ്നമാണോ?"

രണ്ടുപേരും ചിരിച്ചുകൊണ്ട് മേയ്ഫീൽഡിന്റെ വായനാ മുറിയിലേക്ക് പ്രവേശിച്ചു, അതിന്റെ ഫ്രഞ്ച് ജനാല തുറന്നിരുന്നു.

കാർലൈൽ അലമാരയ്ക്കരികിൽ, ചില പേപ്പറുകൾ ഒരുക്കിവെക്കുന്ന തിരക്കിലായിരുന്നു.

അവർ അകത്തു കടന്നപ്പോൾ അയാൾ തലയുയർത്തി നോക്കി.

"ഹാ, കാർലൈൽ, എല്ലാം തയ്യാറാണോ?"

"അതെ, മേയ്ഫീൽഡ് പ്രഭു, എല്ലാ പേപ്പറുകളും താങ്കളുടെ മേശപ്പുറത്തുണ്ട്."

ജനാലയ്ക്കരികിലെ ഒരു മൂലയിൽ, കുറുകെ സ്ഥാപിച്ചിരിക്കുന്ന മഹാഗണിയുടെ ഒരു വലിയ എഴുത്ത് മേശ. മേയ്ഫീൽഡ് പ്രഭു അതിനടുത്തേക്ക് പോയി, നിരത്തിവെച്ച വിവിധ രേഖകളിലൂടെ കണ്ണോടിച്ചു തുടങ്ങി.

"മനോഹരമായ രാത്രി," സർ ജോർജ് പറഞ്ഞു.

കാർലൈൽ ശരിവെച്ചു.

"അതെ, ശരിയാണ്. മഴയ്ക്ക് ശേഷം തെളിഞ്ഞ ആകാശം."

തന്റെ ഫയൽ മാറ്റിവെച്ചുകൊണ്ട് കാർലൈൽ ചോദിച്ചു :

"എന്റെ സഹായം ഇനി ആവശ്യമുണ്ടോ, മേയ്ഫീൽഡ് പ്രഭു?"

"ഇല്ല, വേണ്ടിവരില്ല, കാർലൈൽ. ഇതെല്ലാം ഞാൻ തന്നെ എടുത്തുവെച്ചോളാം. ഞങ്ങൾ മിക്കവാറും വൈകും. നിങ്ങൾ പൊയ്ക്കോളൂ."

"നന്ദി. ശുഭരാത്രി, മേയ്ഫീൽഡ് പ്രഭു. ശുഭരാത്രി, സർ ജോർജ്."

"ശുഭരാത്രി, കാർലൈൽ."

സെക്രട്ടറി മുറി വിടാൻ ഒരുങ്ങുമ്പോൾ, മേയ്ഫീൽഡ് പ്രഭു അല്പം ഗൗരവത്തോടെ പറഞ്ഞു :

"ഒരു നിമിഷം, കാർലൈൽ. നിങ്ങൾ വളരെ പ്രധാനപ്പെട്ട കാര്യം മറന്നുപോയി."

"ക്ഷമിക്കണം, മേയ്ഫീൽഡ് പ്രഭു."

"യുദ്ധവിമാനത്തിന്റെ യഥാർത്ഥ പദ്ധതികൾ, കാർലൈൽ."

സെക്രട്ടറി തുറിച്ചുനോക്കി.

"അത് മുകളിൽ തന്നെയുണ്ട്, സർ."

"അത്തരത്തിൽ ഒന്നും തന്നെയില്ലല്ലോ."

"പക്ഷേ, ഞാൻ അവിടെ വെച്ചിരുന്നു."

"നിങ്ങൾ തന്നെ നോക്കൂ."

അന്ധാളിപ്പോടെ ആ ചെറുപ്പക്കാരൻ മുന്നോട്ട് വന്ന് മേയ്ഫീൽഡ് പ്രഭുവിനൊപ്പം ചേർന്നു.

അല്പം അക്ഷമയോടെ, പ്രഭു കടലാസ് കൂമ്പാരത്തിലേക്ക് കൈ ചൂണ്ടി. കാർലൈൽ അവയിലൂടെ പരതി, അവന്റെ നെഞ്ചിടിപ്പ് വർദ്ധിച്ചു.

"കണ്ടോ? അതവിടെ ഇല്ല."

സെക്രട്ടറിയുടെ ശബ്ദമിടറി.

"പക്ഷേ... പക്ഷേ, എനിക്കിത് വിശ്വസിക്കാനാവുന്നില്ല. ഞാൻ അതിവിടെ വെച്ചിട്ട് മൂന്ന് മിനിറ്റ് പോലുമായില്ല."

മേയ്ഫീൽഡ് പ്രഭു തമാശയായി പറഞ്ഞു :

“നിങ്ങൾക്കു തെറ്റുപറ്റിയതായിരിക്കാം, അതിപ്പോഴും അലമാരയ്ക്കകത്ത് തന്നെയുണ്ടാകും.”

“എങ്ങനെയെന്ന് എനിക്ക് മനസ്സിലാകുന്നില്ല—ഞാൻ അതെടുത്ത് ഇവിടെ വെച്ചുവെന്ന് എനിക്കുറപ്പാണ്!”

മേയ്ഫീൽഡ് പ്രഭു കാർലൈലിനെ കടന്ന് തുറന്നിട്ട അലമാരയ്ക്കരികിലേക്ക് ചെന്നു.

സർ ജോർജ് അവരോടൊപ്പം കൂടി. യുദ്ധവിമാനത്തെക്കുറിച്ചുള്ള രേഖകൾ അവിടെയില്ലായിരുന്നുവെന്ന് മനസ്സിലാകാൻ അധികം സമയം വേണ്ടിവന്നില്ല.

വിശ്വസിക്കാനാകാതെ, ആശ്ചര്യത്തോടെ മൂന്ന് പേരും വീണ്ടും മേശപ്പുറത്തെ പേപ്പറുകൾക്കിടയിൽ ഒന്നുകൂടെ തിരഞ്ഞു.

“എന്റെ ദൈവമേ!” മേയ്ഫീൽഡ് പറഞ്ഞു. “അത് നഷ്ടപ്പെട്ടിരിക്കുന്നു!”

കാർലൈൽ നിലവിളിച്ചു :

“പക്ഷേ, അത് അസാധ്യമാണ്!”

“ആരാണ് ഈ മുറിയിൽ ഉണ്ടായിരുന്നത്?” മന്ത്രി പൊട്ടിത്തെറിച്ചു.

“ആരുമില്ലായിരുന്നു, ആരും തന്നെ.”

“നോക്കൂ, കാർലൈൽ. ആ പദ്ധതികൾ വായുവിൽ അപ്രത്യക്ഷമാകാൻ വഴിയില്ല. ആരോ എടുത്തിരിക്കുകയാണ്. വാൻഡെർലൈൻ ഇവിടെ വന്നിരുന്നോ?”

“വാൻഡെർലൈൻ? അയ്യോ, ഇല്ല സർ.”

“അയാൾ പറയുന്നത് ശരിയാണ്.” കേറിംഗ്ടൺ പറഞ്ഞു. അദ്ദേഹം മണം പിടിക്കാൻ ശ്രമിച്ചു. “അവൾ ഇവിടെയുണ്ടായിരുന്നുവെങ്കിൽ, അവളുടെ ഗന്ധം ഇവിടെ തങ്ങിനിൽക്കുമായിരുന്നു. അവളുടെ സുഗന്ധദ്രവ്യത്തിന്റെ ഗന്ധം.”

“ആരും ഇവിടെ വന്നിട്ടില്ല.” കാർലൈൽ തറപ്പിച്ചു പറഞ്ഞു. “എനിക്കൊന്നും മനസ്സിലാകുന്നില്ല.”

“നോക്കൂ, കാർലൈൽ,” മേയ്ഫീൽഡ് പ്രഭു പറഞ്ഞു. “ആത്മസംയമനം പാലിക്കൂ. നമുക്ക് അത് കണ്ടെത്തേണ്ടതുണ്ട്. പേപ്പറുകൾ അലമാരയിൽ സുരക്ഷിതമായിരുന്നെന്ന് നിങ്ങൾക്ക് തീർച്ചയാണോ?”

“അതെ, ഉറപ്പാണ്.”

“നിങ്ങൾ അത് ശരിക്കും നോക്കിയോ? അതോ മറ്റു പേപ്പറുകൾക്കൊപ്പം ഉണ്ടാകുമെന്ന് അനുമാനിച്ചതാണോ?”

“അല്ല. അല്ല, മേയ്ഫീൽഡ് പ്രഭു. ഞാൻ കണ്ടതാണ്. ഞാൻ അതെടുത്ത്, മറ്റുള്ള പേപ്പറുകൾക്കു മുകളിലായി, മേശപ്പുറത്തു വെച്ചതാണ്.”

“നിങ്ങൾ പറയുന്നു, അതിനുശേഷം, മുറിയിൽ ആരും ഉണ്ടായിരുന്നില്ല എന്ന്. നിങ്ങൾ മുറിക്ക് പുറത്ത് പോയിരുന്നോ?”

“ഇല്ല... അത്... അതെ.”

"ഹാ!" സർ ജോർജ് നിലവിളിച്ചു. "ഇപ്പോൾ എല്ലാം പിടികിട്ടി!"

മേയ്ഫീൽഡ് പ്രഭു ദേഷ്യപ്പെട്ടു :

"എന്താണ് നിങ്ങൾ ചെയ്തത്..."

കാർലൈൽ ഇടയ്ക്കു കയറി :

"സാധാരണ ഗതിയിൽ, പ്രധാനപ്പെട്ട പേപ്പറുകൾ മേശപ്പുറത്തിരിക്കുമ്പോൾ, മുറിയിൽ നിന്ന് പുറത്തുപോകുന്നത് ഞാൻ സ്വപ്നത്തിൽ പോലും കരുതാത്ത ഒന്നാണ്. പക്ഷേ ഒരു സ്ത്രീയുടെ നിലവിളി കേട്ടപ്പോൾ..."

"സ്ത്രീയുടെ നിലവിളിയോ?" ഞെട്ടിപ്പോയ മേയ്ഫീൽഡ് പ്രഭു ആശ്ചര്യത്തോടെ ചോദിച്ചു.

"അതെ, മേയ്ഫീൽഡ് പ്രഭു. ഞാൻ ഞെട്ടിത്തരിച്ചുപോയി. മേശപ്പുറത്ത് പേപ്പറുകൾ ഒരുക്കിവെക്കുന്നതിനിടയിലാണ് ഞാനത് കേട്ടത്. അപ്പോൾ, സ്വാഭാവികമായും, ഞാൻ ഹാളിലേക്ക് ഓടിച്ചെന്നു."

"ആരാണ് നിലവിളിച്ചത്?"

"മിസ്സിസ് വാൻഡെർലൈനിന്റെ ഫ്രഞ്ച് വേലക്കാരി. കോണിപ്പടികൾ കയറുകയായിരുന്ന അവൾ, ഭയം കൊണ്ട് വിളറി വെളുത്ത്, വിറയ്ക്കുകയായിരുന്നു. ഒരു പ്രേതത്തെ കണ്ടെന്നാണ് അവൾ പറയുന്നത്."

"പ്രേതത്തെ കണ്ടെന്നോ?"

"അതെ, വെള്ളവസ്ത്രം ധരിച്ച, ഉയരമുള്ള ഒരു സ്ത്രീ, നിശബ്ദയായി വായുവിൽ ഒഴുകിനടക്കുന്നതായി."

"എന്ത് വിഡ്ഢിത്തമാണ്!"

"അതെ, മേയ്ഫീൽഡ് പ്രഭു, അതുതന്നെയാണ് ഞാനും അവളോട് പറഞ്ഞത്. അവൾ നാണക്കേട് കൊണ്ട് തലതാഴ്ത്തി. എന്നിട്ട് അവൾ മുകളിലേക്ക് പോയി, ഞാൻ ഇങ്ങോട്ട് തിരികെ വന്നു."

"ഇത് എപ്പോഴാണ് സംഭവിച്ചത്?"

"നിങ്ങളും സർ ജോർജും വരുന്നതിന് ഒന്നോ രണ്ടോ മിനിറ്റ് മുമ്പ്."

"നിങ്ങൾ എത്ര നേരം മുറിക്ക് പുറത്ത് പോയിരുന്നു?"

സെക്രട്ടറി ചിന്തിച്ചു നോക്കി.

"രണ്ട് മിനിറ്റ്. കൂടിപ്പോയാൽ മൂന്ന്."

"ധാരാളം." മേയ്ഫീൽഡ് പ്രഭു മുരണ്ടു. പെട്ടെന്ന് അദ്ദേഹം സുഹൃത്തിന്റെ കൈയിൽ മുറുകെ പിടിച്ചു.

"ജോർജ്, ഞാൻ കണ്ട ആ നിഴൽ—ഈ ജനാലയിൽ നിന്നും ചാടിയത്. അതായിരുന്നു! കാർലൈൽ മുറി വിട്ടയുടനെ, അവൻ അകത്തു കയറി, പദ്ധതികൾ കൈക്കലാക്കി സ്ഥലം വിട്ടു."

"ഛെ, നാശം" സർ ജോർജ് പറഞ്ഞു.

ശേഷം സുഹൃത്തിന്റെ കൈയിൽ പിടിച്ചു.

"നോക്കൂ, ചാൾസ് . ഇത് വളരെ വലിയ പ്രശ്നങ്ങളിലേക്ക് നയിക്കും. എന്താണ് നമ്മൾ ചെയ്യാൻ പോകുന്നത്?"

"ഏതു വിധേനയും നമ്മളത് തിരിച്ചു പിടിക്കും, ചാൾസ്."

അര മണിക്കൂർ കഴിഞ്ഞു. രണ്ടുപേരും മേയ്ഫീൽഡ് പ്രഭുവിന്റെ വായനാ മുറിയിലായിരുന്നു. ഒരു മാർഗ്ഗം സ്വീകരിക്കാൻ തന്റെ സുഹൃത്തിനെ പ്രേരിപ്പിക്കുന്നതിൽ, കഠിനമായി പ്രയത്നിക്കുകയായിരുന്നു സർ ജോർജ്.

ലോർഡ് മേയ്ഫീൽഡ് ആദ്യം വിമുഖത കാണിച്ചെങ്കിലും, ക്രമേണ ആ ആശയത്തോടുള്ള അനിഷ്ടം കുറഞ്ഞു.

സർ ജോർജ് തുടർന്നു :

"അനാവശ്യ പിടിവാശിയാൽ പ്രശ്നം വഷളാക്കല്ലേ, ചാൾസ്."

മേയ്ഫീൽഡ് പ്രഭു പതുക്കെ പറഞ്ഞു :

"നമുക്ക് തീരെയറിയാത്ത ഒരു പാവം വിദേശിയെ എന്തിനാണ് ഇതിൽ വലിച്ചിഴക്കുന്നത്?"

"പക്ഷേ, എനിക്ക് അയാളെക്കുറിച്ച് നന്നായറിയാം. അയാളൊരു വിസ്മയം തന്നെയാണ്."

"ഹ്മ്മ്."

"നോക്കു ചാൾസ്. ഇതൊരു അവസരമാണ്! വിവേകമാണ് ഇവിടെ പ്രയോഗിക്കേണ്ടത്. ഇക്കാര്യം മറ്റാരെങ്കിലും അറിഞ്ഞാൽ..."

"അറിയും എന്ന ഭയമാണോ, വൈകാതെ അറിയും എന്ന ഭയമാണോ!"

"അങ്ങനെ സംഭവിക്കണമെന്നില്ല. ഈ മനുഷ്യൻ, ഹെർക്കുലി പോയ്റോട്ട്..."

"ഒരു ജാലവിദ്യക്കാരൻ തന്റെ തൊപ്പിയിൽ നിന്ന് മുയലുകളെ പുറത്തെടുക്കുന്നതുപോലെ, അയാൾ ഇവിടെ വന്ന് പദ്ധതികൾ തയ്യാറാക്കിയെടുക്കുമോ?"

"അദ്ദേഹം സത്യം കണ്ടെത്തും. നമുക്ക് വേണ്ടതും അതുതന്നെയാണ്. നോക്കു ചാൾസ്, എല്ലാ ഉത്തരവാദിത്തവും ഞാൻ സ്വയം ഏറ്റെടുക്കുന്നു."

മേയ്ഫീൽഡ് പ്രഭു പതുക്കെ പറഞ്ഞു :

"ഹാ, ശരി, നിങ്ങളുടെ ഇഷ്ടം പോലെ. പക്ഷേ അയാൾക്ക് എന്തുചെയ്യാനാകുമെന്ന് എനിക്കറിയില്ല."

സർ ജോർജ് ഫോൺ എടുത്തു.

"ഞാൻ അദ്ദേഹത്തെ വിളിക്കാൻ പോകുന്നു—ഇപ്പോൾ."

"അയാൾ കിടന്നിട്ടുണ്ടാകും."

"അദ്ദേഹം എഴുന്നേറ്റോളും. പറയൂ, ചാൾസ്, ആ സ്ത്രീയെ നമുക്കങ്ങനെ രക്ഷപ്പെടാൻ അനുവദിക്കാൻ പാടുണ്ടോ?"

"വാൻഡെർലൈനിനെയാണോ നിങ്ങൾ ഉദ്ദേശിക്കുന്നത്?"

"അതെ. അവളായിരിക്കും ഇതിന്റെയെല്ലാം പിന്നിലെന്ന് നിങ്ങൾക്ക് സംശയമില്ലേ?"

"ഇല്ല, എനിക്ക് തോന്നുന്നില്ല. പ്രതികാര മനോഭാവത്തോടെയാണ്

അവൾ കാര്യങ്ങൾ എനിക്കെതിരെ തിരിച്ചത്. ജോർജ്, ഒരു സ്ത്രീ നമ്മളേക്കാൾ സമർത്ഥയാണെന്ന് സമ്മതിക്കുന്നതിൽ എനിക്ക് ബുദ്ധിമുട്ടുണ്ട്. അതെനിക്ക് സമ്മതിച്ചുതരാൻ കഴിയില്ല. പക്ഷേ, അത് സത്യമാണ്. ഈ സംഭവത്തിന്റെ സൂത്രധാരക അവളാണെന്ന് അറിയാമെങ്കിലും, അവൾക്കെതിരായി ഒന്നും തന്നെ തെളിയിക്കാൻ നമുക്കാവില്ല."

"സ്ത്രീകളാണ് തിന്മ," കേറിംഗ്ടൺ വികാരത്തോടെ പറഞ്ഞു.

"ഛെ, അവളെ ഇക്കാര്യവുമായി കൂട്ടിയിണക്കാൻ ഒരു തെളിവുമില്ലല്ലോ! ആ പെൺകുട്ടിയുടെ നിലവിളിക്കു പിന്നിലും, പുറത്തു പതുങ്ങിയിരിക്കുന്ന ആ ആൾ ഇവളുടെ കൂട്ടാളിയാണെന്നും നമുക്ക് വിശ്വസിക്കാം, പക്ഷേ പ്രശ്നമെന്തെന്നാൽ, നമുക്കത് തെളിയിക്കാനാകില്ല."

"ഒരുപക്ഷേ, ഹെർക്കുലി പോയ്റോട്ടിന് കഴിഞ്ഞേക്കും."

പെട്ടെന്ന് മേയ്ഫീൽഡ് പ്രഭു ചിരിച്ചു.

"കർത്താവേ! ജോർജ്, എത്ര മിടുക്കനാണെങ്കിലും ഒരു ഫ്രഞ്ചുകാരനിൽ ഇത്രയേറെ വിശ്വാസമർപ്പിക്കാൻ മാത്രം നിങ്ങളൊരു പഴഞ്ചനാണെന്ന് ഞാൻ കരുതിയില്ല."

"അയാൾ ഒരു ഫ്രഞ്ചുകാരൻ പോലുമല്ല, ബെൽജിയംകാരനാണ്," സർ ജോർജ് അല്പം ലജ്ജയോടെ പറഞ്ഞു.

"ശരി, നിങ്ങളുടെ ബെൽജിയംകാരനെ കൊണ്ടുവരൂ. അയാളുടെ ബുദ്ധിയും ഒന്ന് പരീക്ഷിച്ചു നോക്കാം. പക്ഷേ എനിക്കുറപ്പുണ്ട്, നമുക്ക് കഴിയുന്നതിനെക്കാൾ കൂടുതലൊന്നും അയാൾക്ക് ചെയ്യാനാകില്ല."

മറുപടി പറയാതെ സർ ജോർജ് ഫോണെടുത്തു.

കണ്ണു ചിമ്മിത്തുറന്ന്, ഹെർക്കുലി പോയ്റോട്ട് ഒരാളിൽ നിന്ന് മറ്റൊരാളിലേക്ക് നോട്ടം തിരിച്ചു. അവർ ശ്രദ്ധിക്കാത്ത രീതിയിൽ, അവൻ ഉറക്കക്ഷീണം മറച്ചുപിടിച്ചു.

സമയം പുലർച്ചെ രണ്ടര. ഉറക്കമുണർന്ന അവൻ, വലിയ റോൾസ് റോയ്സ് കാറിൽ, ഇരുട്ടിലൂടെ പാഞ്ഞെത്തുകയായിരുന്നു. അവർ രണ്ടു പേർക്കും പറയാനുള്ളത് അവൻ കേട്ടുകഴിഞ്ഞു.

"ഇത്രയുമാണ് സംഭവിച്ചത്, എം. പോയ്റോട്ട്," മേയ്ഫീൽഡ് പ്രഭു പറഞ്ഞു.

അദ്ദേഹം കസേരയിൽ ചാരിയിരുന്നു, തന്റെ ഒറ്റക്കണ്ണട എടുത്തണിഞ്ഞു. അതിലൂടെ, ഇളം നീല കണ്ണ് പോയ്റോട്ടിനെ സൂക്ഷ്മമായി നോക്കുന്നുണ്ട്. ആ കണ്ണിൽ, കൗശലവും സന്ദേഹവും ഒരുപോലെ തെളിഞ്ഞുകണ്ടു. പോയ്റോട്ട്, സർ ജോർജ് കേറിംഗ്ടണിലേക്ക് പെട്ടെന്ന് ഒരു നോട്ടം വീശി.

അദ്ദേഹത്തിന്റെ മുഖത്ത്, പ്രതീക്ഷയറ്റ ഒരു കുഞ്ഞിന്റെ നിസ്സഹായാവസ്ഥയായിരുന്നു.

പോയ്റോട്ട് പതുക്കെ പറഞ്ഞു :

"ശരി, എന്റെ പക്കലിപ്പോൾ വിവരങ്ങളുണ്ട്. വേലക്കാരി നിലവിളിക്കുന്നു, സെക്രട്ടറി പുറത്തേക്ക് പോകുന്നു, പേരറിയാത്ത ഒരാൾ വരുന്നു, പേപ്പറുകൾ മേശയുടെ മുകളിലുണ്ടായിരുന്നു, അവൻ അത് കൈക്കലാക്കി സ്ഥലം വിടുന്നു. വസ്തുതകൾ—വ്യക്തമായി കോർത്തിണക്കപ്പെട്ടവ."

അവസാന വാചകം ഉച്ചരിച്ച രീതി മേയ്ഫീൽഡ് പ്രഭുവിന്റെ ശ്രദ്ധ ആകർഷിച്ചു. അദ്ദേഹം അല്പം നിവർന്നിരുന്നു, ഒറ്റക്കണ്ണട അഴിഞ്ഞു വീണു. ഒരു പുതിയ ഉണർവ്വ് വന്നത് പോലെ തോന്നി.

"എനിക്ക് മനസ്സിലാകുന്നില്ല, എം. പോയ്റോട്ട്?"

"പ്രഭു, ഞാൻ ഉദ്ദേശിച്ചത്, പറഞ്ഞു, വസ്തുതകളെല്ലാം തന്നെ വളരെ സൗകര്യപ്രദമായിരുന്നു എന്നാണ്—കള്ളന്. മറ്റൊരു കാര്യം, നിങ്ങൾ കണ്ടത് ഒരു *പുരുഷനായിരുന്നു* എന്ന് ഉറപ്പാണോ?"

മേയ്ഫീൽഡ് പ്രഭു തലയാട്ടി.

"അതെനിക്ക് പറയാൻ കഴിഞ്ഞില്ല. അതൊരു—നിഴൽ മാത്രമായിരുന്നു. സത്യത്തിൽ, ആരെയെങ്കിലും കണ്ടോ എന്നു പോലും എനിക്ക് ഉറപ്പില്ല."

പോയ്റോട്ട് തന്റെ നോട്ടം വ്യോമസേനാ മേധാവിയിലേക്ക് തിരിച്ചു.

"എങ്കിൽ, സർ ജോർജ്? അത് പുരുഷനാണോ സ്ത്രീയാണോ എന്ന് താങ്കൾക്ക് പറയാൻ കഴിയുമോ?"

"ഞാൻ ആരെയും കണ്ടത് പോലുമില്ല."

പോയ്റോട്ട് ചിന്താപൂർവ്വം തലയാട്ടി. എന്നിട്ട് അയാൾ പെട്ടെന്ന് എഴുന്നേറ്റ്, എഴുത്തുമേശയുടെ അടുത്തേക്ക് പോയി.

"ആ പേപ്പറുകൾ അവിടെയില്ലെന്ന് എനിക്ക് ഉറപ്പാണ്," മേയ്ഫീൽഡ് പ്രഭു പറഞ്ഞു. "ഞങ്ങൾ മൂന്നുപേരും ആറേഴ തവണ ആ കടലാസുകൾ മുഴുവൻ തിരഞ്ഞു."

"മൂന്നു പേരും? താങ്കളുടെ സെക്രട്ടറിയെ കൂടിയാണോ ഉദ്ദേശിക്കുന്നത്?"

"അതെ, കാർലൈൽ."

പോയ്റോട്ട് പെട്ടെന്ന് തിരിഞ്ഞു.

"പറയൂ മേയ്ഫീൽഡ് പ്രഭു, നിങ്ങൾ മേശയുടെ അടുത്തേക്ക് പോകുമ്പോൾ, ഏത് പേപ്പറായിരുന്നു മുകളിലുണ്ടായിരുന്നത്?"

മേയ്ഫീൽഡ് ഓർമ്മകൾ ചികഞ്ഞു നോക്കി.

"ഒന്നോർത്തു നോക്കട്ടെ... ഹാ, വ്യോമസേനയുടെ പ്രതിരോധ പദ്ധതികളുടെ കരട് രൂപമോ മറ്റോ ആയിരുന്നു."

സമർത്ഥമായി, പോയ്റോട്ട് ഒരു പേപ്പർ പുറത്തെടുത്തു കൊണ്ടുവന്നു.

"ഇതാണോ, മേയ്ഫീൽഡ് പ്രഭു?"

മേയ്ഫീൽഡ് പ്രഭു അത് വാങ്ങി നോക്കി.

"അതെ, ഇത് തന്നെ."

പോയ്റോട്ട് അത് കേറിംഗ്ടണിനു കാണിച്ചു.

"ഈ പേപ്പർ മേശപ്പുറത്തിരിക്കുന്നതായി നിങ്ങൾ ശ്രദ്ധിച്ചോ?"

സർ ജോർജ് അത് കൈയ്യിലെടുത്തു, കണ്ണട ധരിച്ച ശേഷം സൂക്ഷിച്ചു നോക്കി.

"അതെ. കാർലൈലിനും മേയ്ഫീൽഡിനുമൊപ്പം ഞാനും നോക്കിയിരുന്നു. ഇത് തന്നെയായിരുന്നു മുകളിലുണ്ടായിരുന്നത്."

പോയ്റോട്ട് ചിന്തയിലാണ്ടു. അയാൾ മേശപ്പുറത്തിരുന്ന പേപ്പർ മാറ്റി. മേയ്ഫീൽഡ് ഒന്നും മനസ്സിലാകാതെ പോയ്റോട്ടിനെ നോക്കി.

"മറ്റെന്തെങ്കിലും ചോദിക്കാനുണ്ടെങ്കിൽ..." അദ്ദേഹം തുടങ്ങി.

"ഉണ്ട്, തീർച്ചയായും ഒരു ചോദ്യമുണ്ട്. കാർലൈൽ. കാർലൈൽ ആണ് ചോദ്യം!"

മേയ്ഫീൽഡ് പ്രഭുവിന്റെ മുഖം മാറി.

"പോയ്റോട്ട്, കാർലൈലിനെ ഒരിക്കലും സംശയിക്കരുത്! ഒമ്പത് വർഷമായി അദ്ദേഹം എന്റെ വിശ്വസ്തനായ സെക്രട്ടറിയാണ്. അദ്ദേഹത്തിന് എന്റെ എല്ലാ സ്വകാര്യ ഔദ്യോഗിക വിഷയങ്ങളും പരിശോധിക്കാനുള്ള അനുവാദമുണ്ട്. അതുകൊണ്ടുതന്നെ, വേണമെങ്കിൽ അദ്ദേഹത്തിന്, നഷ്ടപ്പെട്ടുപോയ പദ്ധതികളുടെ പകർപ്പുകൾ ഉണ്ടാക്കിയെടുക്കുകയോ അതിലെ വിശദാംശങ്ങൾ കുറിച്ചെടുക്കുകയോ ചെയ്യാമായിരുന്നു. ആരും സംശയിക്കുകയുമില്ല"

"നിങ്ങളുടെ അഭിപ്രായത്തെ ഞാൻ അഭിനന്ദിക്കുന്നു," പോയ്റോട്ട് പറഞ്ഞു. "അദ്ദേഹമാണ് ചെയ്തതെങ്കിൽ, ഇത്തരമൊരു കവർച്ചയുടെ ആവശ്യമില്ലായിരുന്നു."

"എന്തായാലും, എനിക്ക് കാർലൈലിനെ അത്രയ്ക്ക് വിശ്വാസമുണ്ട്. ഞാൻ ഉറപ്പ് നൽകുന്നു." മേയ്ഫീൽഡ് പ്രഭു പറഞ്ഞു.

"കാർലൈൽ," കേറിംഗ്ടൺ പരുക്കനായി പറഞ്ഞു, "നല്ല വ്യക്തിയാണ്."

പോയ്റോട്ട് തന്റെ കൈകൾ നീട്ടി.

"പിന്നെ, ഈ വാൻഡെർലൈൻ—അവരിൽ കുറ്റമെന്തെങ്കിലും?"

"അവൾ അത്ര നല്ലവളല്ല," ജോർജ് പറഞ്ഞു.

ലോർഡ് മേയ്ഫീൽഡ് തന്റെ വാക്കുകൾ ശ്രദ്ധിച്ച് വെളിപ്പെടുത്തി :

"എം. പോയ്റോട്ട്, എന്റെ അഭിപ്രായത്തിൽ, വാൻഡെർലൈനിന്റെ —അവളുടെ—പ്രവർത്തികളിൽ യാതൊരു സംശയവും തോന്നിയതായി കരുതുന്നില്ല. അതുമായി ബന്ധപ്പെട്ട കൂടുതൽ വിവരങ്ങൾ നൽകാൻ, വിദേശകാര്യ ഓഫീസിന് കഴിയും.

"പിന്നെ ആ വേലക്കാരി, അവളുടെ വാക്കുകൾ നിങ്ങൾ വിശ്വസിക്കുന്നുണ്ടോ?"

“അതിൽ സംശയമൊന്നുമില്ല,” സർ ജോർജ് പറഞ്ഞു.

“അവിശ്വസിക്കാൻ മാത്രം അതിൽ ഒന്നുമുണ്ടായിരുന്നില്ല എന്നെനിക്ക് തോന്നുന്നു.” മേയ്ഫീൽഡ് പ്രഭു കൂടുതൽ ജാഗ്രതയോടെ പറഞ്ഞു.

ഒരു മിനിറ്റ് മൗനം. ശേഷം പോയ്റോട്ട് നെടുവീർപ്പിട്ടു. തന്റെ വലതു കൈയ്യിലെ ഒന്നോ രണ്ടോ കുറിപ്പുകൾ അശ്രദ്ധയോടെ മേശപ്പുറത്ത് അടുക്കിവെച്ചു. എന്നിട്ട് പറഞ്ഞു :

“എന്റെ ഊഹത്തിൽ, ഈ പേപ്പറുകൾ പണത്തിന് തുല്യമാണല്ലേ? അതായത്, മോഷ്ടിക്കപ്പെട്ട പേപ്പറുകൾ തീർച്ചയായും വലിയ വില മതിക്കുന്നവയാണ്.”

“അവതരിപ്പിക്കേണ്ടിടത്ത് അവതരിപ്പിച്ചാൽ, അതെ.”

“എന്നുവെച്ചാൽ?”

സർ ജോർജ് രണ്ടു യൂറോപ്യൻ ശക്തികളുടെ പേരുകൾ പറഞ്ഞു.

പോയ്റോട്ട് തലയാട്ടി.

“അതിന്റെ മൂല്യം ആർക്കും ഊഹിക്കാവുന്നതായിരുന്നു, അല്ലേ?

“വാൻഡെർലെനിനു അതെല്ലാം അറിയാമായിരുന്നു.”

“ഞാൻ ഉദ്ദേശിച്ചത്, *ആർക്കും!*”

“അതെ, ആർക്കും ഊഹിക്കാം.”

“സാമാന്യം വിവരമുള്ള ഒരാൾക്ക് അതിന്റെ പണമൂല്യം അറിയാൻ കഴിയും, അല്ലേ?”

“അതെ, പക്ഷേ പോയ്റോട്ട്...” മേയ്ഫീൽഡ് പ്രഭു അസ്വസ്ഥനായിരുന്നു.

പോയ്റോട്ട് കൈ ഉയർത്തി.

“എല്ലാ സാധ്യതകളും പരിഗണിക്കുകയാണ് ഞാനിപ്പോൾ ചെയ്യുന്നത്.”

പെട്ടെന്ന് അയാൾ എഴുന്നേറ്റു, ഒരു ഫ്ലാഷ് ലൈറ്റുമായി ജനാലയിലൂടെ വേഗത്തിൽ പുറത്തിറങ്ങി, മട്ടുപ്പാവിന്റെ ഒരറ്റത്തുള്ള പുല്ലിന്റെ അഗ്രം പരിശോധിച്ചു.

ബാക്കി രണ്ടുപേരും അയാളുടെ പ്രവർത്തികൾ നിരീക്ഷിച്ചു.

അയാൾ വീണ്ടും അകത്തേക്ക് വന്നു, കസേരയിൽ ഇരുന്നിട്ട് പറഞ്ഞു :

“എന്നോട് പറയൂ, മേയ്ഫീൽഡ് പ്രഭു, ഇരുട്ടിലൊളിച്ചിരിക്കുന്ന ആ മോഷ്ടാവിനെ, നിങ്ങൾ പിന്തുടർന്നില്ലേ?”

മേയ്ഫീൽഡ് പ്രഭു തോൾ വെട്ടിച്ചു.

“തോട്ടത്തിലൂടെ മറുവശം കടന്നാൽ, അയാൾക്ക് പ്രധാന റോഡിലേക്കെത്താം. അവിടെ ഒരു കാർ കാത്തുകിടന്നിരുന്നുവെങ്കിൽ, അധികം വൈകാതെ തന്നെ ദൂരേയ്ക്ക് രക്ഷപ്പെടാൻ...”

"പക്ഷേ പോലീസുകാരുണ്ട്... എ.എ. സ്കൗട്ട്സുണ്ട്..."

സർ ജോർജ് ഇടയ്ക്ക് കയറി.

"നിങ്ങൾ മറന്നിരിക്കുന്നു, പോയ്റോട്ട്. *സംഭവം പുറത്തറിയുന്നത് അപകടമാണ്.* ഈ പദ്ധതികൾ മോഷ്ടിക്കപ്പെട്ടുവെന്ന് പുറത്തറിഞ്ഞാൽ, പാർട്ടിയെ അത് അത്യന്തം പ്രതികൂലമായി ബാധിക്കും."

"അതു ശരിയാണ്." പോയ്റോട്ട് പറഞ്ഞു. "രാഷ്ട്രീയബോധം ഉണ്ടായിരിക്കണം. വളരെ വിവേകത്തോടെ ചിന്തിച്ച് പ്രവർത്തിക്കണം. പകരം, നിങ്ങൾ എന്നെ വിളിച്ചുവരുത്തി. ശരിയാണ്, ഒരുപക്ഷേ ഇതാണ് കൂടുതൽ എളുപ്പവും."

"നിങ്ങൾക്ക് പ്രതീക്ഷയുണ്ടോ, പോയ്റോട്ട്?" മേയ്ഫീൽഡ് പ്രഭു അല്പം ആശങ്കയോടെ ചോദിച്ചു.

ആ കുറുകിയ മനുഷ്യൻ തോൾ കുലുക്കി.

"തീർച്ചയായുമുണ്ട്. ഒരാൾക്ക് പ്രേരണകൾ മാത്രം മതി, മുന്നോട്ട് ചലിക്കാൻ."

അയാൾ ഒരു നിമിഷം നിർത്തി, എന്നിട്ട് പറഞ്ഞു :

"കാർലൈലിനോട് സംസാരിച്ചാൽ കൊള്ളാമെന്നുണ്ട്."

"തീർച്ചയായും." മേയ്ഫീൽഡ് പ്രഭു എഴുന്നേറ്റു. "ഞാൻ അദ്ദേഹത്തോട് മുകളിൽ കാത്തിരിക്കാൻ പറഞ്ഞിട്ടുണ്ട്. വിളിപ്പുറത്തു തന്നെയുണ്ടാകും."

അദ്ദേഹം മുറിക്ക് പുറത്തേക്കിറങ്ങി.

പോയ്റോട്ട് സർ ജോർജിനെ നോക്കി.

"എങ്കിൽ പറയൂ," അദ്ദേഹം പറഞ്ഞു. "മട്ടുപ്പാവിൽ നിന്നിരുന്ന ആളെപ്പറ്റി എന്താണ് താങ്കളുടെ അഭിപ്രായം?"

"പോയ്റോട്ട്, എന്നോട് ചോദിക്കരുത്! ഞാൻ അവനെ കണ്ടിട്ടുമില്ല, എനിക്ക് അവനെപ്പറ്റി വിവരിക്കാനും കഴിയില്ല."

പോയ്റോട്ട് മുന്നോട്ടാഞ്ഞു.

"നിങ്ങൾ നേരത്തെയും പറഞ്ഞിരുന്നു. പക്ഷേ ഇപ്പോൾ പറഞ്ഞതിൽ നിന്നും അല്പം വ്യത്യസ്തമായിരുന്നു, അല്ലെ?"

"എന്താണ് താങ്കൾ ഉദ്ദേശിക്കുന്നത്?" സർ ജോർജ് ഉടൻ ചോദിച്ചു.

"ഞാൻ എങ്ങനെ പറയും? നിങ്ങളുടെ വിശ്വാസക്കുറവ്, അതാണ് ആഴത്തിൽ വെളിപ്പെടുന്നത്."

സർ ജോർജ് എന്തോ പറയാനൊരുങ്ങി, പക്ഷേ പറഞ്ഞില്ല.

"അതെ," പോയ്റോട്ട് പ്രോത്സാഹിപ്പിച്ചു. "പറയൂ. നിങ്ങൾ രണ്ടുപേരും മട്ടുപ്പാവിന്റെ ഒരു വശത്ത് നിൽപ്പുണ്ടായിരുന്നു. മേയ്ഫീൽഡ് പ്രഭു ജനാലയിൽ നിന്നും പുൽത്തകിടിക്കു മുകളിലേക്ക് ഒരു നിഴൽ വഴുതിയിറങ്ങുന്നതായി കണ്ടു. എന്തുകൊണ്ടാണ് നിങ്ങൾ ആ നിഴൽ കാണാതിരുന്നത്?"

കേറിംഗ്ടൺ അയാളെ നോക്കി.

"അതാണ് ഞാനും പറയാൻ ശ്രമിക്കുന്നത്, പോയ്റോട്ട്. അപ്പോൾ മുതൽ ഞാൻ അക്കാര്യത്തെക്കുറിച്ച് ആശങ്കാകുലനാണ്. നോക്കൂ, ആരും ഈ ജനാലയിലൂടെ പുറത്തുകടന്നിട്ടില്ലെന്ന് എനിക്ക് നല്ല ഉറപ്പുണ്ട്. മേയ്ഫീൽഡിന്റെ തോന്നലോ, മരക്കൊമ്പ് ആടിയതോ, അല്ലെങ്കിൽ അതുപോലെന്തെങ്കിലുമായിരിക്കുമത്. അതിനു ശേഷം, ഞങ്ങൾ അകത്തുവന്നപ്പോഴാണ്, കവർച്ച നടന്നതായി അറിയുന്നത്. അപ്പോൾ, മേയ്ഫീൽഡ് പറഞ്ഞത് ശരിയാണെന്നും, ഞാൻ പറഞ്ഞത് തെറ്റാണെന്നും വ്യാഖ്യാനിക്കപ്പെട്ടു. പക്ഷേ..."

പോയ്റോട്ട് പുഞ്ചിരിച്ചു.

"പക്ഷേ നിങ്ങൾ ഇപ്പോഴും പൂർണ്ണമായും വിശ്വസിക്കുന്നു, നിങ്ങൾ പറഞ്ഞതാണ് (മറ്റുള്ളവർ നിഷേധിച്ചാലും) നൂറ് ശതമാനം സത്യമെന്ന്, അല്ലേ?"

"അതെ, പോയ്റോട്ട്, ഞാൻ വിശ്വസിക്കുന്നു."

പോയ്റോട്ട് പെട്ടെന്ന് ഒരു പുഞ്ചിരി സമ്മാനിച്ചു.

"നിങ്ങൾ എത്ര ബുദ്ധിമാനാണ്."

സർ ജോർജ് രൂക്ഷമായി പറഞ്ഞു :

"പുല്ലിന്റെ മുകളിൽ കാൽപ്പാടുകൾ ഒന്നുമില്ലേ?"

പോയ്റോട്ട് തലയാട്ടി.

"ശരിയാണ്. മേയ്ഫീൽഡ് പ്രഭു, ഒരു നിഴൽ കണ്ടെന്നാണ് അദ്ദേഹം കരുതുന്നത്. ശേഷം, ഇവിടെ കവർച്ച നടന്നു, അദ്ദേഹത്തിന് ഉറപ്പാണ്– ഉറപ്പാണ്! അതിപ്പോൾ വെറുമൊരു തോന്നലല്ല, അദ്ദേഹം ഒരാളെ കണ്ടു. എന്നാൽ അതല്ല. കാൽപാടുകളോ, അതുപോലുള്ള കാര്യങ്ങളോ ഒന്നും ഞാൻ കാര്യമാക്കുന്നില്ല, പക്ഷേ ആ നിഷേധിക്കപ്പെട്ട തെളിവ്. *പുല്ലിൽ കാൽപ്പാടുകളൊന്നും ഉണ്ടായിരുന്നില്ല.* ഇന്ന് വൈകുന്നേരം ശക്തമായ മഴ പെയ്തിരുന്നു. ഇന്ന് വൈകുന്നേരം ഒരാൾ മട്ടുപ്പാവ് കടന്ന് പുല്ലിലൂടെ നടന്നിരുന്നെങ്കിൽ, അവന്റെ കാൽപ്പാടുകൾ തെളിയുമായിരുന്നു."

സർ ജോർജ് തുറിച്ചുനോക്കി, പറഞ്ഞു : "എങ്കിൽ പിന്നെ... എങ്കിൽ പിന്നെ..."

"ഇത് ഞങ്ങളെ വീട്ടിനുള്ളിലേക്ക് തിരികെ കൊണ്ടുവരുന്നു. വീട്ടിലുള്ളവരുടെ അടുക്കലേക്ക്."

മേയ്ഫീൽഡ് പ്രഭുവും കാർലൈലും വാതിൽ തുറന്ന് അകത്തു വന്നപ്പോൾ, പോയ്റോട്ട് സംസാരം നിർത്തി.

ആശങ്കയാൽ വിളറി വെളുത്തിരുന്നെങ്കിലും, സെക്രട്ടറി അല്പം ശാന്തത വീണ്ടെടുത്തിരുന്നു. തന്റെ കണ്ണട നേരെ വെച്ച ശേഷം ഇരുന്ന അദ്ദേഹം, ആകാംക്ഷയോടെ പോയ്റോട്ടിനെ നോക്കി.

"സർ, അലർച്ച കേൾക്കുന്നതിനു മുൻപ്, നിങ്ങൾ എത്ര നേരം ഈ മുറിയിൽ ഉണ്ടായിരുന്നു?"

കാർലൈൽ ഓർത്തു നോക്കി.

"ഏകദേശം അഞ്ചിനും പത്ത് മിനിറ്റിനും ഇടയിൽ."

"അതിനുമുമ്പ് ഒരു തരത്തിലുള്ള ശല്യവും ഉണ്ടായിരുന്നില്ലേ?"

"ഇല്ല."

"വൈകുന്നേരം ഉണ്ടായിരുന്ന വിരുന്നിന്റെ ഭൂരിഭാഗം സമയവും ഒരു മുറിക്കുള്ളിലായിരുന്നു അരങ്ങേറിയിരുന്നത്."

"അതെ, സ്വീകരണ മുറിയിൽ."

പോയ്റോട്ട് തന്റെ നോട്ട്ബുക്ക് പരിശോധിച്ചു.

"സർ ജോർജ് കേറിംഗ്ടണും ഭാര്യയും. ശ്രീമതി മക്കാറ്റ. ശ്രീമതി വാൻഡെർലൈൻ. മിസ്റ്റർ റെഗ്ഗി കേറിംഗ്ടൺ. മേയ്ഫീൽഡ് പ്രഭുവും നിങ്ങളും. അല്ലേ?"

"ഞാൻ സ്വീകരണ മുറിയിൽ ഉണ്ടായിരുന്നില്ല. വൈകുന്നേരം കൂടുതൽ സമയവും ഞാനിവിടെ ജോലിയിലായിരുന്നു."

പോയ്റോട്ട് മേയ്ഫീൽഡ് പ്രഭുവിന്റെ നേരെ തിരിഞ്ഞു.

"ആരാണ് ആദ്യം ഉറങ്ങാൻ പോയത്?"

"ലേഡി ജൂലിയ കേറിംഗ്ടൺ ആണെന്ന് തോന്നുന്നു. വാസ്തവത്തിൽ, മൂന്ന് സ്ത്രീകളും ഒരുമിച്ചാണ് പുറത്ത് പോയത്."

"അവർക്കു ശേഷം?"

"കാർലൈൽ അകത്തേക്ക് വന്നു, സർ ജോർജും ഞാനും ഒരു മിനിറ്റിനുള്ളിൽ വരാമെന്നും, അതിനകം പേപ്പറുകൾ പുറത്തെടുത്തു വെക്കാനും ഞാൻ കാർലൈലിനോട് പറഞ്ഞു."

"അപ്പോഴാണ് മട്ടുപ്പാവിൽ നടക്കാനിറങ്ങാമെന്ന് തീരുമാനിച്ചത്, അല്ലെ ?"

"അതെ."

"നിങ്ങളുടെ പഠനമുറിയിലെ കൂടിക്കാഴ്ചയെപ്പറ്റി എന്തെങ്കിലും, വാൻഡെർലൈൻ കേൾക്കെ സംസാരിച്ചിരുന്നോ?"

"അതെ, അക്കാര്യം സൂചിപ്പിച്ചിരുന്നു."

"നിങ്ങൾ കാർലൈലിനോട് പേപ്പറുകൾ എടുക്കാൻ നിർദ്ദേശിക്കുമ്പോൾ അവർ മുറിയിൽ ഉണ്ടായിരുന്നോ?"

"ഇല്ല."

"ക്ഷമിക്കണം, മേയ്ഫീൽഡ് പ്രഭു," കാർലൈൽ പറഞ്ഞു. "നിങ്ങൾ അത് പറഞ്ഞതിനു ശേഷം ഞാൻ പുറത്തിറങ്ങുമ്പോൾ, വാതിൽക്കൽ അവരുമായി കൂട്ടിയിടിച്ചു. ഒരു പുസ്തകം എടുക്കാനെന്നും പറഞ്ഞാണ് അവർ വന്നത്."

"അപ്പോൾ അവർ നിങ്ങളുടെ സംഭാഷണം കേട്ടിട്ടുണ്ടാകുമെന്ന് കരുതുന്നുണ്ടോ?"

“അതെ, സാധ്യതയുണ്ട്.”

“അവർ ഒരു പുസ്തകത്തിനായി തിരികെ വന്നു.” പോയ്റോട്ട് ചിന്തിച്ചു. “നിങ്ങൾ അവരുടെ പുസ്തകം കണ്ടെത്തി നൽകിയോ, മേയ്ഫീൽഡ് പ്രഭു?”

“അതെ, റെഗ്ഗി അവൾക്കു എടുത്തുകൊടുത്തു.”

“ആഹ്, അവിടെയാണ് കാര്യം—അല്ല, ഒരു അവിശ്വാസ്യത—ഒരു പുസ്തകത്തിനായി തിരികെ വരുന്നു. അത് പലപ്പോഴും ഉപയോഗപ്രദമാണ്!”

“അത് മനഃപൂർവ്വമാണെന്ന് നിങ്ങൾക്ക് തോന്നുന്നുണ്ടോ?”

പോയ്റോട്ട് മറുപടി നൽകിയില്ല.

“അതിനു ശേഷം, നിങ്ങൾ രണ്ടു പേരും മട്ടുപ്പാവിലേക്ക് പോയി. അപ്പോൾ വാൻഡെർലൈൻ?”

“അവൾ അവളുടെ പുസ്തകവുമായി പോയി.”

“പിന്നെ ചെറുപ്പക്കാരനായ റെഗ്ഗി. അവരും ഉറങ്ങാൻ പോയോ?”

“അതെ.”

“ശേഷം, കാർലൈൽ ഇവിടെ വരുന്നു, അഞ്ച്-പത്ത് മിനിറ്റിൽ ഒരു നിലവിളി കേൾക്കുന്നു. പറയൂ, കാർലൈൽ. ഒരു നിലവിളി കേട്ട് നിങ്ങൾ ഹാളിലേക്ക് പോയി. നിങ്ങൾ ചെയ്ത കാര്യങ്ങൾ വിശദീകരിക്കുകയാണെങ്കിൽ, മുന്നോട്ടു പോകാൻ എളുപ്പമായിരിക്കും.”

കാർലൈൽ അല്പം അസ്വസ്ഥതയോടെ എഴുന്നേറ്റു.

“ഞാൻ നിലവിളിക്കാം,” പോയ്റോട്ട് സഹായിക്കാമെന്നേറ്റു. അയാൾ വായ തുറന്ന് ഉറക്കെ ശബ്ദിച്ചു. ചിരി മറച്ചുവെക്കാൻ മേയ്ഫീൽഡ് പ്രഭു തല തിരിച്ചു, കാർലൈൽ തീർത്തും അസ്വസ്ഥനായി കാണപ്പെട്ടു.

“പറയൂ! ബാക്കി പറയൂ! ഓർത്തു നോക്കൂ!” പോയ്റോട്ട് നിലവിളിച്ചു. “നിങ്ങളുടെ ഭാഗം ലളിതമാക്കുകയാണ് ഞാൻ ചെയ്യുന്നത്.”

കാർലൈൽ വാതിലിനടുത്തേക്ക് നടന്നു, അത് തുറന്ന് പുറത്തേക്ക് പോയി. പോയ്റോട്ട് പിന്തുടർന്നു. കൂടെ മറ്റു രണ്ടുപേരും.

“നിങ്ങൾ പുറത്തിറങ്ങിയ ശേഷം, നിങ്ങൾ വാതിൽ അടച്ചോ, അതോ തുറന്നു തന്നെ വെച്ചാണോ പോയത്?”

“ശരിക്കും ഓർക്കാൻ കഴിയുന്നില്ല. തുറന്നു വെച്ച എന്നാണ് തോന്നുന്നത്.”

“സാരമില്ല. ബാക്കി പറയൂ.”

തികഞ്ഞ ഗൗരവത്തോടെ തന്നെ, കാർലൈൽ ഗോവണിപ്പടിയുടെ അവസാന പടിയിലേക്ക് നടന്നിറങ്ങി, മുകളിലേക്ക് നോക്കി അവിടെ നിന്നു.

പോയ്റോട്ട് പറഞ്ഞു :

“ജോലിക്കാരി പടിക്കെട്ടിലായിരുന്നു എന്നാണ് നിങ്ങൾ പറഞ്ഞത്. കൃത്യമായി എവിടെയായിരുന്നു?”

"ഏകദേശം, മുകളിലേക്ക് പകുതി കയറിയ നിലയിൽ."

"നിങ്ങൾ കാണുമ്പോൾ അവൾ അസ്വസ്ഥയായിരുന്നു."

"തീർച്ചയായും. അതെ."

"ശരി, ഞാനാണിപ്പോൾ വേലക്കാരി." പോയ്റോട്ട് മുകളിലേക്ക് ഓടിക്കയറി. "ഇവിടെയാണോ?"

"ഒന്നോ രണ്ടോ പടി മുകളിൽ."

"ഇങ്ങനെയാണോ?"

പോയ്റോട്ട് ഭാവിച്ചു കാണിച്ചു.

"മ്മ്—ശരിക്കും അങ്ങനെയല്ല."

"പിന്നെ എങ്ങനെയായിരുന്നു?"

"അവൾ... അവൾ *തലയിൽ* കൈവെച്ചിരുന്നു."

"ഹാ, അവളുടെ കൈകൾ തലയിലായിരുന്നു. രസകരമാണല്ലോ. ഇതുപോലെയാണോ?" പോയ്റോട്ട് കൈകൾ ഉയർത്തി ചെവിക്ക് അല്പം മുകളിലായി തലയിൽ അമർത്തി.

"അതെ, അങ്ങനെ തന്നെ."

"ആഹാ! എന്നിട്ട് പറയൂ, കാർലൈൽ. അവൾ ഒരു സുന്ദരിയായ പെൺകുട്ടിയായിരുന്നു—അല്ലെ ?"

"സത്യത്തിൽ, ഞാനത് ശ്രദ്ധിച്ചില്ല."

കാർലൈലിന്റെ വാക്കുകൾ ഞെരിഞ്ഞമർന്നു.

"മ്മ്, നിങ്ങൾ ശ്രദ്ധിച്ചില്ല? പക്ഷേ നിങ്ങൾ ഒരു ചെറുപ്പക്കാരനാണ്. ആ നിലയ്ക്ക്, സുന്ദരിയായ ഒരു പെൺകുട്ടിയെ നിങ്ങൾ ശ്രദ്ധിക്കാതിരിക്കുമോ?"

"സത്യമായിട്ടും, പോയ്റോട്ട്. ഞാൻ ശ്രദ്ധിച്ചില്ലെന്നത് സത്യമാണ്."

കാർലൈൽ തന്റെ മുതലാളിയെ വേദനയോടെ ഒന്ന് നോക്കി. സർ ജോർജ് കേറിംഗ്ടൺ മന്ദഹസിച്ചു.

"കാർലൈൽ, നിങ്ങളെ പോയ്റോട്ട് കളിപ്പിക്കുകയാണെന്ന് തോന്നുന്നു," അദ്ദേഹം അഭിപ്രായപ്പെട്ടു.

"സുന്ദരിയായ പെൺകുട്ടികളെ ഞാൻ നോക്കാറുണ്ട്," പടികൾ ഇറങ്ങവേ പോയ്റോട്ട് പറഞ്ഞു.

കാർലൈൽ ആ പരാമർശത്തെ നിശബ്ദത കൊണ്ട് അഭിവാദ്യം ചെയ്തത് പോയ്റോട്ട് ശ്രദ്ധിച്ചു. പോയ്റോട്ട് തുടർന്നു :

"പിന്നെയാണ് അവൾ പ്രേതത്തെ കണ്ട കഥ പറഞ്ഞത്?"

"അതെ."

"നിങ്ങൾ ആ കഥ വിശ്വസിച്ചോ?"

"അങ്ങനെ ചോദിച്ചാൽ... ഇല്ല, പോയ്റോട്ട്!"

"നിങ്ങൾ പ്രേതങ്ങൾ ഉണ്ടെന്ന് വിശ്വസിക്കുന്നുണ്ടോ എന്നല്ല ഞാൻ

ഉദ്ദേശിക്കുന്നത്. ഞാൻ ഉദ്ദേശിച്ചത്, ആ പെൺകുട്ടി വാസ്തവത്തിൽ എന്തെങ്കിലും കണ്ടിട്ടുണ്ടാകാമെന്ന് നിങ്ങൾക്ക് തോന്നുന്നുണ്ടോ?"

"അതെനിക്ക് പറയാൻ കഴിയില്ല. അവൾ നല്ലവണ്ണം കിതയ്ക്കുന്നുണ്ടായിരുന്നു, അസ്വസ്ഥയുമായിരുന്നു."

"നിങ്ങൾ അവളുടെ യജമാനത്തിയെ കാണുകയോ അന്വേഷിക്കുകയോ ചെയ്തില്ലെ ?"

"സത്യത്തിൽ, ഞാൻ അവരെ കണ്ടു. അവർ തന്റെ മുകളിലെ മുറിയിൽ നിന്നും പുറത്തുവന്ന്, 'ലിയോണി' എന്ന് വിളിച്ചു."

"എന്നിട്ട്?"

"പെൺകുട്ടി അവരുടെ അടുത്തേക്ക് ഓടി, ഞാൻ വീണ്ടും വായനാമുറിയിലേക്ക് പോയി."

"നിങ്ങൾ ഇവിടെ കോണിപ്പടിയുടെ ചുവട്ടിൽ നിൽക്കുമ്പോൾ, തുറന്നിട്ട വാതിലിലൂടെ ആരെങ്കിലും വായനാമുറിയിലേക്ക് കടന്നിരിക്കാൻ സാധ്യതയുണ്ടോ?"

കാർലൈൽ ഇല്ലെന്ന് തലയാട്ടി.

"അതിന് എന്നെ കടന്നുപോകണം. കണ്ടില്ലെ, ഇടനാഴിയുടെ അവസാനമാണ് വായനാമുറിയുടെ വാതിലുള്ളത്."

പോയ്റോട്ട് ചിന്താപൂർവ്വം തലയാട്ടി. കാർലൈൽ തന്റെ സൂക്ഷ്മ ശബ്ദത്തിൽ ശ്രദ്ധാപൂർവ്വം തുടർന്നു.

"യഥാർത്ഥത്തിൽ, ജനാലയിലൂടെ മോഷ്ടാവ് രക്ഷപ്പെട്ടു പോകുന്നത് മേയ്ഫീൽഡ് പ്രഭു കണ്ടതിന് ഞാൻ നന്ദി പറയുന്നു. അല്ലെങ്കിൽ, വിഷമം പിടിച്ച ഒരു ഘട്ടത്തിലായിരുന്നേനെ ഞാനിപ്പോൾ."

"അസംബന്ധം പറയരുത്, പ്രിയപ്പെട്ട കാർലൈൽ," മേയ്ഫീൽഡിൽ പ്രഭു അക്ഷമനായി. "ഒരു തരത്തിലുള്ള സംശയവും നിങ്ങൾക്കെതിരെ ഉണ്ടാവുകയില്ല."

"മേയ്ഫീൽഡ് പ്രഭു, നിങ്ങൾ അങ്ങനെ പറഞ്ഞതിൽ വളരെ നന്ദിയുണ്ട്. പക്ഷേ വസ്തുതകൾ വസ്തുതകളാണ്. എന്റെ അവസ്ഥ എന്തായിരിക്കുമെന്ന് എനിക്ക് ഊഹിക്കാൻ കഴിയും. എന്തായാലും, എന്നെയും എന്റെ വസ്തുക്കളെയും തിരച്ചിലിന് വിധേയമാക്കുമെന്ന് ഞാൻ പ്രതീക്ഷിക്കുന്നു."

"അങ്ങനൊന്നും പറയല്ലെ, പ്രിയ സുഹൃത്തേ," മേയ്ഫീൽഡ് പറഞ്ഞു.

പോയ്റോട്ട് പിറുപിറുത്തു :

"നിങ്ങൾ ശരിക്കും അത് ആഗ്രഹിക്കുന്നുണ്ടോ?"

"അങ്ങനെ ചെയ്യണമെന്നാണ് എന്റെ അഭിപ്രായം."

പോയ്റോട്ട് ഒന്ന്-രണ്ട് മിനിറ്റ് ചിന്താപൂർവ്വം അദ്ദേഹത്തെ നോക്കി. "അതെയോ." പതിയെ പറഞ്ഞു.

എന്നിട്ട് ചോദിച്ചു :

"വായനാമുറിയിൽ നിന്നും നോക്കുമ്പോൾ, ഏത് ഭാഗത്താണ് വാൻഡെർലൈനിന്റെ മുറി?"

"ഇതിന് നേരെ മുകളിലാണ്."

"മട്ടുപ്പാവിലേക്ക് നയിക്കുന്ന ജനാലയുമുണ്ടോ?"

"ഉണ്ട്."

വീണ്ടും പോയ്റോട്ട് തലയാട്ടി. എന്നിട്ട് പറഞ്ഞു :

"നമുക്ക് സ്വീകരണ മുറിയിലേക്ക് പോകാം."

പോയ്റോട്ട് മുറി മുഴുവൻ ചുറ്റിനടന്നു, ജനൽപ്പാളികൾ അടച്ചിട്ടുണ്ടെന്ന് ഉറപ്പുവരുത്തി, ബ്രിഡ്ജ് ടേബിളിലെ സ്കോറർമാരെ നോക്കി, ഒടുവിൽ മേയ്ഫീൽഡ് പ്രഭുവിന് അഭിമുഖമായി നിന്നു.

"ഈ സംഭവം, നമ്മൾ കരുതുന്നതിനേക്കാൾ സങ്കീർണ്ണമാണ്," അയാൾ പറഞ്ഞു. "പക്ഷേ, ഒരു കാര്യം തീർച്ചയാണ്. മോഷ്ടിക്കപ്പെട്ട പേപ്പറുകൾ ഈ വീടിനു പുറത്തു പോയിട്ടില്ല."

മേയ്ഫീൽഡ് പ്രഭു അയാളെ ഉറ്റുനോക്കി.

"പക്ഷേ, പോയ്റോട്ട്, വായനാമുറിയിൽ നിന്നും ഇറങ്ങിപ്പോകുന്നതായി ഞാൻ കണ്ട മനുഷ്യൻ..."

"അങ്ങനൊരാൾ ഇല്ലായിരുന്നു."

"പക്ഷേ ഞാൻ *കണ്ടു...*"

"ക്ഷമിക്കണം, മേയ്ഫീൽഡ് പ്രഭു, അത് നിങ്ങളുടെ തോന്നൽ മാത്രമായിരുന്നു. ഒരു മരക്കൊമ്പിന്റെ നിഴലാണ് നിങ്ങളെ പറ്റിച്ചത്. പക്ഷേ, ഒരു കവർച്ച നടന്നതിനാൽ, നിങ്ങളുടെ തോന്നൽ യാഥാർത്ഥ്യമാണെന്ന് വ്യാഖ്യാനിക്കപ്പെട്ടു."

"പക്ഷേ സത്യമായും, പോയ്റോട്ട്, എന്റെ സ്വന്തം കണ്ണുകൾ കൊണ്ട്..."

"എന്റെ കണ്ണുകൾ നിങ്ങളുടേതിനേക്കാൾ വിശ്വസ്തമാണ്, വയസ്സൻ സുഹൃത്തെ " സർ ജോർജ് പറഞ്ഞു.

"മേയ്ഫീൽഡ് പ്രഭു, അക്കാര്യം വ്യക്തമാക്കാൻ എന്നെ അനുവദിക്കണം. *ആരും മട്ടുപ്പാവ് കടന്ന് പുൽത്തകിടിയിലേക്ക് പോയിട്ടില്ല.*"

അതുകേട്ട് മുഖം വിളറിയ കാർലൈൽ, ഉറപ്പിച്ച് പറഞ്ഞു :

"അങ്ങനെയെങ്കിൽ, പോയ്റോട്ട് പറഞ്ഞത് ശരിയാണെങ്കിൽ, സംശയദൃഷ്ടികൾ സ്വാഭാവികമായും എന്റെ മേൽ തന്നെയാവും പതിയുക. കവർച്ച നടത്താൻ സാധ്യതയുള്ള ഒരേയൊരു വ്യക്തി ഞാൻ തന്നെയാണ്."

മേയ്ഫീൽഡ് പ്രഭു ചൊടിച്ചു.

"വിഡ്ഢിത്തം പറയല്ലെ. അതിനെക്കുറിച്ച് പോയ്റോട്ടിന്റെ അഭിപ്രായം എന്തുതന്നെയായാലും, ഞാൻ അദ്ദേഹത്തോട് യോജിക്കുന്നില്ല. എന്റെ

പ്രിയപ്പെട്ട കാർലൈൽ, നിങ്ങളുടെ നിരപരാധിത്വം എനിക്ക് ബോധ്യമാണ്. സത്യം പറഞ്ഞാൽ, നിങ്ങളുടെ നിരപരാധിത്വത്തിന്റെ പൂർണ്ണ ഉത്തരവാദിത്തവും ഞാൻ ഏറ്റെടുക്കാൻ തയ്യാറാണ്."

പോയ്റോട്ട് ശബ്ദം താഴ്ത്തി പറഞ്ഞു :

"പക്ഷേ, കാർലൈലിനെ സംശയിക്കുന്നതായി ഞാൻ പറഞ്ഞിട്ടില്ല."

കാർലൈൽ മറുപടി പറഞ്ഞു :

"ഇല്ല, പക്ഷേ മറ്റാരും കവർച്ച നടത്താനുള്ള സാധ്യതയില്ലെന്ന് നിങ്ങൾ വ്യക്തമാക്കിയിട്ടുണ്ട്."

"ഒരിക്കലുമല്ല! ഒരിക്കലുമല്ല!"

"പക്ഷേ, എന്നെ കടന്ന് ഹാളിലൂടെ ആരും തന്നെ വായനാമുറിയിലേക്ക് പോയിട്ടില്ലെന്ന് ഞാൻ പറഞ്ഞിട്ടുമുണ്ട്."

"അത് ശരിയാണ്. പക്ഷേ, വായനാമുറിയുടെ *ജനാലയിലൂടെ* ആരെങ്കിലും അകത്തേക്ക് വന്നിരിക്കാം."

"പക്ഷേ, അങ്ങനൊന്ന് സംഭവിച്ചിട്ടില്ല എന്നാണല്ലോ നിങ്ങളിപ്പോൾ പറഞ്ഞത്?"

"*പുറത്തുനിന്നും* ആരും വന്നിട്ടുണ്ടാകാൻ സാധ്യതയില്ലെന്നും, അങ്ങനെ വന്നുപോയാൽ തന്നെ പുല്ലിൽ കാൽപാടുകൾ കാണാതിരിക്കില്ലെന്നുമാണ് ഞാൻ പറഞ്ഞത്. എന്നാൽ *വീടിനുള്ളിൽ* നിന്നുമായിരുന്നെങ്കിൽ, അത്തരമൊരു പ്രശ്നമുദിക്കുന്നില്ല. മറ്റാരെങ്കിലും തന്റെ മുറിയിൽ നിന്നും ജനാലയിലൂടെ മട്ടുപ്പാവിലേക്കിറങ്ങി, വായനാമുറിയുടെ ജനാലയിലൂടെ അകത്തുകടന്ന്, വീണ്ടും ഇവിടെ വന്നിരിക്കാം."

കാർലൈൽ എതിർത്തു :

"പക്ഷേ മേയ്ഫീൽഡ് പ്രഭുവും സർ ജോർജ് കേറിംഗ്ടണും മട്ടുപ്പാവിലുണ്ടായിരുന്നു."

"അവർ മട്ടുപ്പാവിലുണ്ടായിരുന്നു, ശരിയാണ്. പക്ഷേ, അവർ വിശ്രമവേള ആസ്വദിക്കുകയായിരുന്നു. സർ ജോർജ് കേറിംഗ്ടണിന്റെ കണ്ണുകളെ നമുക്ക് പൂർണ്ണമായും വിശ്വസിക്കാം," പോയ്റോട്ട് ബഹുമാനപൂർവ്വം ശിരസ്സ് താഴ്ത്തി—"പക്ഷേ, അദ്ദേഹത്തിന്റെ തലയുടെ പിൻഭാഗത്തല്ല കണ്ണുകളുള്ളത്!" വായനാമുറിയുടെ ജനാല മട്ടുപ്പാവിന്റെ ഇടത്തേയറ്റത്താണ്, അതിനടുത്തായി ഈ മുറിയുടെ ജനാല, പക്ഷേ ഒന്നോ രണ്ടോ മൂന്നോ അല്ലെങ്കിൽ നാലോ മുറികളും കടന്ന് മട്ടുപ്പാവ് വലതുവശത്തേക്ക് നീണ്ടുകിടപ്പുണ്ട്."

"സ്വീകരണ മുറി, ബില്യാർഡ് മുറി, പ്രഭാതത്തിൽ ഇരിക്കാറുള്ള മുറി, പിന്നെ ഗ്രന്ഥശാല." മേയ്ഫീൽഡ് പ്രഭു പറഞ്ഞു.

"നിങ്ങൾ എത്ര തവണ മട്ടുപ്പാവിൽ അങ്ങോട്ടുമിങ്ങോട്ടും നടന്നു?"

"കുറഞ്ഞത് അഞ്ചോ ആറോ തവണ."

"കണ്ടോ, എത്ര എളുപ്പമാണ്. മോഷ്ടാവിന് ശരിയായ അവസരത്തിന് കാത്തിരുന്നാൽ മാത്രം മതി!"

കാർലൈൽ പതുക്കെ പറഞ്ഞു :

“ഞാൻ ഫ്രഞ്ചുകാരിയോട് സംസാരിച്ച് ഹാളിൽ നിൽക്കുമ്പോൾ, കള്ളൻ സ്വീകരണ മുറിയിൽ കാത്തുനിൽക്കുകയായിരുന്നു എന്നാണോ നിങ്ങൾ പറഞ്ഞുവരുന്നത്?”

“അതാണ് എന്റെ ഊഹം. തീർച്ചയായും, അതൊരു ഊഹം മാത്രമാണ്.”

“അതിന് സാധ്യതയുള്ളതായി എനിക്ക് തോന്നുന്നില്ല,” മേയ്ഫീൽഡ് പ്രഭു പറഞ്ഞു. “പിടിക്കപ്പെടാനിടയുള്ളതിനാൽ.”

വ്യോമയാന മേധാവി തന്റെ അഭിപ്രായം വെളിപ്പെടുത്തി.

“ഞാൻ അതിനോട് യോജിക്കുന്നില്ല, ചാൾസ്. അങ്ങനെയാവാനാണ് സാധ്യത. ഞാനെന്തുകൊണ്ടാണ് ഈ രീതിയിൽ ചിന്തിക്കാതിരുന്നതെന്നാണ് ഞാൻ ആലോചിക്കുന്നത്.”

“അപ്പോൾ നിങ്ങൾക്ക് മനസ്സിലായി, എന്തുകൊണ്ടാണ് നഷ്ടപ്പെട്ട പേപ്പറുകൾ വീടിനുള്ളിൽ തന്നെയുണ്ടെന്ന് ഞാൻ പറഞ്ഞതെന്ന്. ഇനിയുള്ള പ്രശ്നം, അത് കണ്ടെത്തുക എന്നുള്ളതാണ്!” പോയ്റോട്ട് പറഞ്ഞു.

സർ ജോർജ് ഉറച്ച സ്വരത്തിൽ പറഞ്ഞു.

“അത് എളുപ്പമല്ലെ. എല്ലാവരെയും പരിശോധിക്കു.”

മേയ്ഫീൽഡ് പ്രഭു വിയോജിപ്പ് പ്രകടിപ്പിക്കുന്നതിനു മുൻപേ, പോയ്റോട്ട് സംസാരിച്ചു തുടങ്ങി.

“അല്ല, അത്ര എളുപ്പമല്ല. ആ പേപ്പറുകൾ മോഷ്ടിച്ച വ്യക്തി അങ്ങനൊരു തിരച്ചിൽ പ്രതീക്ഷിച്ചിട്ടുണ്ടായിരിക്കും, അതിനാൽത്തന്നെ, അവരുടെ വസ്തുക്കൾക്കിടയിൽ പേപ്പറുകൾ ഒളിച്ചുവെക്കാതിരിക്കാനും അവർ ശ്രദ്ധിച്ചിട്ടുണ്ടാകും. അവരുടെ മേൽ സംശയം വീഴാത്ത രീതിയിലായിരിക്കും അവരത് ഒളിപ്പിച്ചിട്ടുണ്ടാവുക.”

“വീട്ടു മൊത്തമായി നമ്മൾ ഒളിച്ചുകളി നടത്തണമെന്നാണോ നിങ്ങളുടെ അഭിപ്രായം?”

പോയ്റോട്ട് പുഞ്ചിരിച്ചു.

“വേണ്ട, വേണ്ട. അത്തരം ബാലിശമായ പ്രവർത്തികളൊന്നും നമ്മൾ ചെയ്യേണ്ടതില്ല. വിചാരണയിലൂടെ നമുക്ക് ആ സ്ഥലം (അല്ലെങ്കിൽ അത് മോഷ്ടിച്ചയാളെ) കണ്ടെത്താം. അത് കാര്യങ്ങളെ ലളിതമാക്കും. രാവിലെ ഞാൻ വീട്ടിലെ ഓരോ വ്യക്തിയുമായും തനിച്ചു സംസാരിക്കാൻ ആഗ്രഹിക്കുന്നു. കൂടിക്കാഴ്ചകൾ ഇപ്പോൾ ചെയ്യുന്നത് ബുദ്ധിയല്ലെന്നാണ് എന്റെ അഭിപ്രായം.”

മേയ്ഫീൽഡ് പ്രഭു സമ്മതിച്ചു.

“രാവിലെ മൂന്ന് മണിക്ക്, എല്ലാവരെയും ഉറക്കത്തിൽ നിന്നുണർത്തുന്നത് നീരസമുണ്ടാക്കും,” അദ്ദേഹം പറഞ്ഞു, “ആർക്കും സംശയം തോന്നാത്ത രീതിയിൽ വേണം കാര്യങ്ങൾ മുന്നോട്ടു

കൊണ്ടുപോകാൻ, പോയ്റോട്ട്. സംഭവം രഹസ്യമായി തന്നെ സൂക്ഷിക്കേണ്ടതുണ്ട്."

പോയ്റോട്ട് മന്ദഹസിച്ചു.

"അത് ഹെർക്കുലി പോയ്റോട്ടിന് വിട്ടേക്കൂ. എല്ലായ്പ്പോഴും ഞാൻ കണ്ടെത്തി പറയുന്ന നുണകളിൽ ആർക്കും സംശയം തോന്നുകയില്ല, അത്രയും വിശ്വസനീയമായിരിക്കും അവ. എന്റെ അന്വേഷണങ്ങൾ ആരംഭിക്കാൻ പോകുന്നത് നാളെയാണ്. പക്ഷെ ഇന്ന് രാത്രി, സർ ജോർജ്, മേയ്ഫീൽഡ് പ്രഭു, നിങ്ങൾ രണ്ടുപേരോടും ചിലത് ചോദിച്ചറിയാൻ ഞാൻ ആഗ്രഹിക്കുന്നു."

പോയ്റോട്ട് ബഹുമാനപൂർവ്വം ശിരസ്സ് കുനിച്ചു.

"തനിച്ച്?"

"അതാണ് ഞാൻ ആഗ്രഹിക്കുന്നത്."

മേയ്ഫീൽഡ് പ്രഭു അല്പനേരം ചിന്തിച്ച ശേഷം പറഞ്ഞു :

"തീർച്ചയായും. നിങ്ങളും സർ ജോർജും സംസാരിക്കൂ. ഞാൻ വായനാമുറിയിൽ ഉണ്ടാകും, എപ്പോൾ വേണമെങ്കിലും വരാം. വരൂ, കാർലൈൽ."

അദ്ദേഹവും സെക്രട്ടറിയും പുറത്തുകടന്ന് വാതിലടച്ചു.

സർ ജോർജ് ഇരുന്നു, ഒരു സിഗരറ്റിനായി യാന്ത്രികമായി പരതി. പരിഭ്രമത്തോടെ പോയ്റോട്ടിനെ നോക്കി.

"എനിക്ക് ശരിക്കും മനസ്സിലാകുന്നില്ല," അദ്ദേഹം പതിയെ പറഞ്ഞു.

"അത് വളരെ ലളിതമായി വിശദീകരിക്കാൻ കഴിയും," ഒരു പുഞ്ചിരിയോടെ പോയ്റോട്ട് പറഞ്ഞു. "കൃത്യമായി പറഞ്ഞാൽ, ഒരൊറ്റ വാക്കിൽ. വാൻഡെർലൈൻ!"

"ഹാ," കേറിംഗ്ടൺ പറഞ്ഞു. "ഇപ്പോൾ മനസ്സിലാകുന്നുണ്ട്. വാൻഡെർലൈൻ?

"അതെ. എനിക്ക് മേയ്ഫീൽഡ് പ്രഭുവിനോട് ചോദിക്കാനുള്ള ചോദ്യം അത്ര ലളിതമായിരിക്കില്ല എന്ന് നിങ്ങൾ മനസ്സിലാക്കണം. *എന്തുകൊണ്ട്* വാൻഡെർലൈൻ? ആ സ്ത്രീ, സംശയാസ്പദമായ സ്വഭാവമാണ് അവരുടേതെന്നത് എല്ലാവർക്കുമറിയാം. പിന്നെന്തുകൊണ്ടാണ് അവർ ഇവിടെ ക്ഷണിക്കപ്പെട്ടത്? മൂന്ന് വിശദീകരണങ്ങളാണ് എന്റെ മനസ്സിലുദിച്ചത്. ഒന്ന്, മേയ്ഫീൽഡിന് ആ സ്ത്രീയുടെ മേൽ ഒരു *താൽപര്യമുണ്ട്* (അതുകൊണ്ടാണ് ഞാൻ നിങ്ങളോട് മാത്രമായി സംസാരിക്കണമെന്ന് ആവശ്യപ്പെട്ടത്. അദ്ദേഹത്തെ വിഷമിപ്പിക്കാൻ ഞാൻ ആഗ്രഹിക്കുന്നില്ല). രണ്ട്, ഒരുപക്ഷേ വാൻഡെർലൈൻ ഈ വീട്ടിലെ മറ്റാരുടെയോ അടുത്ത സുഹൃത്തായിരിക്കുമോ?"

"ആ സാധ്യതയിൽ നിന്നും നിങ്ങൾക്കെന്നെ ഒഴിവാക്കാം!" സർ ജോർജ് പുഞ്ചിരിയോടെ പറഞ്ഞു.

"അങ്ങനെയെങ്കിൽ, ആ രണ്ട് സാധ്യതകളും സത്യമല്ലെങ്കിൽ, എന്റെ ചോദ്യത്തിന്റെ പ്രസക്തി വീണ്ടും ഇരട്ടിക്കും. *എന്തുകൊണ്ട് വാൻഡെർലൈൻ?* അവ്യക്തമായ ഒരു ഉത്തരമാണ് എനിക്കു മുന്നിൽ തെളിയുന്നത്. ഒരു *കാരണം* ഉണ്ടായിരിക്കണം. ഈ പ്രത്യേക വേളയിൽ അവളുടെ സാന്നിദ്ധ്യം തീർച്ചയായും മേയ്ഫീൽഡ് പ്രഭു ആഗ്രഹിച്ചിരുന്നു, ഒരു പ്രത്യേക കാരണത്തിനായി. ഞാൻ പറഞ്ഞത് ശരിയല്ലേ?"

സർ ജോർജ് തല കുലുക്കി.

"തീർച്ചയായും, ശരിയാണ്," അദ്ദേഹം പറഞ്ഞു. "അവളുടെ കൗശലങ്ങളിൽ വീഴാൻ മാത്രം നിസ്സാരനല്ല മേയ്ഫീൽഡ്. അവളെ ഇവിടെ കൊണ്ടുവന്നതിൽ മറ്റെന്തോ കാരണമുണ്ട്. ഇതുപോലെ."

അത്താഴ സമയത്ത് തീന്മേശയ്ക്കു മുന്നിൽ വെച്ചുണ്ടായ സംഭാഷണം അദ്ദേഹം വിസ്തരിച്ചു. പോയ്റോട്ട് സസൂക്ഷ്മം ശ്രദ്ധിച്ചു.

"ഹാ," അദ്ദേഹം പറഞ്ഞു. "എനിക്കിപ്പോൾ മനസ്സിലാകുന്നു. എന്നിരുന്നാലും, അവർ വളരെ ബുദ്ധിപൂർവ്വം, കാര്യങ്ങൾ നിങ്ങൾ രണ്ടുപേർക്കുമെതിരെ തിരിച്ചു!"

സർ ജോർജ് അവളെ ശപിച്ചു.

പോയ്റോട്ട് അദ്ദേഹത്തെ ചെറിയ മന്ദഹാസത്തോടെ നിരീക്ഷിച്ചു, എന്നിട്ട് പറഞ്ഞു :

"ഈ മോഷണത്തിന് പിന്നിൽ അവരാണെന്ന് നിങ്ങൾ സംശയിക്കുന്നില്ലേ—അതായത്, ചെയ്തത് അവരാണോ അല്ലയോ എന്നതല്ല, പക്ഷേ ഉത്തരവാദി അവരാണ് എന്ന് തോന്നുന്നില്ലേ?"

സർ ജോർജ് ഉറ്റുനോക്കി.

"തീർച്ചയായും ഇല്ല! അത്തരം സംശയമൊന്നുമില്ല. എന്തിനാണ്, ആർക്കാണ് ആ പദ്ധതികൾ മോഷ്ടിക്കുന്നതിൽ ഗുണം?"

"ഓഹ്!" ഹെർക്കുലി പോയ്റോട്ട് പറഞ്ഞു. അയാൾ പിന്നോട്ട് ചാഞ്ഞ് മച്ചിലേക്ക് നോക്കി. "സർ ജോർജ്, പക്ഷേ, പതിനഞ്ച് മിനിറ്റ് മുൻപ് നമ്മൾ ഇതിനെക്കുറിച്ച് സംസാരിച്ചപ്പോൾ, നമ്മൾ മനസ്സിലാക്കിയത് ആ പേപ്പറുകളുടെ പണമൂല്യം വളരെ വലുതാണെന്നാണ്. ഒരുപക്ഷേ, അവ ഉടമ്പടി പത്രങ്ങളോ സ്വർണ്ണമോ ആഭരണങ്ങളോ അല്ലായിരിക്കാം, പക്ഷേ തീർച്ചയായും വില മതിക്കുന്നതാണ്. ഇവിടെയുള്ളവരിൽ പണം അത്രയ്ക്ക് ആവശ്യമുള്ളവർ..."

സർ ജോർജ് ഒരു നിശ്വാസത്തോടെ ഇടയ്ക്കുകയറി.

"ആർക്കാണ് ഇക്കാലത്ത് ആവശ്യമില്ലാത്തത്? സ്വയം കുറ്റപ്പെടുത്തുകയാണെന്ന് കരുതരുത്, ഇക്കാലത്ത് എല്ലാവർക്കും പണം ആവശ്യമാണെന്നത് സത്യം തന്നെയാണ്."

അദ്ദേഹം പുഞ്ചിരിച്ചു, പോയ്റോട്ട് വിനയത്തോടെ തിരികെ പുഞ്ചിരിച്ചു, എന്നിട്ട് ശബ്ദം താഴ്ത്തി പറഞ്ഞു :

“പക്ഷേ നിങ്ങൾ പറഞ്ഞതിലും കാര്യമുണ്ട്. നിങ്ങളുടെ അഭിപ്രായമതാണ്, സർ ജോർജ്, അതിനെ ന്യായീകരിക്കുന്ന ശക്തമായ കാരണവും നിങ്ങളിലുണ്ട്.”

“അതെ, എനിക്കും പണം അത്രത്തോളം ആവശ്യമുണ്ട്!”

പോയ്റോട്ട് വിഷമത്തോടെ തല കുലുക്കി.

“അതെ, ശരിയാണ്, നിങ്ങളുടെ സ്ഥാനത്തുള്ള ഒരാളുടെ ജീവിതച്ചെലവും കനത്തതാണ്. കൂടാതെ യൗവനപ്രായത്തിലുള്ള ഒരു മകനുമുണ്ട് നിങ്ങൾക്ക്, ആ പ്രായത്തിൽ ചെലവുകളും അധികമായിരിക്കും...”

സർ ജോർജ് മുരണ്ടു.

“വിദ്യാഭ്യാസവും പോരാ, അതിനു മുകളിൽ കടബാദ്ധ്യതകളും. പക്ഷേ മനസ്സിലാക്കൂ, അവൻ ഒരു മോശം ചെറുപ്പക്കാരനൊന്നുമല്ല.”

പോയ്റോട്ട് സഹതാപത്തോടെ കേട്ടുനിന്നു. അയാൾ വ്യോമയാന മേധാവിയുടെ സങ്കടങ്ങളുടെ ഒരു വലിയ നിര തന്നെ കേട്ടു. ചെറുപ്പക്കാർക്കിടയിൽ കണ്ടുവരുന്ന മനോദാർഢ്യത്തിന്റെയും കഴിവിന്റെയും അഭാവം, അമ്മമാർ എപ്പോഴും അവരുടെ ഭാഗം ചേരുകയും ലാളിച്ച വഷളാക്കുകയും ചെയ്യുന്ന രീതി, ചൂതാട്ടമെന്ന പടുകുഴിയിലേക്ക് വീഴുന്ന സ്ത്രീകൾ, താങ്ങാവുന്നതിലും വലിയ തുകവെച്ച് ചൂതാടാൻ പ്രേരിപ്പിക്കുന്ന മൂഢത. തന്റെ മകനെയും ഭാര്യയെയും സൂചിപ്പിക്കാതെ, പൊതുവായാണ് ഇക്കാര്യങ്ങളെല്ലാം സർ ജോർജ് പറഞ്ഞതെങ്കിലും, അദ്ദേഹത്തിന്റെ സാമാന്യവത്കരണം അത്രത്തോളം സുതാര്യമായിരുന്നു.

അദ്ദേഹം സംസാരം പെട്ടെന്ന് നിർത്തി.

“ക്ഷമിക്കണം, പ്രധാന വിഷയത്തിൽ നിന്നും വ്യതിചലിച്ച് നമ്മൾ അധികം സമയം പാഴാക്കരുത്, പ്രത്യേകിച്ച്, രാത്രിയുടെ ഈ നേരത്ത് —അല്ലെങ്കിൽ അതിരാവിലെ.”

അദ്ദേഹം ഒരു കോട്ടുവായിടുന്നതായി ഭാവിച്ചു.

“സർ ജോർജ്, നിങ്ങൾ ഉറങ്ങാൻ പോകുന്നതായിരിക്കും ഉചിതം എന്നെനിക്ക് തോന്നുന്നു. താങ്കളുടെ വിലപ്പെട്ട സമയത്തിന് നന്ദി.”

“ശരി, ഞാൻ കിടക്കാൻ പോകുന്നു. നഷ്ടപ്പെട്ടവ തിരികെ ലഭിക്കാനുള്ള സാധ്യതയുണ്ടെന്ന് വിശ്വാസമുണ്ടോ നിങ്ങൾക്ക്?”

പോയ്റോട്ട് തോൾ ചലിപ്പിച്ചു.

“ശ്രമിച്ചു നോക്കാം. ശ്രമിക്കുന്നതിൽ തെറ്റില്ലല്ലോ.”

“ശരി, ഞാൻ പോകുന്നു. ശുഭരാത്രി.”

അദ്ദേഹം മുറി വിട്ടു.

പോയ്റോട്ട് മച്ചിലേക്ക് നോക്കി ചിന്താമഗ്നനായി കസേരയിൽ തന്നെയിരുന്നു. ശേഷം ഒരു ചെറിയ നോട്ടുപുസ്തകമെടുത്ത്, പുതിയൊരു പേജിൽ എഴുതി :

മിസ്സിസ് വാൻഡെർലൈൻ?
ലേഡി ജൂലിയ കേറിംഗ്ടൺ?
മിസ്സിസ് മക്കാറ്റ?
റെഗ്ഗി കേറിംഗ്ടൺ?
മിസ്റ്റർ കാർലൈൽ?

അതിന് താഴെയായി എഴുതി :

മിസ്സിസ് വാൻഡെർലൈൻ, മിസ്റ്റർ റെഗ്ഗി കേറിംഗ്ടൺ?
മിസ്സിസ് വാൻഡെർലൈൻ, ലേഡി ജൂലിയ?
മിസ്സിസ് വാൻഡെർലൈൻ, മിസ്റ്റർ കാർലൈൽ?

അയാൾ അതൃപ്തിയോടെ തല കുലുക്കി, പിറുപിറുത്തു :
"അതിനേക്കാൾ ലളിതമാണല്ലോ ഇത്."
തുടർന്ന് അയാൾ കുറച്ച് ഹ്രസ്വ വാക്യങ്ങൾ കൂടി ചേർത്തു.

പ്രഭു മേയ്ഫീൽഡ് ഒരു 'നിഴൽ' കണ്ടോ? കണ്ടിട്ടില്ല എങ്കിൽ, അദ്ദേഹം എന്തിനാണങ്ങനെ പറഞ്ഞത്? സർ ജോർജ് എന്തെങ്കിലും കണ്ടോ? ഞാൻ പൂമെത്ത പരിശോധിച്ചതിനു ശേഷം, ഒന്നും കണ്ടിട്ടില്ല എന്ന് അദ്ദേഹം ഉറപ്പിച്ചു പറഞ്ഞു. കുറിപ്പ് : മേയ്ഫീൽഡ് പ്രഭു ഹ്രസ്വദൃഷ്ടിയുള്ളയാളാണ്. കണ്ണടയില്ലാതെ പുസ്തകം വായിക്കാൻ കഴിയും, പക്ഷേ, മുറിക്കകം കാണണമെങ്കിൽപോലും ഒറ്റക്കണ്ണട ആവശ്യമാണ്. സർ ജോർജ് ദീർഘദൃഷ്ടിയുള്ളയാളാണ്. അതിനാൽത്തന്നെ, മട്ടുപ്പാവിന്റെ, ദൂരെയുള്ള ഒരറ്റത്തു നിന്നുമുള്ള കാഴ്ചയുടെ കാര്യത്തിൽ, മേയ്ഫീൽഡ് പ്രഭുവിന്റെ വാക്കുകളെക്കാൾ വിശ്വാസയോഗ്യം സർ ജോർജിന്റേതാണ്. പക്ഷേ, താൻ എന്തോ കണ്ടുവെന്ന കാര്യത്തിൽ ഉറച്ചു നിൽക്കുകയാണ് മേയ്ഫീൽഡ് പ്രഭു, തന്റെ സുഹൃത്ത് നിഷേധിച്ചിട്ടുപോലും അദ്ദേഹത്തിന്റെ വാക്കുകളിൽ മാറ്റമില്ല.

കാർലൈലിനോളം സംശയിക്കാവുന്ന മറ്റാരെങ്കിലുമുണ്ടോ? കാർലൈലിന്റെ നിരപരാധിത്വത്തിൽ മേയ്ഫീൽഡ് പ്രഭുവിന് വളരെ വിശ്വാസമുണ്ട്. വളരെയധികം. എന്തുകൊണ്ട്? പ്രഭു കാർലൈലിനെ രഹസ്യമായി സംശയിക്കുകയും, അത് പരസ്യമായി വെളിപ്പെടുത്തുന്നതിൽ മടിയുള്ളതുകൊണ്ടുമായിരിക്കുമോ? അതോ മറ്റേതെങ്കിലും വ്യക്തിയെ അദ്ദേഹം സംശയിക്കുന്ന

തിനാലാണോ? അതായത്, വാൻഡെർലൈനല്ലാതെ
മറ്റാരെയെങ്കിലും?

അദ്ദേഹം നോട്ട്ബുക്ക് എടുത്ത് മാറ്റിവെച്ചു.

ശേഷം, എഴുന്നേറ്റ്, വായനാമുറിയിലേക്ക് നടന്നു.

പോയ്റോട്ട് വായനാമുറിയിൽ പ്രവേശിക്കുമ്പോൾ, മേയ്ഫീൽഡ് പ്രഭു തന്റെ മേശയ്ക്കു മുന്നിൽ ഇരിക്കുകയായിരുന്നു. അദ്ദേഹം തിരിഞ്ഞിരുന്നു, പേന താഴെ വെച്ചു, തലയുയർത്തി ചോദ്യഭാവേന നോക്കി.

"ശരി, പോയ്റോട്ട്, കേറിംഗ്ടണുമായുള്ള അഭിമുഖം കഴിഞ്ഞോ?"

പോയ്റോട്ട് പുഞ്ചിരിച്ചു, കസേരയിൽ ഇരുന്നു.

"അതെ, മേയ്ഫീൽഡ് പ്രഭു. എന്റെ ഒരു സംശയം അദ്ദേഹം തീർത്തുതന്നു."

"എന്തായിരുന്നു അത്?"

"വാൻഡെർലൈൻ ഈ പരിപാടിയിൽ പങ്കെടുത്തതിന്റെ കാരണം. നിങ്ങൾ മനസ്സിലാകുമെന്നു കരുതുന്നു... ഞാൻ മനസ്സിലാക്കിയത്..."

പോയ്റോട്ടിന്റെ അനാവശ്യ ചമ്മലിന്റെ കാരണം മേയ്ഫീൽഡിന് പെട്ടെന്ന് മനസ്സിലായി.

"എനിക്ക് ആ സ്ത്രീയോടുള്ള താത്പര്യമാണെന്ന് കരുതുന്നുണ്ടോ? ഒരിക്കലുമല്ല. അതുമായി ഒരു ബന്ധവുമില്ല. രസകരമെന്തെന്നാൽ, കേറിംഗ്ടണും അതുതന്നെയാണ് കരുതിയിരുന്നത്."

"അതെ, ആ വിഷയത്തെക്കുറിച്ച് നിങ്ങൾ തമ്മിലുണ്ടായ സംഭാഷണത്തെപ്പറ്റി അദ്ദേഹം എന്നോട് പറഞ്ഞിരുന്നു."

മേയ്ഫീൽഡ് പ്രഭുവിന്റെ മുഖം കറുത്തു.

"എന്റെ ചെറിയ ബുദ്ധിയിൽ ഉദിച്ച ആശയം വിജയം കണ്ടില്ല. ഒരു സ്ത്രീയോട് പരാജയപ്പെടുക എന്നത്, എനിക്കെപ്പോഴും സമ്മതിച്ചു കൊടുക്കാൻ ബുദ്ധിമുട്ടുണ്ടാക്കുന്ന കാര്യമാണ്."

"ഹാ, പക്ഷേ അവർ ഇനിയും നിങ്ങളെ തോൽപ്പിച്ചിട്ടില്ല, മേയ്ഫീൽഡ് പ്രഭു."

"നമുക്കിപ്പോഴും വിജയസാധ്യത ഉണ്ടെന്നാണോ നിങ്ങൾ ഉദ്ദേശിക്കുന്നത്? ആ പറഞ്ഞതിൽ എനിക്ക് സന്തോഷമുണ്ട്. അത് സത്യമാണെന്ന് വിശ്വസിക്കാനാണ് എനിക്കിഷ്ടവും."

അദ്ദേഹം നെടുവീർപ്പിട്ടു.

"ഒരു സ്ത്രീയെ കുടുക്കാനുള്ള തന്ത്രം മെനഞ്ഞതിൽ ഞാൻ സ്വയം അഭിമാനിച്ചിരുന്നു–ഒരു വിഡ്ഢിയെപ്പോലെയാണ് ഞാൻ പെരുമാറിയത്."

സിഗരറ്റിനു തീ കൊടുക്കുന്നതിനിടെ, ഹെർക്കുലി പോയ്റോട്ട് പറഞ്ഞു :

"സത്യത്തിൽ, *എന്തായിരുന്ന* നിങ്ങളുടെ തന്ത്രം, മേയ്ഫീൽഡ് പ്രഭു?"

"അത്..." മേയ്ഫീൽഡ് പ്രഭു മടിച്ചു. "ഞാൻ വിശദമായൊന്നും പദ്ധതിയിട്ടിരുന്നില്ല."

"നിങ്ങൾ ആരുമായും ചർച്ച ചെയ്തില്ലേ?"

"ഇല്ല."

"കാർലൈലുമായി പോലും?"

"ഇല്ല."

പോയ്റോട്ട് പുഞ്ചിരിച്ചു.

"മേയ്ഫീൽഡ് പ്രഭു, ഒറ്റയ്ക്ക് ശ്രമിക്കാനായിരുന്ന നിങ്ങൾക്കിഷ്ടം."

"പൊതുവെ, അങ്ങനെ ചെയ്യുന്നതാണ് നല്ലതെന്നാണ് എനിക്ക് തോന്നിയിട്ടുള്ളത്." മേയ്ഫീൽഡ് അല്പം ഉറപ്പോടെ പറഞ്ഞു.

"ശരിയാണ്, നിങ്ങൾ ബുദ്ധിമാനാണ്. *ആരെയും വിശ്വസിക്കരുത്.* പക്ഷേ താങ്കൾ സർ ജോർജ് കേറിംഗ്ടണിനോട് കാര്യം സൂചിപ്പിച്ചിരുന്നോ?"

"അദ്ദേഹം എന്റെ കാര്യത്തിൽ അസ്വസ്ഥനാണെന്ന് മനസ്സിലാക്കിയതുകൊണ്ടാണ് ഞാൻ പറഞ്ഞത്."

മേയ്ഫീൽഡ് പ്രഭു ഓർത്തുകൊണ്ട് പുഞ്ചിരിച്ചു.

"അദ്ദേഹം നിങ്ങളുടെ പഴയ സുഹൃത്താണല്ലേ?"

"അതെ. ഇരുപത് വർഷത്തിലേറെയായി എനിക്ക് അദ്ദേഹത്തെ അറിയാം."

"അദ്ദേഹത്തിന്റെ ഭാര്യയെയോ?"

"തീർച്ചയായും, അദ്ദേഹത്തിന്റെ ഭാര്യയെയും എനിക്കറിയാം."

"പക്ഷേ (അപമര്യാദയാണെങ്കിൽ ക്ഷമിക്കണം) അതെ രീതിയിലുള്ള അടുപ്പം തന്നെയാണൊ അദ്ദേഹത്തിന്റെ ഭാര്യയോടും?"

"ആളുകളുമായുള്ള എന്റെ വ്യക്തിബന്ധങ്ങൾക്ക് എങ്ങനെയാണ് നമ്മുടെ വിഷയവുമായി ബന്ധമുള്ളതെന്ന് എനിക്ക് മനസ്സിലാകുന്നില്ല, പോയ്റോട്ട്."

"പക്ഷേ, മേയ്ഫീൽഡ് പ്രഭു, അതിന് നമ്മുടെ വിഷയവുമായി നല്ല ബന്ധമുണ്ടെന്ന തന്നെയാണ് എന്റെ വിശ്വാസം. സ്വീകരണ മുറിയിൽ ഒരാൾ ഉണ്ടായിരുന്നിരിക്കാമെന്ന എന്റെ ഊഹവുമായി നിങ്ങളും യോജിച്ചതല്ലേ?"

"അതെ. വാസ്തവത്തിൽ, ഉറപ്പായും അതുതന്നെയാണ് സംഭവിച്ചിരിക്കാൻ സാധ്യതയെന്നാണ് എന്റെ അഭിപ്രായവും."

"'ഉറപ്പായും' എന്ന് പറയാനായിട്ടില്ല. അത് അമിതാത്മവിശ്വാസമാണ്. പക്ഷേ, എന്റെ ഊഹം ശരിയാണെങ്കിൽ, സ്വീകരണ മുറിയിലെ വ്യക്തി ആരായിരിക്കാമെന്നാണ് നിങ്ങൾ കരുതുന്നത്?"

“തീർച്ചയായും വാൻഡെർലൈൻ തന്നെ. അവൾ ഒരു തവണ പുസ്തകം എടുക്കാനായി വന്നു. അവൾ പിന്നെയും വന്നിരിക്കാം; മറ്റൊരു പുസ്തകത്തിനായോ അല്ലെങ്കിൽ ഒരു ഹാൻഡ്ബാഗിനായോ, അതുമല്ലെങ്കിൽ ഉവാല വീണുപോയെന്നു പറഞ്ഞോ—അങ്ങനെ എന്തെങ്കിലും സ്ത്രീ സഹജമായ ഒഴിവ് കഴിവുകൾ പറഞ്ഞ്. അവൾ തന്റെ വേലക്കാരിയോട് നിലവിളിക്കാൻ പറഞ്ഞ്, കാർലൈലിനെ വായനാ മുറിയുടെ പുറത്തു കൊണ്ടുവരുന്നു. എന്നിട്ട്, നിങ്ങൾ പറഞ്ഞതുപോലെ, ജനാലയിലൂടെ അകത്തു കടക്കുകയും പുറത്തു പോകുകയും ചെയ്യുന്നു.”

“അത് വാൻഡെർലൈൻ ആയിരിക്കില്ല എന്ന കാര്യം നിങ്ങൾ മറക്കുന്നു. പെൺകുട്ടിയുമായി സംസാരിച്ചുകൊണ്ടിരിക്കുമ്പോൾ *മുകൾനിലയിൽ* നിന്ന് അവൾ വേലക്കാരിയെ വിളിക്കുന്നത് കാർലൈൽ കേട്ടിരുന്നു.”

മേയ്ഫീൽഡ് പ്രഭു നിർവികാരനായി പറഞ്ഞു.

“ശരിയാണ്. ഞാനത് മറന്നു.” പോയ്റോട്ട് അസ്വസ്ഥനായി.

“കണ്ടോ,” പോയ്റോട്ട് സൗമ്യമായി പറഞ്ഞു. “നമ്മൾ പുരോഗമിക്കുന്നുണ്ട്. ആദ്യം നമ്മൾ എത്തിച്ചേർന്നിരുന്നത്, പുറത്ത് നിന്നും വന്ന മോഷ്ടാവ് പേപ്പറുകളുമായി സ്ഥലം വിടുന്നു എന്ന ലളിതമായ വിശദീകരണത്തിലായിരുന്നു. എനിക്ക് ആ സമയത്തു തോന്നിയ വളരെ ലളിതമായ വിശദീകരണം, വിശ്വാസ്യയോഗ്യവുമായിരുന്നു. നമ്മൾ അത് ഒഴിവാക്കി. പിന്നീട് വിദേശ ഏജന്റായ വാൻഡെർലൈനുമായി ബന്ധപ്പെട്ട വിശദീകരണമാണ് മുന്നിൽ വന്നത്, അതും ഒരു പരിധി വരെ സംഭവവുമായി യോജിച്ചു പോകുന്നുണ്ട്. പക്ഷേ ഇപ്പോൾ തോന്നുന്നു, തീർത്തും ലളിതമായിപ്പോയെന്ന്—വിശസിക്കാൻ സൗകര്യപ്രദമായതെന്ന്.”

“നിങ്ങൾവാൻഡെർലൈനിനെഅതിൽനിന്ന്ഒഴിവാക്കുകയാണോ?”

“സ്വീകരണ മുറിയിൽ ഉണ്ടായിരുന്നത് വാൻഡെർലൈൻ ആയിരുന്നില്ല. മോഷണം നടത്തിയത് വാൻഡെർലൈനിന്റെ കൂട്ടാളിയായിരിക്കാനും സാധ്യതയുണ്ട്, പക്ഷേ മോഷണം നടത്തിയത് മറ്റൊരു വ്യക്തി തന്നെയാണ്. അങ്ങനെയെങ്കിൽ, മോഷണത്തിനുള്ള കാരണമാണ് നമ്മളിനി പരിഗണിക്കേണ്ടത്.”

“അത് കുറച്ചധികം ബുദ്ധിമുട്ടുള്ള കാര്യമല്ലേ, പോയ്റോട്ട്?”

“എനിക്കങ്ങനെ തോന്നുന്നില്ല. എന്തെല്ലാം പ്രേരണകൾക്ക് സാധ്യതകളുണ്ട്? പണം. പേപ്പറുകൾ പണമാക്കി മാറ്റുക എന്ന ലക്ഷ്യത്തോടെയായിരിക്കാം മോഷണം നടത്തിയത്. അതാണ് ഏറ്റവും സ്വാഭാവികമായ കാരണം. പക്ഷേ, തികച്ചും വ്യത്യസ്തമായ മറ്റൊന്നായിരിക്കാനും വഴിയുണ്ട്.”

“എന്നുവെച്ചാൽ...”

പോയ്റോട്ട് പതിയെ പറഞ്ഞു :

“തീർച്ചയായും, ഒരുപക്ഷേ, ആർക്കെങ്കിലും നഷ്ടമുണ്ടാക്കുക എന്ന ഉദ്ദേശ്യത്തിൽ ചെയ്തതുമായിരിക്കാം.”

“ആർക്ക്?”

“കാർലൈൽ ആയിരിക്കാനാണ് സാധ്യത. സ്വാഭാവികമായും അദ്ദേഹത്തിലേക്കായിരിക്കും വിരൽ ചൂണ്ടപ്പെടുക. എന്നാൽ, അതിലും വലിയ ലക്ഷ്യമായിരിക്കാനും സാധ്യതയുണ്ട്. മേയ്ഫീൽഡ് പ്രഭു, ഒരു രാജ്യത്തിന്റെ തന്നെ ഭാവി നിയന്ത്രിക്കുന്നവർ, പ്രത്യേകിച്ചും ജനകീയ വികാര പ്രകടനങ്ങൾക്ക് ഇരയാകുന്നവർ.”

“*എന്നെ* ദ്രോഹിക്കാൻ ലക്ഷ്യമിട്ടായിരുന്ന മോഷണം എന്നാണോ അർത്ഥമാക്കുന്നത്?

പോയ്റോട്ട് തലയാട്ടി.

“മേയ്ഫീൽഡ് പ്രഭു, എന്റെ ഊഹം ശരിയാണെങ്കിൽ, ഏകദേശം അഞ്ച് വർഷം മുമ്പ് നിങ്ങൾ ഒരു പ്രയാസകരമായ സമയത്തിലൂടെ കടന്നുപോയിരുന്നു. അക്കാലത്ത്, ഈ രാജ്യത്തെ വോട്ടർമാർക്കിടയിൽ തീരെ പ്രിയങ്കരമല്ലാത്ത ഒരു യൂറോപ്യൻ ശക്തിയുമായി നിങ്ങൾ സൗഹൃദം പുലർത്തുന്നതായി ആരോപണങ്ങൾ ഉണ്ടായിരുന്നു.”

“ശരിയാണ്, പോയ്റോട്ട്.”

“ഇന്നത്തെ കാലത്ത്, രാഷ്ട്രതന്ത്രജ്ഞൻ എന്ന പദവി വഹിക്കുക എന്നത് ബുദ്ധിമുട്ടുള്ള ഒന്ന് തന്നെയാണ്. തന്റെ രാജ്യത്തിന് പ്രയോജനകരമായ നയം സ്വീകരിക്കുകയും വേണം, എന്നാൽ അതേ സമയം ജനകീയ വികാരത്തെയും പരിഗണിക്കണം. ജനവികാരം പലപ്പോഴും വൈകാരികവും, ബാലിശവും, അബദ്ധങ്ങളുമാണ്, പക്ഷേ അങ്ങനെയൊക്കെയായാലും ജനവികാരത്തെ അവഗണിക്കാനുമാവില്ല.”

“എത്ര വ്യക്തമായാണ് നിങ്ങൾ അത് വിശദീകരിച്ചത്! അതാണ് ഒരു രാഷ്ട്രീയക്കാരന്റെ ജീവിതത്തിലെ ശാപം. എത്ര അപകടകരവും വിഡ്ഢിത്തവുമാണെന്ന് അറിയാമെങ്കിൽപ്പോലും, രാജ്യത്തിന്റെ വികാരത്തിന് മുന്നിൽ വഴങ്ങാൻ അയാൾ ബാദ്ധ്യസ്ഥനാണ്.”

“അതാണ് നിങ്ങളെ ധർമ്മസങ്കടത്തിലാക്കുന്നത്. ആരോപണത്തിൽ സൂചിപ്പിക്കപ്പെട്ട ആ രാജ്യവുമായി നിങ്ങൾ ഒരു കരാറിൽ പങ്കാളിയായെന്ന് കിംവദന്തികൾ ഉണ്ടായിരുന്നു. ഈ രാജ്യവും പത്രങ്ങളും അതിനെ ഏറ്റുപിടിക്കുകയും ചെയ്തു. ഭാഗ്യവശാൽ, ആ കഥ പ്രധാനമന്ത്രിക്ക് നിരുപാധികം നിഷേധിക്കാനും, നിങ്ങൾക്ക് നിരസിക്കാനും കഴിഞ്ഞു. എന്നിരുന്നാലും നിങ്ങളുടെമേലുള്ള മമത വീണ്ടെടുക്കപ്പെട്ടു.”

“അതെല്ലാം ശരിയാണ്, പോയ്റോട്ട്. പക്ഷേ എന്തിനാണ് മുൻകാല ചരിത്രങ്ങൾ ചികയുന്നത്?”

“കാരണം, നിങ്ങൾ ആ പ്രതിസന്ധിയെ അതിജീവിച്ചതിൽ നിരാശനായ ഒരു ശത്രു, കൂടുതൽ പ്രതിസന്ധി ഘട്ടങ്ങളിലേക്ക് നിങ്ങളെ നയിച്ചേക്കാമെന്ന് ഞാൻ കരുതുന്നു. താമസിയാതെ നിങ്ങൾ ജനവിശ്വാസം വീണ്ടെടുത്തു. ആ അനിഷ്ട സാഹചര്യങ്ങൾ കടന്നുപോയി, നിങ്ങൾ ഇപ്പോൾ രാഷ്ട്രീയ ജീവിതത്തിലെ ഏറ്റവും ജനപ്രിയ വ്യക്തികളിൽ

ഒരാളാണ്. മിസ്റ്റർ ഹൻബർലിക്ക ശേഷം, അടുത്ത പ്രധാനമന്ത്രിയായി നിങ്ങളെയാണ് പലരും പരസ്യമായി ആഗ്രഹിക്കുന്നത്."

"എന്നെ അപകീർത്തിപ്പെടുത്താനുള്ള ശ്രമമായിരുന്നു ഇതെന്ന് നിങ്ങൾ കരുതുന്നുണ്ടോ? അസംബന്ധം!"

"എന്നിരുന്നാലും, മേയ്ഫീൽഡ് പ്രഭു, വളരെ സുന്ദരിയായ ഒരു സ്ത്രീ നിങ്ങളുടെ അതിഥിയായി വന്ന ഒരു വാരാന്ത്യ പരിപാടിക്കിടയിൽ, ബ്രിട്ടന്റെ പുതിയ വ്യോമായുധത്തിന്റെ പദ്ധതികൾ മോഷ്ടിക്കപ്പെട്ടുവെന്ന് പുറത്തറിഞ്ഞാൽ, അത് അത്ര നല്ല വാർത്തയാവില്ല. ആ സ്ത്രീയുമായുള്ള നിങ്ങളുടെ ബന്ധത്തെക്കുറിച്ച് പത്രങ്ങളിൽ വരുന്ന ചെറിയ സൂചനകൾ പോലും നിങ്ങൾക്കെതിരെ അവിശ്വാസം സൃഷ്ടിക്കും."

"അത്തരമൊരു കാര്യം, വലിയ ഗൗരവത്തോടെയൊന്നും ആരും എടുക്കുകയില്ല."

"പ്രിയപ്പെട്ട മേയ്ഫീൽഡ് പ്രഭു, അത് തള്ളിക്കളയാനാകില്ലെന്ന് നിങ്ങൾക്ക് നന്നായി അറിയാം! ഒരു മനുഷ്യനിലുള്ള പൊതുവിശ്വാസം തകർക്കാൻ വളരെ ചെറിയ കാര്യങ്ങൾക്കാകും."

"അതെ, അത് സത്യമാണ്," മേയ്ഫീൽഡ് പ്രഭു പറഞ്ഞു. അദ്ദേഹം പെട്ടെന്ന് വിഷണ്ണനായി. "ദൈവമേ! ഈ സംഭവം എത്രമാത്രം സങ്കീർണ്ണമായിക്കൊണ്ടിരിക്കുകയാണ്. നിങ്ങൾക്ക് ശരിക്കും അങ്ങനെ തോന്നുന്നുണ്ടോ—പക്ഷേ അത് അസാധ്യമാണ്—അസാധ്യം."

"നിങ്ങളോട് അസൂയയുള്ള—ആരെയും കുറിച്ച് നിങ്ങൾക്കറിയില്ലേ?"

"അസംബന്ധം!"

"എന്തുതന്നെയായാലും, ഇന്നത്തെ കൂടിക്കാഴ്ചയിൽ പങ്കെടുത്ത അംഗങ്ങളുമായുള്ള നിങ്ങളുടെ വ്യക്തിപരമായ ബന്ധത്തെക്കുറിച്ചുള്ള എന്റെ ചോദ്യങ്ങൾ തീർത്തും അപ്രസക്തമല്ലെന്ന് നിങ്ങൾ മനസ്സിലാക്കും."

"ഹാ, ഒരുപക്ഷേ ശരിയായിരിക്കാം. ജൂലിയ കേറിംഗ്ടണിനെക്കുറിച്ച് നിങ്ങൾ എന്നോട് ചോദിച്ചു. സത്യത്തിൽ അധികമൊന്നും പറയാനില്ല. ഞാൻ ഒരിക്കലും അവളെ അത്രയധികം കാര്യമാക്കി എടുത്തിട്ടില്ല, അവൾക്ക് എന്നോടും അതുപോലെതന്നെയെന്ന് ഞാൻ കരുതുന്നു. അവൾ ഒരിടത്ത് ഒതുങ്ങിയിരിക്കാത്ത, അമിതോത്സാഹിയായ സ്ത്രീയാണ്, ചീട്ടുകളിയോട് അതിരു കടന്ന താൽപര്യവും ആസക്തിയുമുള്ളവൾ. സ്വപ്രയത്നത്താൽ ജീവിതവിജയം നേടിയ എന്നെപ്പോലൊരാളെ അവജ്ഞയോടെ കാണാൻ മാത്രം പഴഞ്ചനാണവൾ."

പോയ്റോട്ട് പറഞ്ഞു :

"ഞാൻ ഇങ്ങോട്ട് വരുന്നതിനു മുമ്പ്, ഇവിടെ സമ്മേളിച്ചവരുടെ വിവരങ്ങളിലൂടെ കടന്നുപോകുമ്പോൾ നിങ്ങളെക്കുറിച്ചും ഞാൻ അറിയാൻ ശ്രമിച്ചു. നിങ്ങൾ ഒരു പ്രശസ്ത എഞ്ചിനീയറിംഗ് സ്ഥാപനത്തിന്റെ തലവനായിരുന്നു, മാത്രമല്ല ഒന്നാന്തരം എഞ്ചിനീയറും."

"പ്രായോഗിക വശത്തെക്കുറിച്ച് എനിക്കറിയാത്തതായി ഒന്നുമില്ല. ഞാൻ താഴെ തട്ടിൽ നിന്നും കഠിനാദ്ധ്വാനത്തിലൂടെ ഉയർന്നുവന്നവനാണ്."

മേയ്ഫീൽഡ് പ്രഭു വളരെ ഗൗരവത്തോടെ പറഞ്ഞു.

"ആഹഹാ!" പോയ്റോട്ട് നിലവിളിച്ചു. "ഞാനൊരു മണ്ടനായിരുന്നു —വെറുമൊരു വിഡ്ഢി!"

മേയ്ഫീൽഡ് അയാളെ തുറിച്ചുനോക്കി.

"എനിക്ക് മനസ്സിലായില്ല, പോയ്റോട്ട്."

"പ്രശ്നത്തിന്റെ ഒരു വശം എനിക്കിപ്പോൾ വ്യക്തമായിട്ടുണ്ട്. എനിക്ക്, മുമ്പ് കാണാൻ കഴിയാത്ത ഒന്ന്... പക്ഷേ, ഇപ്പോൾ എല്ലാം യോജിക്കുന്നുണ്ട്. അതെ—വളരെ മനോഹരമായിത്തന്നെ യോജിക്കുന്നു."

മേയ്ഫീൽഡ് പ്രഭു അല്പം അമ്പരപ്പോടെ അയാളെ നോക്കി.

എന്നാൽ ഒരു ചെറുപുഞ്ചിരിയോടെ പോയ്റോട്ട് തലയാട്ടി.

"ഇല്ല, സമയമായിട്ടില്ല. എന്റെ ആശയങ്ങളെ കുറച്ചുകൂടി വ്യക്തമായി ക്രമീകരിക്കണം."

അയാൾ എഴുന്നേറ്റു.

"ശുഭരാത്രി, മേയ്ഫീൽഡ് പ്രഭു. ആ പദ്ധതികൾ എവിടെയാണെന്ന കാര്യത്തിൽ എനിക്കൊരു ഉത്തരം ലഭിച്ചിട്ടുണ്ട്."

മേയ്ഫീൽഡ് പ്രഭു നിലവിളിച്ചു :

"അതെയോ? എന്നാൽ നമുക്കിപ്പോൾ തന്നെ അത് വീണ്ടെടുക്കാം!"

പോയ്റോട്ട് തലയാട്ടി.

"ഇല്ല, അത് ശരിയാവില്ല. ധൃതിപ്പെടുന്നത് അപകടമാണ്. എല്ലാം ഹെർക്കുലി പോയ്റോട്ട് നോക്കിക്കൊള്ളാം."

പോയ്റോട്ട് മുറിക്ക് പുറത്തേക്കിറങ്ങി. മേയ്ഫീൽഡ് പ്രഭു അവജ്ഞയോടെ തോളു വെട്ടിച്ചു.

"ഇയാൾ ഒരു മുറിവൈദ്യനാണെന്ന് തോന്നുന്നു," അദ്ദേഹം പിറുപിറുത്തു. എന്നിട്ട്, കൈയ്യിലെ പേപ്പറുകൾ മാറ്റിവെച്ച്, ലൈറ്റ് അണച്ച്, കിടപ്പറയിലേക്കു പോയി.

"ഒരു മോഷണം നടന്നിട്ടുണ്ടെങ്കിൽ, എന്തുകൊണ്ടാണ് മേയ്ഫീൽഡ് പ്രഭു പോലീസിനെ അറിയിക്കാതിരുന്നത്?" റെഗ്ഗി കേറിംഗ്ടൺ ചോദിച്ചു.

അവൻ പ്രാതൽ കഴിക്കുവാനായി തീന്മേശയിൽ നിന്ന് കസേര അല്പം പിന്നിലേക്ക് തള്ളി നീക്കി.

ഏറ്റവും അവസാനമാണ് അവൻ കഴിക്കാനായി വന്നത്. ആതിഥേയനും മക്കാറ്റയും സർ ജോർജ്ജും കുറച്ച് സമയം മുമ്പ് പ്രാതൽ പൂർത്തിയാക്കിയിരുന്നു.

അവന്റെ അമ്മയും വാൻഡെർലൈനും തങ്ങളുടെ മുറിയിൽ ഇരുന്നുതന്നെ ഭക്ഷണം കഴിക്കുകയായിരുന്നു.

മേയ്ഫീൽഡും ഹെർക്കുലി പോയ്റോട്ടും യോജിപ്പോടെ തമ്മിലെടുത്ത തീരുമാനത്തെക്കുറിച്ചുള്ള തന്റെ അഭിപ്രായം ഓർത്തപ്പോൾ, താൻ മുൻപ് ഇതിലും നന്നായാണ് കാര്യങ്ങൾ കൈകാര്യം ചെയ്തിരുന്നത് എന്നൊരു തോന്നൽ സർ ജോർജിൽ ഉണ്ടായി.

“ഇതുപോലെ അല്പജ്ഞാനിയായ ഒരു വിദേശിയെ കാര്യങ്ങളേൽപ്പിക്കുന്നത്, വളരെ വിചിത്രമായാണ് എനിക്ക് തോന്നുന്നത്,” റെഗ്ഗി പറഞ്ഞു. “എന്താണിവിടെ സംഭവിക്കുന്നത്, അച്ഛാ?”

“എനിക്കും ഒന്നും വ്യക്തമാകുന്നില്ല, മോനെ.”

റെഗ്ഗി എഴുന്നേറ്റു. ഇന്ന് രാവിലെ മുതൽ അവൻ വളരെ പരിഭ്രാന്തനും അസ്വസ്ഥനുമായി കാണപ്പെട്ടു.

“പ്രധാനപ്പെട്ടതായി ഒന്നുമില്ല? പേപ്പറുകളോ മറ്റെന്തെങ്കിലുമോ—ഒന്നും?”

“സത്യം പറഞ്ഞാൽ റെഗ്ഗീ, എനിക്ക് നിന്നോട് വിശദീകരിക്കാൻ കഴിയില്ല.”

“തീർത്തും രഹസ്യമാണ്, അല്ലെ? എനിക്ക് മനസ്സിലാകും.”

റെഗ്ഗി പടികൾ ഓടിക്കയറി, പാതി വഴിയിൽ ഒരു നിമിഷം നിന്ന് നീരസഭാവത്തോടെ എന്തോ ചിന്തിച്ചു, പിന്നെ കയറ്റം തുടർന്നു അമ്മയുടെ മുറിയുടെ വാതിലിൽ തട്ടി. അവളുടെ ശബ്ദം അവനെ അകത്തേക്ക് ക്ഷണിച്ചു.

ലേഡി ജൂലിയ കിടക്കയിൽ ഇരുന്ന്, ഒരു കത്തിന്റെ കവറിനു പിന്നിൽ എന്തൊക്കെയോ രൂപങ്ങൾ വരയ്ക്കുകയായിരുന്നു.

“ഗുഡ് മോർണിംഗ്, മോനെ.” അവൾ തലയുയർത്തി നോക്കി, എന്നിട്ട് ഗൗരവത്തോടെ ചോദിച്ചു : “റെഗ്ഗീ, എന്തെങ്കിലും പ്രശ്നമുണ്ടോ?”

“വലിയ പ്രശ്നമൊന്നുമില്ല, പക്ഷേ ഇന്നലെ രാത്രി ഒരു മോഷണം നടന്നിട്ടുണ്ടെന്ന് തോന്നുന്നു.”

“മോഷണമോ? എന്താണ് നഷ്ടപ്പെട്ടത്?”

“ഓ, എനിക്കറിയില്ല. അതെല്ലാം വളരെ രഹസ്യമാണ്. എല്ലാവരോടും ചോദ്യങ്ങൾ ചോദിച്ചുകൊണ്ട്, വിചിത്രനായ ഒരു സ്വകാര്യ കുറ്റാന്വേഷകൻ താഴെയുണ്ട്.

“വിചിത്രം തന്നെ!”

“ഇത് വളരെ അരോചകമാണ്,” റെഗ്ഗി പതുക്കെ പറഞ്ഞു, “അത്തരം കാര്യങ്ങൾ സംഭവിക്കുന്ന ഒരു വീട്ടിൽ താമസിക്കുന്നത്.”

“എന്താണ് ശരിക്കും സംഭവിച്ചത്?”

“അറിയില്ല. നമ്മളെല്ലാവരും ഉറങ്ങാൻ പോയ ശേഷമായിരുന്നു. നോക്കൂ, അമ്മേ, ആ പ്ലേറ്റ് മാറ്റിവെക്കൂ.”

അമ്മ പ്രാതൽ കഴിച്ചുകൊണ്ടിരുന്ന പ്ലേറ്റെടുത്ത് അവൻ ജനാലയ്ക്കരികിലെ മേശമേൽ കൊണ്ടുവെച്ചു.

“പണം നഷ്ടപ്പെട്ടോ?”

“എനിക്കറിയില്ലെന്ന് പറഞ്ഞല്ലോ.”

ലേഡി ജൂലിയ പതുക്കെ പറഞ്ഞു :

“ഈ കുറ്റാന്വേഷണകൻ എല്ലാവരോടും ചോദ്യങ്ങൾ ചോദിക്കുന്നുണ്ട്, അല്ലേ?”

“ഉണ്ടെന്ന് തോന്നുന്നു.”

“ഇന്നലെ രാത്രി അവയെല്ലാം ഇവിടെയുണ്ടായിരുന്നോ? നഷ്ടപ്പെട്ടവയെല്ലാം?”

“ഉണ്ടായിരുന്നിരിക്കാം. എനിക്ക് അയാളോട് കൂടുതലൊന്നും പറയാൻ കഴിയില്ല. ഞാൻ നേരെ എന്റെ മുറിയിലേക്കാണ് പോയത്, ഉടൻ തന്നെ ഉറങ്ങുകയും ചെയ്തു.”

ലേഡി ജൂലിയ മറുപടി പറഞ്ഞില്ല.

“അമ്മേ, എനിക്ക് കുറച്ച് പണം തരപ്പെടുത്തിത്തരാൻ അമ്മയ്ക്കു കഴിയില്ലെന്ന് ഞാൻ കരുതുന്നു. എന്റെ കൈയിൽ തീർത്തും പണമില്ലാതായിരിക്കുന്നു.”

“ഇല്ല, എനിക്ക് കഴിയില്ല,” അമ്മയുടെ മറുപടിയിൽ ഉറപ്പുണ്ടായിരുന്നു. “എന്റെ ഏറ്റവും വലിയ ഭയം, എനിക്കു മുന്നിലുള്ള കടബാധ്യതയാണ്. അതറിഞ്ഞാൽ, നിന്റെ അച്ഛൻ എങ്ങനെ പ്രതികരിക്കുമെന്ന് എനിക്കറിയില്ല.”

വാതിലിൽ ഒരു മുട്ട് കേട്ടു, സർ ജോർജ് അകത്തേക്ക് പ്രവേശിച്ചു.

“ഹാ, റെഗ്ഗി ഇവിടെയുണ്ടായിരുന്നോ. പുസ്തകപ്പുരയിലേക്കൊന്ന് പോകാമോ? ഹെർക്കുലി പോയ്റോട്ട് നിന്നെ കാണണമെന്ന് ആവശ്യപ്പെട്ടു.”

പ്രയാസകരമായ മക്കാറ്റയുമായുള്ള അഭിമുഖം കഴിഞ്ഞിരിക്കുകയാണ് പോയ്റോട്ട്.

ചുരുക്കം ചില ചോദ്യങ്ങളിലൂടെ അയാൾ മനസ്സിലാക്കി, മക്കാറ്റ ഏകദേശം പതിനൊന്ന് മണിയോടെയാണ് കിടക്കാൻ പോയതെന്നും, അന്നേരം അവരെന്തോ കാണുകയോ കേൾക്കുകയോ ചെയ്തുവെന്നും. പക്ഷേ ആ വിവരങ്ങൾ ഉപകാരപ്രദമായിരുന്നില്ല.

പോയ്റോട്ട് കവർച്ചയുടെ വിഷയത്തിൽ നിന്നും പതിയെ തെന്നിമാറി, കൂടുതൽ വ്യക്തിപരമായ കാര്യങ്ങളിലേക്ക് കടന്നു. മേയ്ഫീൽഡ് പ്രഭുവിനോട് അയാൾക്ക് വലിയ ആരാധന ഉണ്ടായിരുന്നു. പൊതുസമൂഹത്തിലെ ഒരു അംഗമെന്ന നിലയിൽ, മേയ്ഫീൽഡ് പ്രഭു ഒരു മികച്ച വ്യക്തിയാണെന്ന് അയാൾക്ക് തോന്നി. തീർച്ചയായും, മക്കാറ്റയ്ക്ക് അദ്ദേഹത്തെക്കുറിച്ച് തന്നെക്കാൾ അറിവുള്ളതിനാൽത്തന്നെ, അക്കാര്യത്തെപ്പറ്റിയും അവർ ബോധവതിയായിരിക്കും.

“മേയ്ഫീൽഡ് പ്രഭു ബുദ്ധിമാനാണ്,” മക്കാറ്റയെ ശരി വെച്ചു.

"അദ്ദേഹം തനിക്കനുസൃതമായ രീതിയിലാണ് തന്റെ ഔദ്യോഗിക ജീവിതം പൂർണ്ണമായും പണിതുയർത്തിയത്. പാരമ്പര്യ സ്വാധീനത്തിന് അദ്ദേഹം കടപ്പെട്ടിട്ടില്ല. ഒരുപക്ഷേ, അദ്ദേഹത്തിന്റെ വീക്ഷണം ഇടയ്ക്ക് പിഴയ്ക്കാറുണ്ടെന്ന് തോന്നിയിട്ടുണ്ട്. ദൗർഭാഗ്യകരമെന്നു പറയട്ടെ, അക്കാര്യത്തിൽ എല്ലാം പുരുഷൻമാരും ഒരുപോലെയാണ്. ഒരു സ്ത്രീയുടെ ഭാവനയുടെ വിശാലത അവർക്കില്ല. പോയ്റോട്ട്, പത്തുവർഷത്തിനുള്ളിൽ, സ്ത്രീകളായിരിക്കും രാഷ്ട്രീയത്തിലെ ഏറ്റവും മികച്ച ശക്തികൾ."

താനും അക്കാര്യം നിസ്സംശയം അംഗീകരിക്കുന്നതായി പോയ്റോട്ട് സമ്മതിച്ചു.

അയാൾ വാൻഡെർലൈനിന്റെ വിഷയത്തിലേക്ക് കടന്നു. "അവരും മേയ്ഫീൽഡ് പ്രഭുവിനുമിടയിൽ, പുറത്തു കേൾക്കുന്നതുപോലെ വളരെ അടുത്ത സൗഹൃദമാണോ?"

"ഒരിക്കലുമല്ല. സത്യം പറഞ്ഞാൽ, അവളെ ഞാനിവിടെ തീരെ പ്രതീക്ഷിച്ചിരുന്നതല്ല. എനിക്കും ശരിക്കും അത്ഭുതമാണ് തോന്നിയത്."

പോയ്റോട്ട് വാൻഡെർലൈനിനെക്കുറിച്ചുള്ള മക്കാറ്റയുടെ അഭിപ്രായം ചോദിച്ചറിയുകയും ചെയ്തു.

"വളരെ *മോശം* സ്ത്രീകളിൽ ഒരാളാണവൾ. മറ്റു സ്ത്രീകൾക്കു തന്നെ നാണക്കേടാണ്! മറ്റുള്ളവരെ ആശ്രയിച്ചു കഴിയുന്ന ഒരു പരാന്നഭോജി, ഇത്തിക്കണ്ണി."

"പുരുഷൻമാർക്ക് അവളോട് ആരാധനയാണല്ലേ?"

"പുരുഷൻമാർ!" മക്കാറ്റ അവജ്ഞയോടെയാണ് ആ വാക്ക് ഉച്ചരിച്ചത്. "പുരുഷൻമാർ എപ്പോഴും ബാഹ്യസൗന്ദര്യത്താൽ ആകർഷിക്കപ്പെടുന്നു. ഇപ്പോൾ ആ പയ്യൻ, ചെറുപ്പക്കാരനായ റെഗ്ഗി കേറിംഗ്ടൺ, അവൾ അവനോട് സംസാരിക്കുമ്പോഴെല്ലാം, അവന്റെ മുഖത്ത് അത്യാഹ്ലാദമാണ്. എത്ര ലളിതമായാണ് അവൾ അവനെയും വലയിലാക്കിയത്. അവന്റെ ചീട്ടുകളിയെ പുകഴ്ത്തിയത്—യഥാർത്ഥത്തിൽ, അത് പോലും അവളുടെ തന്ത്രമായിരുന്നു."

"അവൻ നല്ലൊരു കളിക്കാരനല്ലേ?"

"ഇന്നലെ രാത്രി അവൻ കളിച്ചത് മൊത്തം തെറ്റായിരുന്നു."

"ലേഡി ജൂലിയ നന്നായി ചീട്ടുകളിക്കുമല്ലേ?"

"എന്റെ അഭിപ്രായത്തിൽ, അവർ *വളരെ* നന്നായി കളിക്കും," മക്കാറ്റ പറഞ്ഞു. "അവളൊരു തൊഴിലെന്ന പോലെയാണ് അതിനെ കാണുന്നത്; രാവിലെയും ഉച്ചയ്ക്കും രാത്രിയിലും കളിക്കും."

"ഉയർന്ന പന്തയ തുകകൾക്കോ?"

"അതെ, നമുക്ക് ചിന്തിക്കാൻ കഴിയുന്നതിനേക്കാളും ഉയർന്ന തുകയ്ക്ക്. അത് *നല്ലതാണെന്ന്* എനിക്ക് തോന്നുന്നുമില്ല."

"അവർ കളിയിലൂടെ നല്ല രീതിയിൽ പണം സമ്പാദിക്കുന്നുണ്ടോ?"

മക്കാറ്റ നിർവികാരയായി ഒന്ന് മൂളി.

"അതിലൂടെ കടങ്ങൾ വീട്ടാമെന്നാണ് അവൾ കരുതിയിരുന്നത്. പക്ഷേ, ഈയിടെയായി ഭാഗ്യം അവളെ തുണയ്ക്കുന്നില്ല എന്നാണ് എനിക്കറിയാൻ കഴിഞ്ഞത്. മനസ്സിൽ എന്തൊക്കെയോ ഉള്ളതു പോലെയാണ് അവളെ ഇന്നലെ രാത്രി കണ്ടപ്പോൾ എനിക്ക് തോന്നിയത്. മദ്യപാനം മൂലമുണ്ടാകുന്ന ദോഷങ്ങളേക്കാൾ അല്പം കുറവാണെങ്കിലും, ചൂതാട്ടത്തിന്റെ ദൂഷ്യവശങ്ങൾ ഒട്ടും മോശമല്ല. എനിക്കൊരു അവസരം ലഭിക്കുകയാണെങ്കിൽ, ഈ രാജ്യത്തെ ശുദ്ധീകരിക്കാനായി..."

ഇംഗ്ലണ്ടിന്റെ ധാർമ്മികത ശുദ്ധീകരിക്കപ്പെടേണ്ടതിനെക്കുറിച്ചുള്ള ഒരു നീണ്ട ചർച്ച തന്നെ കേൾക്കാൻ പോയ്റോട്ട് നിർബന്ധിതനായി. എന്നിട്ട് അയാൾ സംഭാഷണം ബുദ്ധിപൂർവ്വം അവസാനിപ്പിച്ച് റെഗ്ഗി കേറിംഗ്ടണിനെ കാണണമെന്നറിയിച്ചു.

റെഗ്ഗി മുറിയിൽ പ്രവേശിക്കുമ്പോൾ തന്നെ, പോയ്റോട്ട് അവനെ ശ്രദ്ധാപൂർവ്വം വീക്ഷിച്ചു : ദുർബ്ബലമായ വായ ആകർഷകമായ പുഞ്ചിരിയാൽ മറച്ചിരിക്കുന്നു, അസ്ഥിരമായ താടി, പരസ്പരം അകലമുള്ള കണ്ണുകൾ, ചെറിയ തല. റെഗ്ഗി കേറിംഗ്ടണിനെ നന്നായി മനസ്സിലാക്കാൻ കഴിഞ്ഞതായി പോയ്റോട്ട് വിശ്വസിച്ചു.

"മിസ്റ്റർ റെഗ്ഗി കേറിംഗ്ടൺ?"

"അതെ. എന്റെ എന്തു സഹായമാണ് വേണ്ടത്?"

"ഇന്നലെ രാത്രിയിൽ നടന്നതിനെക്കുറിച്ച് നിങ്ങൾക്കറിയാവുന്നത് പറയൂ."

"ശരി, ഞാനൊന്നോർക്കട്ടെ. ഞങ്ങൾ സ്വീകരണ മുറിയിലിരുന്ന് ചീട്ടു കളിച്ചു. അതിനു ശേഷം ഞാൻ ഉറങ്ങാനായി എന്റെ മുറിയിലേക്ക് പോയി."

"എത്ര മണിക്ക്?"

"പതിനൊന്ന് മണിയോടടുക്കുമ്പോൾ. അതിനുശേഷമാണ് കവർച്ച നടന്നതെന്നാണ് ഞാൻ അറിഞ്ഞത്, അല്ലേ?"

"അതെ, അതിനു ശേഷമാണ്. നിങ്ങൾ ഒന്നും കാണുകയോ കേൾക്കുകയോ ചെയ്തില്ലേ?"

റെഗ്ഗി ഇല്ലെന്ന് തലയാട്ടി.

"ഇല്ല. ഞാൻ നേരെ മുറിയിലേക്ക് പോയി, നന്നായി ഉറങ്ങുകയും ചെയ്തു."

"നിങ്ങൾ സ്വീകരണ മുറിയിൽ നിന്നും നേരെ നിങ്ങളുടെ മുറിയിലേക്ക് പോയി, ശേഷം രാവിലെ വരെ അവിടെത്തന്നെയായിരുന്നോ?"

"അതെ."

"അതിശയം തന്നെ." പോയ്റോട്ട് പറഞ്ഞു.

റെഗ്ഗി പരുഷമായി പറഞ്ഞു :

"നിങ്ങൾ എന്താണ് ഉദ്ദേശിക്കുന്നത്?"

"നിങ്ങൾ നിലവിളിയൊന്നും കേട്ടില്ലേ?"

"ഇല്ല, ഞാൻ കേട്ടില്ല."

"ഹാ, അതിശയം തന്നെ."

"നോക്കൂ, നിങ്ങൾ എന്താണ് പറയുന്നതെന്ന് എനിക്ക് മനസ്സിലാകുന്നില്ല."

"നിങ്ങളുടെ കേൾവിക്ക് എന്തെങ്കിലും പ്രശ്നം?"

"ഒരു പ്രശ്നവുമില്ല."

പൊയ്റോട്ടിന്റെ ചുണ്ടുകൾ ചലിച്ചു. അതിശയമെന്ന വാക്ക് മൂന്നാം തവണയും അയാൾ ആവർത്തിച്ചേനെ. എന്നിട്ട് പറഞ്ഞു :

"ശരി, നന്ദി, മിസ്റ്റർ കേറിംഗ്ടൺ. അത്രയേയുള്ളൂ."

റെഗ്ഗി എഴുന്നേറ്റു, ആശയക്കുഴപ്പത്തിലായിരുന്നു അവൻ.

"ഞാനിപ്പോഴാണ് ഓർക്കുന്നത്, നിങ്ങൾ പറഞ്ഞതുപോലെ എന്തോ ഒരു ശബ്ദം കേട്ടതായി എനിക്ക് തോന്നിയിരുന്നു." അവൻ പറഞ്ഞു.

"ആഹാ, നിങ്ങൾ ശബ്ദം കേട്ടിരുന്നോ?"

"അതെ, പക്ഷേ നോക്കൂ, ഞാൻ ഒരു പുസ്തകം വായിക്കുകയായിരുന്നു– ഒരു കുറ്റാന്വേഷണ കഥ. സത്യം പറഞ്ഞാൽ, അതിനാൽത്തന്നെ, ഞാൻ ശരിക്കും ശ്രദ്ധിച്ചില്ല."

"ഓ," പോയ്റോട്ട് പറഞ്ഞു, "തൃപ്തികരമായ വിശദീകരണം."

പോയ്റോട്ടിന്റെ മുഖത്ത് തികച്ചും നിർവികാരതയായിരുന്നു.

റെഗ്ഗി അപ്പോഴും മടിച്ചു നിൽക്കുകയായിരുന്നു, പിന്നെ മെല്ലെ വാതിൽക്കലേക്ക് നടന്നു. അവിടെ നിന്നുകൊണ്ട് അവൻ ചോദിച്ചു :

"എന്താണ് മോഷ്ടിക്കപ്പെട്ടത്?"

"വലിയ മൂല്യമുള്ള ഒന്ന്, മിസ്റ്റർ കേറിംഗ്ടൺ. അത്ര മാത്രം പറയുവാനേ എനിക്കിപ്പോൾ അനുവാദമുള്ളൂ."

"ഹാ," റെഗ്ഗി നിസ്സംഗതയോടെ പറഞ്ഞു.

അവൻ പുറത്തേക്കു പോയി.

പോയ്റോട്ട് തലയാട്ടി.

"അത് യോജിക്കുന്നുണ്ട്," അയാൾ പിറുപിറുത്തു. "ഇത് വളരെ നന്നായി യോജിക്കുന്നുണ്ട്."

അയാൾ മണിമുഴക്കി, വാൻഡെർലൈൻ എഴുന്നേറ്റോ എന്ന് മാന്യമായി അന്വേഷിച്ചു.

വാൻഡെർലൈൻ വളരെ സുന്ദരിയായി മുറിയിലേക്ക് കയറിവന്നു. അവളുടെ മുടിയുടെ ശോഭ എടുത്തു കാണിക്കുന്ന തരത്തിലുള്ള, കലാചാരുതയാർന്ന പിംഗലവർണ്ണ സ്പോർട്സ് സ്യൂട്ടാണ് അവൾ ധരിച്ചിരുന്നത്. അവൾ ഒരു

കസേരയിലിരുന്ന് തന്റെ മുന്നിലിരിക്കുന്ന കുറുകിയ മനുഷ്യനെ നോക്കി തിളക്കമാർന്ന പുഞ്ചിരിച്ച സമ്മാനിച്ചു.

ഒരു നിമിഷം, ആ പുഞ്ചിരിയിൽ എന്തോ ഒന്ന് ഒളിഞ്ഞിരിക്കുന്നതായി കണ്ടു. അത് വിജയഹർഷമായിരിക്കാം, ചിലപ്പോൾ പരിഹാസമായിരിക്കാം. അർത്ഥം ഉടൻ തന്നെ മാഞ്ഞുവെങ്കിലും, ചിരി ചുണ്ടിൽ നിലനിന്നു. പോയ്റോട്ടിന് അതിന്റെ ഉദ്ദേശ്യം രസകരമായി തോന്നി.

"കവർച്ചക്കാരോ? കഴിഞ്ഞ രാത്രിയിലോ? ഭയാനകം തന്നെ! എന്തുകൊണ്ടോ, ഞാൻ *ഒന്നും* കേട്ടില്ല. പോലീസിന്റെ കാര്യമോ? അവർക്ക് ഒന്നും *ചെയ്യാൻ* കഴിയില്ലേ?"

പിന്നെയും ഒരു നിമിഷം അവളുടെ കണ്ണുകളിൽ പരിഹാസം തെളിഞ്ഞു.

ഹെർക്കുലി പോയ്റോട്ട് ചിന്തിച്ചു :

"സ്ത്രീയെ, നിങ്ങൾക്ക് പോലീസിനെ പേടിയില്ലെന്നത് വളരെ വ്യക്തമാണ്. അവരെ വിളിക്കാൻ പോകുന്നില്ലെന്നും നിങ്ങൾക്ക് നന്നായറിയാം."

അതിന്റെ തുടർച്ചയായി—എന്ത്?

അയാൾ ശാന്തമായി പറഞ്ഞു :

"നിങ്ങൾക്ക് മനസ്സിലാകും, മാഡം. ഇത് ഏറ്റവും വിവേകത്തോടെ മുന്നോട്ട് കൊണ്ടുപോകേണ്ട കാര്യമാണ്."

"സ്വാഭാവികമായും, അല്ലേ—പോയ്റോട്ട്? ഒരു വാക്കുപോലും ഞാൻ പുറത്താരോടും ഉച്ചരിക്കില്ല. പ്രിയപ്പെട്ട മേയ്ഫീൽഡ് പ്രഭുവിന്റെ ആരാധികയാണ് ഞാൻ, അദ്ദേഹത്തിന് അല്പമെങ്കിലും വിഷമമുണ്ടാക്കുന്നതുപോലും ഞാൻ ചെയ്യില്ല."

അവൾ കാലിന്മേൽ കാൽ കയറ്റിവെച്ചു. തവിട്ട് നിറത്തിലുള്ള തുകൽ ചെരുപ്പ്, അവളുടെ പട്ടിന് മിനുസമാർന്ന കാലിന്റെ അഗ്രത്തിൽ മിന്നി.

അവൾ പുഞ്ചിരിച്ചു, തികഞ്ഞ സംതൃപ്തി നിറഞ്ഞ ഊഷ്മളമായ ഒരു പുഞ്ചിരി.

"എനിക്ക് എന്തെങ്കിലും ചെയ്യാൻ കഴിയുമെങ്കിൽ ഞാൻ തയ്യാറാണ്, പറയൂ."

"നന്ദി, മാഡം. നിങ്ങൾ ഇന്നലെ രാത്രി സ്വീകരണമുറിയിലിരുന്ന് ചീട്ടു കളിച്ചിരുന്നോ?"

"അതെ."

"അതിനു ശേഷം, സ്ത്രീകൾ എല്ലാവരും ഉറങ്ങാൻ പോയി, അല്ലേ?"

"അതെ, ശരിയാണ്."

"എന്നാൽ ഒരു പുസ്തകം എടുക്കാനായി ഒരാൾ തിരികെ വന്നു. അത് നിങ്ങളായിരുന്നു, അല്ലേ, മിസിസ് വാൻഡെർലൈൻ?"

"ആദ്യം തിരിച്ചുവന്നത് ഞാനാണ്—അതെ."

"*ആദ്യം* വന്നതോ?—എന്താണ് നിങ്ങൾ ഉദ്ദേശിക്കുന്നത്?" പോയ്റോട്ട് ഗൗരവത്തോടെ ചോദിച്ചു.

"ഞാൻ ഉടൻ തന്നെ തിരിച്ചുവന്നു," വാൻഡെർലൈൻ വിശദീകരിച്ചു. "പിന്നീട് ഞാൻ തിരിച്ചു മുറിയിലേക്ക് പോയി എന്റെ വേലക്കാരിയെ വിളിച്ചു. അവൾ വരാൻ ഒരുപാട് നേരമെടുത്തു. ഞാൻ വീണ്ടും വിളിച്ചു. പിന്നെ ഞാൻ പടിക്കെട്ടിനടുത്തേക്ക് പോയി. അവിടെ അവളുടെ ശബ്ദം കേട്ട ഞാൻ അവളെ വിളിച്ചു. എന്റെ തലമുടി കോതിയൊതുക്കിയതിനു ശേഷം ഞാൻ അവളെ പറഞ്ഞയച്ചു. അവൾ പരിഭ്രാന്തയായിരുന്നു, അസ്വസ്ഥയായിരുന്നു, ഒന്നു-രണ്ടു തവണ ചീപ്പ് എന്റെ മുടിയിൽ പിണഞ്ഞു. അപ്പോഴാണ്, ഞാൻ അവളെ പറഞ്ഞയക്കുന്ന നേരത്താണ്, ലേഡി ജൂലിയ പടികൾ കയറി വരുന്നത് ഞാൻ കണ്ടത്. അവരും ഒരു പുസ്തകത്തിനായി വീണ്ടും ഇറങ്ങിച്ചെന്നതായി എന്നോട് പറഞ്ഞു. വിചിത്രം തന്നെ, അല്ലേ?"

വാൻഡെർലൈൻ തന്റെ ഭാഗം വിവരിച്ച ശേഷം പുഞ്ചിരിച്ചു; കണ്ണുകളടച്ച്, മധുരിതമായ ഒരു പുഞ്ചിരി. വാൻഡെർലൈനിന് ജൂലിയ കേറിംഗ്ടണിനെ ഇഷ്ടമല്ലെന്ന് ഹെർക്യുലി പോയ്റോട്ട് സ്വയം ചിന്തിച്ചു.

"ശരി, മാഡം. പറയൂ, നിങ്ങളുടെ വേലക്കാരി നിലവിളിക്കുന്നത് കേട്ടോ?"

"അതെ, ഞാൻ അതുപോലൊന്ന് കേട്ടു."

"നിങ്ങൾ അവളോട് അതിനെക്കുറിച്ച് ചോദിച്ചോ?"

"ചോദിച്ചു. ഒരു വെളുത്ത രൂപം പാറി നടക്കുന്നതായി കണ്ടപോലെ തോന്നി എന്നാണ് അവൾ പറഞ്ഞത്—വെറും വിഡ്ഢിത്തം!"

"ലേഡി ജൂലിയ ഇന്നലെ രാത്രി എന്താണ് ധരിച്ചിരുന്നത്?"

"ഓഹ്, നിങ്ങൾ കരുതുന്നത്—ശരിയാണ്, ഞാനും ഓർക്കുന്നു. അവർ വെളുത്ത രാത്രിവസ്ത്രമാണ് ധരിച്ചിരുന്നത്. ശരിയാണ്, ഇപ്പോൾ വ്യക്തമാകുന്നുണ്ട്. അവൾ അവരെ ഇരുട്ടിൽ കണ്ടപ്പോൾ, ഒരു വെളുത്ത രൂപം പോലെ തോന്നിക്കാണും. ഈ പെൺകുട്ടികളുടെ അന്ധവിശ്വാസങ്ങൾക്ക് പരിധിയില്ല."

"മാഡം, നിങ്ങളുടെ വേലക്കാരി വളരെക്കാലമായോ നിങ്ങളുടെ കൂടെ?"

"ഹേയ്, ഇല്ല," വാൻഡെർലൈൻ കണ്ണുകൾ വിടർത്തി. "ഏകദേശം അഞ്ച് മാസം മാത്രം."

"നിങ്ങൾക്ക് വിരോധമില്ലെങ്കിൽ, എനിക്കവരെ ഇപ്പോൾ കാണണം എന്നുണ്ട്, മാഡം."

വാൻഡെർലൈൻ നെറ്റി ചുളിച്ചു.

"ഹാ, തീർച്ചയായും," അവൾ ശാന്തമായി പറഞ്ഞു.

"എനിക്ക് അവരെ ചോദ്യം ചെയ്യാനുണ്ട്, നിങ്ങൾ മനസ്സിലാക്കുമെന്ന് കരുതുന്നു."

“ഹാ, തീർച്ചയായും.”

വീണ്ടും കണ്ണുകളിൽ തിളക്കം മിന്നിമാഞ്ഞു.

പോയ്റോട്ട് എഴുന്നേറ്റു, വണങ്ങി.

“മാഡം,” അയാൾ പറഞ്ഞു. “നിങ്ങളെ വളരെയധികം ആരാധനയോടെ ഞാൻ കാണുന്നു.”

വാൻഡെർലൈൻ ഒരു നിമിഷം അമ്പരന്നു.

“പോയ്റോട്ട്, വളരെ നന്ദി. പക്ഷേ, എന്താണങ്ങനെ പറയാൻ?”

വാൻഡെർലൈൻ ചിരിച്ചു, ആ ചിരിയിൽ അല്പം സംശയവും കലർന്നിരുന്നു.

“നിങ്ങൾ പറഞ്ഞത് അഭിനന്ദനമായാണോ സ്വീകരിക്കേണ്ടത് എന്നെനിക്കിപ്പോൾ സംശയമായി,” അവൾ പറഞ്ഞു.

പോയ്റോട്ട് പറഞ്ഞു :

“ഒരു മുന്നറിയിപ്പായി വേണമെങ്കിൽ എടുക്കാം—ജീവിതത്തെ അഹങ്കാരത്തോടെ കൈകാര്യം ചെയ്യരുത്.”

വാൻഡെർലൈൻ കൂടുതൽ ഉറപ്പോടെ ചിരിച്ചു. അവൾ എഴുന്നേറ്റ് ഹസ്തദാനത്തിനായി കൈ നീട്ടി.

“പ്രിയപ്പെട്ട പോയ്റോട്ട്, നിങ്ങൾക്ക് എല്ലാ വിജയവും ഞാൻ ആശംസിക്കുന്നു. നിങ്ങൾ എന്നോട് പറഞ്ഞ എല്ലാ നല്ല വാക്കുകൾക്കും നന്ദി.”

അവൾ പുറത്തേക്ക് പോയി. പോയ്റോട്ട് സ്വയം പിറുപിറുത്തു :

“എനിക്ക് വിജയം നേരുന്നു, അല്ലേ? പക്ഷേ ഞാൻ വിജയം വരിക്കാൻ പോകുന്നില്ലെന്ന് നിങ്ങൾക്ക് ഉറപ്പുണ്ട്! അതെ, അത്രയും ഉറപ്പുണ്ട് നിങ്ങൾക്ക്. അത്, എന്നെ വല്ലാതെ അലോസരപ്പെടുത്തുന്നുമുണ്ട്.”

പോയ്റോട്ട് ആവേശത്തോടെ, അവൻ മണിശബ്ദം മുഴക്കി ലിയോണിയെ തന്റെ അടുത്തേക്ക് അയയ്ക്കാൻ ആവശ്യപ്പെട്ടു.

വാതിൽക്കൽ മടിച്ചുനിൽക്കുന്ന അവളെ പോയ്റോട്ട് മന്ദഹാസത്തോടെ നോക്കി. കറുത്ത വസ്ത്രത്തിൽ, വൃത്തിയായി പകുത്തു ചീകിയ കറുത്ത മുടിയിഴകളും, എളിമയാൽ പാതിയടഞ്ഞ മിഴികളുമായി ശങ്കിച്ചു നിൽക്കുന്ന അവളോട്, അയാൾ അകത്തേക്ക് വരാനായി ആംഗ്യം കാണിച്ചു.

“അകത്തേക്ക് വരൂ, മാഡം ലിയോണി,” അയാൾ പറഞ്ഞു. “ഭയപ്പെടേണ്ടതില്ല.”

അവൾ അകത്തേക്ക് വന്ന് അവന്റെ മുന്നിൽ വിനയത്തോടെ നിന്നു.

പോയ്റോട്ട് പെട്ടെന്ന് സ്വരമാറ്റത്തോടെ പറഞ്ഞു, “നിങ്ങൾ എത്ര സുന്ദരിയാണെന്ന് അറിയാമോ?”

ലിയോണി ഉടൻ പ്രതികരണം അറിയിച്ചു. അവൾ കൺകോണുകളിലൂടെ ഒരു നോട്ടം പായിച്ചുകൊണ്ട്, സ്വകാര്യമെന്നോണം പറഞ്ഞു :

"മാഡം എല്ലാം ഒറ്റയ്ക്കാണ് ചെയ്യാറുള്ളത് എന്നാണോ നിങ്ങൾ ഉദ്ദേശിക്കുന്നത്?"

"അതെ, ശരിയാണ് സർ."

"മറ്റൊരു വിധത്തിൽ പറഞ്ഞാൽ, നിങ്ങൾക്ക് എന്നെ സഹായിക്കാൻ കഴിയില്ല."

"എനിക്കങ്ങനെ പറയുന്നതിൽ വിഷമമുണ്ട്, സർ. എനിക്ക് കഴിയുമെങ്കിൽ ഞാൻ ചെയ്യുമായിരുന്നു."

"ശരി, നിങ്ങളുടെ യജമാനത്തി ഇന്ന് നല്ല മാനസികാവസ്ഥ യിലാണോ?"

"തീർച്ചയായും, സർ."

"അവരെ സന്തോഷിപ്പിക്കുന്ന എന്തെങ്കിലും സംഭവിച്ചോ?"

"അവർ ഇവിടെ വന്നതുമുതൽ നല്ല സന്തോഷത്തിലാണ്."

"ശരി, ലിയോണി, നിങ്ങൾക്കുറപ്പാണോ?"

അവൾ ആത്മവിശ്വാസത്തോടെ മറുപടി നൽകി :

"അതെ സർ. എനിക്ക് തെറ്റുപറ്റില്ല. മാഡത്തിന്റെ എല്ലാ മാനസികാവസ്ഥയും എനിക്കറിയാം. അവർ വളരെ സന്തോഷത്തിലാണ്."

"ശരിക്കും പറഞ്ഞാൽ, വിജയാഹ്ലാദമാണോ?"

"അതാണ് ശരിയായ വാക്ക്."

പോയ്റോട്ട് മ്ലാനതയോടെ തലയാട്ടി.

"എനിക്കത്–സഹിക്കാൻ അല്പം ബുദ്ധിമുട്ടുണ്ട്. എങ്കിലും, അത് അനിവാര്യമാണെന്ന് ഞാൻ മനസ്സിലാക്കുന്നു. നന്ദി, മാഡം. അത്രയേയുള്ളൂ."

ലിയോണി അയാളെ മദിപ്പിക്കുന്ന ഒരു നോട്ടം നോക്കി.

"നന്ദി, സർ. കോണിപ്പടിയിൽ വച്ച് ഞാൻ സാറിനെ കണ്ടുമുട്ടുകയാണെങ്കിൽ, ഞാൻ നിലവിളിക്കില്ലെന്ന് ഉറപ്പു തരുന്നു."

"എന്റെ കുഞ്ഞേ," പോയ്റോട്ട് കുലീനമായി പറഞ്ഞു. "ഞാൻ പ്രായം ചെന്ന ആളാണ്. ഇത്തരം ചാപല്യങ്ങൾ കൊണ്ട് എനിക്കെന്താവാനാണ്?"

പക്ഷേ, കുണുങ്ങിച്ചിരിച്ചുകൊണ്ട് ലിയോണി അവിടെ നിന്നും പോയി.

പോയ്റോട്ട് മുറിയ്ക്കകത്ത് അങ്ങോട്ടുമിങ്ങോട്ടും പതിയെ നടന്നു. അയാളുടെ മുഖത്ത് ഗൗരവവും ഉത്കണ്ഠയും നിറഞ്ഞു.

"ഇനി," അയാൾ അവസാനം പറഞ്ഞു, "ലേഡി ജൂലിയ. അവൾ എന്താണാവോ പറയാൻ പോകുന്നത്?"

ലേഡി ജൂലിയ തികഞ്ഞ ആത്മവിശ്വാസത്തോടെ മുറിയിലേക്ക് വന്നു. അവൾ തല കുനിച്ച് അഭിവാദനം ചെയ്തു. പോയ്റോട്ട് മുന്നോട്ട് വലിച്ചിട്ട കസേരയിൽ ഇരുന്നുകൊണ്ട് അവൾ മാന്യതയോടെ പതിഞ്ഞ സ്വരത്തിൽ സംസാരിച്ചു.

"നിങ്ങൾ എന്നോട് ചില ചോദ്യങ്ങൾ ചോദിക്കാൻ ആഗ്രഹിക്കുന്നുവെന്ന് മേയ്ഫീൽഡ് പ്രഭു പറഞ്ഞിരുന്നു."

"അതെ മാഡം. കഴിഞ്ഞ ദിവസം രാത്രിയെക്കുറിച്ച്."

"ഇന്നലെ രാത്രിയെ കുറിച്ചോ?"

"നിങ്ങളുടെ ചീട്ടുകളി പൂർത്തിയായ ശേഷം എന്താണ് സംഭവിച്ചത്?"

"ഒരിക്കൽ കൂടെ കളിക്കാനുള്ള സമയമില്ലെന്ന് എന്റെ ഭർത്താവ് പറഞ്ഞു. ഞാൻ ഉറങ്ങാനായി മുറിയിലേക്കു പോയി."

"അതിനുശേഷം?"

"ഞാൻ ഉറങ്ങാൻ കിടന്നു."

"അത്രയേ ഉള്ളൂ?"

"അതെ. പറയത്തക്കതായി മറ്റൊന്നുമുണ്ടായിട്ടില്ല എന്നതാണ് സത്യം. എപ്പോഴാണ്–" അവൾ മടിച്ചു "–കവർച്ച നടന്നത്?"

"നിങ്ങൾ മുകളിലേക്ക് പോയ ഉടൻ."

"ആണോ? എന്നിട്ട്, ശരിക്കും എന്താണ് നഷ്ടപ്പെട്ടത്?"

"സ്വകാര്യസ്വഭാവമുള്ള ചില പേപ്പറുകൾ, മാഡം."

"പ്രധാനപ്പെട്ട പേപ്പറുകളാണോ?"

"വളരെ പ്രധാനപ്പെട്ടവ."

അവൾ മുഖം ചുളിച്ചു, ശേഷം പറഞ്ഞു :

"അവ–വിലപ്പെട്ടതാണോ?"

"അതെ, മാഡം. നല്ല പണമൂല്യമുള്ളവ."

"അതെയോ?"

ഒരു ചെറിയ ഇടവേളയ്ക്കു ശേഷം, പോയ്റോട്ട് തുടർന്നു :

"നിങ്ങളുടെ പുസ്തകം എന്തായി, മാഡം?

"എന്റെ പുസ്തകമോ?" അവളുടെ അമ്പരന്ന കണ്ണുകൾ അവനിലേക്ക് ഉയർന്നു.

"അതെ, വാൻഡെർലൈൻ പറഞ്ഞതിൽ നിന്നും ഞാൻ മനസ്സിലാക്കുന്നു, നിങ്ങൾ മൂന്ന് സ്ത്രീകളും മുറിയിൽ നിന്നും ഇറങ്ങിയ ശേഷം, ഒരു പുസ്തകം എടുക്കാനായി നിങ്ങൾ വീണ്ടും മുറിയിലേക്ക് പോയെന്ന്."

"അതെ, ഞാൻ പോയിരുന്നു."

"അപ്പോൾ, സത്യത്തിൽ, നിങ്ങൾ മുകളിൽ കയറി നേരെ ഉറങ്ങാനല്ല പോയത്, അല്ലേ? നിങ്ങൾ സ്വീകരണ മുറിയിലേക്ക് മടങ്ങിവന്നു?"

"അതെ, ശരിയാണ്. ഞാനത് മറന്നു."

"സ്വീകരണ മുറിയിലുള്ളപ്പോൾ, നിങ്ങൾ ആരുടെയെങ്കിലും നിലവിളി കേട്ടോ?"

"ഇല്ല–അതെ–ഇല്ലെന്ന് തോന്നുന്നു."

"തീർച്ചയായും, മാഡം. സ്വീകരണ മുറിയിൽ നിന്നും അത് നിങ്ങൾ കേൾക്കാതിരിക്കാൻ വഴിയില്ല."

ലേഡി ജൂലിയ അവളുടെ തലയുയർത്തി ഉറപ്പിച്ചു പറഞ്ഞു :

"ഞാൻ ഒന്നും കേട്ടില്ല."

പോയ്റോട്ട് പുരികം ഉയർത്തി, പക്ഷേ മറുപടി പറഞ്ഞില്ല.

നിശബ്ദത അസഹ്യമായി വളർന്നു. ലേഡി ജൂലിയ പെട്ടെന്ന് ചോദിച്ചു :

"എന്താണ് നടക്കുന്നത്?"

"നടക്കുന്നതോ? എനിക്ക് മനസ്സിലായില്ല, മാഡം."

"ഞാൻ ഉദ്ദേശിച്ചത് കവർച്ചയെക്കുറിച്ചാണ്. തീർച്ചയായും പോലീസ് അന്വേഷിക്കുന്നുണ്ടാകും."

പോയ്റോട്ട് തലയാട്ടി.

"പോലീസിനെ അറിയിച്ചിട്ടില്ല. എനിക്കാണ് ചുമതല."

അവൾ അവനെ തുറിച്ചുനോക്കി, അസ്വസ്ഥമായ അവളുടെ ക്ഷീണിച്ച മുഖത്തെ കണ്ണുകളിൽ ആകാംക്ഷയും പിരിമുറുക്കവും തെളിഞ്ഞു. ആ ഇരുണ്ട കണ്ണുകൾ അയാളുടെ നിസ്സംഗതയിലൂടെ സസൂക്ഷ്മം തുളച്ചു കയറാനായി ശ്രമിച്ചു.

പക്ഷേ, അവസാനം, അവളുടെ ശ്രമം വിഫലമായി—തോറ്റു.

"എന്താണ് നടക്കുന്നതെന്ന് നിങ്ങൾക്ക് എന്നോട് പറയാനാകില്ലേ?"

"മാഡം, ഒരു കാര്യത്തിൽ ഉറപ്പു നൽകാൻ മാത്രമെ എനിക്കിപ്പോൾ കഴിയുകയുള്ളൂ; ഞാൻ ഒരു സാധ്യതയും തള്ളിക്കളയുന്നില്ല, എന്റെ പരമാവധി ഞാൻ ശ്രമിക്കുന്നുണ്ട്."

"കള്ളനെ പിടിക്കാനോ—പേപ്പറുകൾ വീണ്ടെടുക്കാനോ?"

"പേപ്പറുകൾ വീണ്ടെടുക്കലാണ് പ്രധാനം, മാഡം."

അവളുടെ മുഖം മാറി. അത് വിരസവും അനുത്സുകവുമായി.

"അതെ," അവൾ നിസ്സംഗതയോടെ പറഞ്ഞു. "അതാണ് പ്രധാനം."

അവർക്കിടയിലേക്ക് വീണ്ടും നിശബ്ദത കടന്നുവന്നു.

"മറ്റെന്തെങ്കിലും ചോദിക്കാനുണ്ടോ, പോയ്റോട്ട്?"

"ഇല്ല മാഡം. ഞാൻ നിങ്ങളെ അധികനേരം പിടിച്ചുനിർത്തുന്നില്ല."

"നന്ദി."

അയാൾ അവൾക്കായി വാതിൽ തുറന്നുകൊടുത്തു. അയാളെ നോക്കാതെ അവൾ കടന്നു പോയി.

പോയ്റോട്ട് വീണ്ടും തീകായുന്ന ഇടത്തേക്ക് പോയി, ചുമരലമാരയിലെ ആഭരണങ്ങൾ ശ്രദ്ധാപൂർവ്വം പുനഃക്രമീകരിച്ചു. മേയ്ഫീൽഡ് പ്രഭു ജനാലയിലൂടെ അകത്തു കടക്കുമ്പോഴും അയാൾ അത് തുടരുകയായിരുന്നു.

"എന്തായി?" പ്രഭു ചോദിച്ചു.

"നല്ല രീതിയിൽ മുന്നോട്ട് പോകുന്നു. സംഭവങ്ങൾ പ്രതീക്ഷിച്ചതു പോലെ യോജിക്കുന്നുണ്ട്."

മേയ്ഫീൽഡ് പ്രഭു അയാളെ നോക്കി പറഞ്ഞു :

"നിങ്ങൾ സന്തുഷ്ടനാണ്."

"അല്ല, ഞാൻ സന്തുഷ്ടനല്ല. പക്ഷേ, പ്രശ്നമില്ല."

"ശരിക്കും, പോയ്റോട്ട്, എനിക്ക് നിങ്ങളെ മനസ്സിലാകുന്നില്ല."

"നിങ്ങൾ കരുതുന്നത് പോലെ ഞാനൊരു മുറിവൈദ്യനല്ല."

"ഞാൻ ഒരിക്കലും അങ്ങനെ പറഞ്ഞിട്ടില്ല—"

"ഇല്ല, പക്ഷേ നിങ്ങൾ അങ്ങനെ *ചിന്തിച്ചു!* സാരമില്ല. എനിക്കതിൽ വിഷമവുമില്ല. ചിലപ്പോഴൊക്കെ എനിക്ക് പുതിയ പാതകൾ സ്വീകരിക്കേണ്ടി വരാറുണ്ട്."

മേയ്ഫീൽഡ് പ്രഭു അല്പം അവിശ്വാസത്തോടെ, അയാളെ സംശയപൂർവ്വം നോക്കി. ഹെർക്കുലി പോയ്റോട്ട്, തനിക്ക് മനസ്സിലാകാത്ത ഒരു മനുഷ്യനായിരുന്നു. അയാളോടുള്ള എതിർപ്പ് പ്രകടിപ്പിക്കാൻ അദ്ദേഹം ആഗ്രഹിച്ചു, എന്നാൽ ഈ കുറുകിയ മനുഷ്യൻ കാണുന്നതുപോലെ നിസ്സാരനല്ല എന്ന മുന്നറിയിപ്പ് അദ്ദേഹത്തിനുള്ളിൽ മുഴങ്ങി. ചാൾസ് മക്ലാഫ്ലിൻ, എപ്പോഴും കഴിവുകൾ തിരിച്ചറിയാൻ കെൽപുള്ള വ്യക്തിയാണ്.

"ശരി," അദ്ദേഹം പറഞ്ഞു, "ഞങ്ങൾ നിങ്ങൾക്കൊപ്പമുണ്ട്. അടുത്തതായി എന്താണ് ചെയ്യേണ്ടത്?"

"നിങ്ങളുടെ അതിഥികളെ ഇവിടെ നിന്നും മാറ്റാമോ?"

"അതിന് ബുദ്ധിമുട്ടൊന്നുമില്ല... ഈ വിഷയവുമായി ബന്ധപ്പെട്ട്, എനിക്ക് ലണ്ടനിലേക്ക് പോകേണ്ടതുണ്ടെന്ന് അറിയിക്കാം. അപ്പോൾ അവർ പോകാൻ തയ്യാറായേക്കും."

"വളരെ നല്ലത്. എങ്കിൽ അതിനായുള്ള ഒരുക്കങ്ങൾ ആരംഭിക്കൂ."

മേയ്ഫീൽഡ് പ്രഭു ഒന്ന് മടിച്ചു.

"നിങ്ങൾക്ക് തോന്നുന്നുണ്ടോ...?"

"അതായിരിക്കും ബുദ്ധിപരമായ നീക്കം എന്നെനിക്ക് ഉറപ്പുണ്ട്."

മേയ്ഫീൽഡ് പ്രഭു തോൾ ചലിപ്പിച്ചു.

"ശരി, നിങ്ങൾ പറയുന്നതു പോലെ."

അദ്ദേഹം പുറത്തേക്ക് പോയി.

ഉച്ചഭക്ഷണത്തിനു ശേഷം അതിഥികൾ പോയി; വാൻഡെർലൈനും മക്കാറ്റയും ട്രെയിനിലും, കേറിംഗ്ടൺ കുടുംബം സ്വന്തം കാറിലും. വാൻഡെർലൈൻ തന്റെ ആതിഥേയനോട് ആകർഷണീയമായി യാത്ര പറയുമ്പോൾ, പോയ്റോട്ട് പൂമുഖത്ത് നിൽക്കുന്നുണ്ടായിരുന്നു.

"നിങ്ങൾക്കുണ്ടായ ഈ വിഷമത്തിലും ഉത്കണ്ഠയിലും എനിക്ക് ഖേദമുണ്ട്. എല്ലാം വളരെ പെട്ടെന്നുതന്നെ മാറുമെന്ന് ഞാൻ പ്രതീക്ഷിക്കുന്നു. ഇവിടെ സംഭവച്ചതിനെക്കുറിച്ച് ഒരു വാക്കു പോലും ഞാൻ പുറത്തു പറയുകയില്ല."

അവൾ അദ്ദേഹത്തിന്റെ കൈകളിൽ തന്റെ വിരലുകളാൽ അമർത്തി. എന്നിട്ട് അവളെ സ്റ്റേഷനിലേക്ക് കൊണ്ടുപോകാൻ കാത്തുനിൽക്കുന്ന റോൾസ് റോയ്സിനടുത്തേക്ക് പോയി. മക്കാറ്റ അതിനകത്തുണ്ടായിരുന്നു. അവരുടെ വിടവാങ്ങൽ ഹ്രസ്വവും തീർത്തും ഔപചാരികവുമായിരുന്നു.

പെട്ടെന്ന് ഡ്രൈവറുടെ കൂടെ മുന്നിൽ സംസാരിച്ചു നിന്നിരുന്ന ലിയോണി, തിരികെ ഹാളിലേക്ക് ഓടി വന്നു.

"മാഡത്തിന്റെ വസ്തുങ്ങൾവെച്ച പെട്ടി, അത് കാറിലില്ല." അവൾ അറിയിച്ചു.

തിരച്ചിൽ തകൃതിയായി നടന്നു. അവസാനം, ഒരു പഴയ ഓക്കുമരപ്പെട്ടിയുടെ പിന്നിലായി വെച്ചിരിക്കുന്നിടത്ത് നിന്നും മേയ്ഫീൽഡ് പ്രഭു അത് കണ്ടെത്തി. ആട്ടിൻതോലിൽ തീർത്ത പച്ച നിറത്തിലുള്ള ഭംഗിയുള്ള ആ പെട്ടി കൈയിലെടുക്കുമ്പോൾ, ലിയോണി സന്തോഷം കൊണ്ട് കരഞ്ഞു. അവൾ അതുമായി ധൃതിയിൽ പുറത്തേക്ക് പോയി.

അപ്പോൾ വാൻഡെർലൈൻ കാറിൽ നിന്ന് തല പുറത്തേക്കിട്ടു.

"മേയ്ഫീൽഡ് പ്രഭു, മേയ്ഫീൽഡ് പ്രഭു." അവൾ ഒരു കത്ത് അദ്ദേഹത്തിനു നേരെ നീട്ടി. "ഇത് നിങ്ങളുടെ തപാൽ-സഞ്ചിയിൽ ഇടുന്നതിൽ വിരോധമുണ്ടോ? ഞാൻ അത് നഗരത്തിൽ ചെന്ന് അയക്കാമെന്നാണ് കരുതിയത്, പക്ഷേ ഞാൻ മറക്കുമെന്ന് ഉറപ്പാണ്. എന്റെ മറവി കാരണം, കത്തുകൾ ദിവസങ്ങളോളം എന്റെ ബാഗിൽ തന്നെ കിടക്കാറുണ്ട്."

സർ ജോർജ് കേറിംഗ്ടൺ തന്റെ വാച്ച് തുറക്കുകയും അടയ്ക്കുകയും ചെയ്തുകൊണ്ടിരിക്കുകയായിരുന്നു. സമയനിഷ്ഠയുടെ കാര്യത്തിൽ വാശിക്കാരനായിരുന്നു അദ്ദേഹം.

"സമയം കളയാനില്ല," അദ്ദേഹം പിറുപിറുത്തു. "തീരെയില്ല. ഇനിയും വൈകിയാൽ, അവർക്ക് ട്രെയിൻ കിട്ടില്ല."

ഭാര്യ ദേഷ്യത്തോടെ പറഞ്ഞു :

"ഹോ, ബഹളം വയ്ക്കല്ലേ ജോർജ്. ഒന്നുമില്ലെങ്കിലും, അവരല്ലേ ട്രെയിനിൽ പോകാനുള്ളത്, നമ്മളല്ലല്ലോ!"

അദ്ദേഹം ആക്ഷേപത്തോടെ അവളെ നോക്കി.

റോൾസ് റോയ്സ് ചലിച്ചു തുടങ്ങി.

കേറിംഗ്ടൺ കുടുംബത്തിന്റെ വാഹനമായ മോറിസിന്റെ മുൻവാതിൽ തുറന്നു റെഗ്ഗി അകത്തു കയറി.

"എല്ലാം തയ്യാറാണ്, അച്ഛാ." അവൻ പറഞ്ഞു.

സേവകർ കേറിംഗ്ടൺ കുടുംബത്തിന്റെ പെട്ടികളും മറ്റും കൊണ്ടുവരാൻ തുടങ്ങി. വണ്ടിയുടെ പിൻഭാഗത്ത് അതെല്ലാം ഒതുക്കി വെക്കാനായി റെഗ്ഗി മേൽനോട്ടം വഹിച്ചു.

ഇതെല്ലാം വീക്ഷിച്ചുകൊണ്ട് പോയ്റോട്ട് മുൻവാതിലിനു പുറത്തേക്ക് വന്നു.

പെട്ടെന്ന് അയാളുടെ കൈയിൽ ഒരു കൈ പതിഞ്ഞതായി തോന്നി. ലേഡി ജൂലിയയുടെ ശബ്ദം, അതിൽ അസ്വസ്ഥത നിറഞ്ഞിരുന്നു.

"പോയ്റോട്ട്. എനിക്ക് നിങ്ങളോട് സംസാരിക്കണം—ഇപ്പോൾ തന്നെ."

അയാൾ അവളുടെ നിർബന്ധത്തിന് വഴങ്ങി. അവൾ അയാളെ ഒരു ചെറിയ പ്രഭാത മുറിയിലേക്ക് കൊണ്ടുപോയി, അകത്തുനിന്നും വാതിലടച്ചു. അവൾ അയാളുടെ അടുത്തേക്ക് ചെന്നു.

"നിങ്ങൾ പറഞ്ഞത് സത്യമാണോ—നഷ്ടപ്പെട്ട പേപ്പറുകൾ കണ്ടെത്തുന്നതാണോ മേയ്ഫീൽഡ് പ്രഭുവിന് ഏറ്റവും പ്രധാനം?"

പൊയ്റോട്ട് കൗതുകത്തോടെ അവളെ നോക്കി.

"അതെ, സത്യമാണ്, മാഡം."

"ആ പേപ്പറുകൾ—അത് നിങ്ങൾക്ക് തിരികെ നൽകിയാൽ, മറ്റൊന്നും ചോദിക്കില്ലെന്നും അവ മേയ്ഫീൽഡിന് തിരികെ നൽകുമെന്നും വാക്കു നൽകാമോ?"

"നിങ്ങൾ എന്താണ് ഉദ്ദേശിക്കുന്നതെന്ന് എനിക്ക് മനസ്സിലാകുന്നില്ല."

"നിങ്ങളത് ചെയ്യണം! എനിക്ക് നിങ്ങളിൽ വിശ്വാസമുണ്ട്! പേപ്പറുകൾ തിരികെ നൽകുകയാണെങ്കിൽ, മോഷ്ടാവ് ആരാണെന്ന കാര്യം രഹസ്യമായിത്തന്നെയിരിക്കണമെന്നും ഞാൻ ആവശ്യപ്പെടുന്നു."

പോയ്റോട്ട് ചോദിച്ചു :

"അത് എപ്പോൾ ലഭിക്കും, മാഡം?"

"പന്ത്രണ്ട് മണിക്കൂറിനുള്ളിൽ, തീർച്ച."

"നിങ്ങൾക്ക് ഉറപ്പു നൽകാൻ കഴിയുമോ?"

"ഞാൻ വാക്ക് തരുന്നു."

അവൻ ഉത്തരം നൽകാത്തതിനാൽ, അവൾ ഉടൻ ചോദ്യം ആവർത്തിച്ചു :

"മറ്റാരും അറിയില്ലെന്ന കാര്യം ഉറപ്പ് തരുമോ?"

അപ്പോഴാണ് അദ്ദേഹം മറുപടി പറഞ്ഞത്—വളരെ ഗൗരവമായി :

"അതെ മാഡം, ഞാൻ ഉറപ്പ് തരുന്നു."

"എങ്കിൽ, എല്ലാം പറഞ്ഞതുപോലെ ചെയ്യാം."

അവൾ മുറിയിൽ നിന്ന് ധൃതിയിൽ ഇറങ്ങിപ്പോയി. അടുത്ത നിമിഷം, കാറിന്റെ ശബ്ദം ദൂരേക്ക് മായുന്നതായി പോയ്റോട്ട് കേട്ടു.

അയാൾ പൂമുഖം കടന്ന് വായനാമുറിയിലേക്ക് പോയി. മേയ്ഫീൽഡ് പ്രഭു അവിടെ ഉണ്ടായിരുന്നു. പോയ്റോട്ട് അകത്തു കടന്നപ്പോൾ അദ്ദേഹം തലയുയർത്തി നോക്കി.

"പറയൂ." അദ്ദേഹം പറഞ്ഞു.

പോയ്റോട്ട് കൈകൾ വിടർത്തി.

"കേസ് അവസാനിച്ചിരിക്കുന്നു, മേയ്ഫീൽഡ് പ്രഭു."

"എന്ത്?"

താനും ലേഡി ജൂലിയയും തമ്മിലുണ്ടായ സംഭാഷണം പൂർണ്ണമായും അക്ഷരം പ്രതി വിവരിച്ചു.

മേയ്ഫീൽഡ് പ്രഭു സ്തബ്ധനായി പോയ്റോട്ടിനെ നോക്കി.

"പക്ഷേ, എങ്ങനെ? എനിക്ക് മനസ്സിലാകുന്നില്ല."

"വളരെ വ്യക്തമാണ്, അല്ലെ? ആരാണ് പേപ്പറുകൾ മോഷ്ടിച്ചതെന്ന് ലേഡി ജൂലിയക്ക് അറിയാം."

"അവൾ തന്നെ കൊണ്ടുപോയി എന്നല്ലേ ഉദ്ദേശിക്കുന്നത്?"

"തീർച്ചയായും അല്ല. ലേഡി ജൂലിയ ഒരു ചൂതാട്ടക്കാരിയായിരിക്കാം. ഒരു മോഷ്ടാവല്ല. പക്ഷേ പേപ്പറുകൾ തിരികെ നൽകാമെന്ന് അവർ വാഗ്ദാനം ചെയ്യുന്നുവെങ്കിൽ, അത് അവരുടെ ഭർത്താവോ മകനോ ആയിരിക്കാം എടുത്തത്. ഇനി, സർ ജോർജ് കേറിംഗ്ടൺ നിങ്ങളോടൊപ്പം മട്ടുപ്പാവിലായിരുന്നു. അപ്പോൾ, ബാക്കിയുള്ളത് മകനാണ്. കഴിഞ്ഞ രാത്രിയിലെ സംഭവങ്ങൾ വളരെ കൃത്യമായി പുനർനിർമ്മിക്കാൻ എനിക്കിപ്പോൾ കഴിയുമെന്ന് കരുതുന്നു. ലേഡി ജൂലിയ ഇന്നലെ രാത്രി തന്റെ മകന്റെ മുറിയിലേക്ക് പോകുന്നു, അവിടെ അവനില്ലെന്ന് മനസ്സിലാക്കുന്നു. അവനെ തിരഞ്ഞ് അവർ താഴേയ്ക്ക് വരുന്നു, പക്ഷേ അവനെ കണ്ടില്ല. ഇന്ന് രാവിലെ, അവർ കവർച്ചയെക്കുറിച്ച് അറിയുന്നു, മാത്രമല്ല, മകൻ നേരെ അവന്റെ മുറിയിലേക്കാണ് പോയതെന്നും അവിടെ നിന്നും മറ്റെങ്ങും പോയിട്ടില്ലെന്നുമുള്ള മകന്റെ വാദത്തെക്കുറിച്ചും കേൾക്കുന്നു. അവർക്കറിയാം, അത് സത്യമല്ലെന്ന്. കൂടാതെ, മകനെക്കുറിച്ച് മറ്റൊന്നുകൂടെ അവർക്കറിയാം. അവൻ എടുത്തുചാട്ടക്കാരനാണെന്നും, അവന് പണം അത്യാവശ്യമാണെന്നും അവർക്കറിയാം. വാൻഡെർലൈെ നോടുള്ള അവന്റെ താത്പര്യം അവർ ശ്രദ്ധിച്ചിരുന്നു. എല്ലാം അവർക്ക് വ്യക്തമായിരുന്നു. പേപ്പറുകൾ മോഷ്ടിക്കാൻ വാൻഡെർലൈൻ റെഗ്ഗിയെ പ്രേരിപ്പിച്ചു. എന്നാൽ തന്റെ ഭാഗം കൂടെ ഭംഗിയായി അവതരിപ്പിക്കാൻ ജൂലിയ തീരുമാനിക്കുന്നു; റെഗ്ഗിയെ കബളിപ്പിച്ച്, പേപ്പറുകൾ കൈവശ പ്പെടുത്തി തിരികെ നൽകും എന്നത്."

"പക്ഷേ, ഇതെല്ലാം തികച്ചും അസാധ്യമാണ്," മേയ്ഫീൽഡ് പ്രഭു ആശ്ചര്യപ്പെട്ടു.

"അതെ, അസാധ്യമാണ്, പക്ഷേ ലേഡി ജൂലിയയ്ക്ക് അതറിയില്ല. ഹെർക്കുലി പോയ്റോട്ടിന്, എനിക്ക് അറിയാവുന്ന കാര്യം അവർക്കറിയില്ല;

യുവാവായ റെഗ്ഗി കേറിംഗ്ടൺ ഇന്നലെ രാത്രി പേപ്പറുകൾ മോഷ്ടിക്കുകയായിരുന്നില്ല, പകരം, വാൻഡെർലൈനിന്റെ ഫ്രഞ്ച് വേലക്കാരിയോട് അടുപ്പം കാണിക്കാൻ ശ്രമിക്കുകയായിരുന്നു."

"മൊത്തം കുഴഞ്ഞുമറിഞ്ഞ അവസ്ഥയാണല്ലോ!"

"ശരിയാണ്."

"കേസിന് അവസാനമായില്ലല്ലോ!"

"അല്ല, അത് അവസാനിച്ചു. *എനിക്ക്, ഹെർക്കുലി പോയ്റോട്ടിന്, സത്യമറിയാം.* നിങ്ങൾക്കെന്നെ വിശ്വാസമില്ലേ? പേപ്പറുകൾ എവിടെയാണെന്ന് എനിക്കറിയാമെന്ന് ഞാൻ ഇന്നലെ പറഞ്ഞപ്പോൾ, നിങ്ങൾ വിശ്വസിച്ചില്ല. പക്ഷേ എനിക്കറിയാമായിരുന്നു. അത് അരികിൽ ത്തന്നെയുണ്ട്."

"എവിടെ?"

"അങ്ങയുടെ പോക്കറ്റിൽ, പ്രഭു."

അല്പനേരത്തെ നിശബ്ദതയ്ക്കു ശേഷം, മേയ്ഫീൽഡ് പ്രഭു തുടർന്നു :

"പോയ്റോട്ട്, എന്താണ് പറയുന്നതെന്ന് മനസ്സിലാക്കിത്തന്നെയാണോ നിങ്ങൾ സംസാരിക്കുന്നത്?"

"അതെ, എനിക്കറിയാം. വളരെ ബുദ്ധിമാനായ ഒരു മനുഷ്യനോടാണ് ഞാൻ സംസാരിക്കുന്നതെന്ന് എനിക്കറിയാം. ജനാലയിലൂടെ ഒരു രൂപം പുറത്തുകടന്നുവെന്ന്, ഹ്രസ്വദൃഷ്ടിയുള്ള നിങ്ങൾ ഉറപ്പിച്ചു പറയുന്നതിൽ, തുടക്കം മുതലേ എനിക്ക് സംശയമുണ്ടായിരുന്നു. ആ കഥ—വിശ്വാസയോഗ്യമായ ആ കഥ—എല്ലാവരും വിശ്വസിക്കണമെന്ന് നിങ്ങൾ ആഗ്രഹിച്ചു. എന്തുകൊണ്ട്? പിന്നീട്, ഓരോരുത്തരെയായി, മറ്റുള്ള എല്ലാവരെയും ഞാൻ ഒഴിവാക്കി. വാൻഡെർലൈൻ മുകളിലത്തെ നിലയിലായിരുന്നു, സർ ജോർജ് നിങ്ങളോടൊപ്പം മട്ടുപ്പാവിലായിരുന്നു, റെഗ്ഗി കേറിംഗ്ടൺ ഫ്രഞ്ച് പെൺകുട്ടിയ്ക്കൊപ്പം ഗോവണിയിലായിരുന്നു, മക്കാറ്റ അവരുടെ കിടപ്പുമുറിയിൽ ഉണ്ടായിരുന്നെന്നും ഉറപ്പാണ്. (അത് വീട്ടുജോലിക്കാരിയുടെ മുറിയുടെ അടുത്തായിരുന്നു, മക്കാറ്റയാണെങ്കിൽ കൂർക്കം വലിക്കുകയും ചെയ്യുമായിരുന്നു!) ലേഡി ജൂലിയയ്ക്ക് തന്റെ മകൻ കുറ്റക്കാരനാണെന്ന് വ്യക്തമായിരുന്നു. അങ്ങനെ രണ്ടു സാധ്യതകൾ മാത്രം അവശേഷിച്ചു. ഒന്നുകിൽ കാർലൈൽ പേപ്പറുകൾ മേശപ്പുറത്ത് വയ്ക്കാതെ സ്വന്തം പോക്കറ്റിലേക്കിട്ടു (അതിന് വഴിയില്ല, കാരണം, നിങ്ങൾ ചൂണ്ടിക്കാണിച്ചതുപോലെ, അയാൾക്ക് അതിന്റെ പകർപ്പുകൾ എടുത്താൽ മതിയായിരുന്നു), അല്ലെങ്കിൽ—അല്ലെങ്കിൽ നിങ്ങൾ അവിടെ ചെല്ലുമ്പോൾ പേപ്പറുകൾ മേശപ്പുറത്ത് ഉണ്ടാവുകയും പിന്നീടവ എത്തിപ്പെടാൻ സാധ്യതയുള്ള സ്ഥലം നിങ്ങളുടെ കീശയുമാകുന്നു. അങ്ങനെയെങ്കിൽ, എല്ലാം വ്യക്തമാണ്. ഒരു രൂപം കണ്ടുവെന്ന കാര്യത്തിലുള്ള നിങ്ങളുടെ ഉറപ്പ്, കാർലൈലിന്റെ വിശ്വാസ്യതയിൽ നിങ്ങൾക്കുള്ള ഉറപ്പ്, എന്നെ നിയോഗിക്കുന്നതിൽ നിങ്ങൾ കാണിച്ച വൈമുഖ്യം.

"ഒരു കാര്യം എനിക്ക് മനസ്സിലായില്ല—പ്രേരണ. നിങ്ങൾ സത്യസന്ധനും ധർമ്മിഷ്ഠനുമായ ഒരു മനുഷ്യനാണെന്നതിൽ എനിക്ക് വിശ്വാസമുണ്ട്. ഒരു നിരപരാധിയുടെ മേലും സംശയദൃഷ്ടി പതിയരുതെന്ന നിങ്ങളുടെ വാശി, അത് ഉറപ്പിക്കുകയും ചെയ്യു. പേപ്പറുകൾ മോഷ്ടിക്കപ്പെട്ടാൽ, നിങ്ങളുടെ ഔദ്യോഗിക ജീവിതം വളരെ എളുപ്പത്തിൽ പ്രതികൂലമായി ബാധിക്കപ്പെടുമെന്നതും വ്യക്തമാണ്. പിന്നെ എന്തിനാണ്, തികച്ചും യുക്തിഹീനമായ ഈ മോഷണം? അവസാനം, എനിക്ക് ഉത്തരം ലഭിച്ചു. കുറച്ചു വർഷങ്ങൾക്കു മുൻപ് നിങ്ങളുടെ ഔദ്യോഗിക ജീവിതത്തിലുണ്ടായ പ്രതിസന്ധി ഘട്ടം, ആരോപണങ്ങളിൽ കേട്ട രാജ്യവും നിങ്ങളുമായി ചർച്ചകൾ നടന്നിട്ടില്ലെന്ന് പ്രധാനമന്ത്രി ലോകത്തിന് മുന്നിൽ ഉറപ്പ നൽകിയ സംഭവം. അത് ശരിക്കും സത്യമല്ല എങ്കിൽ, അതുമായി ബന്ധപ്പെട്ട എന്തെങ്കിലും രേഖകൾ ഉണ്ടാകും—ഒരു കത്തോ മറ്റോ—നിങ്ങൾ പരസ്യമായി നിരസിച്ച ആ കൂടിക്കാഴ്ച വാസ്തവത്തിൽ നടന്നിരുന്നു എന്ന് തെളിയിക്കുന്നവ. ജനങ്ങളുടെ പൊതുനയത്തിന്റെ താൽപ്പര്യങ്ങൾക്കനുസൃതമായി അത്തരമൊരു നിരസിക്കൽ ആവശ്യമായിരുന്നു. പക്ഷേ, ഒരു സാധാരണ മനുഷ്യന് ആ രീതിയിൽ ചിന്തിക്കാൻ കഴിയുമെന്ന് തോന്നുന്നില്ല. അതിനർത്ഥം, പരമോന്നത അധികാരം നിങ്ങളുടെ കൈകളിലെത്തുന്ന നിമിഷം, ഭൂതകാല സംഭവങ്ങളുടെ ചില അവശിഷ്ടങ്ങൾ അതിനെ പ്രതികൂലമായി ബാധിച്ചേക്കാം.

"ആ രേഖകൾ, ഒരു പ്രത്യേക സർക്കാർ തന്റെ കൈയിൽ സൂക്ഷിച്ചിരിക്കുകയാണെന്ന് ഞാൻ സംശയിക്കുന്നു, ആ സർക്കാർ നിങ്ങളുമായി ഒരു ഇടപാട് നടത്താൻ മുന്നോട്ടുവരുന്നു—പുതിയ യുദ്ധവിമാനത്തിന്റെ വിവരങ്ങളടങ്ങിയ പേപ്പറുകൾക്കു പകരമായി പഴയ രേഖകൾ. ചിലർ വിസമ്മതിക്കുമായിരുന്നു. നിങ്ങൾ—വിസമ്മതിച്ചില്ല! നിങ്ങൾ സമ്മതിച്ചു. വാൻഡെർലൈൻ ആയിരുന്നു ഈ വിഷയത്തിലെ ഇടനിലക്കാരി. കൈമാറ്റം ചെയ്യാനുള്ള ഏർപ്പാട് ചെയ്യാനാണ് അവർ ഇവിടെ വന്നത്. അവരെ കുടുക്കാൻ കൃത്യമായ ഒരു പദ്ധതി രൂപപ്പെടുത്തതിലൂടെ, നിങ്ങൾ സ്വയം കുടുങ്ങി. അതാണ് അവരെ ഇവിടേക്ക് ക്ഷണിക്കാമെന്ന നിങ്ങളുടെ തീർത്തും ദുർബ്ബലമായ തീരുമാനത്തിനു കാരണമായത്.

"നിങ്ങളാണ് കവർച്ച സംഘടിപ്പിച്ചത്. മട്ടുപ്പാവിൽ കള്ളനെ കണ്ടതായി കള്ളം പറഞ്ഞതിലൂടെ, കാർലൈലിന്റെ മേലുള്ള സംശയത്തെ വഴിതിരിച്ചുവിട്ടു. കാർലൈൽ മുറിയിൽ നിന്നും ഇറങ്ങിയില്ലെങ്കിൽ പോലും, മോഷ്ടാവിന് പേപ്പറുകൾ കൈക്കലാക്കാൻ പറ്റുമായിരുന്നു. കാരണം, ജനാലയുടെ വളരെ അരികിലായിരുന്നു മേശ; കാർലൈൽ അലമാരയിൽ എന്തെങ്കിലും തിരയുന്നതിനിടയിൽ കള്ളന് മേശമേൽ നിന്നും പേപ്പറുകൾ എടുക്കാനാകും. നിങ്ങൾ മേശയുടെ അടുത്തേക്ക് പോകുന്നു, പേപ്പറുകൾ എടുത്ത് കൈവശം വെക്കുന്നു, മുൻകൂട്ടി തയ്യാറാക്കിയ പദ്ധതി പ്രകാരം, സമയം വരുമ്പോൾ വാൻഡെർലൈനിന്റെ പെട്ടിയിൽ നിക്ഷേപിക്കുന്നു.

പകരമായി, അവർ നിങ്ങൾക്കാവശ്യമായ നിർണ്ണായക രേഖകൾ, അയക്കാൻ മറന്നുപോകുമെന്ന് പറഞ്ഞ്, അവരുടെ കത്തെന്ന വ്യാജേന നിങ്ങളെയേൽപ്പിക്കുന്നു."

പോയ്റോട്ട് നിർത്തി.

മേയ്ഫീൽഡ് പ്രഭു പറഞ്ഞു :

"നിങ്ങളുടെ അറിവ് അസാധാരണമാണ്, പോയ്റോട്ട്. നിങ്ങൾ എന്നെ തീർത്തുമൊരു നികൃഷ്ടജീവിയായിട്ടാവും കാണുന്നത്."

പോയ്റോട്ട് പെട്ടെന്ന് ആംഗ്യം കാണിച്ചു.

"അല്ല, ഒരിക്കലുമല്ല മേയ്ഫീൽഡ് പ്രഭു. ഞാൻ പറഞ്ഞതുപോലെ, നിങ്ങൾ വളരെ സമർത്ഥനാണെന്നു തന്നെയാണ് ഞാൻ വിശ്വസിക്കുന്നത്. ഇന്നലെ രാത്രി നമ്മൾക്കിടയിലുണ്ടായ സംഭാഷണത്തിനിടയിലാണ് എന്റെ മനസ്സിൽ ഇതെല്ലാം തെളിഞ്ഞത്. നിങ്ങൾ ഒരു ഒന്നാന്തരം എഞ്ചിനീയർ ആണ്. എനിക്കു തോന്നുന്നു, ആ യുദ്ധവിമാനത്തിന്റെ പദ്ധതിയിൽ സൂക്ഷ്മമായ ചില മാറ്റങ്ങൾ ഉണ്ടാകും—തന്ത്രപൂർവ്വം വരുത്തുന്ന ആ ചെറിയ മാറ്റങ്ങൾ കാരണം, അതിന്റെ പ്രവർത്തനത്തിലുണ്ടാകുന്ന പാളിച്ചകൾ മനസ്സിലാക്കുന്നത് ദുഷ്കരമായിരിക്കും. അത് കൈക്കലാക്കുന്ന വിദേശ ശക്തി, ആ പദ്ധതി ഒരു പരാജയമാണെന്ന് തീർപ്പെഴുതും... അത് അവർക്ക് നിരാശയായിരിക്കും നൽകുക, എനിക്കുറപ്പുണ്ട്..."

വീണ്ടും അവർക്കിടയിൽ നിശ്ശബ്ദത—ശേഷം മേയ്ഫീൽഡ് പ്രഭു പറഞ്ഞു :

"നിങ്ങൾ അതീവ ബുദ്ധിമാനാണ്, പോയ്റോട്ട്. നിങ്ങൾ ഒരു കാര്യം മാത്രം വിശ്വസിക്കണമെന്ന് ഞാൻ ആവശ്യപ്പെടുന്നു. എനിക്ക് എന്നിൽ വിശ്വാസമുണ്ട്. വരാനിരിക്കുന്ന പ്രതിസന്ധിയുടെ നാളുകളിൽ ഇംഗ്ലണ്ടിനെ നയിക്കാൻ പ്രാപ്തൻ ഞാൻ തന്നെയാണെന്ന് ഞാൻ വിശ്വസിക്കുന്നു. മുന്നിൽ നിന്നും നയിക്കാൻ രാജ്യത്തിന് എന്നെ ആവശ്യമില്ലെന്ന് ഞാൻ വിശ്വസിച്ചിരുന്നുവെങ്കിൽ, ഞാനിപ്പോൾ ചെയ്ത ഈ കാര്യം ചെയ്യുകയില്ലായിരുന്നു—ഇലയ്ക്കും മുള്ളിനും കേടില്ലാതെ—തന്ത്രപരമായ നീക്കത്തിലൂടെ ഞാൻ രാജ്യത്തെയും എന്നെയും ദുരന്തത്തിൽ നിന്നും രക്ഷിച്ചു."

"പ്രഭു," പോയ്റോട്ട് പറഞ്ഞു, "ഇലയ്ക്കും മുള്ളിനും കേടില്ലാതെ കാര്യങ്ങൾ നടത്തിക്കൊണ്ടുപോകാൻ കഴിയില്ലെങ്കിൽ, നിങ്ങൾക്ക് ഒരു രാഷ്ട്രീയക്കാരനാകാൻ കഴിയില്ല!"

ഗ്രന്ഥസൂചിക

അഗതാ ക്രിസ്റ്റിയുടെ ചെറുകഥകൾ, സാധാരണയായി ആദ്യം മാസികകളിലും പിന്നീട് അവരുടെ തന്നെ ചെറുകഥാ പുസ്തകങ്ങളിലും പ്രത്യക്ഷപ്പെട്ടു, അവ യുകെയിലും യുഎസിലും വ്യത്യസ്ത സമാഹാരങ്ങളായി പുറത്തിറങ്ങി. ഓരോ കഥയുടെയും ആദ്യ പ്രസിദ്ധീകരണത്തെക്കുറിച്ചും, അവയുടെ വ്യത്യസ്ത ശീർഷകങ്ങളും താഴെ വിവരിക്കുന്നു.

പിയറനീസിലെ വേനൽക്കാലം

ആന് ഓട്ടോബയോഗ്രഫി-യിൽ (1977) നിന്ന് ഉദ്ധരിച്ചത്.

രക്തക്കറ പുരണ്ട നടപ്പാത

ആദ്യം പ്രസിദ്ധീകരിക്കപ്പെട്ടത്, യുകെയിൽ 1928 മാർച്ചിലെ *റോയൽ മാഗസിൻ* നമ്പർ 353-ലും, 23 ജൂൺ 1928-ൽ യുഎസിൽ 'ഡ്രിപ്പ്! ഡ്രിപ്പ്!' എന്ന പേരിൽ *ഡിറ്റക്ടീവ് സ്റ്റോറി മാഗസിനി*-ലുമാണ്. *ദി തേർട്ടീൻ പ്രോബ്ലംസ്* (യുകെ, 1932), *ദി റ്റ്യൂസ്ഡേ നൈറ്റ് ക്ലബ്* (യുഎസ്, 1933) എന്നിവയിൽ പുനഃപ്രസിദ്ധീകരിക്കപ്പെട്ടു.

വിദൂഷകന്റെ ഇടവഴി

ആദ്യം പ്രസിദ്ധീകരിക്കപ്പെട്ടത്, യുകെയിൽ 1927 മേയിലെ *സ്റ്റോറിടെല്ലർ* നമ്പർ 241-ലും, യുഎസിൽ 1927 മേയിലെ *ദി മാജിക് ഓഫ് മിസ്റ്റർ ക്വിൻ* നമ്പർ 5-ലുമാണ്. *ദി മിസ്റ്റീരിയസ് മിസ്റ്റർ ക്വിൻ*-ൽ (1930) പുനഃ പ്രസിദ്ധീകരിക്കപ്പെട്ടു.

ഇറ്റാലിയൻ പ്രഭുവിന്റെ സാഹസം

ആദ്യം പ്രസിദ്ധീകരിക്കപ്പെട്ടത്, 24 ഒക്ടോബർ 1923-ൽ യുകെയിൽ *ദി സ്കെച്ച്* നമ്പർ 1604-ലും, യുഎസിൽ 1924 ഡിസംബറിലെ *ബ്ലൂ ബുക്ക് മാഗസിൻ*-ൽ 'ദി ഇറ്റാലിയൻ നോബിൾമാൻ' എന്ന പേരിൽ നാൽപതാം വാല്യം, നമ്പർ 2-ലുമാണ്. *പോയ്റോട്ട് ഇൻവെസ്റ്റിഗേറ്റ്സിൽ* പുനഃപ്രദ്ധീകരിക്കപ്പെട്ടു (യുകെ, 1924; യുഎസ്, 1925).

ജോലി തേടുന്ന ജേൻ

യുകെയിൽ ആദ്യമായി പ്രസിദ്ധീകരിക്കപ്പെട്ടത്, 1924 ഓഗസ്റ്റിലെ *ഗ്രാൻഡ് മാഗസിൻ* നമ്പർ 234-ലാണ്. *ദി ലിസ്റ്റർഡേൽ മിസ്റ്ററി* (യുകെ, 1934), *ദി ഗോൾഡൻ ബോൾ* (യുഎസ്, 1971) എന്നിവയിൽ പുനഃപ്രസിദ്ധീകരിക്കപ്പെട്ടു.

ഡാവെൻഹൈമിന്റെ തിരോധാനം

ആദ്യം പ്രസിദ്ധീകരിക്കപ്പെട്ടത്, 28 മാർച്ച് 1923-ൽ യുകെയിൽ *ദി സ്കെച്ച്* നമ്പർ 1574-ലും, യുഎസിൽ 1923 ഡിസംബറിലെ *ബ്ലൂ ബുക്ക് മാഗസിനി*-ൽ 'മിസ്റ്റർ ഡാവെൻബൈ ഡിസപ്പിയർസ്' എന്ന പേരിൽ മുപ്പത്തിയെട്ടാം വാല്യം, നമ്പർ 2-ലുമാണ്. *പോയ്റോട്ട് ഇൻവെസ്റ്റിഗേറ്റ്സിൽ* (യുകെ, 1924; യുഎസ്, 1925) പുനഃപ്രസിദ്ധീകരിക്കപ്പെട്ടു.

രാജാവിന്റെ മരതകം

ആദ്യം പ്രസിദ്ധീകരിക്കപ്പെട്ടത്, 1926 ജൂലൈ 30-ന് യുകെയിൽ *റെഡ് മാഗസിനി*-ൽ. *ദി ലിസ്റ്റർഡേൽ മിസ്റ്ററി* (യുകെ, 1934), *ദി ഗോൾഡൻ ബോൾ* (യുഎസ്, 1971) എന്നിവയിൽ പുനഃപ്രസിദ്ധീകരിക്കപ്പെട്ടു.

ഡെൽഫിയിലെ ദേവാലയം

ആദ്യം പ്രസിദ്ധീകരിക്കപ്പെട്ടത്, യുകെയിൽ 1933 ജൂലൈയിലെ *നാഷ്സ് പാൾ മാൾ* തൊണ്ണൂറ്റിയൊന്നാം വാല്യം, നമ്പർ 482-ലും, യുഎസിൽ 1933 ഏപ്രിലിലെ *കോസ്മോപൊളിറ്റൻ*-ലുമാണ്. *പാർക്കർ പൈൻ ഇൻവെസ്റ്റിഗേറ്റ്സ്* (യുകെ, 1934), *മിസ്റ്റർ പാർക്കർ പൈൻ, ഡിറ്റക്ടീവ്* (യുഎസ്, 1934) എന്നിവയിൽ പുനഃപ്രസിദ്ധീകരിക്കപ്പെട്ടു.

വഞ്ചകനായ അപരിചിതന്റെ സാഹസം

യുകെയിൽ 1924 ഒക്ടോബർ 22-ന് *ദി സ്കെച്ച്* നമ്പർ 1656-ൽ ആദ്യമായി പ്രസിദ്ധീകരിക്കപ്പെട്ടു. *പാർടണേഴ്സ് ഇൻ ക്രൈം* (1929) എന്നതിൽ പുനഃപ്രസിദ്ധീകരിക്കപ്പെട്ടു.

അവിശ്വസനീയമായ മോഷണം

1923-ൽ യുകെയിൽ 'ദി സബ്മറൈൻ പ്ലാൻസ്' എന്ന പേരിൽ ആദ്യം പ്രസിദ്ധീകരിക്കപ്പെട്ടു, പിന്നീട് *ഡെയ്‌ലി എക്സ്പ്രസ്*, 6-12 ഏപ്രിൽ 1937-ൽ ഇത് വിപുലീകരിക്കപ്പെട്ടു. *മർഡർ ഇൻ ദി മ്യൂസ്* (യുകെ, 1937), *ഡെഡ് മാൻസ് മിറർ* (യുഎസ്, 1937) എന്ന പേരുകളിൽ പുനഃപ്രസിദ്ധീകരിക്കപ്പെട്ടു.

രഘുരാജ് പനങ്ങാട്ട്

പാലക്കാട് ജില്ലയിൽ ജനനം. ബിസിനസ്സ് അഡ്മിനിസ്ട്രേഷനിൽ ബിരുദാനന്തര ബിരുദം. Lettersbay Consultancy-യുടെ സീനിയർ എഡിറ്ററായി പ്രവർത്തിച്ചിട്ടുണ്ട്. വിവർത്തകനായും എഡിറ്ററായും സാഹിത്യമേഖലയിൽ സജീവമായി പ്രവർത്തിക്കുന്നു.

വിവർത്തനങ്ങൾ : *സംയുക്ത പ്രഭാവം* (The Compound Effect), *ഷാവോലിൻ* (Shaolin).

ഇ-മെയിൽ : raghuraj.owen@gmail.com

മൊബൈൽ : 8086555838